மகாபாரதம்

பிரபஞ்சன் (1945)

நவீனத் தமிழ் இலக்கியத்தின் தலைசிறந்த படைப்பாளி களில் ஒருவரான பிரபஞ்சன் புதுச்சேரியில் பிறந்தவர் இவரது இயற்பெயர் சாரங்கபாணி வைத்திலிங்கம். 1961இல் இருந்து எழுதிக்கொண்டிருக்கும் இவர் இதுவரை 260 சிறுகதைகள், 6 நாவல்கள், நான்கு கட்டுரைத் தொகுதி கள், இரண்டு நாடகங்கள் எழுதியிருக்கிறார்.

புதுச்சேரி அரசு, தமிழக அரசுப் பரிசுகள் இரு முறையும், இலக்கியச் சிந்தனை, கோவை கஸ்தூரி ரங்கம்மாள் விருது, மேற்கு வங்க பாரதிய பாஷா பரிட்சத் பரிசு, சாகித்திய அகாதெமி விருது மற்றும் புதுச்சேரி அரசின் தமிழ்மாமணி, கலைமாமணி விருதுகளும் பெற்றிருக்கிறார்.

மனைவி பிரமிளா ராணி. பிள்ளைகள் கௌதமன், கௌரி சங்கர், சதீஷ் ஆகியோர்.

சீரான தரத்துடன் கலைத்தன்மையும் இனிமையும் தமிழர் வாழ்வின் அடர்த்தியும் கொண்டவை பிரபஞ்சனின் படைப்புகள்.

மகாபாரதம்
கதை மாந்தர்கள்

பிரபஞ்சன்

நற்றிணை பதிப்பகம்

மகாபாரதம் * கட்டுரைகள் * பிரபஞ்சன் * © பிரபஞ்சன் * முதல் பதிப்பு: டிசம்பர் 2014 * இரண்டாம் பதிப்பு: மார்ச் 2015 * மூன்றாம் பதிப்பு: மார்ச் 2017 * வெளியீடு: நற்றிணை பதிப்பகம் * எண். 6/84, மல்லன் பொன்னப்பன் தெரு, திருவல்லிக்கேணி, சென்னை-600005.

Mahabharatham * Essays * Prapanchan * © Prapanchan * First Edition: December 2014 * Second Edition: March 2015 * Third Edition: March 2017 * Size: Demi 1/8 * Paper: 18.6 kg maplitho * Pages: 344 * Published by Natrinai Pathippagam Pvt. Ltd., No. 6/84, Mallan Ponnappan Street, Triplicane, Chennai-600005 * Phone : 044-28482818 * Mobile: 94861 77208

* E-mail: natrinaipathippagam@gmail.com
* Website: natrinaipathippagam.com
* Printed at: Sai Thendral Printers, Chennai - 600005
* Mobile: 90954 91222, 90956 91222
* E-mail: saithendralprinters@gmail.com

* இணையம் மூலம் புத்தகம் வாங்க : www.natrinaibooks.com

முன்னுரை

மகாபாரதம் போன்ற புராணங்களில் உள்ள பல விஷயங்களுக்கு ஆதாரங்களை யாரும் காட்டப் போவதில்லை. ஆதாரம் இல்லை. நம்பிக்கையுடையவர்கள் ஏற்கலாம். நம்பிக்கை இல்லாதவர்கள் நிராகரிக்கலாம்.

மகாபாரதத்தில் சொல்லப்பட்டுள்ள விஷயங்கள், அதில் விவரிக்கப்பட்டுள்ள நிகழ்ச்சிகள், அதில் நடமாடுகிற மனிதர்கள், அவர்களைப் பற்றிச் சொல்லப்படுகின்ற அவர்களின் குணாதிசயங்கள், அதிலுள்ள நீதிகள், விவாதங்களை நாம் பார்த்தாலே போதும்.

'முல்லைக்குத் தேர் கொடுத்தான் பாரி' என்ற சங்க இலக்கியச் சம்பவத்தை நம்புகிறோம். முல்லைச் செடி படர இரண்டு கொம்புகளை நட்டால் போதுமே. தேரை ஏன் நிறுத்த வேண்டும் என்று குறுக்குக் கேள்வி கேட்காமல், பாரியின் ஈரநெஞ்சத்தைப் பாராட்டும் விதத்தில் அப்படியே ஏற்றுக்கொள்கிறோம்.

சங்க காலத்தில் நடந்ததாகக் கூறப்படும் நிகழ்ச்சிகள் பற்றியே நாம் ஆயிரம் கேள்விகளைக் கேட்க முடியும்போது, மிகவும் முற்பட்ட புராண கால நிகழ்ச்சிகள் மீது லட்சக்கணக்கான கேள்விகள் கேட்க முடியும்.

பிரம்மாஸ்திரம் பிரயோகம் செய்தால், பேரழிவு உண்டாகும். பெரும் நிலப்பரப்பு பயனற்றுப் போகும் என்று பாரதத்தில் சொல்லப்படுகிறது.

1945இல் ஹிரோஷிமா, நாகசாகி மீது அமெரிக்கா வீசிய அணுகுண்டின் கோர அழிவை மட்டும் நாம் ஏற்கிறோம். பிரம்மாஸ்திர அழிவை மறுக்கிறோம்.

சுபத்ரா வயிற்றில் அபிமன்யு வளரும்போது, அர்ச்சுனன், பத்ம வியூகத்தை உடைத்து உள்ளே செல்லும் உத்தியைக் கேட்டான் என்று நம்ப மறுக்கும் நாம், இப்போது குழந்தை, தாயின் வயிற்றில் இருக்கும் போதே, அதன் தாய் இசை, நடனப்பயிற்சி செய்தால், அந்த ஞானம் குழந்தைக்குப் படிகிறது என்று விஞ்ஞான ஆய்வு மூலம் விளக்குவதை மட்டும் ஏற்றுக்கொள்கிறோம்.

பாரதத்தில் கீரிப்பிள்ளை பேசுறது நம்ப முடியுமா என்று கேட்கும் நாம் நம் வீட்டில் வளர்க்கும் செல்ல நாய்க்குட்டி, நாம பேசினா புரிஞ்சுக்கும், எஜமான் இறந்துவிட்டால் எந்த உணவும் எடுக்காமல் கண்ணீர் வடிக்கும் என்று பேசிக்கொள்கிறோம்.

இன்றைய 'டெஸ்ட் டியூப்' பேபி முறையில்தானே அன்று குடத்தில் இட்ட பிண்டம் குழந்தையாக வளர்ந்தது...

மகாபாரதக் கதை முழுக்க முழுக்க உண்மைக்கதை என்று நாம் எடுத்துக்கொள்ள வேண்டியதில்லை. கற்பனை, சில இடங்களில் சேர்க்கப்பட்டிருக்கிறது. சில இடங்களில் சம்பவங்கள், வர்ணனைகளில் மிகைப்படுத்தல் இருக்கிறது.

பாரதக்கதை சுவை மிக்கது. ஆழ்ந்த அறிவு அதில் தென் படுகிறது. எல்லாக் காலத்துக்கும் பயன்படக்கூடிய அனுபவங்கள், தத்துவங்கள் அதில் கொட்டிக் கிடக்கின்றன.

அதை மட்டும் நாம் எடுத்துக்கொண்டால் போதும்.

என் இனிய நண்பர் பிரபஞ்சன் அவர்கள் 35 ஆண்டுகளுக்கும் மேலாக மகாபாரதக் காவியத்தை நேசித்தவர். பெரிய எழுத்து மகாபாரதத்தை பிள்ளைப் பருவத்திலேயே படிக்கத் துவங்கிவிட்டார்.

கும்பகோணம் பிரஸ் அச்சிட்டு வெளிவந்த அற்புத மகாபாரத மொழிபெயர்ப்பில் தொடங்கி, எங்கு யார் மகாபாரதம் பற்றி எழுதி யிருந்தாலும் அதை வாங்கிப் படிக்கும் வெறித்தனமான பக்தி அக்காவியத்தின் மேல் இவருக்கு இருந்திருக்கிறது.

உண்ணும் நேரம், உறங்கும் நேரம் தவிர, இக்காவிய ஆராய்ச்சி யிலேயே மீண்டும் மீண்டும் ஈடுபட்டிருக்கிறார்.

'காலம் தோறும் தர்மம்' என்ற தலைப்பில் 'மகாபாரத மாந்தர்கள்' ஒவ்வொருவர் பற்றியும், பல்வேறு நூல்களில் படித்த வற்றை உள்வாங்கி அழகுபட 'கல்கி' இதழில் 50 வாரங்கள் எழுதி யுள்ளார்.

பீஷ்மர், கிருஷ்ணன், தருமர், பீமன், அர்ச்சுனன், நகுலன், சகா தேவன், திருதராஷ்டிரன், துரியோதனன், துரோணாச்சாரியார், அஸ்வத்தாமன், கிருபர், கிருதவர்மா, சத்தியவதி, அம்பா, அம்பிகை, அம்பாலிகை, காந்தாரி, குந்தி, மாத்ரி, திரௌபதி என்று ஒவ்வொரு கதாபாத்திரங்களையும் செதுக்கிச் சிலையாக வடித்து, படிப்போர் மனதில் அந்தக் கதாபாத்திரம் 'நச்'சென்று பதியும் வகையில் எழுதியுள்ளார்.

சமீபத்தில் நான் நேசித்துப் படித்த தொடர் 'காலம் தோறும் தர்மம்'தான். உலகத்தின் முதல், தன் வரலாற்றை வியாசரே எழுதி யிருக்கிறார். குருசேத்ரப் போர் நிகழ்ந்தபோது அவர் இமயமலை யில் இருந்தார். திரும்பி வந்து, போரின் கோரத்தைக் கண்டு துயரத் தின் உச்சத்தைத்தொட்டார். இப்பேரழிவுக்கு, தன் பிள்ளைகள் – பேரன்கள்தான் காரணம் என்றறிந்தபோது அமைதி இழந்தார் என்று பிரபஞ்சன் கதையைத் துவக்குகிறார்.

உலக தர்மம், அதர்மம், ஆகியவற்றுக்கும் மேலாக 'சாஸ்வத தர்மத்தை' – அறிந்த ஆண், பெண், அரவாணிகளே இறைத்தன்மை பெற்றவர்கள் ஆவார்கள் என்ற முடிவுக்கு வருகிறார் வியாசர்.

பொதுமக்கள் குருசேத்ரப் போர் முடிந்த நாலாம் தலைமுறையில் இருந்தே பாரதம் கேட்கிறார்கள்.

சூதர்கள் என்ற புராணப் பிரசங்கிகள், கதை சொல்லிகள், அறிஞர்கள், எழுதுபவர்கள் என்று – கதையை வாசிக்கவும், கேட்க வும் செய்தவர்கள், தாங்களும் தங்கள் கற்பனையை பாரதத்துக்குள் கொண்டு வந்து சேர்த்தார்கள்.

பரத வம்சத்தைச் சொல்ல வந்த இந்தக்கதை வியாசருக்குப் பிறகான ஆயிரம் ஆண்டுகளில் வளர்ந்து வளர்ந்து மகாபாரதம் ஆயிற்று.

ஆக, வியாசரோடு, பல நூறு பேர்கள் மகாபாரதத்தை வடிவமைத்திருக்கிறார்கள் என்கிறார் பிரபஞ்சன்.

சத்தியவதி – பெரியார், ரிஷிகள் ஆற்றைக் கடக்க இலவசமாகப் படகில் ஏற்றிச் செல்பவள். பராசர முனிவர் மூலம் புத்திரபாக்கியம் பெறும் முன் – என் மீதுள்ள மீன்வாடைபோய், மச்சகந்தியாக, பரிமளக்கந்தியாக என்னை ஆக்குங்கள் என்று வேண்டுகோள் வைக்கிறார்.

ஒரு விளக்குத் திரி, வெளிச்சம் தரும் தீயோடு வெளிப் பட்டதுபோல, அவள் உணர்ந்தாள். வானமும் பூமியும் வெளிச்சம் பெற்றன. அதன்பின் வியாசன் பிறந்தான் என்று வார்த்தைகளை கவிதையாக்குகிறார் பிரபஞ்சன்.

பீஷ்மர் தேவவிரதன் என்ற அந்த இளைஞன் பொற்சாயம் பூசப்பட்ட இரும்பு மனிதனாக இருந்தான். ஆனால், பூப்பூக்கும் இரும்பாகவும் இருந்தான். தந்தையின் விருப்பத்தை நிறைவேற்றி சத்தியவதியை மனைவியாக்க – அவள் தந்தையிடம், திருமணமும் செய்துகொள்ள மாட்டேன், குருதேச அரியணையும் ஏறமாட்டேன் என்று சத்தியம் செய்தான்.

திருதராஷ்டிரன் – கண்ணில்லாமல் பிறந்தான் – கருத்தும் சுயசிந்தனையுமில்லாத மனபலவீனனாக இருந்தான்.

பாண்டு – நியாயவாதி – ஆனால் ரோகி.

கடைசிப் பெயரன் விதுரன் – தர்மசீலன். ஆனால், அடிமையின் மகன் – என ஓரிரு வார்த்தைகளில் மூவரைப் பற்றி நமக்கு விளக்கு கிறார்.

“வியாசா! அஸ்தினாபுரம், என் கண் முன்னே அழிந்துவிடும் போல் இருக்கிறது. பதவிச் சண்டை உச்சம் பெறுகிறது. நான் என்ன செய்ய” என்று கேட்டாள் தாய் சத்தியவதி.

“அம்மா! ஆட்சிக்கு வாரிசு கேட்டாய். அவர்கள் வந்தார்கள், வளர்ந்தார்கள். தங்களை நிலைநிறுத்திக்கொள்ள அவர்கள் என்ன வெல்லாமோ செய்கிறார்கள். நீ ஏன் பதறுகிறாய்? உன் சித்தப்படி எல்லாம் நடக்க வேண்டுமென்று ஏன் எதிர்பார்க்கிறாய், கால் மண்ணைத் தரையில் தட்டிவிட்டு வெளியேறு” – என்கிறார் வியாசன்.

துறவாடை அணிந்து அரண்மனையை விட்டு வெளி யேறுகிறார்கள்.

வில்லிபுத்தூரார் படைத்த கர்ணன் கொடை வள்ளல், நட்புக்கு உயிரையும் கொடுப்பவன், தாய்ப் பாசத்துக்கு ஏங்கியவன் அவ்வளவே.

வியாசரின் கர்ணன், உலகத்து இழிவுகளையெல்லாம் நாக்கில் தேக்கியவன். ஐவருக்கு மனைவி, பத்தினி வேடம் ஏன் போடுகிறாய். துச்சாதனா! திரௌபதி ஆடையைக் களை, போய் துரியோதனன் தொடையில் அவள் அமரட்டும் என்கிறான்.

மகத்தான மனிதர்கள் பீஷ்மரும், துரோணாச்சாரியாரும் சபையில் உள்ளனர். துரோணர் அரசாங்கச் சம்பளக்காரர், துரி யோதனனின் ஊழியர். ஆனால், தெய்வங்களின் ஆசிபெற்ற பீஷ்மர் என்ற மகத்தான மனிதன், தன் மகத்துவத்தை இழந்து, மனிதப் பண்பைத் துறந்து, ஒரு பெண், தன் முன்னே மானபங்கப் படுத்தப் பட்டபோது, எப்படி எந்த அசைவுமில்லாமல் இருக்க முடிந்தது என்று கேட்கிறார்.

பீஷ்மரின் தந்தை சாந்தனு, நீ விரும்பும்போது மரணமடைவாய். அதுவரை மரணதேவன் உன்னை அணுகான் என்று வரம் தருகிறார். ஆனால், அந்த வரம் பீஷ்மருக்குச் சாபம்போல் ஆகிவிட்டது.

போர்க்களத்தில், உடம்பெல்லாம் அர்ச்சுனன் அம்புகள் துளைத்திட, அந்த அம்புப் படுக்கையில், மரண நாளை எதிர்நோக்கிக் காத்திருக்கும், நூறு வயது தாண்டிய அந்த மனிதனின் வேதனையும் விரக்தியும், நம் மனதில் ரத்தம் கசிய வைக்கிறது.

துரியோதனனின் பல அதர்மங்கள், தனக்குப் பிடிக்காத நிலையில், பாண்டவர் பக்கம் நிறைய நியாயம் உள்ளது என்று தெரிந்த பின்னும், யுத்தம் நடந்துவிடக்கூடாது என்று, பல சமாதான முயற்சிகள் தோற்ற பின்னும், துரியோதனன் தளபதியாக, பீஷ்மர் பொறுப்பேற்ற காரணம் என்ன? வெற்றிபெற பாண்டவர்களை வாழ்த்திவிட்டு, அவர்களைத் தோற்கடிக்க யுத்தம் செய்த பரிதாபத் துக்குரிய மனிதர் பீஷ்மர் என்கிறார்.

திரௌபதி – பாவம் ஒரு ஜடம். அவளுக்கென்று விருப்பு, வெறுப்பு ஏற்பு, மறுப்பு என்ற எந்த உணர்ச்சியும் அற்றவள் என்று தானே ஆகிறது? அர்ச்சுனனால் வெல்லப்பட்டவள், அவனுக்கு மனைவியாக இருப்பதுதானே முறை. அவள் அனுமதியளிக்காமலே மற்ற நால்வருக்கும் பகிர்ந்தளிக்கப்பட்டவள் என்று வரையறுக்கிறார்.

வியாசருக்குப் பிறந்த மூன்றாவது குழந்தை விதுரன். ஆனால், அவன் குருதேசத்து மன்னனாக முடியாது. அவன் சுதன். சுதர்கள் தேரோட்டுபவர்களாக, போர்க்கருவி செய்பவர்களாக, புராணக் கதை சொல்லிகளாகவும் இருந்திருக்கிறார்கள். சத்திரியர்களுக்கு தாழ்ந்த குலத்தினராக அன்று கருதப்பட்ட பெண்களுக்குப் பிறந்தவர்கள் சுதர்கள்.

கீசகன் – சுதன். கர்ணனின் வளர்ப்புத் தந்தை அதிரதன், சுதன். ஆகவேதான் சுதர் குலத்தில் பிறந்த விதுரனுக்கு தேவகன் என்ற அரசனின், அரண்மனை பணிப்பெண்ணுக்குப் பிறந்த கன்னியாவை திருமணம் முடித்தார் பீஷ்மர்.

கர்ணனுக்கு, அங்கதேசத்தைக் கொடுத்து அரசனாக்கி, உயிர் நண்பனாக பாவித்த துரியோதனன்கூட, சத்திரிய வம்சத்துப் பெண்ணை கர்ணனுக்கு மணம் முடிக்கவில்லை. சுதர் இனப் பெண்ணையே மணம் முடித்தான்.

பட்டாபிஷேகம் செய்துகொண்ட பாண்டு, ஏன் அஸ்தினாபுரத்தி லிருந்து ஆட்சி செய்யவில்லை? உடனடியாகக் காட்டுக்குப்போக வேண்டிய அவசியமென்ன? மண்ணாசையும், பதவி ஆசையும் கண்களை மறைக்க, எந்த அற நெறிகளும் இல்லாத திருதராஷ்டிர னின், வெப்பத்தை பாண்டுவால் தாங்க முடியவில்லை. அதனால் அரண்மனை அரசியலிலிருந்து தன்னை நாடு கடத்திக் கொண்டார்.

பிள்ளைகள் பெற மாத்ரிக்கு மந்திரத்தைச் சொல்லித்தரும் பெருந்தன்மை குந்திக்கு இருந்தாலும், தடிமனான தன்னைவிட, அழகும், இளமையும், வடிவமைப்பும் கொண்ட மாத்ரி மீது, பாண்டுவுக்கு ஈர்ப்பு அதிகம் இருந்ததை அவளால் ஏற்றுக்கொள்ள முடியவில்லை.

கண்கொத்திப் பாம்பு போல் காவல் காத்தும் பாண்டு மரணத் திற்குக் காரணமாகி விட்ட மாத்ரி மீது, கடும் கோபம் கொள்கிறாள் குந்தி.

கணவனோடு உடன்கட்டை ஏறும் தருணத்தில், அக்கா, என் குழந்தைகளை உன் குழந்தைகள் போல் கருதி வளர்க்கும் பரந்த மனம், உங்களுக்குத்தான் உண்டு என்று நகுலன், சகாதேவன் இரு வரையும் குந்தியிடம் ஒப்படைத்து மடிகிறாள். வாழ்நாள் முழுவதும் ஐவரையும் ஒன்றுபோல் பாவித்து வளர்த்தாள் குந்தி.

போட்டியில் வென்று, திரௌபதி கரம் பற்றி, அர்ச்சுனன் அழைத்து வரும்போது திரௌபதிபால் எல்லாப் பிள்ளைகளின் முகத்திலும் காமம் வழிவதைக் கருணைக் கண்ணோடு கவனித்தாள் குந்தி. அனைத்துச் சுகங்களையும் துறந்து, காட்டில் அவஸ்தைப் படும் பிள்ளைகளுக்கு, இந்தச் சந்தோஷமாவது கிடைக்கட்டுமே என்பது மட்டுமல்ல, ஐவரையும் இணைக்கும் மையப்புள்ளி அவள் என்றுணர்ந்தே ஐவரும் பகிர்ந்துகொள்ளுங்கள் என்றாள்.

அஸ்வத்தாமன் இறந்தான் என்பதை – பொய்யே சொல்லாத – தருமன் சொன்னால் போதும் என்று போர்க்களத்தில் சொல்கிறார் துரோணர் கிருஷ்ணனின் தூண்டுதலால் அந்தப் பொய்யைச் சொல்கிறான் தருமன். அதைக் கேட்டு, ஆயுதங்களைக் கீழே போட்டு, தேர்த்தட்டில் அமர்ந்த துரோணரை, திருஷ்டத்துய்மன் கொல்கிறான்.

பொய்யே சொல்லாத தருமனின் தேர் – அந்தரத்தில் நின்ற தேர் – அவன் பொய் சொன்னதும் மண்ணில் பதிந்தது.

யுத்தம், பகை, சினம் மனிதனை அழிப்பவை. எந்தத் தூய வனையும் புழுதியில் போட்டு புரட்டுபவை. அதற்கு தருமபுத்திரனும் விதிவிலக்காக முடியாது என்கிறார் வியாசர்.

மானுடம் புரளும்போது தர்மங்கள் தாமும் சேர்ந்து புரளும்; தன்னிறம் இழக்கும்.

நல்லவனாக இருப்பது எதற்காக? தர்மம் உன்னைக் காப் பாற்றியதா திரௌபதி கேட்கிறாள். நல்லவனாக இருப்பது என் சுபாவம். சுதர்மம். நல்லவனாக இருப்பது என் முயற்சியால் இல்லை. என் இயல்பால். நான் வேறு மாதிரியாக இருக்க முடியாது.

தீ சுட வேண்டும். நீர் குளிர வேண்டும். நான் நானாக இருக்க வேண்டும்.

தர்மம் என்னைக் காப்பாற்றுமா என்று எனக்குத் தெரியாது. ஆனால், தர்மம் என்னைவிட மேலானது. அந்த தர்மம்தான் என்னைக் காப்பாற்றுகிறது.

அப்படி உயர்வான, தெளிவான சிந்தனையுடன் வந்த அதே தருமன், சொர்க்கம் நோக்கிப் பயணிக்கையில், பாதை தடுமாறி திரௌபதி செத்து வீழ்கிறாள்; பீமன், "அண்ணா! திரௌபதி" என்று அலறுகிறான்.

"போகட்டும் விடு. அவள் என்னைக் காட்டிலும் அர்ச்சுனனைத்தானே அதிகமாக நேசித்தாள்" என்கிறான்.

இதே தருமன்தான் – "உன் தம்பிகளில் ஒருவன் உயிரைக்கேள்!" என்று யட்சன் சொன்னபோது, "சித்தி மாத்ரியின் புதல்வன் பிழைக்கட்டும் என்று சொன்னான். தன் உடன்பிறப்புகள் பீமன், அர்ச்சுனன் உயிரைக் கேட்கவில்லை.

இந்த தருமனை நீதிமான் இல்லை என்று சொல்லலாமா? முடியாது. பின் அவன் யார்? மனிதன் – பாவம் மனிதன் – என்கிறார் பிரபஞ்சன்.

வருணாஸ்ரம தர்மம், மகாபாரதத்துக்குப் பலபல நூற்றாண்டுகளுக்கு முன்னரே கடுமையாகி விட்டது.

சத்திரியர், பிராமணர் உயர்வை அடைய – சில வேளைகளில் கடுமையாகப் போராட வேண்டியிருந்தது. உதாரணத்துக்கு விசுவாமித்ரர்.

பிராமணர்கள், சத்திரிய தர்மத்தைக் கைக்கொள்ளத் தடையில்லை. உதாரணத்திற்கு துரோணர் தர்ப்பைப் புல் ஏந்துபவர் வில்அம்பு எடுத்தார்.

ஒன்பதாவது நாள் யுத்தம்... வெற்றி தோல்வி யார் பக்கம் புரியவில்லை. "என்ன செய்யலாம் கிருஷ்ணா?" அர்ச்சுனன் கேட்கிறான்.

"32 லட்சணங்கள் பொருந்திய ஆண்மகன் ஒருவனை களபலி கொடுத்தால் காளி ஜயம் தருவாள்" என்றான் கிருஷ்ணன்.

32 லட்சணங்கள் பொருந்தியவர் மூவர். கிருஷ்ணன், அர்ச்சுனன், அரவான். யுத்தகளத்துக்கு வந்தான் அரவான். அர்ச்சுனனுக்கும் உலூபிக்கும் பிறந்தவன். "மகனே! யுத்தத்தில் வெல்ல உன் உயிரைத் தியாகம் செய்வாயா" என்று கேட்டான் அர்ச்சுனன்.

"நிச்சயம் செய்கிறேன். ஆனால், பிரம்மச்சாரியாக நான் இறக்க விரும்பவில்லை. திருமணம் செய்து வை" என்றான். கிருஷ்ணனே பெண் வடிவெடுக்க அரவான் அவனுக்குத் தாலி கட்டி மறுநாள் பலியாகிறான்.

தமிழர்கள் அரவான் தியாகத்தை மறக்கவில்லை. கூத்தாண்ட வராக, சிவனாக, விஷ்ணுவாக, இராவானாகிய அரவானை, அரவாணிகள் நினைவுகொள்கிறார்கள்.

பாண்டவர் வெற்றி பெற்றனர். தருமன் ராஜசூய யாகம் நடத்தி சக்கரவர்த்தியானான்.

யமுனை மறுகரைக் காட்டில், கட்டை விரல் இழந்த ஏகலவன் வலைவிரித்து, பறவைகள் பிடித்து ஜீவித்துக்கொண்டிருந்தான். உலூபி, கணவன் அர்ச்சுனனால் மறக்கப்பட்டு, மகன் அரவானையும் இழந்து, பைத்தியம் பிடித்தவளாக, வனத்துக்குள் சுற்றிக் கொண்டிருந்தாள் – என்று முடிக்கிறார் பிரபஞ்சன்.

அர்ச்சுனனின் மூன்று குணங்கள்:

1. பெண்களிடம் அதிக ஈடுபாடு 2. கல்வி எப்போதும் கற்றுக் கொண்டே இருப்பவன். 3. பயணம். பயணத்தின் மூலமாக பல புதுப்புது அனுபவங்களைப் பெற்றான்.

கிருஷ்ணன் – அவன் காதலுக்காக – காதலர்களுக்காக – புகழப் பட்டவன். அவனுக்குத்தான் எத்தனை ஆயிரம் காதலிகள், ஆயினும் அவன் காமாந்தகக்காரன் இல்லை. அவன் மனதில் காமம் இல்லை.

அவன் உண்ணும்போது உண்டு, உறங்கும்போது உறங்கினான். காதலிக்கும்போது காதலித்தான். எதையும் மிச்சம் வைக்காமல் செய்தான். அவன் காமத்தைச் சுமந்து திரியவில்லை என்று கிருஷ்ணனை வடிவமைக்கிறார்.

குந்தியிருந்த குடிலுக்கு, திரௌபதியோடு ஐவரும் வந்தபோது, கிருஷ்ணன் தன்னை அறிமுகப்படுத்திக்கொள்கிறான். அதன்பின் அர்ச்சுனனை, தமக்குள் தானாகவே, ஆக்கிக்கொள்கிறான்.

கிருஷ்ணன்தான் தன்னை அர்ச்சுனனிடம் கொடுத்தான். பாண்டவர்களின் குடும்பத்தலைவனாக – சாகும்வரை – கிருஷ்ணன் செயல்பட்டான்.

யுத்தம் வரும். பாண்டவர் வெற்றி பெறுவர். சக்கரவர்த்தி பட்டம் பெற ராஜசூய யாகம் செய்ய வேண்டும் என்பது வரை திட்டமிட்டவன் கிருஷ்ணன்.

தான் ஆயுதமேந்தாமல் தன் புத்தி, தந்திரங்களையே ஆயுத மாகக் கொண்டு குருசேத்ர யுத்தம் செய்த, முதல் மாயாவி கிருஷ்ணன்.

தர்மயுத்தத்தால் தோற்கடிக்க முடியாத – பீஷ்மர், துரோணர், கர்ணன் – துரியோதனாதிகளை அதர்மத்தால் வீழ்த்தியாவது பாண்டவர்களைக் காப்பாற்ற முடிவெடுத்தார்.

பாண்டவர்கள் நீதிமான்கள். கௌரவர்கள் அநீதிமான்கள். அரக்கு மாளிகைச் சதி யாருடையது? திரௌபதியை மானபங்கப் படுத்தியது யார்? யார் செய்தார்களோ, அவர்கள் குற்றவாளிகள்...

கொல்லப்படவேண்டியவர்கள் கொல்லப்பட்டார்கள். காப் பாற்றப்பட வேண்டியவர்கள் காப்பாற்றப்பட்டார்கள் என்று மகாபாரதம் தீர்ப்பளிக்கிறது.

கிருஷ்ணன் கடவுளா? தெய்வீக ஆற்றல் உள்ளவனா? மனிதனா? சூழ்ச்சிக்காரனா? தந்திரம் செய்பவனா? – எல்லாம்தான்.

அழகிய காலையை, அழகிய தென்றலை, அழகிய துணையை, அழகிய வீடு, செல்வத்தை, அழகிய வாழ்க்கையை, நமக்குத் தந்தவருக்கு யார்தான், என்ன திருப்பித்தர முடியும்?

கிருஷ்ணன் ஒருவரைப் பெற்றவர்கள், எல்லாம் பெற்றவர் ஆகிறார்கள். அவன் திரும்பக் கேட்பது ஒன்றைத்தான். அன்பு ஒன்றைத்தான். அவன்மேல் அல்ல, சக உயிர்களின்மேல் என்று முடித்திருக்கிறார்.

மகாபாரதக் கதையை ஏற்கெனவே அறிந்தவர்களுக்கு நண்பர் பிரபஞ்சன் அவர்களின் இந்த மறு ஆய்வுக் கட்டுரைகள் மீண்டும் சொர்க்கத்துக்குள் பிரவேசம் செய்த பரவசத்தைக் கொடுக்கும்.

அவருக்கு இந்த வாய்ப்பளித்த 'கல்கி' இதழுக்கும் நன்றி. மற்று மொருமுறை மகாபாரதக் கடலில் மூழ்கிட எனக்கு வாய்ப்பளித்த நண்பருக்கு பாராட்டுகள்.

சிவகுமார்
திரைப்படக் கலைஞர்

உலகம் இன்புற்று வாழட்டும்

என் பள்ளி மாணவப் பருவத்தில் வியாசர் என்னிடம் வந்து சேர்ந்தார். அது அவரது கருணை. விருத்தாசலம் மேட்டுத் தெருவில் வாழ்ந்த என் தாத்தா வீட்டுக்கு விடுமுறைக்காலங்களில் ஆண்டுதோறும் செல்வது எங்கள் வழக்கமாக இருந்தது. தாத்தா, கர்ணமாகப் பணியாற்றிக்கொண்டிருந்தார். எங்கள் பரம்பரையில் அவரே புத்தகம் படிப்பாளியாக இருந்தார். தாத்தா வீட்டில் என்னை விடவும் இரண்டு மடங்கு உயரமான தேக்கு மர அலமாரி இருந்தது. அது நிறையப் புத்தகங்கள். பாடப் புத்தகங்கள் என்கிற என் மேல் திணிக்கப்பட்ட அவஸ்தைகளில் இருந்து நான் மீள்வதற்குக் காரணமான புத்தகங்கள். துப்பறியும் நாவல்கள், துப்பறியாத நாவல்கள் குவியலில் இருந்து, வியாசரை நான் கண்டடைந்தேன். ஒரு அடி நீளமும் அகலமுமான, பெரிய எழுத்து தமிழ் மகாபாரத வசனப் புத்தகங்கள் ஒரு அடுக்கு முழுக்க நிறைந்திருந்தன.

தாத்தா வீட்டுக்குப் பின்னால், ஒரு பெரிய தோட்டம் இருந்தது. கிணற்றடி. துவைகல். கிணற்றை ஒட்டி ஒரு வளர்ந்த இலந்தை மரமும், ஒரு நாவல் மரமும் இருந்தன. மரத்தடியும், துவைகல்லும் என் இருப்பிடம் ஆயின. உணவுக்கு ஆயா அழைக்கும் நேரம், மாலை இருட்டும் வரையும் படித்துக்கொண்டிருப்பேன்.

வாசிப்பின் ருசி மகத்தானது. அதை வாசிப்போரே அறிவார்கள். வாசிப்பு, நமக்கு இறக்கைகளை அருள்கின்றது. பறவைகளுக்குச் சிறகுகள். மனிதர்களுக்குப் புத்தகங்கள். அது, பல உலகங்களில் நம்மைக் கொண்டுபோய்ப் போடுகிறது. எண்ணற்ற கதவுகளை அது திறந்துவிடுகிறது. உள்ளும் புறமும் பரவி இருக்கும் இருட்டை விலக்குகிறது. புத்தகத்தின் பக்கம் தோறும் ஒரு கைவிளக்கு நமக்கு அருளப்படுகிறது. மிக உயர்ந்த புத்தகம், ஒரு பயணத்தைத் தொடங்கி வைக்கிறது, வீட்டில் இருந்து தெருவுக்கு, தெருவிலிருந்து வேறு ஊருக்கு அல்ல. அது உங்களிடம் இருந்து, உங்களை நோக்கிய உள்முகப் பயணம். அதுவே யாத்திரை.

கரந்தைத் தமிழ்ச் சங்க மாணவனாகத் தஞ்சாவூரில் நான் வசிக்க நேர்ந்த (1965–1970) காலமும் அதைத் தொடர்ந்த அடுத்த பல ஆண்டுகள் நான் என்னை வடிவமைத்துக்கொண்ட காலம். கும்பகோணத்துக்கு எழுத்தாளர்கள் எம்.வி. வெங்கட்ராமனையும் கரிச்சான்குஞ்சுவையும் சந்திப்பதற்காக நான் செல்ல நேர்ந்த ஒரு பயணத்தின்போதுதான் கும்பகோணம் மகாபாரதம் பிரசுக்குச் சென்று மகாபாரத வால்யூம்களை வாங்கிவந்தேன். வியாசர் முழுமையாக அப்போது என்னிடம் வந்து சேர்ந்தார். என் வாசிப்பு உக்ரம் கொண்டது. ஒரு பக்கம் மணிக்கொடி எழுத்தாளர்கள், இன்னொரு பக்கம் இந்திய உலக எழுத்தாளர்களின் மொழி ஆக்கங்கள். ஆனால், எல்லாக் காலத்திலும் மகாபாரதம் என்று என் பொழுது பொன்னாயிற்று.

1966–1970 காலகட்டத்தின்போது, எம்.வி. வெங்கட்ராமன், பெரிய பவுண்ட் நோட்டில் எழுதிய அவரது கதைகளை எனக்கு வாசிக்கத் தந்தார். அந்த நோட்டு முழுக்க, மகாபாரதப் பெண் பாத்திரங்கள் பற்றிய சிறுகதைகள். என் அகவிழி திறந்துகொண்டது. வியாசர் என்கிற பேராற்றிலிருந்து, மக்கள் நலம் பெறுகச் சிறு வாய்க்கால்களை வெட்டித் தாகம் நீக்கி இருந்தார் எம்.வி.வி. சிறந்த புனைவுகளைக் கொண்ட அத் தொகுதியே, இப்போது பணி செய்து கொண்டிருக்கும் இந்தத் தொகுதிக்கு – இந்தக் கட்டுரைத் தொகுதிக்கு – ஊக்கியாக இருக்க வேண்டும் என்று இப்போது எனக்குத் தோன்றுகிறது.

என் வாசிப்பு பல திசைகளுக்கும் சென்றுகொண்டே இருந்தது. இந்திய மொழிகளில், அவைகளின் மாபெரும் அறிஞர்களின் பாரதப் படைப்புகளை ஆங்கிலத்தில் வாசிக்கத் தொடங்கினேன். ஒன்று புரிந்தது. வியாசன் என்கிற மகத்தான ஆளுமையை இந்தியர்களை விடவும் கூடுதலான ஈடுபாட்டுடன் வெளிநாட்டுக்காரர்கள் தரிசிக்க முனைந்ததைப் புரிந்துகொள்ள முடிந்தது. வியாசன் என்னும் மூப்பற்ற கதைசொல்லியின் கதைகள் ஊடாக இந்தியா உலகுக்கு அளித்திருக்கும் கலாசாரப் பண்பாட்டுக் கொடையையும் புரிந்து கொள்ள முடிந்தது.

வியாசரை, நான் கண்டடைந்துவிட்டேன் என்று சொல்கிற மாயை என்னிடம் இல்லை. அவரை நான் அருகில் மிக அருகில் பார்த்துவிட வேண்டும் என்றுதான் அவாவுகிறேன். அவர் அடிக்கடி சமீபத்தில் தென்பட்டாலும் தூரம் தூரமாகவே சென்றுவிடுகிறார். என்றாலும் நான் களைப்படைய மாட்டேன். அவரோடு கைகுலுக்கும் நாள் வெகுவிரைவிலே எனக்கு லபிக்கும். அவர் கருணை உள்ளவர். ஆகவே அவர் என்னை அணுகுவார்.

மனிதர்களின் அனைத்து முகங்களையும் அவர் வரைந்து காட்டியுள்ளார். மனிதர்களின் உள் முகங்களைச் சொல்கிறேன். அவைகளின் விசித்திரங்கள், வியக்திகள், விபரீதங்கள், வக்கிரங்கள், அனைத்தையுமே அவர் பூரணமாக எழுதிச் செல்கிறார். சகுனி ஒவ்வொரு முறையும் காயை உருட்டும் போதும், தருமன் தோற்றானா என்று பேராவலுடன் கேட்கிற திருதராஷ்டிரன் வியாசருடைய மகன். குலநாசத்துக்குக் காரணமாகிற துரியோதனனைத் தியாகம் செய். சிறைப்படுத்து, நாடு கடத்து என்று அறம் சொல்கிற விதுரனும் அவர் மகன். இருவரின் மேலும் அவருக்குப் பட்சமும் இல்லை. பாதகமும் இல்லை. அவர்கள் யாரோ, அவர்களின் உள்ளங்கை ரேகையோடு, அவர்களின் இதயம் எப்படித் துடிக்கிறதோ அதை அப்படியே சொல்வதே வியாச லட்சணம். இன்னும் ஆழ்ந்து போனால், இந்தக் கதை, இந்த மனிதர்கள், எல்லாமும் அவருக்கு வெறும் உபகரணங்கள்தான். அவர் சொல்வது வேறு. சொன்னது வேறு. அவரிடம் ஆழ்ந்திருக்கும் கவி உள்ளமும், தத்துவ ஞானமும், அவர் கட்டமைக்கும் தர்மங்களும், புறக்கணிக்கும் பழமையும், புதுசாக உருவாக்கும் வாழ்க்கை தர்மங்களுமே நாம் நுணுகி கற்கத் தக்கவை.

கிருஷ்ண துவைபாயனர் என்ற இயற்பெயர் கொண்ட வியாசர், நூறு வகை மாதிரி மனிதர்கள், அசுரர்கள், கந்தர்வர்கள், தேவர்கள், அப்சரஸ்கள், ரிஷிகள், முனிவர்கள், யட்சர்கள், பறவைகள், மிருகங்கள், பாம்புகள், கரடிகள், யானைகள் முதலாகக் கீரிகள் வரை பல ஜீவர்களைப் பேசவைத்திருக்கிறார். காக்கையும் குருவியும் அவர் ஜாதி. கடலும் மலையும் அவர் உறவுகள். சத்திரிய இலக்கணம், பிராமண லட்சணம், தேவ விரதங்கள், மனிதர்க்கான விதிகள் என்று வானத்துக்கு மேலேயும், கீழேயும் உள்ள அனைத்துச் சேதன அசேதனங்களையும் பாடியதன் மூலம், உலகம் அதுவரை காணாத, இன்று வரையும் காணாத பேரிதிகாசத்தைச் செய்தவர் ஆகிறார்.

உன்னதமான கலைச் சிருஷ்டியை வாசிக்கும்போதும், முடித்த போதும், அந்தச் சிருஷ்டியைக் கையில் எடுத்தபோது இருந்த நாம், முடித்த பிறகு இருக்க மாட்டோம். சூரியன், வேறு திக்கில் பயணப் பட்டிருக்கும். மகாபாரதம் படித்த பிறகு என் மனநிலை மாறியது. என் சக மனிதர்களின் குறைகளை அலட்சியம் செய்யும் மனநிலை வாய்த்திருக்கிறது.

இப்போது பெரிய சரிவுகளும் என்னைத் தொடுவதில்லை. எல்லாம் இயல்பானது, இது இப்படியாக இருப்பது என்கிற புரிதல் ஏற்பட்டிருக்கிறது. ஒரு புல்லின், இலையின் மகத்துவம் விளக்க முறுகிறது. ரோஜா மட்டுமல்ல, முள்ளும் அழகியது, அவசியமானது என்பது புரிகிறது. காய், காத்திருக்கிறது ஏன் என்று புரிகிறது. முக்கியமாக, ஏமாற்றம் என்பது இல்லாமல் ஆகிறது. நான்

கேட்காமலேயே எனக்காகப் பெய்கிற மழைக்கு நான் நன்றி செலுத்த வேண்டும்.

ஒரு கட்டத்தில் பாரதத்தை எழுதிப் பார்க்க வேண்டும் என்று தோன்றியது. எழுத்தாளரும் என் நண்பருமான கல்கி பொறுப் பாசிரியர் வெங்கடேஷ் அவர்களைக் கேட்டேன். அவர் உதவினார். கல்கி ஆசிரியர் லட்சுமி அனுமதித்தார். எழுதி முடித்தேன். கல்கிக்கும் எனக்குமான உறவு திரு. ராஜேந்திரனில் இருந்து தொடர்கிறது. என் மரியாதைக்குரிய எழுத்தாளர் நண்பர் சீதா ரவி ஆசிரியத்துவம் வகித்த காலத்திலும் கல்கி எனக்கு உதவியது. என் எழுத்தின் இன்னொரு பரிமாணத்துக்கும், இந்த மகாபாரதத் தொடர் மூலம் கல்கி வித்திட்டு இருக்கிறது. மனம் நிறைந்த நன்றியை கல்கி ஆசிரியர் லட்சுமி நடராஜனுக்கும் குறிப்பாகக் கல்கியின் கல்கிக்கும் அதன் அன்புக்குரிய வாசகர்களுக்கும்.

கடந்த 27.4.2014 அன்று இரவு என் டைரியில் நான் இப்படியாக எழுதினேன்.

'இன்று எழுபது வயதைத் தொடுகிறேன். நிறைய நினைவுகள் என்னை அலைக்கழிக்கின்றன. எனக்களிக்கப்பட்ட ரொட்டியில் ஏதாவது ஒரு ஓரத்தில் வெண்ணெய் தடவப்பட்டிருந்தால் நன்றாக இருந்திருக்கும். இல்லை. இது ஒரு குறையிடலோ, முறையிடலோ இல்லை. புகாரும் இல்லை. திரும்பிப் பார்க்கும்போது தோன்றுகிறது. வருத்தம் இல்லை. எந்தப் பள்ளத்துக்கும் அருகில் மேடு என்று ஒன்று இருக்கும்தானே? என் நண்பர்கள் என்னைக் காப்பாற்றிக் கொண்டிருக்கிறார்கள். என் நோய்க்கு அவர்களே மருந்தாகிறார்கள். என் வாசிப்பும், என் புத்தகங்களும் என் எழுத்தும் என்னை வாழச் சொல்கின்றன. ஆகவே வாழ்கிறேன். வாழ்வேன்...'

என் முக்கியப் படைப்பாகிய இந்த பாரதப் பாத்திரங்களின் புத்தகத்துக்குச் சகோதரரும் கலைஞரும் ஓவியரும் ஆன சிவகுமார் தான் முன்னுரை அளிக்க வேண்டும் என்று என் வேண்டுகோளை அவரிடம் சொன்னேன். தயங்கினார். நான் வற்புறுத்தினேன். ஒரு அற்புதமான முன்னுரையைத் தந்திருக்கிறார்.

எனக்குத்தெரிந்து பல ஆண்டுகளாகவே அவர் பாரதத்தில் முத்துக்குளித்துக்கொண்டிருக்கிறார். நேர்ப் பேச்சில் பல அரிய தகவல்களை அவர் சொல்வார். சிவகுமாரின் வாசிப்பு, எப்போதும் மேம்போக்கானது இல்லை. ஆழங்களைத் தொடுவது, ஆராய்வது. அதன்பின் உருவாகும் கருத்துகளைத் தன் ரத்தத்தில் சேர்த்துக் கொள்வது. அவருடைய தன் வரலாற்றுக் குறிப்பை வாசகர்கள் வாசிக்க வேண்டும். சத்தியம் தரிக்கிற பதிவாக இருக்கிறது அது.

பெண்களுக்கு என்றும், தேசத் தியாகிகள் பற்றியும், ஞானவான்கள் பற்றியும் அவர் ஆற்றிய உரைகள், ஒரு நல்ல மனதில் இருந்து உதித்த சத்திய மொழிகள். நல்லதின் பக்கம் மட்டும் நிற்கிற பிடிவாதம் உடையவர் அவர். விதுரனின் மனம் அப்படித்தான். அந்த பிடி வாதம்தான், அவர் வாழ்வை பரிமளிக்கச் செய்து ஒரு பூரணமான மனிதனாக அவரை வடிவமைத்து இருக்கிறது. தமிழ், இந்திய பண்பாட்டு, கலாசார விழுமியங்கள் சார்ந்த மனிதர் அவர்.

அவர் எனக்களித்த முன்னுரைக்கு மனம் நிறைந்த நன்றி பாராட்டுகிறேன். நூலைக் கட்டுரை வடிவிலேயே வாசித்தவர் அவர். மொத்தமாகவும் படித்திருக்கிறார். வாரம் தோறும் கல்கியில் வெளியான கட்டுரைகளைப் படித்துத் தெளிவான விமர்சனங்களைத் தொலைபேசியில் என்னுடன் சொல்லிக்கொண்டிருந்தார். என் தவறுகளைக் கண்டுபிடித்துச் சொல்லி என்னைத் திருத்தி இருக்கிறார். நல்லவைகளை மனம் திறந்து பாராட்டுவார். இந்தக் கட்டுரை களுக்குச் சிறப்பிருக்கும் என்றால், அதில் அந்தக் கலைஞருக்குக் கணிசமான பங்குண்டு... மகாபாரதத்தில் விமர்சனத்துக்குரிய, அதாவது இன்றைய காலத்தில் அதிகம் தோயக்கூடாத இடங்களை நான் சிராய்ப்பு இல்லாமல் கடந்து வரச் சகோதரர் சிவகுமாரே காரணம் என்பதை நான் குறிப்பிட்டே ஆக வேண்டும்.

எழுத்தெண்ணிப் படித்து மிக நிறைவான முன்னுரை தந்த சீரியர் சிவகுமாருக்கு என் அன்புக்குரிய நன்றியைப் பதிவு செய்து கொள்கிறேன், நெகிழ்ச்சியுடன்.

வாரம் தோறும் அத்தியாயங்களுக்கு அழகான படம் வரைந்துதவிய சகோதரர் வேதா அவர்களுக்கு இங்கு நன்றி கூறிக் கொள்கிறேன்.

அழகும் தரமும் கூடிய புத்தகங்களையே பிரசுரிப்பது என்கிற நேரிய கொள்கை உடையவர், நற்றிணை பதிப்பக யுகன் அவர்கள். உண்மையில், இலக்கியம் என்பது நூல் தயாரிப்பிலும் இருக்க வேண்டும் என்பதும் நூல் என்பது ஒரு கலைப்படைப்பு என்பதும், புத்தகப் பதிப்பு என்பது அக்கலைப்படைப்பின் ஒரு அங்கம் என்பதும் அறிந்து செயல்படுத்துபவர் நண்பர் யுகன். இந்தப் புத்தகமும் அவருடைய ஈடுபாட்டையும் உழைப்பையும் உணர்த்தி நிற்கிறது. அவருக்கு என் மனம் நிறைய அன்பும் நன்றியும்.

ஞானவான்களும் பேரறிஞர்களும் தொட்டுப் புழங்கிய புலத்தில் நானும் ஏதோ துணிச்சல் கொண்டு செய்து பார்த்திருக்கிறேன். இதில்

சிறப்பு என்று ஏதேனும் நீங்கள் காண்பீர்கள் எனில் அந்தச் சிறப்புகள், மகாகவி, மகா ஞானி, மகா கதைசொல்லியான வியாசருக்கே சென்று சேரட்டும். குறைகள், என்னைச் சேரட்டும்.

இருட்டிலிருந்து வெளிச்சத்துக்கும்
பொய்மையிலிருந்து உண்மைக்கும்
மரணத்திலிருந்து இறவாமைக்கும்
நாம் செல்வோமாக –
உலகம் இன்புற்று வாழட்டும்.

மிகுந்த மனநிறைவோடு,

16.7.2014

இரவு விடியும் 3.40 மணி
புதுச்சேரி.

பொருளடக்கம்

உலகத்தின் முதல் ஆட்டோ பயோகிராஃபி	25
சத்து (எ) சத்யாகுட்டி (எ) சத்தியவதி	29
வெளியேறுகிறாள் சத்தியவதி!	33
பிதாமகன் பீஷ்மர்	38
எரியும் தீ – திரௌபதி	43
விதுரன்	48
குந்தி	54
அம்பா – சிகண்டி	60
பீமன்	67
ஆஸ்தீகன்	73
காந்தாரியின் கண்கள்	80
கர்ணன் என்கிற கைவிடப்பட்டவன்	86
ஏகலவன் – அரவான்	91
அர்ச்சுனனுக்கு மூன்று ஈடுபாடு!	98
கிருஷ்ணன் என்கிற ஆத்ம சிநேகிதன்	104
பரிதாபத்துக்குரிய துரியோதனன்	110
மூடப் பாசம், எஜமான விசுவாசம் கொண்ட சகுனி	116
கபட மனதினன் திருதராஷ்டிரன்	122
வருத்தத்திற்குரிய கடோத்கஜன்	128
ஆணவத்தின் நடமாடும் உதாரணம் அஸ்வத்தாமன்!	135
அழகுக்கு நகுலன்; சக உயிர் மதிப்புக்கு சகாதேவன்!	141
இரண்டாம் தரமான மாத்ரி	147
ரௌத்ரம் பயின்ற ரிஷி	153
சத்யா என்கிற கிருஷ்ண சிநேகிதி	159
அடைக்கல மகிமையை அறிவித்த விராடன்!	165

ஆசாரியர் கிருபர்	171
தர்ம தூதர் பலராமர்	176
சகுந்தலை என்கிற ஞானி	182
வீரத்தின் திருவுரு அபிமன்யு	188
தெய்வங்கள் அருளும் சுதந்திரம்	194
சமர்ப்பண வீரன்!	200
தந்தையைக் கொன்ற மகன்!	206
காணாமல் போன கிருஷ்ணன் மகன்!	212
பகையால் அழிந்த யாதவத் தளபதி	218
தர்மம் அறிந்த ஜராசந்தன்	224
காமக் கடும்புனலாடிய யயாதி!	230
மன்னிக்கும் அருள்கொண்ட மாதவி	237
வரலாறு கண்ட போராளி சாவித்திரி	244
தீரம் மிகுந்த தமயந்தி	250
அதர்மத்துக்கும் தர்மத்துக்கும் மத்தியில் சல்யன்!	257
தன்னை வென்ற தருமன்	264
இந்திரன் எனும் தேவர் தலைவன்!	270
யட்சன் கேள்விகள், தருமன் பதில்கள்!	276
தருமனைத் தியாகம் செய்த தாய் குந்தி	283
கிருஷ்ணனின் கடைசி நாள்	290
தன்னைத் தொலைத்துக் கொண்ட திருதராஷ்டிரன்	297
நன்மைகளின் பக்கம் நின்ற சந்திரன்	303
வியாசர் என்கிற கதைக் களஞ்சியம்!	308
பாம்புகள் பாண்டவர்கள் உறவு!	314
மகாவிஷ்ணுவுக்கு வரம் கொடுத்த கருடன்!	320
மகனைத் தியாகம் செய்த பிருகஸ்பதி	327
உதவும் மனம் கொண்ட அக்கினி	334
கங்கை என்னும் பெருமிதம்	339

உலகத்தின் முதல் ஆட்டோ பயோகிராஃபி

உலகத்தின் முதல் தன் வரலாற்றை வியாசரே எழுதியிருக்கிறார். குருசேத்திரப் போர் நிகழ்ந்தபோது, அதைக் காணும் அவலம் அவருக்கு நேரவில்லை. அப்போது அவர் இமயத்தில் இருந்தார். திரும்பியதுமே வியாசர் போரின் கோரத்தைக் கண்கூடாகக் கண்டார். போர் என்பதற்கு அழிவு என்பதைத் தவிர வேறு அர்த்தம் இல்லை. அந்தத் துறவியின் உள்ளம் மனித சேதம் குறித்துத் துயரம் மீதூறக் கசிந்து நொந்தது. இந்தப் பேரழிவுக்குத் தம் பிள்ளைகள், தம் பெயரர்களே காரணம் என்பதை அறிந்தபோது அவர் அமைதி இழந்தவர் ஆனார்.

எங்கிருந்தோ இசை ஓசையும் வாத்திய சப்தங்களும் கேட்டுக் கொண்டே இருந்தன. தருமன், அஸ்தினாபுரத்தில் வெற்றி வீரனாக, ஜெயம் கொண்ட பேரரசனாக மகுடம் சூடும் விழாச் சத்தம் அது என்று வியாசரின் சிஷ்யர்கள் சொன்னார்கள். அப்போதுதான் அவர் மனத்தில் அந்த வித்து விழுந்தது. எது ஜெயம்? எது வெற்றி? எவன் வென்றவன்? எவன் தோற்றவன்?

யுத்தம் நடந்த குருசேத்திர பூமியைக் காண அவரை சிஷ்யர்கள் அழைத்துச் சென்றார்கள். பல யோசனை தூரம் பரந்து விரிந்த அந்தப் பூமி, இன்னும் அடக்கம் செய்யப்படாத இறந்த மனித உடல் களாலும், மனிதர்க்கு உதவி செய்ய வந்த யானை, குதிரை முதலான மிருகங்களாலும் நிறைந்து கிடந்தது. வானம் காணக் கிடைக்காமல் கழுகுகளால் அடர்ந்து கிடந்தது. வாடை, காற்றை நீலம்பாரிக்கச் செய்திருந்தது.

இந்தப் பேரழிவின் மீதுதான் என் பெயரன் யுதிஷ்டிரன் என்கிற தருமன், ராஜ்யாபிஷேகம் செய்துகொள்கிறான் என்று நினைத்துக் கொண்டார் அந்தத் துறவி. என்றாலும் இதை அதர்மம் என்று சொல்லவும் முடியாது. போர் செய்தலே சத்திரிய தர்மம் என்று அவர் படித்திருந்தார். சிஷ்யர்களுக்குப் பாடமும் சொன்னார். அர்ச்சுனனின் காண்டீபமும், பீமனின் கதாயுதமும் தருமனுக்கு, அவன் சத்திரிய தர்மத்தை நிறைவேற்ற உதவியிருக்கின்றன. எல்லாவற்றுக்கும்

மேலாக பகவான் கிருஷ்ணன் வேறு தருமனின் பக்கம் நின்றிருக்கிறான். பாண்டவர்களுக்கு யுத்த உபதேசமும் செய்திருக்கிறான். எனவே குருசேத்திர யுத்தம் தவறு என்று எப்படி நிராகரிப்பது?

வியாசர், குருசேத்திரம் தொடங்கி கங்கைக் கரையிலும் யமுனைக் கரையிலுமாக நடந்துகொண்டே இருந்தார். மகரிஷிகள் மகான்கள் எனப்பட்ட யக்ஞவல்கியர், ஜனகர், மார்க்கண்டேயர், பராசரர், பரசுராமர் முதலானவர்கள் நிர்ணயம் செய்த தர்ம நியமங்களை ஆய்வு செய்தார். இறுதியாக ஒரு வைகறைப் போதில், அவர் ஒரு வெளிச்சத்தைக் கண்டடைந்தார். தன் வாழ்க்கையையே எழுதுவது, அந்தச் சரித்திரம் மற்றும் புனைவின் ஊடாகத் தர்மங்களை நிர்ணயம் செய்வது என்ற முடிவுக்கு வந்தார். உலக தருமம், சுதர்மம் என்பவற்றுக்கு மேலாக சாஸ்வத தர்மம் என்ற ஒன்றை வியாசர் கண்டடைந்தார். தர்ம, அர்த்த, காமத்தை விட்டதே பேரின்ப வீடு என்பது போல, உலக தர்மம், சுதர்மம் ஆகியவற்றுக்கும் மேலாக 'சாஸ்வத தர்மத்தை' அறிந்த ஆண் – பெண் அரவாணிகளே இறைத்தன்மை பெற்றவர்கள் ஆவார்கள் என்கிற மதத்துக்கு (கொள்கைக்கு) வந்து சேர்ந்தார்.

தாம் செய்த இதிகாசத்துக்கு அவர் சூட்டிய பெயர் 'ஜெய' என்பது. என்றும் நிலைபேறுடைய, காலதேச வழக்காறுகளால் மாறாத நிலைத்த தர்மமே சாஸ்வத தர்மம் என்பதும், அதை உணர்ந்தவர்களே 'ஜெயம்' அடைந்தவர்கள் ஆவார்கள் என்பதுமே வியாசரின் மதம். இதை உணர்த்துவதே மகாபாரதம்.

வியாசர் ஒரு குறுஞ்சிரிப்புடன் நம்மிடம், 'எது வெற்றி' என்று கேட்டுக்கொண்டே இருக்கிறார். அவர் படைப்பை முதலில் கேட்ட அதிர்ஷ்டசாலி விநாயகரே ஆவார். தன் மாணவர்கள் வைசம்பாயனர், ஜைமினி, மகன் சுகருக்கும் வியாசரே 'ஜெய' கதையை முதலில் சொன்னார். வைசம்பாயனரே முதன்முதலாகப் பொதுமக்கள் கேட்புக்குக் கொண்டு சென்றவர். அக்கதையைச் சொல்ல, வைசம்பாயனர் தேர்ந்தெடுத்த இடமே மிக அற்புதமான இடம். பொருத்தமான இடம். அர்ச்சுனனின் மகன் வீரன் அபிமன்யு. அபிமன்யுவின் மகன் பரிட்சித்து. இந்தப் பரிட்சித்து, சாபம் காரணமாகப் பாம்பு கடித்து மாண்டான். (பின்னால் இக் கதை விரிவாகச் சொல்லப்படும்). பரிட்சித்தின் மகன் ஜனமேஜெயன், பழிவாங்குதல் உணர்ச்சியுடன் பாம்பினத்தையே கொல்லும் பொருட்டாக 'சர்ப்ப யாகம்' நிகழ்த்துகிறான். பாரத வர்ஷத்தின் பெரும் ரிஷிகளும் அறிவாளர்களும் பொதுமக்களும் கூடி இருக்கிற அந்த இடத்தையே வைசம்பாயனர் கதை சொல்லத் தேர்ந்தெடுக்கிறார். அப்பனுக்காகப்

பிள்ளை பழிவாங்கும், ஏறக்குறைய ஒரு போர்க் களத்தையே பாரதம் சொல்லத் தேர்ந்தெடுத்தது, ஒரு சாதாரண நிகழ்ச்சி அல்ல என்பது புலனாகும். ஜனமேஜெயன், யாகம் முடியாது தன் லட்சியத்தை இழந்தான். வியாசர், 'ஜெய'மா என்று கேட்கிற இடம் இது.

அன்று முதல் பொதுமக்கள் – குருசேத்திரப் போர் முடிந்த நாலாம் தலைமுறையில் இருந்தே பாரதம் கேட்கிறார்கள். வியாசர், 'ஜெய'த்தை எழுதி முடித்தபோது, அது இப்போதிருக்கும் உருவை அடையவில்லை. ஒரு நூற்றாண்டுக்குள் இதன் மதிப்பு உயர்ந்தது. சூதர்கள் என்கிற புராணப் பிரசங்கிகள், புராணக் கதை சொல்லிகள், அறிஞர்கள், எழுதுபவர்கள் என்று கதையை வாசிக்கவும், கேட்கவும் செய்தவர்கள், தாங்களும் தங்கள் கற்பனையை பாரதத்துக்குள் கரைத்துக்கொண்டார்கள். பரத வம்சக் கதையைச் சொல்ல வந்த இந்தக் கதை வியாசருக்குப் பிறகான ஆயிரம் ஆண்டுகளில் 'மகா'வாக வளர்ந்து 'மகா'பாரதம் ஆயிற்று. ஆக, வியாசரோடு, பல நூறு பேர்கள் மகாபாரதத்தை வடிவமைத்திருக்கிறார்கள். ஒரு வியாசர், இத்தனை நிழல்களை உருவாக்கித் தன் பிரதியை ஜனநாயகப்படுத்திக்கொள்ள இடம் தந்திருக்கிறார்.

எனக்கு பாரதம் என் பிள்ளைப்பிராயத்தில் அறிமுகம் ஆகியது. விருத்தாசலத்தில் கர்ணமாகப் பணியாற்றிய என் தாத்தா சேர்த்து வைத்திருந்த பெரிய எழுத்து மகாபாரதம், பொன்னுருவி புலம்பல் முதலான புத்தகங்கள் என் ஆரம்ப அறிமுகங்கள். என் பாடத் திட்டத்தில் வில்லிபுத்தூரார் பாரதம். தொடர்ந்து என் கல்லூரிப் பருவத்தில் (1965 – 70) கும்பகோணம் பிரசில் அச்சிட்டு வெளிவந்த மிக அருமையான மகாபாரதம் மொழிபெயர்ப்புகள், பல ஆங்கிலப் புத்தகங்கள், அண்மையில் வெளிவந்த ரா.சீனிவாசன் பதிப்பித்த நல்லாப்பிள்ளை பாரதம், இந்த பாரதத்தைச் சுருக்கி கச்சாலையர் பாடிய மகாபாரதச்சுருக்கம், டாக்டர் உ.வே.சா. நூலகம் பதிப்பித்த சையிது முகம்மது அண்ணாவியார் பாடிய சாந்தாதியசுவமகம், சமீபத்தில் வெளிவந்த ஸ்ரீ ந்ருஸிம்ஹ ப்ரியா மற்றும் ஸ்ரீ பகவான் நாமா பப்ளிகேஷன்ஸ் தமிழ் பாரத மொழிபெயர்ப்புகள் மட்டுமல்லாமல் இந்திய மொழிகளில் சிலவற்றின் மொழியாக்கமும் மொழிபெயர்ப்பும் ஆங்கிலத்தில் வாசித்த அனுபவம் எனக்கு உதவும். தமிழ், கன்னடம், வங்காள நாட்டார் கலைஞர்கள் வடிவமைத்த, தனித்தனி பாரதப் பாத்திரங்களான அர்ச்சுனன், பீமன், அரவான், கடோத்கஜன், கர்ணன் போன்றவர்கள் தொடர்பான நாடக, கூத்து வடிவங்களைப் பார்த்த அனுபவம் எனக்கு நேர்ந்திருக்கிறது. பீட்டர் புரூக்கின் படம் என் நினைவில் இன்றும் இருக்கிறது.

இதை எழுதிக்கொண்டிருக்கும் இந்த நேரத்திலும் எனக்குத் தோன்றுவது இதுதான். மகாபாரதம் போன்ற ஒரு படைப்பு உலகத்தின் எந்த மொழியில் சாத்தியமாகி இருக்கிறது? வித்தியாசமாக, ஒன்றுபோல ஒன்றில்லாத எத்தனை பாத்திரங்கள்? மகாபாரத மனிதர்கள் என்னைத் தொடர்ந்து நிரப்பிக்கொண்டிருக்கிறார்கள். எத்தனை உன்னதமான மனிதர்கள். எத்தனை உன்மத்தர்கள். எத்தனை அற்புதமானவர்கள். எத்தனை அற்பத்தனர்கள். ஆக, அவர்கள் மனிதர்கள். அவர்கள் யுத்தம் செய்துகொண்டே இருக்கிறார்கள். ஒருசமயம், எதிரிகள் என்று அவர்கள் நினைப்பவர்களுடன். ஒரு சமயம், தங்களுடன். வெற்றியாளர்கள் களித்து ஆடுகிறார்கள். அவர்களைப் பார்த்து வியாசர், எது ஜெயம் என்று கேட்கிறார். தோல்வியாளர்கள் துவண்டு விழுகிறார்கள். வியாசர் எது தோல்வி என்கிறார்.

★

சத்து (எ) சத்யாகுட்டி (எ) சத்தியவதி

குருதேச மக்களுக்குப் பாலூட்டும் நதி என்று ஒருமுறை மார்க்கண்டேயரால் புகழப்பட்ட யமுனா, ஒரு நதியாக அழகிய கறுப்பு நிறத்துடன் ஓடிக்கொண்டிருந்தாள். கரை ஓரத்தில் வெள்ளை எருமைகள், வெள்ளைக் குதிரைகள் நீர் அருந்திக்கொண்டிருப்பதையே கவனித்துக்கொண்டிருந்தாள் சத்தியவதி. இன்னும் இருள்கூடப் பிரியாத வைகறைக் காலத்திலேயே ஆற்றங்கரைக்கு வந்து சேர்ந்து விட்டிருந்தாள் அவள். 'என்ன இத்தனை சீக்கிரம்' என்று அப்பா கூடக் கேட்டார். மாற்று ஆடையை எடுத்துக்கொண்டு யமுனைக்குப் புறப்பட்டுவிட்டாள். அம்மா மடித்துக் கொடுத்த அரிசி மாவும் வெல்லக் கட்டியும் கொண்ட காலை உணவுப் பொட்டலத்தையும் எடுத்துக்கொண்டு புறப்பட்டாள். வாசலில் அவள் நட்டு வளர்க்கும் ஸ்வர்ணபுஷ்பச் செடி அருகில் ஒரு கணம் நின்றாள். ஒரு பூப் பூத் திருந்தது. முதல் பூ, மஞ்சளும் லேசான செம்மையும் கூடிய மலர். மெல்லிய வாசனையை அவள் நுகர முடிந்தது. வாசனை; மதுரமான வாசனை அவளுக்குப் பிடிக்கும். பறித்துச் சூட அவள் கை முனைந்தது என்றாலும் அடக்கிக்கொண்டாள். பூக்களை அவற்றின் பிறப் பிடத்திலேயே விடுவதுதான் நீதி.

அருகான மலைகளிலிருந்து வீசும் பனிக்காற்று உடம்பை நடுங்கச் செய்தது. மூழ்கி எழுந்தால், குளிர் விட்டுவிடும். மூழ்கி, ஆடை மாற்றிக் கொண்டாள். படகில் வந்து அமர்ந்து தம் காலை உணவை உண்ணத் தொடங்கும் முன், சிறிது எடுத்துக் கரையில் தமக்காகவே காத்திருக்கும் பறவைகளுக்கு இட்டாள். பஞ்சவர்ணப் பட்சி ஜோடி ஒன்று எங்கிருந்தோ வந்து அவள் அருகில் வந்து அமர்ந்தது. வண்ணவண்ணமான அவற்றின் சிறகுகளில் தம்மைப் பறிகொடுத் தாள். அந்தப் பறவைகள் காலைகளைக் கொண்டு வந்தன போலும். சற்று தூரத்தில் இருந்த பெண்கள் படித்துறையில், பேச்சு சப்தம் எழுந்தது.

ஸ்வர்ணபுஷ்பச் செடியின் அந்த முதல் மலர், திடுமென அவள் மனத்தில் தோன்றியது. மணம் ஒன்று அவள் நாசியை உரசியது. வீட்டிலிருக்கும் மலர், ஆற்றங்கரை வரை வீசுமா என்ன? வீசியதே.

மனப்பிரமை இதுதானா? இல்லை. அவள் தலையை அசைத்துக் கொண்டாள். இது மன வாசனை. மனசுக்குள் பூ இருந்தால், ஏன் மணம் வெளிப்படாமல் போகும்?

சூரிய ரேகைகள் யமுனை மேல் படர்ந்து அவளை நெளியச் செய்தன. ஒரு குடும்பம் அக்கரைக்குப் போக வந்து சேர்ந்தது. தந்தை, தாய், கையில் ஒரு குழந்தை. அவர்களை அமர வைத்துப் படகை வலித்தாள். காற்று சாதகமாக இருந்தது. குழந்தை அவளைப் பார்த்துச் சிரித்தது. "அக்கரையில் திருமணம். அதைக் காணப் போகிறோம்" என்றாள் அந்த அம்மாள். அப்பாகூட அவள் திருமணம் பற்றிப் பேசத் தொடங்கியிருக்கிறார். அவள் சரி என்றோ வேண்டாம் என்றோ சொல்லவில்லை. எது நடைபெற வேண்டுமோ அது நடக்கும். எது நடக்கிறதோ அதை ஏற்றுக்கொள்வோம். அவள் தினமும் வணங்கும் துர்க்கை அவளுக்கு நல்லதையே செய்வாள்.

படகில் வந்த அந்த மனிதர், படகுச் சத்தம் கொடுக்க வந்தார்.

"வேண்டாம். பெரியோர்கள், ரிஷிகள், மற்ற ஜனங்களுக்கு ஆற்றைக் கடக்க விரும்புவோரை, சத்தம் பெற்றுக்கொள்ளாமல், அக்கரைக்குக் கொண்டு சேர்ப்பதைத் தொண்டாகச் செய்துகொண்டிருக்கிறோம். அப்பாவின் கட்டளை. போய் வாருங்கள்."

அவர்கள் அவளை ஆசீர்வதித்தார்கள்.

"சுபஸ்ய சீக்கிரம்."

குழந்தை அவளைத் திரும்பிப் பார்த்துக்கொண்டே சென்றது.

மதிய வெயில். ஒரு கணத்தில் வெண்ணெய்யை நெய்யாக்கும் வெயில். அவள் ஒரு பூவரச நிழலில் வந்து வளைந்த அதன் கிளையில் அமர்ந்துகொண்டாள். காலை நனைத்துக்கொண்டு ஓடிக்கொண்டிருந்தாள் யமுனா. பறவைகள், மீன் உணவுக்குத் தாழப் பறந்துகொண்டிருந்தன. ஒரு மீனைக் கவ்வியபடி எழுந்து பறந்தது ஒரு பறவை. அப்போதுதான் அவரை, அவள் பார்த்தாள்.

மேற்கு மலைப் பகுதியிலிருந்து இறங்கி வரும் வெள்ளைக் காளை நடந்து வருவது போல் அவர் நடந்து வந்தார். யாரோ ஒரு ரிஷி. தழையாடை உடுத்தியிருந்தார். கையில் ஒரு கமண்டலம். கறுப்பான தாடிக்கு மேல் வெள்ளை நிலாப் போல முகம். அவர் அருகில் வந்து நின்று அவளை ஒரு போது, அவள் கண்களைப் பார்த்துக் கேட்டார்.

"பெண்ணே, படகுக்காரர் எங்கே? நான் அக்கரைக்குப் போக வேண்டும்!"

"வந்து அமருங்கள், ரிஷியே. நானே தங்களை அக்கரை கொண்டு சேர்க்கிறேன்."

“அப்படியா? என்னை அக்கரைக்குச் சேதம் இல்லாமல் கொண்டு சேருங்கள் என்று பகவானைத் தினமும் வேண்டிக் கொள் கிறேன். நீ சுலபமாக அந்தப் பேற்றைத் தருகிறாய்.”

சத்தியவதி சிரித்தாள்.

“பெண்ணே, உன் பெயர் யாது? நீ எவர்களின் புத்திரி?”

“என்னைச் சத்தியவதி என்பார்கள். அம்மா சத்து என்பார். அப்பா சத்யாகுட்டி என்பார். சினேகிதிகள் என்னைப் பல பேரிட்டு அழைப்பார்கள். உதாரணமாகக் குயில், குரங்கு என்பது போல. அப்பா ஊர்த் தலைவர்.”

அவள் நாணயங்களைக் கொட்டினாற்போலச் சிரித்தாள்.

அவர், அவளையே பார்த்துக்கொண்டிருந்தார். அவளைத்தான் பார்த்தார். ஆனால், அவளைப் பார்க்கவில்லை.

படகு, நட்டாற்றை நெருங்கிக்கொண்டிருந்தது. திடுமென, எங்கிருந்தோ ஒரு பறவை அந்த ரிஷியின் தலைமேல் ஒரு சுற்றுச் சுற்றிக்கொண்டு பறந்தது. வானம் சுருங்கி, சில்லென்று காற்றிட்டது.

ரிஷி கண்ணை மூடி அமர்ந்திருந்தார். அந்தக் கோலம் விசித் திரமாக இருந்தது அவளுக்கு.

கண்ணை மூடி, எதைப் பார்க்கிறார் ரிஷி.

ரிஷி கண்ணைத் திறந்தார். அவளைப் பார்த்துப் புன்ன கைத்தார்.

“சத்தியவதி... நான் சத்தி மகன் பராசரன். என் மூலமாக மகாஞானவானும், பிரம்மரிஷியுமான ஒரு புத்திரன் உன்னிடம் இருந்து வெளிப்பட வேண்டும் என்பது விதி. உலக க்ஷேமம் கருதி, இதை நீ மறுத்துவிடக் கூடாது.”

அவள் திகைத்தாள்.

“சுவாமி, நான் கன்னி. வீட்டைவிட்டுப் புறப்படும்போது நான் கன்னி. என் அம்மா கட்டிக் கொடுத்த வெல்லக்கட்டி கரைந்து போகக்கூடாது, வீட்டுக்குத் திரும்பும்போது.”

“அப்படி நேராது. என் தவம், உன்னை மீண்டும் கன்னியாகவே மாற்றிவிடும். தாய்மைச் சின்னங்கள் உன் உடலிலிருந்து மறைந்து விடும்.”

அவள் நாணத்தால் தலைகுனிந்தாள். படகு வலிக்காமலே ஓடிக்கொண்டிருந்தது. ஸ்வர்ணபுஷ்பச் செடி மீண்டும் ஒரு பூவைப் பூத்தது.

"அதோ அக்கரையில் ஜனங்கள் காலை சம்ஸ்காரங்களைச் செய்துகொண்டிருக்கிறார்கள். நமக்குத் தெரிவது போல, அவர்களுக்கு நாமும் தெரிவோம்தானே?"

வானத்தைப் பனி மூடியது. அவளுக்கு அவரைத் தவிர உலகம் மூடுண்டது. துடுப்புகள் தானாகவே வலித்துக்கொண்டிருந்தன.

"அப்பா, அம்மா..." என்று அவள் என்னவோ சொல்ல முயன்றாள்.

"சத்தியவதி, மனிதர்கள் காரணம், நோக்கம் இன்றிப் பிறப்பதில்லை. உலகில் எந்த ஜீவராசியும் அகாரணமாகத் தோன்றுவதில்லை. உலகின் எந்தச் செயலும் எந்தக் காரியமும் எதன் விளைவாகவோதான் நிகழ்கின்றன. சூரியன் பகலைக் கொண்டு வருவது போல; நிலா இரவைக் கொண்டு வருவது போல. அவை காரணங்கள்; நாம் காரியங்கள். விதிப்படி இது நடந்தேற வேண்டும். இது குருட்டுக் காமம் அல்ல. நானும் அத்தகையவன் அல்லன். என் வாக்குகள் கடவுளால் ஏற்கெனவே எழுதி எனக்குத் தரப்பட்டவை. உன் மனதுக்குள் இருக்கும் ஏதேனும் ஒரு கோரிக்கையைச் சொல். அதை நான் இறைவனின் வாக்காக நிறைவேற்றுகிறேன்."

"அப்படியானால் சுவாமி, என் மேல் படர்ந்திருக்கும் மீன் மணம் மாற வேண்டும். என்னை மச்சகந்தி என்று அழைக்கும் பெயர், பரிமளகந்தி என்றாக வேண்டும்..." ஆயிற்று. நூறு பூவாக அவள் மணம் தந்தாள்.

ஆனால், நீரின் மேல் புணர்வு கூடாதே. யமுனைத் தாய் பார்க்கிறாளே. ரிஷி, ஒரு தீவை யமுனைக்குள் உருவாக்கினார்.

இப்போது, அந்த ஸ்வர்ண புஷ்ப மணம் பூமியில் படர்ந்தது. அந்தப் பூதான். கோடி கோடியாகப் பூத்தாற்போல அவள், தன் காதல் குறிப்பை வெளிப்படச் செய்தாள். யமுனா நீர் கொதித்துச் சூடேறியது. அதன் மேல் கோடிப் பறவைகள் தாழ்ந்து பறந்து உணவைத் தேடிக்கொண்டிருந்தன. ஒரு விளக்குத் திரி, வெளிச்சம் தரும் தீயோடு வெளிப்பட்டது போல அவள் உணர்ந்தாள். வானமும் பூமியும் வெளிச்சம் பெற்றன.

வியாசன் பிறந்தான்.

தாய் அவனை, "கிருஷ்ணா, என் கண்ணே" என்றாள்.

தந்தை, "கிருஷ்ண துவைபாயனா" என்றார்.

உலகம் அவரை வியாசன் (வேதத் தொகுப்பாளன்) என்று அழைத்தது.

★

வெளியேறுகிறாள் சத்தியவதி!

தான் ஈன்ற குழந்தையின் முகத்தின் நீள அகலத்தைக்கூட இன்னும் பார்த்து முடிக்கவில்லை சத்தியவதி. அதற்குள், அந்தக் குழந்தை, கிருஷ்ணா என்கிற வியாசன் புறப்படத் தயாராகிறது. தம் முன், பிரயாண ஏற்பாடுகளை தான் அறியாமலே முடித்துவிட்ட பராசரர், “பெண்ணே நான் புறப்படுகிறேன்” என்கிறார்.

“தாங்கள் நதிநீர். நதியின் பிரவாகத்தை நான் தடுக்கக்கூடாது. ஆனால், குழந்தையுமா? வியாசன் சிறிது காலம் என்னுடன் இருக்கட்டுமே. தவத்துக்குரிய பருவத்தை அவன் அடைந்து விட்டானா என்ன?”

“கிருஷ்ணன் குழந்தை என்றா நினைக்கிறாய். நெருப்பில் சின்ன நெருப்பு, பெரிய நெருப்பு என்று உண்டா?”

கிருஷ்ணன் என்ற வியாசக் குழந்தை தாயைப் பணிந்து சொல்கிறது:

“அம்மா, தங்களுக்கு நான் தேவைப்படும்போது வருவேன். நீங்கள் என்னை நினைத்தால் போதும். எண்ணம் சொல்லாகக் கட்டளையாக மாறி என்னை எட்டும். அடுத்த கணம், உங்கள் பணியில் நான் இருப்பேன்.”

சந்தனப் புகை காற்றில் கரைவது போல அவர்கள் இருவரும் நடந்துபோனார்கள்.

காலம் உயிர்களை வளர்க்கிறது. அவள்கூட இந்தப் பல ஆண்டுகளில் எவ்வளவு மாறிவிட்டாள். முன்பெல்லாம் அந்த தபோதனரையும் குழந்தையையும் நினைத்து இரவுகளைக் கண்ணீரால் கரைத்தாள். பிறகு அவர் நினைவுகள் மங்கி, அவன் மட்டும் மீந்து நின்றான். யமுனைக் கரையைக் கடக்க வரும் ரிஷிகள், சாதுக்கள் சொல்ல அவள் கேட்கிறாள். ‘கிருஷ்ணன் பெரிய தபஸ்வியாகி விட்டானாம். ஞானவான்களின் ஞானி என்றும், இப்போது கலைந்து கிடக்கும் வேதங்களைப் பிரித்துத் தொகுக்கிறானாம். அதனால்

வியாசன் (தொகுப்பாளன்) என்று அவனை அறிஞர்கள் அழைத்துப் புகழ்கிறார்களாம்.'

அவள் உள்ளம் நிறைந்தது.

நதி உருளும் சங்கீத ஓசையைக் கிழித்துக்கொண்டு நான்கு குதிரைகள் பூட்டிய ரதம் ஒன்று கரையில் செல்வதை அவள் கண்டாள். காலச் சக்கரங்கள் போலும் தேர்ச் சக்கரங்கள் உருண்டன. தேரில் வந்தவன் தன்னை சாந்தனு என்று அறிமுகம் செய்துகொண்டான். 'அதோ' என்று அவன் சுட்டிய திக்குகளில் அஸ்தினாபுரம் மாடமாளிகை கூடகோபுரங்களால் எழுந்து நின்றது. அப்படி ஒன்றும் சத்தியவதிக்கு சுவாரஸ்யம் ஏற்படுத்தவில்லை. அந்த குருதேசத்துக்கு அவன் அரசனாம்.

அவன் அவளையே பார்த்துக்கொண்டிருந்தான். அவள் வளர்க்கும் முல்லைச் செடி அரும்பத் தொடங்கும் காலத்தில் அவன் சத்தியவதியை நேசிப்பதாகச் சொன்னான். முல்லை மலர்ந்து மணம் வீசிய காலத்தில் அவள் அவன்பால் ஈர்க்கப்பட்டாள். அப்பாவுக்குச் சம்மதம் இல்லை. சாந்தனுவுக்கு முன்னமே திருமணம் ஆகி, யுவனான ஒரு மகன் இருக்கிறானே என்றார். அவன் மட்டும்தானா என்று நினைத்துக்கொண்டாள் அவள். ஆனால், அதற்குமேலும் சென்று சத்தியவதியின் மகன்தான் குருதேச அரசனாகவேண்டும் என்றார். தேவவிரதன் என்கிற அந்த இளைஞன், பொற்சாயம் பூசப்பட்ட இரும்பு மனிதனாக இருந்தான். ஆனால், பூப்பூக்கும் இரும்பாகவும் இருந்தான். குருதேசப் பொறுப்பு தனக்கு வேண்டாம் என்றான். திருமணமும் செய்து கொள்ளப்போவதில்லை என்றும் சொன்னான். தெய்வங்கள் அவனை பீஷ்மன் என்றன. அந்த மகன் அவள் காலடியில் பணிந்து, "அம்மா, நான் தங்கள் ஏவலன். என் வாழ்நாள் முழுதும் அப்படியே இருப்பேன்" என்றுவேறு சொன்னான்.

அரசர்கள், அரசகுலப் பெண்கள் நம்மைப் போலத்தான் என்று அவள் எண்ணி இருந்தாள். அது ஒரு காலம். அவளே குருதேசப் பேரரசியாக அஸ்தினாபுர அரண்மனைக்குள் நுழைந்தபோது, அவள் எண்ணம் பொய் என்பதை உணர்ந்தாள். தான் புகுந்த வீட்டை, வீடு எனலாகாது. அரண்மனை எனல் வேண்டும். பதவிச் சதிகாரர்கள், எப்போதும் தயார்நிலைக் கொலைகாரர்கள் மற்றும் மரண தேவன் அரண்மனைக்குள்ளேயே குடி இருப்பதாக சத்தியவதி உணரத்தொடங்கியது, சாந்தனு மரணத்தில்தான்.

சாந்தனு அற்ப வயசில் மறைந்தான். சில காலத்துக்குள் சாந்தனு வழி மூத்த மகன் அநியாய வயதில் இறந்தான். சித்திராங்கதன்,

வலது கையின் ஐந்து விரல்களோடு ஆறாவது விரலாக அம்பை வைத்திருந்தான். சினம், கோபம், ரௌத்ரம் அவன் சுபாவமாயிற்று. எதிர்பார்த்தது போலவே ஒரு கந்தர்வனை நியாயமற்றுப் பகைத்ததால் கொல்லப்பட்டான். அவனுக்கு அடுத்த விசித்திரவீரியன் பிறவி நோயாளி. காசி தேசத்து மன்னன் மகள்கள் அம்பிகா, அம்பாலிகா வைத் திருமணம் செய்துகொண்ட அவன், இளமை மாறாத பருவத்திலேயே மரணம் அடைந்தான்.

அந்த மாபெரும் அரண்மனையில் இருவர் இருந்தார்கள். ஒருவர், அரியாசனத்தையும் ஆட்சி அதிகாரத்தையும் துறந்து அஸ்தினாபுரத்துக் காவலாளியாகத் தன்னை மாற்றிக்கொண்ட பீஷ்மன், ஒரு பகுதியில் வாழ்ந்துகொண்டிருந்தார். மறுபுறம், சத்தியவதி. விசித்திர வீரியனின் இரு மனைவிகளையும், தன் மகள்களாகவே கருதிய சத்தியவதி அவர்களின் துக்கத்தில் பங்குகொண்டாள்.

இப்போது அவள் முன் இருந்த சிந்தனை இது ஒன்றுதான். குருதேசத்தைக் காக்க வேண்டும். தேசத்துக்கு இப்போது அவள் தான் பேரரசி என்றாலும் ஆண் வாரிசு இல்லாமல் எப்படி? அரச குமாரர்களுக்கு என்றுதானே அரியாசனங்கள் செய்யப்படுகின்றன. சாந்தனு இறந்தபோது பீஷ்மன் சொன்னது நினைவுக்கு வருகிறது.

நீதி என்ற உயிர் தரித்த மன்னர், ஆணாய் இருந்தால் என்ன, பெண்ணாய் இருந்தால் என்ன? தேசத்தைத் தாங்களே ஆளுங்கள் அம்மா. நான் தங்கள் பக்கபலமாக இருக்கிறேன் என்றவன், சொன்ன சொல் தவறாமல் அப்படியேதான் இருக்கிறான் என்றாலும், எனக்குப் பிறகு? சத்தியவதி, வழக்கத்திலிருந்த ஒரு தர்மத்தை பீஷ்மனிடம் எடுத்துச் சொன்னாள்.

"இறந்துபோன விசித்திரவீரியன் உன் தம்பிதானே? நீ ஏன் உன் தம்பி மனைவிகளோடு சேர்ந்து அஸ்தினாபுரத்துக்கு ஒரு வாரிசைத் தரக்கூடாது?"

"கூடாது என்று இல்லை. ஆனால், நான் மாட்டேன் அம்மா. நான் என் தந்தையின் சுகத்துக்காக ஆட்சியை இழந்தேன். தங்கள் தந்தையின் விருப்பத்துக்காக, பெண் என்கிற உறவையும் விலக்கிக் கொண்டேன். எதன் பொருட்டும் யார் பொருட்டும், என் தாய் கங்காவின் பெயரால் நான் செய்த சபதத்தை மாற்றிக்கொள்ள மாட்டேன்."

"எனக்குப் பிறகு, இந்த அஸ்தினாபுரத்தின் அரசன் யார்? எப்படி வருவான்?"

அன்று பீஷ்மர் சில யோசனைகளுடன் வந்திருந்தார்.

பிரபஞ்சன் * 35

"உயர் ஒழுக்கமும் ஞானமும் கொண்ட ஒருவரிடம் நம் இளவரசிகள் கர்ப்பதானம் பெற்றுக்கொள்ளலாமே. சமூக தர்மம் இதை ஒப்புக்கொள்கிறது."

யார் அந்த ஞானவான்? கடைசியாக, தன் உதிரத்திலிருந்தே வந்தவன்தான் அவன் என்பதை சத்தியவதி கண்டுபிடிக்கத் தவற வில்லை. தாயைக் குடல் விளக்கம் செய்தவன் அவன் அல்லவா?

வியாசன் மென்மையாகச் சிரித்துக்கொண்டான். சத்தியவதி, பல ஆண்டுகளுக்குப் பிறகு மகிழ்ச்சியான மனநிலைக்கு உள்ளானாள்.

"மகனே கிருஷ்ணா, நீயே ஒரு மகரிஷி. உனக்கு நான் என்ன தர முடியும்? நான் ஒரு படகோட்டி. விதி என்னை இங்கு கொண்டு வந்து வைத்திருக்கிறது. தாய்க்கு அரண்மனை. மகனுக்குக் காடு. பீஷ்மனுக்கோ ஆற்றங்கரை. நீர்நிலைகளைப் பார்க்கும்போதெல்லாம் கங்கைத் தாயை நினைத்துக்கொள்கிறான், அவன்."

சத்தியவதி யோசித்தபடி சொன்னாள்:

"ஒரு செய்தி தெரியுமா? வியாசனை இச் சடங்குக்கு அழைக்கப் போகிறேன் என்றதும் அவன் சொன்னான்."

"என்ன சொன்னான்?"

"கடைசியில் அஸ்தினாபுரத்து அரசனை என் மரபிலிருந்தே நான் கண்டுபிடித்துவிட்டதாகச் சொன்னான்."

"மரபு சரி. மனிதர்கள் சரியாக அமைய வேண்டுமே" என்றார் வியாசர்.

"உன் குழந்தைகள். சூரியனுக்குப் பிறப்பது குட்டிச் சூரியன் களாகத்தான் இருக்க முடியும்."

"நல்லதை விரும்புவோம்." சிரித்துக்கொண்டு சொன்னார் வியாசர்.

சத்தியவதி அப்படித்தான் நிகழ வேண்டும் என்று விரும்பினாள். ஆனால், நடப்பது வேறு வேறாக இருந்தது. தலைப் பெயரன், கண் இல்லாமல் பிறந்தான். கண் இல்லாமல் இருப்பது பிழையன்று. ஆனால், கருத்தும் சுயசிந்தனையும் இல்லாத, மனப்பலவீனனாக இருந்தான். பாண்டுவோ நியாயவாதியாக இருந்தான். ஆனால், ரோகி. கடைசிப் பெயரன் தர்மசீலன். ஆனால், வார்த்தைகள் வழங்கப்படாத அடிமையின் மகன்.

அவள் கண் முன்பாகவே, அனைத்தும் ஒன்றன்பின் ஒன்றாகத் தகர்ந்துகொண்டு வந்தன. ஒரு பக்கம் சகுனி. தீயாக எரிந்தான் அவன். தீயை, மலர்களைக்கொண்டு அணைக்க முயன்றான் பாண்டு. நடப்பதை ஆசை அற்று, ஒரு சாட்சியைப் போல இருந்தான் விதுரன். அரண்மனை முழுக்கச் சதி ஆலோசனைக் கூடமாகியது. பாண்டு அரசனாக்கப்பட்ட பிறகு, சதிகள் உச்சம் பெற்றன.

"வியாசா... அஸ்தினாபுரம் என் கண்முன்பே அழிந்துவிடும் போல் இருக்கிறது. பதவிச் சண்டை உச்சம் பெறுகிறது. அரசியல் பற்றி இந்தப் பழைய பேரரசியைக் கலந்துகொள்ள யாரும் விரும்பவில்லை. நான் புறக்கணிக்கப்பட்டுவிட்டேன். இனியும் இந்த அரண்மனை வாழ்வு எனக்குத் தேவையா என்று எனக்கு நானே கேட்டுக்கொள்கிறேன்."

வியாசர், தன் அன்னையைக் குறும்போடு பார்த்தார்.

"அம்மா, உன் பிரச்சனைதான் என்ன? ஆட்சிக்கு வாரிசுகளைக் கேட்டாய். அவர்கள் வந்தார்கள். வளர்ந்தார்கள். அவர்கள் தங்களை நிலைநிறுத்திக்கொள்ள என்னென்னமோ செய்கிறார்கள். நீ ஏன் பதறுகிறாய்? எல்லாம் உன் சித்தப்படி நடக்க வேண்டும் என்று ஏன் எதிர்பார்க்கிறாய். காலைத் தரையில் தட்டி, மண்ணைத் துடைத்துக்கொள். விட்டு வெளியேறு. விட்டால்தானே கிடைக்கும் வீடு. பீஷ்மன் என்ன சொல்கிறான்."

"வனவாசம் செய்யச் சொல்கிறான்."

"அவன் ராஜரிஷி. அவன் சொல்வதே சரி."

துவராடை அணிந்து அரண்மனையைவிட்டு வெளியேறினாள் சத்தியவதி. அஸ்தினாபுரம் அரண்மனை இருளில் சூழ்ந்திருந்தது. மாலைக்குப் பின் வந்த இருட்டல்ல அது. காலம் பொதிந்து வைத்த இருட்டு. அவள் மனத்தில் வருத்தம் இல்லை. தன் பரம்பரை குறித்த விசாரம் இல்லை. மனம் நிச்சலனமாக இருந்தது. அவள் காதுகள், யமுனாவின் நடைச் சத்தத்தைக் கேட்டன. எங்கிருந்தோ ஒரு பறவை— காலப் பறவை – கூவி அவளை வரவேற்றது. அவள் யமுனைக்குள் இறங்கினாள். ஆற்றைக் கடந்தால் வனம், விடியத் தொடங்கியிருந்தது.

★

பிதாமகன் பீஷ்மர்

பீஷ்மர் அதைப் பார்த்துக்கொண்டு இருந்தார். உலகத்து இழிவுகளை எல்லாம் நாக்கில் தேக்கிய கர்ணன், திரௌபதியின் ஆடையைக் களையச் சொல்லுகிறான். துச்சாதனன் அதைச் செயல் படுத்த முன்வருகிறான். திரௌபதி, முகத்தை மூடிக்கொண்டு அலறுகிறாள். துரியோதனன் சபையில் உள்ள மகத்தான மனிதர்கள் என்று அதுகாறும் கருதப்பட்ட பீஷ்மரும், ஆசாரியர் துரோணரும் வேடிக்கை பார்த்துக்கொண்டு அமர்ந்திருந்தார்கள்.

துரோணர் அரசாங்கச் சம்பளக்காரர்; துரியோதனனின் ஊழியர். அவர் அப்படி இருக்கலாம்.

பீஷ்மர், எது தர்மம் என்று திரௌபதிக்கு விளக்கவுரை ஆற்றத் தொடங்குகிறார். 'பீஷ்மன்' என்று தெய்வங்களால் பாராட்டப்பட்ட, கங்கை என்ற தாயால் மட்டுமே வளர்க்கப்பட்ட மனிதன், தன் மகத்துவத்தை இழந்து, மனிதப் பண்பைத் துறந்து, எப்படி ஒரு பெண் தன் கண்முன் மானபங்கப்படுத்தப்பட்டபோது எந்த அசைவும் இன்றி இருக்க முடிகிறது?

பீஷ்மர், அப்போது அதிகாரத்தில் இருந்தார். அவருடைய வீரமும் அஸ்திர ஞானமும் குன்றிவிடவில்லை. கடுமையாகத் தம் எதிர்ப்பைக் காட்டியிருப்பாரேயாகில், திரௌபதிக்கு அந்த இழிவு நிறுத்தப்பட்டிருக்கும். துரியோதனனின் ஒரே பயமான அர்ச்சுனன், நிகரற்ற கதாயுத்தக்காரன் பீமன் முதலான கணவர்கள், துர்ச்சிந்தனை யாளர்கள் கர்ணன் மற்றும் துச்சாதனன் ஆகியோர் எந்த நேர்கோட்டில் நிற்கிறார்களோ அந்தக் கோட்டில் அவர்களுக்குப் பக்கத்தில் பீஷ்மர் போய் நிற்கிறார் என்பது அவருக்கு நேர்ந்த மகத் தான அவலம் என்பதை நாம் மறந்துவிடக் கூடாது.

பீஷ்மன் வாழ்க்கை மிக அழகிய முன் உதாரணங்கள் நிறைந் தது. தந்தையின் காதலியைச் சந்தித்து, காதலியைத் தாயாக, மாற்றம் செய்தது அவரை மேகத்துக்குள் கொண்டுபோய் வைத்த விஷயம். தந்தையின் மகிழ்ச்சிக்குத் தன் ஆட்சி அதிகாரத்தைத் துறந்ததோடு, தாம்பத்ய சுகத்தையும் இழந்தது, மேன்மையானது எனப்படாமல்

பயங்கரமானது என்றே புகழப்பட்டது. இத்தனை பெரிய விலையைக் கொடுத்து என்னதான் பெற்றார் பீஷ்மர்? எதுவும் இல்லை. பெற வேண்டும் என்பதற்காகவும் அவர் எதையும் இழக்கவில்லை என்பதே அவருடைய நியாயமாக இருந்தது. இதைத்தான் நிஷ்காம்ய கர்மம் என்கிறார் கிருஷ்ணன். எதையும் எதிர்பாராத இடையறாத கர்மம். தன்னை யாரோ ஒருவரின் கருவியாகவோ, எதுவோ ஒன்றின் ஏவலாளராகவோ தகவமைத்துக்கொள்ளுதல் என்கிறார்கள் தத்துவவாளர்கள்.

இப்படிச் சொல்லிப் பார்க்கலாம். பீஷ்மர், தன்னை ஒரு அம்பாக வும் தூதுப் புறாவாகவும் மாற்றிக்கொண்டார் எனலாம். அம்புக்கென்று தனியான உணர்ச்சி இருக்க முடியாது. செலுத்து கிறவர்கள் லட்சியத்தை நிறைவேற்றுவது மட்டுமே அம்பின் ஜனன காரணம். கொடுத்த தபாலைத் தன் அலகுக்குள்ளோ, காலிலோ ஏந்திக்கொண்டு, விலாசதாரருக்குக் கொடுத்துவிட்டுத் திரும்புவது அல்லாமல், கடித வாசகம் குறித்த எந்தக் கிலேசமும் புறாவுக்கு இல்லை. இருக்க வேண்டிய அவசியம் இல்லை. அம்புக்கோ, புறா வுக்கோ ஆத்மவிசாரம் இல்லை. ஆனால், மனிதனுக்கு? பீஷ்மரின் பிரச்சனைகள் மையம் கொண்ட இடம் இதுதான்.

சிற்றன்னையும் பேரரசியுமான சத்தியவதி, பீஷ்மனை அழைத்து, காசி மன்னன் பெண்களை அவர்களின் சுயம்வரத்தின்போது கடத்திக்கொண்டு வர ஆணை இடுகிறாள். ஏன் என்றோ, எப்படி என்றோ, எதன் பொருட்டு என்றோ அவர் கேட்கவில்லை. ஏவப் பட்ட அம்பாகப் புறப்படுகிறார். பெண்களைக் கவர்ந்து வருதல் அக்காலத்து சத்திரிய தர்மம் என்பதை நாம் அறிவோம்தான். ஆனால், அந்தத் தர்மம் யாருக்குப் பொருந்தும்? சுயம்வரத்தின்போதோ, வாய்ப்புக் கிடைக்கும்போதோ பெண்களின் மேல் ஆசை கொண்ட சத்திரியர்கள், அவர்களைக் கவர்தல் தர்மம். அக்காலத்து தர்மம். காதல் கொண்ட ஆண்கள் காதல் கொண்ட பெண்களைக் கவர்தலும் ஏற்றுக்கொள்ளப்பட்ட தர்மம். கிருஷ்ணன் அப்படிச் செய்திருக்கிறார். பீஷ்மரோ, தன் தம்பிக்காக, விசித்திரவீரியனுக்காகப் பெண் சிறை எடுக்கச் செல்கிறார். விசித்திரவீரியன் செய்ய வேண்டிய கர்மம் அது. அதை, பெண் தொடர்பை சபதம் மூலம் விலக்கிய பீஷ்மர் எப்படிச் செய்யலாம்? அதோடு, காசி ராஜன் பெண்களில் மூத்தவள் அம்பா, சாளுவனைக் காதலித்த செய்தி உலகம் அறிந்தது. இருந்தும் அம்பையைச் சிறை எடுத்தது தவறு என்பதை ராஜசூய யாக வெற்றியின்போது சிசுபாலன் மிக அறிவார்த்தமாக முன்வைக்கிறான்.

யாகத்தின் இறுதியில் மிகவும் பெரியவர் ஒருவரை ஆராதித்து, அர்க்கியம் (முதல் மரியாதை) வழங்குவது மரபு. அதன்படி தருமன்,

அம்மரியாதைக்குரியவர் பீஷ்மர் என்று சரியாக முடிவெடுக்கிறான். ஆனால், பீஷ்மரோ, கிருஷ்ணனை முன் தள்ளிவிடுகிறார். மன்னர் குழுவில் இருந்த சிசுபாலன், எதிர்க்குரல் எழுப்புகிறான். சிசுபாலன் எழுந்து நின்று மிகத் தெளிவாகச் சில கருத்துகளை முன்வைக்கிறான்.

"பீஷ்மா... உன் கடந்த காலம் சத்திரிய மரபுக்கு உகந்ததாக இல்லை. நீ ஏனைய மன்னர்களை இழிவு செய்கிறாய். முதல் அர்க்கியத்துக்கு நீ தகுதி உடையவன். நீயே குரு குலத்துக்கு மூத்தவன். ஆனால், நீ கிருஷ்ணனைத் தேர்வு செய்கிறாய். அம்பா, சாளுவனைத் தேர்வு செய்திருப்பது உலகம் அறிந்த விஷயம். ஆனால், நீ அவளைக் கவர்ந்தாய். விசித்திரவீரியன் தர்மத்தின் பாற்பட்ட ராஜரிஷி. அவன், அவளை மணமுடிக்கவில்லை. அவள் உன்னிடம் சரணாகதி அடைந்தபோது நீ அவளை மறுத்துவிட்டாய். உன்னுடைய சகோதரர்கள் இறந்த பின் அவர்களுடைய ராணிகள் உன்னுடையவர்களானார்கள். ஆனால், ஒரு பிராமணன் அரவமில்லாமல் அவர்களிடம் சந்ததியை உருவாக்கினான்... நீ பிரம்மச்சாரி அல்ல..."

மராத்திய மானுடவியல் பேராசிரியையான ஐராவதி கர்வேயின் சொற்களில் 'சிசுபாலன் சுடு சொற்களை முன்வைத்தான்.' எப்படியானாலும், அம்பையைக் கைப்பற்றிக் கொண்டு வந்தது பீஷ்மர் மேல் அனுதாபம் கொள்ள முடியாமல் செய்கிறது. சாளுவன், அம்பையைக் காப்பாற்ற பீஷ்மருடன் போர் செய்தபோதாவது உண்மையை உணர்ந்து அம்பையை விடுவித்திருக்கலாம். அதையும் பீஷ்மர் செய்யவில்லை. அஸ்தினாபுரத்துக்கு அம்பை வந்து சேர்ந்து பல நாட்களுக்குப் பிறகே அவளை விடுதலை செய்கிறார் பீஷ்மர். சாளுவன் அவளை ஒப்புக்கொள்ள மறுத்து இழிவு செய்கிறான். இறுதியாக அவள் தற்கொலைக்குத் தூண்டப்படுகிறாள். அம்பை, பீஷ்மரைக் கொல்ல சிகண்டியாக வருவது தவிர்க்க முடியாததாகிறது.

ஏன் இந்தக் குழப்பத்துக்குள்ளாகிறார் அவர்? அவருக்குக் கயிற்றின் இருமுனைகளும் மட்டுமே தெரிகின்றன. சத்தியவதியின் காசிப் பெண்களைக் கவர்ந்து வா என்ற முனையும், கவர்ந்து வந்து சத்தியவதி முன் நிறுத்துகிற மறு முனையும் தெரிந்திருக்கிறது. இடைப்பட்ட மனித மனம், அதன் விசித்திரம், அதன் வளைவுக் கோடுகள் சுழிப்புகள் எதையும் அவர் பார்க்கத் தவறுகிறார். அந்த அம்பு, யாருடைய இதயத்தில் பாய்கிறது என்பது அம்பின் பிரச்சனை இல்லையோ?

கர்மம், பாவத்தின் ரத்தத்தில் விளையும் விஷச் செடியாக இருக்க முடியுமா? ஸ்திதப் பிரக்ஞை என்பது பிறரது பிரக்ஞைகளைத் தோட்ட வாசல் வழியாக வெளியேற்றும் கருணையற்ற வீட்டுக் காரனாக இருக்க முடியுமா என்றால் முடியாதுதான்.

சாந்தனுவாகிய பீஷ்மனின் தந்தை, தன் மகனுக்கு அளித்த வரம், நம்மை யோசிக்க வைக்கிறது. தந்தையின் காதலியை மணம் கூட்ட அழைத்து வருகிறான் மகன். அரசு அதிகாரத்தை இழந்து, இளமைச் சுகங்களையும் இழந்து, தன்முன், தன்னிடம் தன்னைத் தவிர எதுவும் அற்ற இருபது வயது இளைஞனுக்குத் தந்தை, 'நீ விரும்பும்போது மரணம் அடைவாய், மரணதேவன் உன் சம்மதம் பெற்றே உன்னை அணுக முடியும்' என்று 'வாழ்த்து' சொல்கிறான், புது மாப்பிள்ளையான தந்தை. நிச்சயம், மரணம் தவிர்க்க முடியாத 'பரிசு'தான். பலருக்கும் அது விடுதலைதான். எந்தக் கௌரவமான மனிதனும் தன் மரணம் கௌரவமானதாக இருக்கவேண்டும் என்றே விரும்புவான். நோயில் கிடவாமல், நொந்துடலம் வாடாமல் பாயில் கிடவாமல் பாவியேன் உடம்பை ஓர் நொடிக்குள் உன் சீரடிக்குள் கொண்டு போ என்று அண்மைக் காலத்துச் சிதம்பரசுவாமிகளும் பேசி இருக்கிறார் அல்லவா? ஆனால், சாந்துனுவின் வரம் ஒரு சாபம் போலவே விளைந்தது. போர்க்களத்தில் உடம்பெல்லாம் அர்ச்சுனன் அம்பு பட்டு விழுந்து, மரண நாளை எதிர்நோக்கிக் காத்திருக்கும் அந்த நூறு வயதான மாமனிதனின் வேதனையும் விரக்தியும் நம் மனத்தில் ரத்தம் சொட்ட வைக்கின்றன. பாரதத்தில் எனக்கு மிகவும் வேதனை தந்த பகுதி இது. மண்ணைத் தொடாத பீஷ்மன் உடம்புக்கு அர்ச்சுனன் அம்புத் தலையணை தருகிறான். மட்டுமல்ல, தாகத்தால் தவித்த அந்தப் போராளிக்குக் கங்கை நீரைத் தன் அம்பினால் கொண்டு தருகிறவனும் அர்ச்சுனனே ஆவான்.

ஏன் இந்த அவலம்? நடந்து முடிந்த குருசேத்திரப் போரில், நூறு வயதைத் தொட்ட பீஷ்மர், துரியோதனன் படைக்குத் தலைமை ஏற்றுக் களம் காணவேண்டிய அவசியம்தான் என்ன? துரியோதனனின் பல அதர்மங்கள் தனக்குப் பிடிக்காத நிலையில், பாண்டவர் பக்கம் நியாயம் நிறைய உள்ளது என்று தெரிந்த பின்னும், யுத்தம் நடந்துவிடக்கூடாது என்று பல சமாதான முயற்சிகள் தோற்ற பின்னும் பீஷ்மர் துரியோதனன் தளபதியாகப் பொறுப்பேற்ற காரணம்தான் என்ன? நாட்டைக் காப்பாற்றும் பொருட்டு என்றால் யாரிடம் இருந்து? பாண்டவர்களிடம் இருந்தா? பகைவர் யார் என்று தெரியாத குழப்பத்திலேயே களம் சென்ற வீரர், பீஷ்மராகத்தான் இருக்க வேண்டும்.

உண்மையில், துரியோதனன் தலைமைப் பொறுப்பு கொடுக்கத் தன் மனத்தில் நிச்சயித்தவர்கள் துரோணர் அல்லது கர்ணன் இருவராகவே இருக்க முடியும். வயதில் பெரியவர் என்பதால், ஒரு முறைக்காகவே அவன் கேட்டிருக்கக்கூடும். ஒப்புக்கொண்ட பிறகு, துரியோதனனிடமிருந்து பீஷ்மர் கேட்ட இழிச் சொற்கள் மிகப்பல.

பீஷ்மர் மிகப் பரிதாபகரமான நிலையிலேயே இருந்தார். ஆனால், மிக உக்ரமாகவே போர் செய்தார். கிருஷ்ணன், ஆயுதம் ஏந்த மாட்டேன் என்ற பிறகும் இரண்டு முறை பீஷ்மருக்கு எதிராக ஆயுதம் ஏந்த நேரிட்டார் என்றால் பீஷ்மரின் உக்ரம் புரிகிறது. ஆமாம். பீஷ்மருக்கு யார் மேல் கோபம். தன் மேல்தான் அவர் சினந்தார் என்றால் அது தவறில்லை.

போரின் ஒன்பதாம் இரவு, பீஷ்மர் மகத்தான மனிதராக மாறுகிறார். உலக இலக்கிய வரலாற்றில் ஒப்பற்ற, ஒரு மகா வீரனாக அவர் மாறும் இடம் இது. 'நான் கையில் ஆயுதம் தரித்திருக்கும்போது, என்னை வெல்ல மூன்று உலகிலும் யாரும் இல்லை. ஆனால், பெண்கள் மேலும், பெண் அம்சம் கொண்டவர் மேலும் நான் ஆயுதம் பிரயோகிக்க மாட்டேன்!' என்று பீஷ்மர் தன் உயிர் இருக்கும் கூட்டைக் காட்டிக் கொடுத்துவிடுகிறார். சிகண்டிக்குப் பின் இருந்து, அர்ச்சுனன் அவரை வீழ்த்துகிறான் என்றாலும், அவரைக் கொல்ல விரும்பவில்லை அவன். கொல்லப்படக்கூடாதவர் அவர்.

பீஷ்மர், விரும்பிய மரணத்தை விரும்பிய முறையில் ஏற்றார். மரணம் மகத்தான முறையில் நேரவேண்டும் என்றே குருசேத்திரத்தைத் தன் மரணத்துக்குத் தேர்ந்தெடுத்தார். அவர் மதித்த, வீரன் அர்ச்சுனனால் சாகவேண்டும் என்று நினைத்தார். வீரம் ஜெயித்தது. இருவருமே ஜெயித்தார்கள். ஆனால், பீஷ்ம சபதம் என்ன சாதித்தது? குருதேசம் பிணங்களால் நிரம்பியதைத் தவிர.

ஒரு பக்கம் துரியோதனன் முதலான கௌரவர்களின் மரணச் சடங்கு நிகழ்ந்த அதே வேளை, தருமன் ராஜ்யாபிஷேகம் செய்து கொள்ளும்போது, யாராலும் கவனிக்கப்படாத அந்த தேசபக்தப் போர் வீரன் கொஞ்சம் கொஞ்சமாகச் செத்துக்கொண்டிருந்தான். சாகும்போது அந்த மாபெரும் மனிதர் என்ன நினைத்திருப்பார்?

*

எரியும் தீ – திரௌபதி

எரியும் நெருப்பிலிருந்து பிறக்கிறாள் திரௌபதி. அவள் சகோதரன் திருஷ்டத்துய்மனுடன் சேர்ந்தே தோன்றுகிறாள். துரோண ரிடம் தோற்றுப்போன துருபதனின் கோப நெருப்பு அவளைத் தோற்றுவித்தது என்று நாம் விளங்கிக்கொள்ளலாம். துரோணரைக் கொல்ல என்றே மகனும், நிகரற்ற வில்லாளி அர்ச்சுனனைக் கொள்ள என்றே திரௌபதியும் பிறக்கவேண்டி இருக்கிறது. திரௌபதியின் அசாதாரணப் பிறப்பின்போதே, அவள் விதி தீர்மானிக்கப்பட்டு விட்டது. அசாதாரணமான வாழ்க்கையை வாழ விதிக்கப்பட்டவள் அவள். அரசியல் ஆடுகளத்தின் பகடைக் காயாகவே வாழ்ந்து மறைகிறாள். இந்திய இலக்கிய வரலாற்றில், மிகப்பெரிய அவமானத் துக்கு உட்பட்டு, தன் உடலும் தனக்குச் சொந்தமின்றி, தன் மனமும் தனக்குச் சொந்தமின்றி, எவராலும் நன்றி பேணப்படாத சாப வாழ்க்கையை வாழ்ந்து மறைந்தவள் திரௌபதி.

அவளுக்குத்தான் எத்தனை பெயர்கள்? துருபதன் மகள் ஆகை யால் திரௌபதி. பாஞ்சால நாட்டு இளவரசி ஆகையால் பாஞ்சாலி. பிறவி நிறம் யாக நெருப்பின் கொழுந்து போல் கருநீலம் ஆகையால் கிருஷ்ணா. யக்ஞசேன துருபதன் பெண் என்பதால், யக்ஞசேனி. அம்மா பிருஷதி என்று அழைக்கப்பட்டதால், இவள் பார்ஷதி.

கையில் மணமாலையை வைத்துக்கொண்டு, கூடி இருக்கும் பரத தேசத்து ராஜகுமாரர்களில் யார் தன்னை வரிக்கப் போகி றார்கள் என்று பதைக்கும் நெஞ்சுடன் நிற்கிற திரௌபதி நமக்கு அறிமுகம் ஆகிறாள். வில்லை ஏந்திய வீரர்கள் தங்கள் இலட்சியத்தில் தோற்றுத் தலைகுனிந்து செல்கிறார்கள். துரியோதனனும் கர்ணனும் தோற்றவர் பட்டியலில் சேர்கிறார்கள். பிராமண வேஷம் தரித்த அர்ச்சுனன் போட்டியில் வென்று அவள் கரம் பற்றுகிறான்.

திரௌபதியின் திருமண மகிழ்ச்சி, சில மணி நேரத்திலேயே முடிவெய்துகிறது. அர்ச்சுனனின் சகோதரர்கள் நால்வருமே அவளுக்குக் கணவர்கள் ஆகிறார்கள். இதை மிகப் பெரிய அரசியல் நிபுணியாகக் குந்தியே இந்த ஏற்பாட்டைச் செய்கிறாள் என்பது

ஆச்சரியம்தான். அதற்கு ஒரு காரணம் இருக்கிறது. திரௌபதியுடன் தம் முன் நின்ற தன் பிள்ளைகள் ஐந்து பேரின் முகத்திலுமே, பாஞ்சாலியின் மேலான பரவசம் கவிந்திருப்பதை அந்தத் தாய் காண்கிறாள். வெவ்வேறு வகைப்பட்ட திறனும் நிபுணத்துவமும் கொண்ட அந்தச் சகோதரர்கள் ஒற்றுமை பாஞ்சாலி என்ற ஒற்றைப் புள்ளியில்தான் இருக்கிறது என்பதை உடனே கண்டுகொள்கிறாள் அந்தத் தாய். ஏற்பாட்டைச் செய்துவிட்டாளே தவிர, இது எந்த அளவுக்கு யதார்த்தச் செயல்பாட்டில் கோணலாகாது என்கிற எண்ணம், குந்திக்கு எழாமல் இருந்திருக்காது. பாண்டுவின் வேண்டுகோளுக்காக மூன்று தெய்வங்களுடனும், தன் அறியாமையில் சூரிய தேவனுடனும் தன்னைப் பகிர்ந்துகொள்ள வேண்டி இருந்த துயர நிர்ப்பந்தம் அவள் நினைவில் எழாமலா இருக்கும்? இதுபற்றி வியாசர் விவரிக்கவில்லைதான். வியாசரின் பாணி, தான் நான்கு வரிகள் எழுதி, வாசகர் பத்து வரிகள் எழுதிக்கொள்ள இடம் கொடுப்பது தானே?

ஏதோ ஒரு வகையான அனுபவங்கள் பெற்ற இந்த இரண்டு பெண்களுமே திணிக்கப்பட்டவைகளையே ஏற்று விழுங்க வேண்டிய கட்டாயத்துக்கும் பரிதாபத்துக்கும் உரியவர்கள் என்பது மறக்கப் படக்கூடிய விஷயமல்ல. குந்திக்காவது, பாண்டுவுக்கும் அவளுக்கும் புத்திரப்பேறு பற்றிய ஓர் உரையாடல் நிகழ்ந்துள்ளது. ஆனால், திரௌபதிக்கு? அவள் வெறுமனே ஒரு ஜடம். அவளுக்கென்று விருப்பு, வெறுப்பு, ஏற்பு, மறுப்பு என்ற எந்த உணர்ச்சியும் அற்றவள் என்றுதானே ஆகிறது? காண்டீபனின் மனைவியான தான், தான் அனுமதி அளிக்காமலே பகிர்ந்தளிக்கப்படுகிறோம் என்று எண்ணி யிருக்க மாட்டாளா? ஒரு பெண் ஐந்து கணவர்களுடன் வாழும் சமூகப் பழக்கமும், அது அங்கீகரிக்கப்பட்ட வழக்கமுமாக அன்று இருந்தமைக்கான சான்றுகள் மிகக் குறைவு. இமயமலைப் பகுதி களிலும் சில பழைய இனக் குழு மக்களிடமும் இவ்வழக்கம் இருந்த தாக அறிஞர்கள் சொல்கிறார்கள். இருந்தால், ஏன் தந்தை துருபதன் அதை விமர்சிக்க வேண்டும்? ஏன் கர்ணன் இழித்துரைக்க வேண்டும்?

மாபெரும் வீரப் பெண்மணியான திரௌபதி மீதும், விதுரன் அரண்மனை அழைத்தாலும், அதை மறுத்துவிட்டுப் பிள்ளைகளுடன் காடுகளில் சுற்றிய பிறவித்தாயான குந்தி மீதும் எனக்குப் பெரிய மரியாதை பெருகுகிறது. காலத்தின் கைகள் அவர்களைப் பந்து களாக்கி, எறிந்து விளையாடின. ஒரு பசு மாட்டுக்கு, ஒரு எருமைக்கு, ஒரு குதிரைக்கு நிகராகக்கூட பெண்கள் மதிக்கப்படாத காலத்தில் வாழ்ந்து, வாழ்ந்த நலிந்த வாழ்க்கையிலும் சமூகத்தை முன் நகர்த்திய வரலாற்றுப் பாத்திரங்கள் அவர்கள்.

இல்லையென்றால், மணிகள், ஊர்கள், நாடுகள் என்று சூதாட்டத்தில் பொருள்களை வைத்து ஆடிய தருமன், மனைவியை வைத்து ஆடுவானா? எந்தப் பைத்தியமாவது விஜயனையும் பீமனையும் சூதாட்டப் பணயமாக்குவானா? எல்லாவற்றுக்கும் மேலாக, தன் மனைவியை? இதை தர்மமா என்று கேட்டாள் திரௌபதி. எந்த சத்திரியனாவது தன் மனைவியை வைத்துச் சூதாடுவானா என்கிறாள் திரௌபதி. வரலாற்றில் அதுவரையில் இல்லாத ஒரு பெரும் புயல், அவள் கேள்வியில் புதைந்திருந்தது. தருமன் யாரை முதலில் இழந்தார். தன்னையா, என்னையா? என்பது தான் அந்தக் கேள்வி. நம் இதிகாச வரலாற்றில், சுதந்திரம் பற்றி முதன்முதலாக ஒரு பெண் ஒரு விவாதத்தை எழுப்பி இருக்கிறாள். தன்னை இழந்து அடிமை ஆனவன், என்னை எவ்வாறு இழக்க முடியும். ஒரு அடிமைக்குச் சொத்து என்பது ஏது? உண்மையில் தருமன், தன்னையே முதலில் இழந்துகொண்டான்.

அடிப்படையில் இந்தச் சூதாட்டமே அதர்மம் என்றால், தருமன் தோல்வி, சட்டப்படி தோல்வியாகுமா? மாயச் சூதாட்டத்தில் தருமனை மனம் குழம்பச் செய்திருக்கிறீர்கள் நீங்கள் என்று துரியோதனன், கர்ணன் போன்ற நீசர்களிடம் கேட்ட அவள், சபையை நோக்கி, மன்னர்களே, இது நியாயமா என்கிறாள்.

சபையில் திரௌபதியால் எய்யப்பட்ட இந்த வார்த்தை அஸ்திரம், சபையின் ஒவ்வொரு மன்னனையும் குறி வைத்தது. பீஷ்மரிடம் இந்த அஸ்திரம் வந்து நின்றபோது, அவர் கேள்வியை எதிர்கொள்ள எழுந்தார்.

அறிஞர் குர்சரண்தாஸ் (மகாபாரத மனிதர்கள் காட்டும் மகத்தான வாழ்க்கை, விகடன் பிரசுரம்) பீஷ்மரின் தடுமாற்றமான உரையை இப்படி வைக்கிறார்.

"ஆட்டத்தில் தன்னையே தோற்றவன், அவனுக்குச் சொந்த மில்லாத எதையும் பணயம் வைக்கும் உரிமை இல்லை. யுதிஷ்டிரன் தன்னை முதலில் இழப்பதால் அவர் திரௌபதியைப் பணயம் வைக்கும் உரிமையை இழந்துவிடுகிறார். அப்படி இருந்தால், திரௌபதி சுதந்திரம் பெறுகிறாள். அப்படி இல்லாதபோது ஒரு மனைவி, கணவனுக்குத்தான் சொந்தம் என்ற அடிப்படையில் கணவனின் ஆணைக்குக் கீழ்ப்படிய வேண்டும். அப்போது அவன் சுதந்திரம் இல்லாதவனாக இருக்கையில்கூட, சட்டப்படி அவள் அவனைச் சேர்ந்தவளே. அதனால் அவளைப் பணயம் வைக்க அனுமதி உண்டு. யாரும் யுதிஷ்டிரனைச் சூதாடச் சொல்லவில்லை. அவருக்குத் தெரியும், சகுனிக்கு ஈடாக யாரும் இல்லை என்று. அவர் தானாகவே விளையாடினார். சகுனி ஏமாற்றினார் என்று புகார் கூறவில்லை. விஷயம் மிகச் சிக்கலானது. எனவே, என்னால் திரௌபதியின்

பிரச்சனைக்குத் தீர்வு காண இயலாது. தர்மம் என்பது நுட்பமானது. பெண்ணே! என்னால் உன் கேள்விக்குச் சரியான பதில் தந்து தீர்வு சொல்ல முடியாது."

எவ்வளவு தளுக்கான பதிலைப் பிதாமகர் சொல்கிறார். உண்மையில் திரௌபதி எழுப்பிய தர்மம் மற்றும் சட்டம் பற்றிய கேள்விக்குப் பதிலாக பீஷ்மர், அதற்குப் பதிலாகச் சமுதாயத்தில் இருக்கும் கணவனுக்கு அடிமையே மனைவி என்கிறார். தன்னை இழந்தவர் யார் முதலில் என்ற கேள்வியின் கூர்மையை அந்த மாபெரும் சபையில் விதுரனும், துரியோதனன் தம்பி விகர்ணனும் மட்டுமே புரிந்து கொள்ளும் ஆத்மாக்கள்.

எந்தச் சூழ்நிலையில் பிதாமகர் தர்ம சம்வாதம் செய்கிறார்? அவர் மருமகள், பாஞ்சால நாட்டு இளவரசி, மாதவிலக்காகி ஒற்றை வஸ்திரம் உடுத்திக்கொண்டிருப்பவள். தலைமயிரை ஒரு துச்சமான மனிதனால் பிடித்திழுத்துக் கொண்டு வரப்பட்டவள். விடர்களைக் கொண்ட சபையில் பேரவமானத்துக்கு உள்ளாகி நிற்கிறபோது, ஐந்து பேராற்றலாளர்களின் மனைவி தர்மமா என்று மன்றாடும்போது தர்ம விமர்சனம் செய்கிறார் பீஷ்மர் என்கிற கங்கைத்தாயின் புத்திரன்.

திரௌபதி இதை மறந்துவிடவில்லை. நெருப்பின் மகள் அவள். நெருப்பாகவே எரிந்துகொண்டே இருந்தாள். துச்சாதனன் ரத்தத்தால் நனைத்து முடியப்பட வேண்டிய கூந்தலை முடிக்கும் நாளை எதிர்பார்த்துக்கொண்டு இருந்தாள். ஆனால், தருமன் மறந்துவிட்டார். இதுதான் அவள் பிரச்சனை. அதாவது அவள் கணவர்தான் அவளுடைய பிரச்சனை. எந்த தருமனை அடிமைத்தளையிலிருந்து மீட்டு, சுதந்திரனாக வெளிக்கொண்டு வந்தாளோ, எந்தக் கணவன் மார்களை அவர்களின் அஸ்திரங்களோடு மீட்டுக்கொண்டு வந்தாளோ அந்த மனிதர்களுக்கும் மனம் ஆறத் தொடங்கியிருந்தது. திரௌபதிக்கு நேர்ந்த மாபெரும் இழிவு, கணவர்களுக்கு மறந்து கொண்டு வந்தது. பீமனின் ரத்தம் மட்டும் அடிக்கடி சூடேறிக் கொண்டே இருந்தது.

கொஞ்சம் கொஞ்சமாக தருமர் பிராமணர்களால் சூழப்பட்டு தானம், தவம், யாகம், தர்ப்பணம் என்று காலத்தைக் கழிக்கிறார், காட்டிலேயே வாழ்ந்த பாண்டுவின் புத்திரர். திரௌபதியின் பணி மிக அதிகமாகிறது. அத்தனை பேருக்கும் உணவு முதலாகிய இல்லறக் கடமைகள் அவளை ஆக்கிரமித்துக்கொள்கின்றன. பாஞ்சாலனின் அரண்மனையில் பத்தாயிரம் சேடிகள் அவள்வசம் இருந்தார்கள். இன்று அவள் தனியாள். ஐந்து கணவர்களின் சேவை அவளைக் கொஞ்சம் கொஞ்சமாக விழுங்கிக்கொண்டிருக்கிறது. இது குறித்து எந்தப் புகாரும் அவளிடம் இல்லை.

திரௌபதியை வாட்டுவது, தருமர் சாத்துவியாகி, எங்கே யுத்தத்தை மறந்துவிடுவாரோ என்று கலங்குகிறாள். தனக்கு நேர்ந்த அவமானத்தையும், அவமானம் இழைத்தவர்கள் கொல்லப்பட வேண்டியவர்களே என்பதையும் அவள் மறக்கவே இல்லை. இப்போது, அவள் வேறு முகம் பூண்கிறாள். தருமரை மிகக் கடுமை யான சொற்களால் சீண்டுகிறாள். இது அவள் இயல்பல்ல என்றாலும், இது அவள் கடமை. இது அவளது இன்னொரு முகம்.

வனபருவத்தில் தருமரிடம் இப்படிப் பேசுகிறாள்:

“தீங்கையே தருவதான சூதாட்டத்தில் உமக்கு ஏற்பட்ட விபரீத புத்தியினால் நண்பர்களையும் எங்களையும் தனங்களையும் தோற்றீர்... தர்மம், அகிம்சை, பொறுமை, நேர்மை, கருணை இவற்றால் எவனும் ஒருபோதும் ஐச்வர்யத்தைப் பெற முடியாது. துருபதருடைய குலத்தில் பிறந்தவளும், பாண்டுவின் மருமகளும், திருஷ்டத்துய்மனின் தங்கையும், வீரர்களின் பத்தினியும் ஆகிய நான் வனத்தில் வசிப் பதைக் கண்டும் ஏன் பொறுத்திருக்கிறீர்? என் நிலை கண்டு உமது மனம் வேதனைப்படவில்லையே... ஆகையால் பகைவருடைய விஷயத்தில் உமக்கு எவ்விதத்திலும் பொறுமை கூடாது...”

திரௌபதியின் பேச்சு தருமனை அசைக்கவில்லை. பீமன், கோபத்தின் உச்சிக்கே சென்று, ‘நீர் என்ன நபும்சகரா’ என்கிறான், தன் சகோதரனைப் பார்த்து. தருமர் அசையவில்லை. ஏன்? திரௌபதியின் அவமானம், ஒரு விஷயமாகவே தோன்றவில்லை, தருமனுக்கு.

திரௌபதி கணவர்களுடன் சொர்க்கம் நோக்கி நடந்து கொண் டிருக்கிறாள். முதலில் அவளே விழுகிறாள். பீமன் பதற்றத்துடன் தருமனை நோக்கி, திரௌபதி வீழ்ந்துவிட்டாள். இவள் செய்த பாவம்தான் என்ன என்கிறான். தருமர் சொல்கிறார்:

‘நம் எல்லோரையும்விட அர்ச்சுனனையே இவள் அதிகம் நேசித்தாள்.’

குற்றமனப்பான்மையோடு அகக் கண்ணையும் இழந்தவனான திருதராஷ்டிரன் கொடுத்த மூன்று வரத்தில் முதல் வரத்தால், தருமனின் அடிமைத்தளையை விடுவித்து, அப்புறம் நான்கு பேரின் அடிமைத்தனத்தையும் விடுதலை செய்து, மூன்றாம் வரத்தைக் கேட்காமல் விட்ட திரௌபதியைப் பற்றித்தான் தருமன் இப்படிச் சொல்கிறார்.

எல்லாக் காலத்திலும் ஆண்கள் இப்படித்தான் இருந்திருக் கிறார்கள். எல்லாக் காலத்திலும் பெண்கள் இப்படித்தான் கொல்லப் பட்டிருக்கிறார்கள்.

✸

விதுரன்

வியாசர் தம் மூன்றாம் குழந்தைக்கு விதுரன் என்று பெயர் வைத்தார். அம்பிகையை அறிந்து திருதராஷ்டிரனும் அம்பாலிகையால் பாண்டுவும் பிறந்த பிறகு விதுரன் பிறக்கிறான். திருதராஷ்டிர மூத்தவன் கண் பார்வை அற்றவன். சத்திரிய தர்மம் (சட்டம்) அவனுக்கு அரசாட்சியை மறுத்தது. பாண்டுவோ ரோகி. பிறவி நோயாளி. ஆரோக்கியமும் அறிவுத் தெளிவும் தர்மஞானியும் ஆன விதுரன், குருதேசத்துக்கு அரசனாகலாம். ஆனால், முடியாது. ஏன்? அவன் சுதன்.

மகாபாரதத்தில் நாம் அடிக்கடி சந்திக்கும் இந்தச் சுதர்கள் என்பவர்கள் யார்? மானிடவியல் அறிஞர் ஐராவதி கர்வே (யுகத்தின் முடிவில்) ஆராய்ந்து சொல்லியிருக்கிறார். க்ஷத்தா, சுதன், பாரசவன் என்பவை ஒரு பொருள் குறித்த சொற்கள். ஒரு குறிப்பிட்ட வகுப்பாரைக் குறிப்பவை. சுதர்கள் தேரோட்டுபவர்களாகவும், போர்க் கருவிகள் செய்பவர்களாகவும், புராணம் சொல்லிகளாகவும் அரச பரம்பரை அறிந்தவர்களாகவும் இருந்துள்ளார்கள். கர்ணனின் வளர்ப்புத் தந்தை அதிரதன் ஒரு சுதன். திருதராஷ்டிரன் வைசியப் பெண் மூலம் கொண்ட யுயுத்சு ஒரு சுதன். கீசகன் ஒரு சுதன். சத்திரியர்களுக்கு, படிநிலையில் அன்றிருந்த தாழ்ந்த குலத்தினர் என்று கருதப்பட்ட பெண்களுக்குப் பிறந்தவர்கள் சுதர்கள். மாபெரும் ரிஷி என்று ஒப்புக்கொள்ளப்பட்ட வியாசருக்குப் பிறந்தாலும், பணிப் பெண்ணுக்குப் (அக்கால வழக்கில் தாசி) பிறந்தவன் ஆகையால் விதுரன், சுதன் ஆனார். வியாசருக்கும் காசி அரசகுமாரி அம்பிகா வுக்கும் பிறந்த திருதராஷ்டிரன் ஆள முடிந்தது. அம்பிகாவின் தங்கை அம்பாலிகாவுக்குப் பிறந்த பாண்டுவும் ஆள முடிந்தது. பணிப் பெண்ணுக்குப் பிறந்த விதுரன், வாழ்நாள் முழுக்க மன்னன் திருத ராஷ்டிரனுக்கு அமைச்சனாகவே இருக்க நேர்ந்தது.

ஒரு அமைச்சர் என்ற முறையில் மன்னனும் அண்ணனுமான திருதராஷ்டிரனுக்கு தர்மத்தின் வழி நின்று அறிவுரை சொல்லிக் கொண்டிருந்தார் விதுரன். திருதராஷ்டிரனோ, விதுரன் சொற்களின்

முதல் எழுத்தையும் கேட்கவில்லை. கடைசி எழுத்தையும் கேட்க வில்லை. கேட்பதாக நடித்தான். மன்னன் காதுகளைத் தன் பிள்ளை துரியோதனன் மீதிருந்த மூடத்தனமான பாசம் அடைத்துவிட்டது.

யாருமற்ற பாலைவனத்தில், அல்லது இமயத்து உச்சியில் நின்று உரக்கப் பேசிக்கொண்டிருந்தார் விதுரன். தர்மத்தின் பக்கம் அல்லது பாண்டவர் பக்கம் அவர் பேசும்போதெல்லாம் திருதராஷ்டிரன் அவரைவிட்டு விலகிக்கொண்டே இருந்தான். தூர தூரப் போகும் போதெல்லாம், விதுரரைப் புறக்கணித்துக்கொண்டே இருந்தான். சோகம் என்னவெனில், தான் புறக்கணிக்கப்படுவதை விதுரர் அறிவார் என்பதுதான். அறிந்திருந்தும், நியாயங்களின் பக்கமே நின்றார். அஸ்தினாபுரத்து அரண்மனைத் தூண்கள்கூட அவரைக் கேலி செய்தன.

புறக்கணிப்பின் கசப்பைத் தாய்ப்பாலில் இருந்தே சுவைக்க நேர்ந்தவர் அவர். அவ்வாறு விதிக்கப்பட்டவர். திருதராஷ்டிரன், பாண்டு ஆகியோருடனேதான் விதுரனும் வளர்ந்தார். இந்தக் குழந்தைகளை வளர்க்கும் பொறுப்பை பீஷ்மர் ஏற்றிருந்தார். அரச குமாரர்களுக்கும் சுதனான விதுரனுக்கும் எந்தப் பாகுபாட்டையும் காட்டவில்லை பீஷ்மர். சாஸ்திரப் பயிற்சியும், அஸ்திரப் பயிற்சியும் மூன்று பேருக்குமே சமமாகவே கிடைத்தன. அன்றைய சமூகப் படிநிலை, சுதர்களை நிகராக நடத்துவது போல ஒரு போக்கைச் சத்திரியர்கள் காட்டினார்கள். ஒன்றாக உண்டார்கள். ஒன்றாக உட்கார்ந்து அரசியல் வியூகம் அமைத்தார்கள். சுதர்களின் பெண்களை மனைவியாகக் கொண்டார்கள். ஆனால், சுதர்களுக்கு சத்திரியப் பெண்களை மணம் செய்விக்க மாட்டார்கள். கர்ணனின் நண்பன் என்று தன்னைச் சொல்லிக்கொண்டவன் துரியோதனன். அங்கதேசத்து அரசனாகவும் அவனை ஆக்கினான் என்றாலும் தன் குடும்பப் பெண்ணையோ, அல்லது இதர சத்திரியப் பெண்ணையோ கர்ணனுக்கு அளிக்கவில்லை. கர்ணனின் குடும்ப உறவுகள் சுதர்களே. இதுதான் விதுரன் விஷயத்திலும் நடந்தது.

திருதராஷ்டிரன், பாண்டுவின் திருமணம் பற்றிய பேச்சு, பீஷ்மரால் எடுக்கப்பட்டபோது, 'விதுரா, காந்தாரியைத் திருதராஷ்டிரனுக்கும், மாத்ரியையும் குந்தியையும் பாண்டுவுக்கும் மணம் செய்விக்கலாம் என்று அபிப்ராயப்படுகிறேன். உன் அபிப்ராயம் என்ன' என்கிறார்.

பிதாமகர், இக் கேள்வியை விதுரனிடம் கேட்ட போது, விதுரனுக்கு வயது சுமார் இருபது. மேலும் விதுரனும் திருமணம் ஆகாதவர். இதுவே, விதுரர் தன் வாழ்நாளில் அனுபவித்த முதற்பெரும்

கௌரவம் என்றே தோன்றுகிறது. பிதாமகர் மணவிஷயம் பற்றி ஒரு இளைஞனிடம் பேசுகிறாரே! ஆனால், விதுரன் திருமணம் பற்றிப் பேசவில்லை என்பதையும் கவனிக்க வேண்டும். மூத்தவர்கள் இருவருக்கும் திருமணம் முடிந்த பிறகு, சில மாதங்களுக்குப் பிறகே, தேவகன் என்ற அரசனின் அரண்மனையில் பணியாற்றிய பணிப்பெண்ணின் மகள் கன்னியா என்பவளை விதுரனுக்குத் தேர்வு செய்கிறார்.

விதுரனின் தாயான, அந்தப் பணிப்பெண், எவ்வளவு காலம் அம்பிகாவுக்குத் தாதியாக இருந்தாள் என்கிற குறிப்பு இல்லை. விதுரன் அமைச்சுப் பொறுப்பு ஏற்கும் வரைக்கும் அந்தத் தாயும் அரண்மனையில் இருந்திருக்க வேண்டும் என்று தோன்றுகிறது. தன் குடும்பத்தை, தம் பிள்ளைகளை அரண்மனைச் சூழலுக்கு வெளியே தனித்தே வைத்திருந்திருக்கிறார். தமக்கிருக்கும் புறக்கணிப்பின் கூர்நகங்களைத் தன் வாரிசுகள் காணாதிருக்க வேண்டும் என்று அவர் நினைத்திருப்பாராகில் அது ஏற்கத்தக்கதாகவே இருக்கும்.

விதுரன் மேல் துரியோதனனுக்கு ஏற்பட்ட பகை, அவன் பிறந்த முதல் நாளில் இருந்தே என்றால் ஆச்சரியமாக இருக்கும். ஆனால், அதுவே உண்மை. துரியோதனன் பிறந்தபோது, கழுதைக் குரலில் ஒலி எழுப்பினான். சகல தீ நிமித்தங்களும் பூமியில் ஏற்பட்டன. மண்ணில் தீச்சுவாலைகள் தோன்றின. இந்தத் துர் நிமித்தங்களால் விதுரர், நிமித்தகர்களுடன் கலந்துரையாடுகிறார். அவர்கள், பிறந்த குழந்தையால் குலநாசம் ஏற்படும் என்கிறார்கள். ஓர் உண்மையான அமைச்சனாக இதை எதிர்கொள்கிறார் விதுரர். தேசம் காக்கும் பொருட்டும், கௌரவ வம்சம் அழியாமல் இருக்கும் பொருட்டும், தனக்கிருக்கும் அரசியல் பொறுப்பு காரணமாகவும் திருதராஷ்டிரனிடம் நேர் நின்று பேசுகிறார். 'ஒரு குடும்பத்தைக் காக்க, தனி யொருவனைத் தியாகம் செய்யலாம். ஒரு கிராமத்தைக் காக்க ஒரு குடும்பத்தைத் தியாகம் செய்யலாம். ஒரு நாட்டைக் காக்க ஒரு கிராமத்தைத் தியாகம் செய்யலாம். ஒருவர் தன் ஆத்மாவைக் காக்க, பூமியையே தியாகம் செய்யலாம். அரசே, குலகாலனாக வந்திருக்கும் இந்தக் குழந்தையைப் புறக்கணிப்பதே, தேசத்துக்கும் உனக்கும் நல்லது' என்கிறார். திருதராஷ்டிரன் பிள்ளைப் பாசத்தைக் காரணம் காட்டி அச்சொற்களை ஏற்கவில்லை. எந்தத் தலைவன், நெறிகடந்த தன் பிள்ளைகளை நியாயத்தின் பொருட்டுக் கைவிட்டிருக்கிறான்? இது, துரியோதனன் அறிந்தபோது, அந்தக் கணம் விதுரன் விரோதியானார். திருதராஷ்டிரன்கூட, மனத்தளவிலே விதுரனைப் பல சமயங்களிலே வெறுக்கவும் செய்தான். இதற்குப் பின்னால் ஆழமான மனப் பிரச்சனை இருக்கிறது. யோக்கியர்களை அயோக்கியர்களுக்குப்

பிடிப்பதில்லை என்பதுதான். ஆனால், இவை அனைத்தையும் விதுரர் அறிந்திருந்தாலும் அது பற்றிக் கவலையே படவில்லை. தன் தர்மப் பறையை அவர் முழக்கியபடியே இருந்தார்.

பாண்டவர்கள் மேல் விதுரனுக்கு அசாத்தியமான அன்பு இருந்தது. குறிப்பாக, தருமன் மேல் 'மகன்' போன்ற பாசம் காட்டினார். விதுரனும் தர்ம தேவதையின் அம்சம் என்கிறது மகாபாரதம். தர்மனும் அந்த அவதாரம்தான் என்கிற கதை மிக நுணுக்கமானது. தந்தை, மகன் என்கிற உறவிலேயே அவர்கள் பழகியிருக்கிறார்கள். அரக்கு மாளிகையிலிருந்து பாண்டவர் உயிரோடு தப்பிப்பதற்குப் பெரும் முயற்சி எடுத்தவரே விதுரர்தான். வாரணாவதத்துக்குப் புறப்படும் முன்பு, தருமனுக்கு அவர் சொல்கிறார்.

'யுதிஷ்டிரா... மனிதர்க்கு ஆபத்துகள் எங்கிருந்தும், எவரிடத்திலிருந்தும் வரும். நீரிலும் வரும். நெருப்பிலும் வரும். எலிகள் சுரங்கம் போலக் குழிக்குள் பதுங்கி உயிரைக் காத்துக்கொள்ளும். தேவைப்படுவது விழிப்பு மட்டும்தான்' என்று சொன்ன விதுரரைப் பார்த்து, தருமன் சொன்னான்.

'புரிந்துகொண்டேன்.'

தன் நம்பிக்கைக்குரிய மண்வெட்டுபவன் ஒருவனை அனுப்பி வைத்து அரக்கு மாளிகையிலிருந்து வெளிப்பட சுரங்கம் ஒன்றை வெட்டுவித்தார் விதுரர். அந்தச் சுரங்கத்தின் வழியாகத்தான் பாண்டவர்களும் குந்தியும் தப்பித்தார்கள். தப்பித்து வந்தவர்கள் கங்கைக் கரைக்கு வந்து சேர்ந்தபோது, தயாராகக் காத்திருந்த ஓடக்காரர் உதவியுடன் கங்கைக் கரையைக் கடந்து தப்பித்தார்கள் அவர்கள். இந்த ஓடக்காரர் ஏற்பாடும் விதுரருடையதுதான். இது தொடர்பான எந்த ஏற்பாட்டையும் துரியோதனனுக்குத் தெரியாமலேயே அவர் செய்தார். பாண்டவர் தப்பித்தது தெரியாமல், அவர்கள் இறந்துவிட்டார்கள் என்று கொண்டாட்டத்தில் ஈடுபட்டுக் களித்த திருதராஷ்டிரன் மற்றும் அவனுடைய மூட புத்திரனையும் பார்த்து மனத்துக்குள் சிரித்துக்கொண்டார் விதுரர்.

காட்டில் பாண்டு மறைந்தபோது, அனாதரவாக அஸ்தினாபுரிக்கு ஐந்து குழந்தைகளுடன் வந்து சேர்ந்த குந்தியை வரவேற்றவர் விதுரரே. பீஷ்மர், அப் பாண்டவக் குழந்தைகளின் கல்விக்கான பொறுப்பை ஏற்றுக்கொண்டாரே தவிர, பாதுகாப்பை ஏற்கவில்லை. கௌரவர்கள், பாண்டவர்களைக் கொல்ல, நடந்த முயற்சிகள் பற்றி பீஷ்மர் ஒன்றும் தெரியாமல்தான் இருந்தார். பாண்டவர்களுடன் நேருக்கு நேர் நின்று சத்திரிய தர்மப்படி போரிட்டு நாடு வெல்ல,

வல்லமை இல்லாத துரியோதனனும் சகுனியும் தருமனைச் சூதாட்டத்தில் கவிழ்த்தனர். அச்சமயம் திருதராஷ்டிரனிடம் விதுரன் சொல்லிய வார்த்தைகள், அவர் எப்படிப்பட்டவர் என்பதை வெளிப் படுத்தும். அச்சம் என்றால் என்ன என்றே அறியாத மனிதராக விதுரர் இருந்தார் என்பதற்கு இதுவே ஆதாரமாகும்.

பாண்டவர்கள் தம் பத்தினியோடு வனம் சென்றார்கள் என்பதை அறிந்த திருதராஷ்டிரன், பயந்துபோனான். மாபெரும் பெண் இழிவுக்குத் தான் அனுமதி அளித்துவிட்டோமே என்கிற கழிவிரக்கம் அவனுக்கு ஏற்படுகிறது. துரியோதனனைவிடவும் குரூர புத்தியுள்ள அவன், மக்கள் கொந்தளிப்பு கொள்வார்களோ என்று அச்சம் கொண்டான். விதுரனை அழைத்து நமக்குத் தீமை வராமல் இருக்க நாம் என்ன செய்யலாம் என்கிறான். அப்போது விதுரன் சொல்கிறார்.

‘தர்மம் அர்த்தம் காமம் (அறம் பொருள் இன்பம்) இம் மூன்றுக்குமான பலன் தர்மத்தின் மூலமே ஏற்படுகிறது. தர்மம் அரசனின் வேர். எனவே நீர் தர்மத்தில் உறுதியாக நின்று பாண்ட வர்களையும் உங்கள் புதல்வர்களையும் காப்பாற்றும். சகுனி காரண மாக உம் மகன் தர்மத்தைப் புறக்கணித்தான். சத்தியமே பின்பற்றும் யுதிஷ்டிரனைக் கபடமாகச் சூதில் தோற்கடித்து அவருடைய உடைமைகள் அனைத்தையும் பறித்துக்கொண்டது மிகவும் தாழ்ந்த அதர்மமான செயல். இதற்கு மாற்று ஒன்றே ஒன்றுதான். நீர் பாண்டவரிடமிருந்து பறித்துக்கொண்டதை அவர்களுக்கே திருப்பித் தந்துவிடும். அரசன் தன்னிடம் இருப்பதைக் கண்டு திருப்தி அடைய வேண்டும். பிறருடைய உடைமைகளை விரும்பக்கூடாது. இதுவே மேலான ராஜதர்மம். இந்த உபாயத்தால் உமது களங்கம் விடுபடும். அதர்மம் நடைபெறாது. ஆனால், மோகத்தின் வசப்பட்டு, நீர் இவ்வாறு செய்யாவிட்டால், குருவம்சம் முழுவதும் நாசம் அடைந்துவிடும். உம் புதல்வன் மனமகிழ்ச்சியுடன் இதை ஏற்றுக் கொண்டால் சரி. இல்லையென்றால், குடும்பம், குலம், மக்கள் நன்மையைக் கருத்தில் கொண்டு, குலத்துக்கே களங்கமாகவும் தீயவனாகவும் உள்ள துரியோதனனைக் கைது செய்யும். யுதிஷ்டிரனை அரியணையில் அமரச் செய்யும். அவன் தர்ம நெறிப் படி பூமியில் அரசாட்சி செய்வான். அவையின் முன்பு துச்சாதனன், பீமனிடமும் திரௌபதியிடமும் மன்னிப்பு கேட்க வேண்டும்...’

எவ்வளவு நேர்மையான அச்சமற்ற வார்த்தைகள். இதுதான் விதுரன்.

விதுர் என்றால் ஞானம் என்று பொருள். வியாசர் வைத்த பெயர் அது. வாழ்நாள் முழுக்க ஞானமயமான வாழ்க்கையைக் கொண்டவர் அவர். கிருஷ்ணனால் மதிக்கப்பட்ட வெகுசிலரில் விதுரரும் ஒருவர். பாண்டவர்க்காகத் தூது வந்த கிருஷ்ணன், விதுரன் வீட்டில் தங்கி, அவர் விருந்தோம்பலையே ஏற்றார். பீஷ்மர், துரோணர், கிருபர், பாஹ்லீகர் அழைப்பைக்கூடக் கிருஷ்ணன் புறக்கணித்தார்.

ஒரு கேள்வி. துரியோதனனைவிடவும் குரூரமும் சபலமும் தீய சிந்தனைகளையும் கொண்ட திருதராஷ்டிரனிடம் விதுரர் போன்ற ஒரு மனிதர் தொடர்ந்து ஏன் பணியாற்ற வேண்டும்? அவனால் புறக்கணிக்கப்பட்டாலும், ஏன் தொடர்ந்து அவனிடம் இருக்க வேண்டும்? உண்மைதான்.

கண் இல்லாத அண்ணன் ஆட்சிப் பொறுப்புக்கு வந்திருக்கிறான். குழந்தைப் பருவம் முதல் அவனை நேசித்து, அவனைத் தந்தைபோலக் கொண்டாடி வந்தவர் அவர். எந்த நிலையிலும் அவனைக் கைவிட்டுவிடக்கூடாது என்ற சங்கல்பத்துடன் வாழ்ந்தவர் அவர். எல்லாவற்றுக்கும் மேலாக பீஷ்மரால் அளிக்கப்பட்ட அமைச்சுப் பதவி அது. அதற்கு உண்மையாக இருக்க வேண்டும் என்பது போன்ற மதிப்பீடுகள் விதுரனுக்கு இருந்துள்ளது.

விதுரனுக்கு நேர்ந்த துன்பங்கள், நல்லவனாக இருக்க ஆசைப்படும் எவருக்கும் ஏற்படும் துன்பம்தான்.

யுதிஷ்டிரன் ஆட்சிக்கு வருகிறான். யுதிஷ்டிரன் ஆட்சி, விதுரனின் ஆட்சிதான். மரியாதை, செல்வம், பதவி சுகம், எல்லாம் விதுரன் வீட்டுக் கதவைத் தட்டுகின்றன. முதல் தாம்பூலத்தைத் தங்கத் தட்டில் வைத்து வழங்கத் தயாராக இருக்கிறான் தருமன்.

வனவாசம் புறப்படும் திருதராஷ்டிரனுடனும், காந்தாரியுடனும் புறப்படுகிறார் விதுரர், ஓர் ஏவலனைப் போல.

காட்டில் தன்னந்தனியாகத் தவம் செய்து, தன் உடம்பை விட்டு விடுதலை ஆகிறார் விதுரர்.

★

பிரபஞ்சன் ★ 53

குந்தி

அம்பு பட்ட காயத்துடன் பறவை ஒன்று மரங்கள்தோறும் அலைந்து, கூடு கிடைக்காத விரக்தியுடன், பட்ட மரம் ஒன்றின் கிளையில் அமர்ந்து இளைப்பாறுகிறது. அந்தப் பறவையின் பெயர் குந்தி.

யாதவச் சிற்றரசன் சூரசேனனின் மகளாகப் பிறந்தவள் பிருதை என்று பெயர் சூட்டப்பட்ட குந்தி. சற்றுப் பூசிய உடம்புடையவள் என்பதால் பிருதை. சூரசேனன், தன் மகளைத் தன் அத்தை மகன் குந்திபோஜனுக்கு பிராமண சேவைக்காகத் தானமாகக் கொடுத்தான். பிராமண ஆசியைப் பெரிதாக அக்காலத்து மன்னர்கள் நினைத் தார்கள். குந்திபோஜன், அப்பெண் குழந்தையைப் பிராமண சேவைக் காகப் பயன்படுத்தினான். ஒருமுறை கிருஷ்ணனிடம், குந்தி இப்படிச் சொல்கிறாள்.

'நான் உன்னை இடுப்பில் வைத்துக்கொண்டு பந்து விளையாடிய இளம் வயதில், திருட்டுப் பணத்தைக் கைமாற்றுவது போல, என் தந்தை என்னைக் குந்திபோஜனுக்குக் கொடுத்துவிட்டார்.'

பிறந்த அரண்மனையில் குந்தி வாழ முடியவில்லை என்பதி லிருந்து, ஒதுங்க, உறங்க, ஒரு சொந்தக் கூரை இல்லாத மனுஷியாக வாழச் சபிக்கப்பட்டவள் அவள். தன் சுயம்வரத்தின்போது, பாண்டுவை, அவனால் ஈர்க்கப்பட்ட காதலால் அவனுக்கு மாலை அணிவித்தவள் அவள். குருதேசத்து மாமன்னன் பாண்டு என்று அவளுக்குச் சொல்லப்பட்டது. பேரரசனாகப் பதவி ஏற்ற பாண்டு, திக்விஜயம் புறப்பட்டு, வெற்றி வீரனாகத் திரும்பிய ஓராண்டுக் காலம் அவள் பேரரசி என்கிற மரியாதையை அனுபவித்தாள். திரும்பியவன் உடனடியாகக் காட்டுக்குப் புறப்பட்டான். இளம் மனைவிகள் குந்தியும் மாத்ரியும் அவன் பின் செல்ல நேரிடுகிறது, ஊசியைப் பின்பற்றும் நூல் போல. இது அக்கால ஸ்திரி தர்மம். பாண்டுவுடன் அவள் அஸ்தினாபுரத்தைவிட்டு நீங்கின அந்த முதல்நாள் தொடங்கி, மீண்டும் ஓர் அரசியின் அந்தஸ்துக்குரிய வாழ்க்கையை குந்தி வாழ வில்லை. ஆனால், ஓர் அரசியாகத் தன்னை நினைத்து, தன் சத்திரிய

தர்மத்தினின்றும் கடைசி வரைக்கும் தன்னைக் கீழிறக்கிக் கொள்ள வில்லை. பட்டாபிஷேகம் செய்துகொண்ட பாண்டு, ஏன் அஸ்தினா புரத்திலிருந்துகொண்டு ஆளவில்லை என்பதும், உடனடியாகக் காட்டுக்குப் போக வேண்டிய அவசியம் ஏன் ஏற்பட்டது என்பதும் குறித்து அறிஞர்கள் பல கருத்துகளைச் சொல்லியிருக்கிறார்கள். மண் ஆசையும் பதவி ஆசையும் கண்களை மறைக்க, எந்த அற நெறிகளும் இல்லாத திருதராஷ்டிரனின் வெப்பத்தைப் பாண்டுவால் தாங்க முடியவில்லை. அவன் அரண்மனை அரசியலிலிருந்து தன்னை நாடு கடத்திக்கொள்கிறான். இயல்பாகவே அமைதியையும் தர்ம சிந்தனை களாலும் தன்னை நிரப்பிக்கொண்டிருந்த பாண்டுவுக்கு பதவி அரசியலில் ஈடுபாடு இல்லை. அது சரி. ஆனால், அவன் வேறு மாதிரி சிந்தித்தான். தனக்குப் பிறகு குரு தேசத்தை ஆள தன் பிள்ளை / பிள்ளைகளுக்குத்தான் உரிமை இருக்கிறது என்று அவன் நம்பினான். உண்மையில் அரசன் பாண்டுதான் என்பது சட்டப்படி நிரூபிக்கப்பட்ட ஒன்று.

பாண்டுவை ரோகி (நோயாளி) என்றும் குழந்தைக்குத் தந்தை ஆகும் உடல் தகுதி இல்லாதவன் என்றும் பாரதப் பிரதிகள் கூறு கின்றன. ஆகவே அக்கால வழக்கப்படி, வாரிசுக்காக இன்னொரு ஆணைப் பயன்படுத்திக்கொள்ளத் தலைநகரம் சரியாக இருக்காது என்பதால் காட்டுக்குப் புறப்பட்டானோ, பாண்டு? குந்தியின் அனைத்துத் துயரங்களும் இந்தப் புள்ளியில்தான் தொடங்குகின்றன.

பாண்டுவைப் போன்ற ஒரு சாத்வீகி, மனமகிழ்வில் ஈடுபட்டி ருந்த மானைக் கொன்று சாபம் பெற்றான் என்கிற கதை பாண்டுவை கௌரவப்படுத்த ஏற்பட்ட கதை என்று அறிஞர் கருதுகின்றனர். பாண்டு, தன் மனைவியிடம் வாரிசுக் கோரிக்கை வைக்கிறான். குந்தி, தனக்குத் துர்வாசர் கொடுத்த மந்திரம் பற்றிச் சொல்கிறாள். அதைப் பிரயோகிக்க வேண்டுகிறான். ஆனால், தனக்கு முன்னமேயே ஒரு குழந்தை சூரியன் மூலம் பிறந்திருக்கும் விஷயத்தை மறைத்து விடுகிறாள் குந்தி. அது அவளுடைய அந்தரங்கக் காயம். மனதில் இருந்துகொண்டு அவளை இம்சித்துக்கொண்டே இருக்கும் ஆகப் பெரிய துயரம் அது.

அபவாதத்துக்கு அஞ்சி ஆற்றில் விட்ட அக்குழந்தையைப் பற்றி, ஏதும் தெரியாத தாய் படும் அவஸ்தை அது. அதைக் கணவருடன் ஏன் பகிர்ந்துகொள்ளவில்லை என்று நாம் கேட்பதில் அர்த்தம் இல்லை. எல்லோர்க்கும் தம் பெட்டிக்குள் தங்கள் அந்தரங்கத்தை வைத்துப் பூட்டிக்கொள்ள உரிமை உண்டுதானே? திருமணத்துக்கு முன் நிகழ்ந்த ஒன்றைக் கணவனிடம் சொல்லி, பாவ மன்னிப்புக் கேட்க அவசியம் என்ன? பின் நிகழ்ந்ததாகவே இருக்கட்டுமே, அன்பும்

நேசத்துக்கும் முன்னால், இவை பெரிய விஷயங்கள் இல்லைதான். அறம் உணர்ந்த தருமனும், நாடு காக்கும் பலவானும் வேண்டுமே என்கிறான் பாண்டு. பீமன் பிறக்கிறான். நிகரற்ற வில்லாளி தேவை என்பதால் அர்ச்சுனன் ஜனிக்கிறான். குந்திக்கு இது போதும் என்று தோன்றியது. குந்தி தாயாகும் வாய்ப்பைப் பெற்றாள் என்றால், அதை நான் ஏன் பெறக்கூடாது என்று பாண்டுவிடம் கேட்கிறாள் மாத்ரி. இளம்மனைவி, மனைவிகளில் இளையவள் கேட்டால் யார் மீற முடியும். குந்தி, அவளுக்கே உரிய நீதி உணர்வால் மாத்ரியின் கோரிக் கையை ஏற்று, மந்திரத்தைத் தன் சக இல்லத்திக்குக் கற்றுக்கொடுக் கிறாள். மாத்ரி இயல்பாகவோ, திட்டமிட்டோ மிதுன (அஸ்வினி) மந்திரத்தை அனுசரித்து, இரட்டைக் குழந்தைகள் பெற்றாள். மாத்ரி மீண்டும் உதவக் கேட்கையில், குந்தியின் வேறு ஒரு புதிய முகம் வெளிப்படுகிறது.

குந்தி, தன்னைப் போல இன்னொரு மனைவி பாண்டுவுக்கு இருப்பதை விரும்பியவள் இல்லை. மாத்ரியின் இளமையும், பாண்டு வின் மாத்ரிபால் அதீத ஈடுபாடும் எரிச்சலையும் பொறாமையையும் தந்திருக்கிறது. ஆனால், கணவனின் அதுவும் சத்திரியனின் மனைவி மார்களின் தொகையை யாரும் தடுத்து நிறுத்திவிடவும் முடியாது. ஆனால், வாய்ப்புக் கிடைக்கும்போதெல்லாம் குந்தி, மூத்தவள் என்ற மேட்டிமைத்தனத்தால் மாத்ரியைப் புண்படுத்தவே செய்தாள். அவள் வெடிக்கும் சம்பவம் சீக்கிரமே நடந்துள்ளது.

அர்ச்சுனனின் பதினாலாவது பிறந்த நாளைக் கொண்டாடிக் கொண்டிருந்தாள் குந்தி. பிராமணர்களுக்கு உணவு தயாரித்துக் கொண்டிருந்தாள். பாண்டு அவனுக்குப் பிடித்த வேட்டைக்குப் புறப் பட்டிருக்கிறான். அவனைத் தொடர்ந்து மாத்ரியும் வனத்துக்குச் சென் றாள். இது திட்டமா அல்லது இயல்பானதா? சொல்ல முடியவில்லை. வனத்துக்குள், மாத்ரி மறுத்தும் அவளை வற்புறுத்தி, மரணத்தைத் தழுவுகிறான் பாண்டு.

குந்திக்கு, மாத்ரி மேல் இருந்த கோபமும் பொறாமையும் வெடித்துக் கிளம்பின.

‘நான் எத்தனை விழிப்பாகப் பாண்டுவைக் காப்பாற்றினேன். அவனைப் பற்றித் தெரிந்திருந்தும், எப்படி ‘அந்தச் சூழலுக்குக் கொண்டு செல்லலாம். நீதான் அவனைத் தூண்டி விட்டிருக்கிறாய்’ என்று அபாண்டமாகப் பழி சுமத்துகிறாள் குந்தி. இது மாத்ரிமேல் அவள் இழைத்த பெரும்பாவம். இந்த வசையைச் சுமந்துகொண்டு வாழப் பிடிக்கவில்லை மாத்ரிக்கு. பாண்டுவுடன் உடன்கட்டை ஏறி உயிரை விடுகிறாள். ஆனால், சாகும் முன், குந்தியைப் பற்றி அவள் சொன்ன சொற்கள் உன்னதமானவை.

‘நீ இறந்தால், உன் பிள்ளைகளை, என் பிள்ளைகளாக நான் கருதமாட்டேன். ஆனால், நீ என் பிள்ளைகளையும் உன் பிள்ளை களாகக் கருதும் பெரிய மனுஷி.’

குந்தியிடம் இருந்த இந்த பேதம் கருதாத தாய்மைப் பண்பு மிக அரிதானது. உள்ளபடியே, வாழ்நாள் முழுதும் அவள் தன் மூன்று பிள்ளைகளுக்கும் மேலாகவே நகுல சகாதேவரை அன்பு செய்தாள். சக்களத்திச் சண்டையின்போது அவள் சாமான்யமானவள். மாதா என்று வருகிறபோது, அவள் பின்னமற்றவள்.

பேரரசனின் மனைவி குந்தி, சற்றேறக்குறைய ஓர் அனாதை போல, தன் ஐந்து குழந்தைகளுடன் அஸ்தினாபுர அரண்மனையின் வாயிலுக்கு வருகிறாள். பாண்டுவின் விதவையை மிக ஆதுரத்துடன் வரவேற்கிறார் பீஷ்மர். பாண்டவர்களுக்கும் கௌரவர்களுக்கும் துரோணர் போன்ற ஆசான்களைக் கொண்டு சத்திரியக் கல்வியைப் பயிற்றுவிக்கிறார் பீஷ்மர். விதுரர், குந்தியையும் குழந்தைகளையும் கண்போல வைத்துக் காக்கிறார். என்றாலும், துரியோதனன், சகுனி போன்ற துர்புத்திக்காரர்களிடமிருந்து குழந்தைகளைக் காப்பாற்றும் மிகப் பெரும் பொறுப்பை ஏற்கிறாள் குந்தி. தருமன் பதினாறு வயது இளைஞன். பீமன் பதினைந்து. அர்ச்சுனன் பதினான்கு. நகுல சகா தேவர்கள் பதின்மூன்று. பாண்டவர்களைக் கொல்ல, கௌரவர் பக்கம் நடந்த அத்தனை கொலை முயற்சிகளும் குந்தியின் உறக்கத்தைக் கெடுக்கின்றன.

அற்ப புத்தியும் குரூர குணங்களும் கொண்ட திருதராஷ்டிரன் ஆதரவு வளையத்துக்குள் சிக்கிக்கொண்ட குந்தி, தன்னை, தன் இயல்புகளை முற்றாக அடக்கிக்கொண்டது ஆச்சரியம்தான். தன் பதவி நாற்காலிக்கு ஆபத்தாக வளர்ந்துகொண்டிருக்கும் தருமன் முதலான பாண்டவர்களின் வளர்ச்சியும், அவர்கள் பால் அஸ்தினாபுர மக்கள் பொழியும் அன்பும் திருதராஷ்டிரனுக்கும் அவன் பெற்ற துரியோதனக் கும்பலுக்கும் பெரும் அச்சத்தை ஏற்படுத்தின. அப்பனும் மகனும் சேர்ந்து அரக்கு மாளிகைத் திட்டத்தை உருவாக்குகிறார்கள்.

குந்தி எதிர்பார்த்தது நடந்தேவிட்டது. மெழுகு மாளிகையில் எரிந்து சாம்பலாகிப் போவார்கள் என்ற துரியோதனத் திட்டம் தோற்று, விதுரனால் காப்பாற்றப்பட்டார்கள். பாண்டு இறந்து, அஸ்தி னாபுரத்துக்கு வந்து சேர்ந்த நாள் முதல், தன் குழந்தைகளை ஒரு கணமும் விட்டுப் பிரியவில்லை குந்தி. அப்படி ஒரு பாதுகாப்பை அவர்களுக்குத் தந்தாள் அவள்.

குந்தி தன் பாண்டவக் குழந்தைகளுக்குப் பயிற்றுவித்த மாபெரும் மந்திரம் ஒன்று உள்ளது. அதுதான் ஒற்றுமை. எந்தச் சந்தர்ப்பத்திலும் மற்ற சகோதரரின் உணர்வைப் புண்படுத்தாது இருத்தல், சகோதரர் களில் மூத்தவனை மதித்து அவன் வழி ஒழுகுதல் என்பதைத்தான்

குந்தி மீண்டும் மீண்டும் தன் பிள்ளைக்குச் சொல்லிக்கொண்டிருந்தாள். பாண்டவர்கள் கற்ற அனைத்துச் சாஸ்திரங்களைவிடவும், இந்த மந்திரச் சொல்தான் அவர்களைக் காப்பாற்றியது. குந்தியின் மருமகள், கௌரவர் சபையில் மானபங்கப் படுத்தப்பட்டதைச் சகியாத பீமன், இந்த தருமனின் கைகளை (சூதாடிய) எரித்திடுவேன் என்று கொதித்தபோது, அர்ச்சுனன், அன்னையின் சொற்களைக் கொண்டுதான் பீமனைச் சாந்தப்படுத்துகிறான்.

அர்ச்சுனன், திரௌபதியைத் தன் ஆற்றலால் மட்டும் போட்டியில் வென்று அழைத்து வந்து அம்மாவின் முன் நிறுத்தும்போது, குந்தி ஓர் அரசியல் நிபுணியாகச் செயல்படுகிறாள். தன் பிள்ளைகள் முகத்தை அவதானித்த அவள் ஒரு நொடிக்குள் அந்த முடிவை எடுத்தாள். எல்லாப் பிள்ளைகளின் முகத்திலும் திரௌபதியின்பால் ஏற்பட்ட காமம் வழிவதை மிகக் கருணையோடு கவனித்தாள். ராஜ்யத்தையும் சகல சௌகர்யங்களையும் இழந்து காட்டில் அலைந்து கொண்டிருக்கும் பாண்டு புத்திரர்களுக்கு, இந்தச் சந்தோஷமாவது லபிக்கட்டுமே என்று அந்தத் தாய் நினைத்தால் அது தவறில்லையே! மட்டுமல்ல, திரௌபதி என்கிற மையப்புள்ளிதான் சகோதரர்கள் ஐவரையும் ஒன்றிணைக்கும் என்று, அந்தக் கிருஷ்ணனின் அத்தை உடனே சொன்னாள்.

'ஐவரும் அனுபவியுங்கள்.'

திடுக்கிடச் செய்யும் இந்த ஏற்பாட்டைப் பிற்கால வாசகர்க்கு சம்சயம் ஏற்படாமல் இருக்கும்பொருட்டு, வியாசர் வந்து இந்த விஷயத்தை ஒழுங்கு செய்தார் என்கிற கதையும் ஏற்படுத்தப்பட்டது. பெரியவர் செய்தால் பெருமாள் செய்ததே அல்லவா?

மகாபாரத இறுதிப் பகுதியில் குந்தியின் பாத்திரப் படைப்பு உச்சத்தை அடைகிறது. வியாசனின் படைப்பு மேதைமை, பிரகாசிக்கிறது.

பாண்டுவின் மரணத்திலிருந்து திரௌபதியின் திருமணம் வரைக்கும் பருந்தும் அதன் நிழலுமாகப் பிள்ளைகளைக் காத்த குந்தி, அதன்பின் தன் பிள்ளைகளை அவர்களின் மனைவியிடம் ஒப்படைத்துவிட்டு, நாகரிக மாமியாராக விலகிக்கொள்கிறாள்.

மருமகள் பற்றி மாமியார் என்ன அபிப்பிராயப்படுகிறாள்:

"திரௌபதி நல்ல குலத்தில் பிறந்தவள். அழகி. நற்குணி. என் புத்திரரைவிட எனக்கு மிகவும் பிரியமானவள். உண்மையே உரைப்பவள். எனக்குத் திரௌபதியைவிட, என் புத்திரர்கூடப் பிரியரல்லர்."

தூது முடிவு பற்றிப் பேச வந்த கிருஷ்ணனிடம், குந்தி சொல்லும் ஒரு கதையும், அதன்மூலம் தருமனுக்கு உரைத்த உபதேசமும், குந்தியை மகாவீரம் பொருந்திய ராஜ மாதாவாகச் சித்தரிக்கிறது. நேரிடையாகச்

சொல்லாமல், விதுவை என்பவளின் கதையைக் கூறுகிறாள். இந்தக் கதையின் கதாநாயகி விதுவை அல்லள். குந்திதான். விதுவையின் மகன் யுதிஷ்டிரன்தான்.

சிந்து தேசத்து அரசனிடம் தன் நாட்டைப் பறிகொடுத்து, ஆனால், அதை மீட்க எந்த முயற்சியையும் எடுக்காமல் சோம்பிக் கிடந்த மகனைப் பார்த்துத் தாய் சொல்கிறாள். 'ஒரு கலி (துன்பம்) ரூபனைப் புத்திரன் என்கிற பெயரினால் பெற்றேன். அசமந்தனே! பொறாமை அற்றவனும் ஊக்கமற்றவனும் வீர்யமற்றவனும் பகைவரை மகிழ்விப்பவனுமான இப்படிப்பட்ட புத்திரனை எந்த ஸ்திரியுமே பெற வேண்டாம். பகைவரின் கூட்டங்களை ஆக்கிரமித்துக் கொல்லு. தரித்திரனே... சோம்பேறியே... திறமை அற்றவனே... போர் செய்து, உன் தேசத்தை மீண்டும் வெற்றிகொள்...'

ஏராளமான, கீழ்மையான வார்த்தைகளால் குந்தி, தன் பிள்ளை களைச் சீண்டுகிறாள். குந்தியின் சீற்றத்துக்குக் காரணம், தன் பிள்ளை கள் நாடு இழந்து அலைவது அல்ல. மாறாக தங்கள் மனைவியின் அவமானத்துக்குப் பழிதீர்த்துக்கொள்ளும் ஆர்வம் குன்றி இருக் கிறார்களே என்பதுதான். குந்தியின் சீற்றம், தருமனைப் பீடித்தது. போரிட்டான். வென்றான்.

குருதேசத்துச் சக்ரவர்த்தியாகப் பட்டம் சூட்டிக்கொள்கிறான் தருமன். ராஜமாதாவாக இருந்து ஆசி வழங்க வேண்டிய குந்தி எங்கே காணோம்?

குந்தி, திருதராஷ்டிரன், காந்தாரி ஆகியவர்களோடு வனம் செல்லப் புறப்படுகிறாள். தவம் மேற்கொள்ளப் போகிறாள். காரணம் கேட்கும் பிள்ளைகளுக்குச் சொல்கிறாள்:

'போதும். நிறைய தானம் செய்தேன். சகல இன்பங்களும் அனுப வித்துச் சலித்தேன். மக்கள் இன்புற ஆளுங்கள்...' அவள் புறப்பட்டு விட்டாள். அவள் சொல்ல நினைத்தது என்னவாக இருக்கும்? 'மனைவியை வைத்துச் சூதாடியவர்கள், தாயை வைத்து ஆட மாட்டார்கள் என்பதுக்கு என்ன ஆதாரம்? உண்மையில் தருமனைக் குந்தி சீண்டியது நாடு பிடிக்க அல்ல. தன் மருமகளின் அவமானத் துக்குப் பழி தீர்க்கவே ஆகும். மனைவி என்பவள் தாயல்லவா? தாயும் நானல்லவா? நாங்கள் இருவரும் வேறு வேறா?'

குந்தியின் அறச்சீற்றம் போல, காட்டில் நெருப்பு மூள்கிறது. குந்தி தப்பித்திருக்க முடியும். இல்லை. மாமன் திருதராஷ்டிரன், அக்காள் காந்தாரியுடன் தீயுள் மூழ்கி உயிரிழக்கிறாள்.

✱

அம்பா – சிகண்டி

அந்த ஒரு மனிதனைக் கொன்று பழி தீர்க்க, அவளுக்கு இரண்டு பிறவிகள் தேவைப்பட்டன. அவன் சாமான்யன் இல்லை என்றார்கள். தெய்வப்பிறவி என்றார்கள். ஆயுதம் ஏந்திய ஆண்களிலேயே மகத்தானவன் என்றார்கள். சாகாவரம் பெற்றவன் என்றார்கள். அந்தப் பெண், இவைகளைக் கேட்டுச் சிரித்தாள். நகைத்தபடி சொன்னாள்:

'நான் அவனைக் கொல்வேன்!'

கொல்வதாகச் சொன்னவள் அம்பை. கொல்லப்பட இருந்தவன் பீஷ்மன்.

சரியாக இரண்டு ஆண்டுகளுக்கு முன்னால், அம்பை, கங்கைக் கரையோரம் உலவிக்கொண்டிருந்தபோது, ஊருக்குப் புதியவன் போல ஒருவனைச் சந்திக்க நேர்ந்தது.

"நீர் யார் என்று நான் தெரிந்துகொள்ளலாமா?" என்று கேட்டாள் அம்பை.

"நான் சாளுவ தேசத்து இளவரசன். இங்கே அக்னிவேசர் குடிலில் ஆயுதப்பயிற்சி எடுத்துக்கொண்டிருக்கும் பிரம்மச்சாரி நான். தாங்கள் யார் எனத் தெரிந்துகொள்ளலாமா?" என்றான்.

"நான் இந்தக் காசி தேசத்து ராஜகுமாரி. என்னை அம்பா என்பார்கள்."

"ஓ... தங்களைப் பற்றிக் கேள்விப்பட்டிருக்கிறேன். காசி மன்னனுக்கு சூரியன், நிலா, நட்சத்திரம் ஆகிய மூன்று வெளிச்சங்களும் மூன்று புத்திரிகள் என்று பிறந்திருப்பதாக எங்கள் பிரம்மச்சாரிகள் மத்தியில் பிரபலம்."

"ஓ... உங்கள் பிரம்மச்சாரிகள் மத்தியில் வேறு என்னவெல்லாம் பிரபலம்... பிரம்மச்சாரிகள் வேறு என்னவெல்லாம் பேசுகிறீர்கள்..?"

அவன் லேசாக அச்சமுற்றான்.

"இளவரசி, மன்னியுங்கள்."

"மன்னிக்கிறேன். அந்த மூன்றில் நான் யார்?"

"..."

"பரவாயில்லை, சொல்லும்."

"தாங்கள் சூரியன், தங்களைச் சுற்றிய ஒளிப்பிரவாகம் தாங்கள் அணுகப்பட முடியாதவர், ஸ்பரிசிக்க இயலாதவர் என்று உணர வைக்கிறது."

இப்படித்தான் அவர்கள் ஒருவரை ஒருவர் தெரிந்து கொண்டார்கள். கங்கைக்கு மறுகரைக் காட்டில், அவர்கள் ஒருவரை ஒருவர் அறிந்துகொண்டார்கள்.

காசி மன்னன் மகளிடம் சொன்னான்:

"அம்பா, உன் கணவனைத் தேர்வு செய்ததில் நீ சரியாகச் செயல்பட்டிருப்பாய் என்றே நம்புகிறேன். உங்களைத் திருமணத்தில் சேர்த்து வைப்பதே என் கடமை.

ஆனால், உனக்குத் தெரியாத ஒரு அரசியல் பிரச்சனை இதில் இருக்கிறது. காலம் காலமாகக் காசி அரண்மனைப் பெண்கள் குரு தேசத்து ராஜ வம்சத்துக்கே சொந்தம் என்கிற மரபு இன்றுவரை இருக்கிறது. இதை, என் பொருட்டு, இந்த அவமானச் சடங்கை நான் மீறப்போகிறேன். உன் பொருட்டு உன் விருப்பத்தையும் நிறை வேற்றுகிறேன். உனக்கும் உன் சகோதரிகளுக்கும் சுயம்வரம் ஏற்பாடு செய்திருக்கிறேன். சாளுவனை வரச் சொல். உன்னை அடைந்து கொள்ளச் சொல். எல்லா தேசத்து ராஜகுமாரர்களும் சுயம்வரத்துக்கு அழைக்கப்பட இருக்கிறார்கள்.

நான் அஸ்தினாபுரத்துக்கு அழைப்பு அனுப்பப்போவதில்லை. அங்குள்ள ராஜகுமாரன் விசித்திரவீரியன் ஒரு நோயாளி. பீஷ்மரின் வீரம் மட்டும்தான் அந்த ராஜ்யத்தைக் காப்பாற்றிக்கொண்டிருக் கிறது... பார்ப்போம். பெண்களைக் கப்பம் கட்டும் வழக்கத்தை இப்போது நான் மீறுகிறேன்."

ஆனால், சுயம்வர மண்டபத்தில் பீஷ்மர் இடியென முழங்கினார்.

"யாரும் எதையும் மீற முடியாது. அதை நான் அனுமதிக்க மாட்டேன். சத்திரிய தர்மப்படி இந்த மூன்று பெண்களையும் நான் சிறைபிடிக்கிறேன். ஆயுதம் ஏந்தும் ஆண்கள் எவனும் என்னை எதிர்கொள்ளலாம்."

பீஷ்மரின் சவாலைச் சாளுவனே எதிர்கொண்டான். வெகு நேரம் அவர்களுக்குள் போர் நிகழ்ந்தது. கடைசியாகச் சாளுவன் சரிந்தான்.

அம்பை வீழ்த்தப்பட்ட அவலக்கதை இங்கிருந்துதான் தொடங்குகிறது.

தான் அபகரித்துக் கொண்டு வந்த மூன்று பெண்களைத் தன் சிற்றன்னையும், குருதேசப் பேரரசியுமான சத்தியவதியின் முன் நிறுத்தினார் பீஷ்மர். நூறு ஆயிரம் யானை, குதிரைகள், பசுக்களை வென்று வந்த வீர பாவனை பீஷ்மரின் முகத்தில் தெரிந்தது.

"தம்பி விசித்திரவீரியனுக்கு இப்பெண்களை மணம் செய்து வையுங்கள்" என்றார் பீஷ்மர்.

"என்னை உன் தம்பிக்கு மணம் செய்விக்க முடியாது" என்றாள் அம்பை.

"ஏன்?" வியப்போடு கேட்டார் பீஷ்மர்.

"நான் சாளுவ இளவரசரால் முன்னமேயே வரிக்கப்பட்டவள். நான் அவளுடைய ஸ்திரி."

"இதைக் காசியிலேயே நீ சொல்லியிருக்கலாமே..."

"அங்குள்ளவர்களிலேயே வாயுள்ளவர் நீர் ஒருவர்தான் என்பது போல் அல்லவா செயல்பட்டீர். யாரை நீர் பேச அனுமதித்தீர். யார் பேச்சை நீர் கேட்டீர்?"

"மாபெரும் குரு சாம்ராஜ்யத்தில் அரசியாக உனக்கு விருப்பம் இல்லையா என்ன? ஆச்சரியமாக இருக்கிறதே."

"சாளுவ அரண்மனையில் எனக்கு ஒரு பொன் ஆசனம் காத்திருக்கிறது..."

"அப்படியானால் நீ போகலாம்."

பெரியவர்கள் ஆடும் சூதாட்டத்தின் இரண்டாம் முறையாக அம்பை, காயாக நகர்த்தப்பட்டாள். எந்தக் கட்டத்தில் தன்னை நிலைநிறுத்திக்கொள்ளலாம் என்கிற தேர்வு காய்களுக்குக் கிடையாது. முதல்முறை, அவள் சிறை எடுக்கப்பட்டபோது, இப்போது விடுவிக்கப் பட்டபோது. மூன்றாம் முறையாக, இப்போது சாளுவ அரண் மனையில். சாளுவனின் முன் அவள் நின்றபோது...

சாளுவன் சொன்னான்:

"அம்பை, பீஷ்மரிடமிருந்து எனக்காக நீ திரும்பிவந்தது, நம் காதலின் பொருட்டு என்பது எனக்குப் புரிகிறது. அது உன் பெருந் தன்மை. ஆனால், நான் சத்திரியன். வாளின் முனையால் என்னிட மிருந்து ஜெயித்துக்கொண்ட ஒரு பொருளைப் பிச்சையாக நான் மீண்டும் அடைய முடியாது. அது என் சத்திரிய தர்மத்துக்கு விரோத மானது. அத்தனை சத்திரியர்களுக்கு மத்தியில் உன்னை நான் மீட்கப் போராடியதை உலகம் கண்டுவிட்டது. என் வீரம் புலப்படுத்தப் பட்டுவிட்டது. அது போதும் எனக்கு. நீ போகலாம்."

"எங்கே?"

"ஏன், பீஷ்மனிடம்தான். அல்லது வேறெங்காவது. உன்னை ஏற்றுக்கொள்ளும் எவனிடமாவது..."

"சாளுவா, இப்படிப் பேச உனக்கு வெட்கமாக இல்லை?"

"இல்லை. என் மானம் என்பது என் வாள். என் வீரம்."

அம்பை என்கிற காய் உருட்டப்பட்டு, பீஷ்மன் முன் நிறுத்தப் பட்டது.

"நீயா... உன்னை என் முன் மீண்டும் நிறுத்தியது எது?" என்றார் பீஷ்மர்.

"சாளுவன் என்னை ஏற்க மறுத்துவிட்டான். வாளின் முனை யில் வெற்றிகொண்ட ஒரு பொருளை மீண்டும் ஏற்பது இழிவாம்."

"சத்திரியர்கள் எச்சில் தாம்பூலத்தை உண்ண மாட்டார்கள்."

"பீஷ்மரே, எல்லோரும் சத்திரியம் பேசுகிறீர்கள். நான் வெல்லப் பட்ட பொருள் அல்ல. தாம்பூலமும் அல்ல. மனுஷி. மனித தர்மத்தைப் பேசுங்கள்."

"எதை மனித தர்மம் என்கிறாய்?"

"பரத தேசத்து சத்திரியர் அத்தனை பேர் முன்னிலையில் என்னைக் கைப்பற்றிக் கடத்தி வந்தீர்கள். என்னை வேறு யார் ஏற்றுக்கொள்வார்கள்?"

"அதனால்..."

"நீர்தான் என்னை ஏற்றுக்கொள்ள வேண்டும்."

பீஷ்மர் சிரித்தார். அது கௌரவமானதாக இல்லை.

"காதலனாலேயே தெருவில் வீசப்பட்ட உன்னை நான் எப்படி ஏற்க முடியும். இன்றணிந்த ஆடையைக்கூட நாளை நான் அணிவது இல்லை. என்னை பீஷ்மன் என்று உலகம் அழைப்பது எதனால் என்று நீ அறிவாயா?"

“தெரியும். உமது பெண் உறவு விலக்கம் காரணத்தால்.”

“தெரிந்துமா, என்னை அடையச் சொல்கிறாய்.”

“எனக்கும் சாளுவனுக்கும் இருந்த உறவு உலகமே அறியுமே. நாங்கள் கந்தர்வ உறவில் இருந்தோம் என்பதை நீர் அறிய மாட்டீரா? தெரிந்தும் என்னை ஏன் சிறை எடுத்தீர்?”

“என் தம்பிக்காக அதைச் செய்யவேண்டி இருந்தது.”

“உலகம், விசித்திரவீரியன் சிறை எடுத்தான் என்று சொல்ல வில்லையே... அம்பாவை, பீஷ்மன்தான் சிறை எடுத்தான் என்றல்லவா பேசுகிறது.”

அப்போதுதான் பீஷ்மர் சொன்னார்:

“என் முன் நின்று காலவிரயம் செய்யாதே போ. போய்த் தேடு. சாளுவன் போல இன்னொரு காளுவன். அவன் இல்லையென்றால் பாளுவன். அவனும் உன்னைப் புறக்கணித்தால், இல்லாமலா போனார்கள் ராஜகுமாரர்கள். இந்தத் தேசத்து அந்தப்புரங்கள் தாசிகளால் அல்லவா நிறைந்து வழிகிறது. உனக்கு இடம் கிடைக் காமலா போகும்.”

“பீஷ்மா... வார்த்தைகள் உயிருள்ளவை என்பதை மறந்து விடாதே. உன் போராயுதங்களைவிடவும் வார்த்தைகள் விஷம் உள்ளவை... நான் உன்னைப் போல ஒரு சத்திரி என்பதை நினைவில் கொள்...”

பீஷ்மர் மீண்டும் சிரித்தார். அது அவள் உயிரை வதம் செய்தது. அவள் மான உணர்வு பற்றி எரிந்தது. அவர் தொடர்ந்தார்:

“பெண்ணே... சத்திரியப் பெண், ஆண்களிடம் வெட்கம் இன்றி, தாசியைப் போல, தன்னை ஏற்றுக்கொள்ளக் கெஞ்ச மாட்டாளே... காசிராஜன், மானமுள்ள சத்திரியன் என்று நான் கேள்விப்பட் டேனே... அவனும் உன் போலத்தானா?”

“போதும்... நிறுத்து. என்னையும் இழிவு செய்தாய். என் குலத்தை யும் இழிவு செய்தாய். என்னை என் தகுதியிலிருந்து என்னைக் கீழிறக்கியது நீதான். மேலிருந்து கொடுத்துப் பழகிய என் கைகளை, கீழிருந்து தானம் கேட்கச் செய்துவிட்டாய். சொர்ணமயமான சுயம்வர மண்டபத்திலிருந்து என்னைத் தொட்டு இழுத்து தெருப் புழுதியில் புரட்டிவிட்டாய். எனக்குள் நான் இறந்து போனேன். என் ஆவிக்கூடு திறந்துகொண்டது. என் ஆன்மா அந்தரத்தில் மிதப் பதை நான் பார்க்கிறேன். பீஷ்மா கேள், தெய்வங்களே, கேளுங்கள். எட்டுத் திக்கும் கேட்கட்டும். வானத்து சூரியனே, இதைக் கேள்.

நான் பீஷ்மனைக் கொல்வேன்... ஆம். நான் பீஷ்மனைக் கொல்வேன்... கொன்று பழிதீர்ப்பேன்..."

பாஞ்சால மன்னன் மனைவிக்கு ஒரு பெண் பிறந்தாள். அவளைச் சிகண்டி என்று அழைத்தார்கள். அவளுக்கு ஐந்து சகோதரர்கள், ஒரு சகோதரி. சகோதரர்களில் இளையவன் திருஷ்டத் துய்மன். சகோதரி கிருஷ்ணா என்று அழைக்கப்படும் திரௌபதி. திருஷ்டத்துய்மன், கையில் வில் அம்புடன் பிறந்தான். சிகண்டி கையில் ஆயுதம் இல்லை. அவள் மனத்துக்குள் வில்லும் அம்பும் இருந்ததைத் தந்தை துருபதன் கண்டுகொண்டான். அரண்மனை ஓவியனை அழைத்து பீஷ்மன் போல ஓர் உருவத்தை வரையச் செய்து, அதைத் தூரத்தில் நிறுத்தி ஆயுதப் பயிற்சி செய்தது, சிகண்டிக் குழந்தை. நூற்றுக்கணக்கான விளையாட்டுப் பொருள் களைப் புறம் தள்ளிவிட்டு, கையில் வில்லையும் அம்பையும் எடுத்தாள் சிகண்டி. ஒன்பதாவது வயது ஜன்ம தினத்தின் கொண் டாட்டத்தின்போது, சிகண்டி எய்த அம்பொன்று பீஷ்மப்படத்தின் மார்பைப் பிளந்தது.

"உன் விருப்பம் நிறைவேறும் அம்மா" என்றான் துருபதன்.

"எப்போது அப்பா?"

"விரைவில். பாண்டவர்க்கும் கௌரவர்க்கும் குருசேத்திரத்தில் யுத்தம் மூளப்போகிறது. துரியோதன மூடன் விஷ விதையைத் தூவி விட்டான். பேராசையும் பெரு இழிவும் கொண்ட அப்பன் திருதராஷ் டிரன், பிள்ளையின் விஷப்பயிருக்கு நீர் வார்த்துவிட்டான். சகுனியும் கர்ணனுமான துர்க்குணர்கள், கௌரவர்கள் குலத்துக்குப் புதைகுழி தயார் செய்துவிட்டார்கள். நடக்கும் யுத்தத்தில் என்னை அவமானம் செய்த துரோணனை உன் சகோதரன் திருஷ்டத்துய்மன் கொல்லப் போகிறான். நீ, உன் அம்பைப் பிறவியில் அடைந்த அவமானத்துக் காக பீஷ்மனைக் கொன்று பழிதீர்க்கப் போகிறாய்..."

"தங்கள் வாக்கு பலிக்கட்டும் அப்பா... என் கைகள் துருதுருக் கின்றன... சீக்கிரமே அந்த நாள் விடியட்டும்..."

விடிந்தது. அந்தக் கணமும் சித்தித்தது.

பீஷ்மர் தேருக்கு முன், தன் தேரை நிறுத்தினாள் சிகண்டி.

"பீஷ்மரே, அனைத்துக்கும் கணக்குத் தீர்த்துக்கொள்ளும் நாள் இது என்பதை உணர்கிறீரா."

"ஆம். உணர்கிறேன். என் ஆயுள் சுவடியின் கடைசிச் சுவடி இன்றுடன் முடிக்கப்படப்போகிறது என்பதை நான் அறிவேன். அதை முடிக்கவே நீ மீண்டும் என் முன் வந்து நிற்கிறாய் என்பதையும் நான் அறிவேன் அம்பா."

"நல்லது. யுத்தத்தைத் தொடங்குவோமா."

"நான் பெண்களுடன் யுத்தம் செய்வதில்லை."

"ஏன், வீரத்தில்கூட ஆண் வீரம், பெண் வீரம் என்றெல்லாம் உண்டா காங்கேயரே!"

"என் சங்கல்பம் அது!"

இப்போது சிகண்டி பக்கத்தில் வந்த அர்ச்சுனன், பீஷ்மரிடம் சொன்னான்.

"நான் உம்மோடு போரிடப்போகிறேன்."

"அர்ச்சுனா, உன்னுடன் போரிடுவது, எனக்கு நீ தரும் மரியாதை அல்லவா?"

அர்ச்சுனன் பின் இருந்த சிகண்டி, தன் ஆயுதப் பிரயோகத்தைத் தொடங்கினாள்.

பீஷ்மனின் தேகத்தை அர்ச்சுனன் அம்புகளும் சிகண்டியின் அம்புகளும் துளைத்தெடுக்கத் தொடங்கின. சற்றுநேரத்தில் அர்ச்சுனன் அமைதியான பிறகு, சிகண்டி தொடர்ந்தாள்.

பீஷ்மர், சிகண்டியின் அம்புகளை எதிர்கொண்டார்.

"பீஷ்மரே... சுயம்வரத்தில் என்னைத் தொட்டு இழுத்தீரே... அதுக்கான அம்பு இது!"

பீஷ்மர் அதை ஏற்றார்.

"எச்சில் தாம்பூலம் என்றீரே... அதற்கு இது."

"அந்தப்புரத் தாசி என்றீரே... அதற்கு இது."

"என் தந்தையை இழித்துரைத்தீரே... அதற்கு இது."

"என் சகோதரி திரௌபதி சபையில் அவமானப்படுத்தப் பட்டபோது, தர்ம ஆராய்ச்சி செய்து, அதர்மத்துக்குத் துணை செய்தீரே... அதற்கு இது..."

பீஷ்மர் வீழ்ந்தார்.

பீமன்

வேதவியாசர் மொழி, மிக்க தத்துவார்த்தம் கொண்டது என்கிறார்கள், கோரக்பூர் அறிஞர்கள். பிருகு வம்சக்காரர்கள் முதல் ஏராளமானோர் பாரதத்தைத் தாமும் எழுதியிருக்கிறார்கள் என்றாலும், வியாச ஞானியின் சொற்கள் பல இடங்களில் யாராலும் ஒளிக்க முடியாத நவமணியாக ஜொலிக்கவே செய்கின்றன. இனி, அவற்றையும் பார்த்துக்கொண்டு போவோம்.

முன்னதாக ஒரு நகைச்சுவை. பீமனின் பிறப்பு பற்றி அவர் எழுதும்போது, மிகவும் சௌஜன்யமான மனநிலையில் இருந்திருக் கிறார். பாருங்கள்:

வாயு பகவானை வசியம் செய்த குந்தி, பலமுள்ள புத்திரனை வேண்டுகிறாள். அவளிடம் மிக்க சூரனும் பிறர் அச்சப்படத்தக்க பராக்ரமம் உடையவனுமான பீமன் பிறந்தான். (பீமன் என்ற சொல் லுக்கு பிறர் அச்சப்படத் தக்கவன் என்றே பொருள்.) அவன் பிறந்த போது அசரீரி வாக்கு பிறந்தது. இவன் பலசாலிகள் எல்லாரிலும் சிறந்தவனாகப் பிறந்திருக்கிறான் (சிரேஷ்டன்) என்றது அசரீரி. இதைக் கேட்டு எல்லா தேசத்தரசர்களும் (பயத்தால்) மூத்திரம் விட்டுக் கொண்டனர். எதிரிகள் துயரத்தை அடைந்தார்கள். வாகனங்கள் சிதறின. (விதவைகளாகப் போகிறவர்களுக்கு) கண்ணீர்த்துளிகள் விழுந்தன. புயற்காற்றுபோல அவன் பூமியை அசையச் செய்தான்...

குழந்தை பிறந்த பத்தாம் நாள், சடங்கு செய்யப் புறப்பட்ட குந்தியை, புலியொன்று கொல்லப் பாய்ந்தது. பாண்டு அப்புலியைக் கொன்றான் என்றாலும், அச்சத்தில் குந்தி, தன் குழந்தையைத் தவற விட்டாள். குழந்தை ஒரு மலைப்பாறையில் விழுந்தது. என்ன ஆச்சரியம், பாறை! தூள் தூளாயிற்று.

பாண்டவர்கள் ஐவருள், எப்போதும் அச்சுறுத்தலுக்கும், எப்போதும் யாராவது கொலை செய்யப்படுவோம் என்ற எச்சரிக் கையோடுமே வாழ நிர்ப்பந்திக்கப்பட்ட அவல வாழ்க்கையே பீமனுக்கு லபித்திருந்தது.

அவனுக்குப் பெரும் எதிரியாக வாய்த்தவன் துரியோதனன். துரியோதனனுக்கும் பீமனுக்கும் ஊடான பகை, இருவரின் பதினைந்தாவது வயதிலேயே தொடங்கியது. பீமன், அவனது பதினைந்தாவது வயதிலேதான் தந்தை பாண்டுவை இழந்தான். ஏறக்குறைய ஓர் அனாதைபோல, அஸ்தினாபுர அரண்மனைக்கு விதவைத்தாய் குந்தியுடன் வந்து சேர்கிறான்.

பாண்டவர்கள் வித்தையும் பலமும், எல்லாவற்றையும்விடப் பெரியோர்களிடம் காட்டிய விநயமும், அஸ்தினாபுர மக்களை ஈர்த்துப் பாண்டவர்களைப் புகழ வைத்தன. கௌரவர் நூறு பேரை விடவும், ஐந்து பாண்டவர்கள் மேம்பட்டவர்கள் என்று மக்கள் பேசுவதைத் துரியன் கூட்டம் கேட்கிறது. இதன் பின்னால் உள்ள ஆபத்தை துரியோதனனைக் காட்டிலும் சகுனியே முதலில் புரிந்து கொண்டான். துரியன், பீமன் மேல் கொண்டது வெறும் பொறாமை மட்டும் அல்ல. சத்திரியன் பொறாமை கொள்ள வேண்டும் என்பதே அரச தர்மம். ஆனால், பாண்டவர்கள் அதிலும் குறிப்பாக பீமன் மேல் உள்ள மக்கள் அன்பு, பாண்டவர்களுக்கு அஸ்தினாபுர ஆட்சியைப் பெற்றுத் தந்துவிடும் என்பதை கௌரவர் புரிந்து கொண்டதன் காரணமாக அரசியல் சூழ்ச்சியாக பீமனைக் கொல்லத் திட்டம் தீட்டுகிறது துரியன் கும்பல்.

சரி. ஏன் பீமன்? மூத்தவன் தருமன், வில்லுக்கு ஒரு விஜயன் எல்லாம் இருக்கிறார்கள்தானே? துரியன் கவனம் ஏன் அவர்கள் மேல் பரவவில்லை? பாண்டவர்களில் இரண்டாம் இடம் பீமனுக்கு என்பது பொதுப்புத்தி என்றாலும், உண்மையில் பீமனே முதலாம வனாகச் செயல்பட்டான். அவனுக்கே அத்தகுதி இருந்தது. ரகசியத் தில் தருமனே இதை ஏற்றுச் செயல்பட்டான். மட்டுமல்ல. திரௌ பதியே, ஒரு முறை சொன்னாள். 'இரண்டாவது முதலிடத்திலும், முதலாவது இரண்டாமிடத்திலும் இருந்திருந்தால் எவ்வளவு நன்றாக இருக்கும்.'

பீமனைச் சரியாகப் புரிந்துகொண்டவனாகத் துரியோதனன் மட்டுமே இருந்தான். அதனால்தான் பீமனை கங்கையில் தள்ளிக் கொல்ல முனைந்தான். பீமன் பிழைத்தான். பீமனுக்கு நிறைய கள்ளைக் கொடுத்துக் குடிக்கச் செய்து, அவன் மயங்கிக் கிடக்கை யில், கயிறுகளால் கை கால்களைக் கட்டி கங்கையில் எறிந்தான். தன் பலத்தால், ஆபத்திலிருந்து மீண்டான் பீமன். கொடிய விஷச் சர்ப்பங்களை விட்டுக் கடிக்கச் செய்தான். விஷத்தை முறித்தான் பீமன். இந்தப் பகை அரக்கு மாளிகையாக உருவெடுக்கிறது.

பாண்டவர்களில் முதலில் திருமணம் செய்துகொள்பவனாக பீமனே விளங்குகிறான். அரக்கு மாளிகை நிகழ்ச்சிக்குப் பிறகு, காட்டில்

மறைந்து பாண்டவர்கள் வாழ்ந்தபோது, பீமனை இடிம்பை என்கிற வனவாசி சந்திக்கிறாள். ராட்சசி அவள் என்கிறது பாரதம். எனக்கென்னவோ, இடிம்பை, வனவாசி என்றே தோன்றுகிறது. பீமனால் ஈர்க்கப்பட்ட இடிம்பை பேசுகிற வசனம் நேர்த்தியாகவும் நேர்மையாகவும் இருக்கிறது. அவளை வியாசர், 'மானிடர்க்கரிதான அழகி' என்றும்கூட வர்ணிக்கிறார். இடிம்பை பேசுவது இது:

'நான் உன்னைப் பார்த்த மாத்திரத்தினாலேயே மன்மதனுக்கு வசப்பட்டேன். அந்த நாள் முதல் என் சகோதரனுடைய கொடிய சொல்லை விட்டுவிட்டு உன்னையே அனுசரித்து இருக்கிறேன். மிக்க பயங்கரனான ராட்சசன் விஷயத்தில் உன் வீரத்தைக் கண்டேன். நான் உனக்குப் பணிவிடை செய்துகொண்டு உன் சரீரத்தை அனுபவிக்க விரும்புகிறேன்.'

இடிம்பையை ஏற்பதா வேண்டாமா என்கிற யோசனையில் பீமன் இருந்தபோது, குந்தி வழக்கம்போலப் பிரச்சனையைத் தீர்த்தாள். இடிம்பை, கடோத்கஜனைப் பெறுகிறாள். பாண்டவர்களின் முதல் வாரிசு என்பவன் கடோத்கஜனே ஆவான். என்றாலும், பின்னாட்களில் அபிமன்யுவும் மற்றும் நகரத்துப் பிள்ளைகளும் பேசப்படும் அளவுக்கு கடோத்கஜன் பேசப்படவில்லை. குருசேத்திரப் போரில், களப்பலி ஆனவன், பெருவீரனான கடோத்கஜன். பெண்களை அடைவதும், அவர்களை ஒரு பக்கம் வைத்துக்கொண்டு புதிய பெண்களை அடைவதும், அவர்கள் மூலம் குழந்தைகளை அடைவதும், அவர்களை ஓரிடத்தில் இருத்தி வைத்துவிட்டுத் தம் பணிகளைத் தொடர்வதும் அக்காலத்து வாழ்க்கை தர்மமுறையாகக் கொண்டிருக்கிறார்கள் சத்திரியர்கள்.

காட்டு வாழ்க்கைக்குப் பிறகு, ஏகசக்ர நகரத்துக்கு வருகிறார்கள் பாண்டவர்கள். இங்கே ஒரு நிகழ்ச்சி, இரண்டு பாத்திரங்கள் பற்றிய முழுமையான மனோபாவங்களை நமக்கு உணர்த்துகிறது.

ஒரு பிராமணன் வீட்டில் தங்கிக்கொண்டு, தாங்களே பிராமண வேஷம் பூண்டு, பிட்சை எடுத்து வாழ்ந்துகொண்டிருக்கிறார்கள் பாண்டவர்கள். இவர்களுக்கு அடைக்கலம் கொடுத்த பிராமண வீடு, சோகத்தில் ஆழ்கிறது. அந்த வீட்டுச் சிறுவன், பகன் என்கிற அசுரனுக்கு இரையாக இருக்கிறான். பிள்ளையை இழக்கப் போகும் துக்கம் சூழ்ந்த அக் குடும்பத்துக்கு உதவ நினைக்கிறாள் குந்தி. கிருஷ்ணனின் அத்தை, கருணை ஊற்றாக மாறும் இடம் இது. அவள் பாண்டுராஜனின் பாரி அல்லவா? 'பிராமணரே, கவலை வேண்டாம். உங்கள் பிள்ளை சௌக்யமாக உங்களுடன் இருக்கட்டும். அவனுக்குப் பதிலாக என் பிள்ளையை அனுப்புகிறேன்' என்கிறாள்.

குந்திக்கு ஏற்பட்டது தானமடம். அதாவது, செய்யக்கூடாத தானத்தைச் செய்யும் மடம். பகன் என்ற அசுரனிடம் தன் பிள்ளையை அனுப்ப குந்தி முன்வந்தது, பீமன் மேல் அவளுக்கு இருக்கும் அசாத்தியமான நம்பிக்கை என்றாலும், இது அதிகப்படிதானே. தன் சொந்தப் பிள்ளையின் உயிரைப் பணயம் வைக்கும் அவளது நெஞ் சுரம் வியக்க வைக்கிறது. அதைவிடவும், தாய் சொன்னாள் என்பதற் காகப் பகனுடன் போருக்குப் புறப்படும் பீமனின் பெருமிதம் முக்கியம். யாரோ ஒரு பிராமணன், அவனுக்காகத் தன் உயிரைச் சிக்கலில் வைத்துக்கொள்ள பீமன் முன் வரும் நிகழ்ச்சி, ஓர் அபூர்வம்.

குந்தியும் பீமனும் தியாக உணர்வின் விளிம்பில் பயணப் பட்டபோது, தருமனாகிய யுதிர்ஷ்டிரன், பீமனின் செயலை எப்படிப் பார்க்கிறான். இது தர்மனின் பார்வையை, மனோபாவத்தை நமக்கு உணர்த்தும் அரிய பகுதி.

தருமன், குந்தியிடம் இப்படிப் பேசுகிறான்:

"பீமன் என்ன செய்கை செய்யக் கருதுகிறான்? உன் அனுமதியின் பேரில் இதைச் செய்கிறானா, அல்லது தானே செய்யக் கருதுகிறானா?"

குந்தி சொல்கிறாள்:

"இந்த வீரன் என் சொல்லினால்தான் பிராமணனுக்காகவும், இந்த நகரத்தின் விமோசனத்துக்காகவும் பெரிய காரியம் செய்யப் போகிறான்."

தருமன் சொல்கிறான்:

"இதென்ன? செய்தற்கரிய கொடிய சாகசத்தை நீ செய்திருக் கிறாய். பிள்ளையை விட்டுவிடுவதைப் பெரியோர்கள் சிலாக்கியமாகச் சொல்லவில்லையே! பிறர் பிள்ளைக்காக உன் பிள்ளையை எவ்வாறு விடக் கருதுகிறாய். புத்திரனை விடுவதனால் நீ உலகத்துக்கும் சாஸ் திரத்துக்கும் மாறான காரியத்தைச் செய்தவளாகிறாய். எவனுடைய புய வலிமையை ஆதாரமாகக்கொண்டு நாமெல்லோரும் சுகமாகத் தூங்குகிறோமோ, ஈனர்களால் எடுத்துக்கொள்ளப்பட்ட ராஜ்யத்தைத் திரும்பவும் எவனால் பெறுவதற்கு எதிர்பார்க்கிறோமோ, எவனால் துயரத்தினால் இரவுகள் எல்லாம் துரியோதனன் சகுனியுடன் கூடத் தூங்காமல் இருக்கிறானோ, எந்த வீரனுடைய பராக்ரமத்தால் நாம் அரக்குமாளிகையிலிருந்தும் இன்னும் அனேகத் தீங்குகளில் இருந்தும் விடுபட்டு, எவனால் அரக்கு மாளிகைப் புரோசனன் கொல்லப் பட்டானோ, எவனுடைய சக்தியை நம்பித் திருதராஷ்டிரப் புத்திரர்களைக் கொன்று செல்வம் நிறைந்த இந்தப் புவனத்தை

அடைய இருக்கிறோமோ, அவனை விடுவதற்கு நீ எப்படி ஆலோசனை செய்யலாம். உன் புத்தி என்ன அழிந்துபோயிற்றா?"

இப்படிச் சொன்னது தருமன்தான். இரண்டு பேர் இப்படி வெளிப்படுகிறார்கள். பீமனின் இருப்பு என்பது, தருமனின் கருத்துப்படி, மீண்டும் இழந்த நாட்டைப் பிடிப்பதற்கு உதவும் என்பதுதான். தம்பி மரணம் அடைந்துவிடுவானோ என்ற அச்சம் காரணம் அல்ல.

உண்மையில் தம்பிகளின் பராக்ரமத்தால் மட்டுமே தருமன் மன்னனாகிறான், எல்லாக் காலத்திலும்.

திரௌபதியைச் சூதாட்டப் பணயமாக வைத்து ஆடிய தருமன் மேல் பீமன் கொள்ளும் ரௌத்ரம், போற்றத்தக்கது. பாரதியின் வார்த்தைகளில் சொன்னால், 'இது பொறுப்பதில்லை தம்பி – எரிதழல் கொண்டு வா, கதிரை வைத்திழந்தான் – அண்ணன் கையை எரித்திடுவோம்... இந்த தார்மீகம், பீமனின் இயல்பு சார்ந்தது. பீமனுக்கும் பாஞ்சாலிக்கும் ஊடே இருந்த நேசம் சார்ந்தது. சபையில் தன் மனைவிக்கு நேர்ந்த கொடுமையைப் பாண்டவர்களில் பீமன் மட்டும் மறந்தான் இல்லை.

தருமன் மறந்தான். காட்டில் பிராமணர்களுடன் சேர்ந்து தானம், தவம் முதலான சடங்குகளைச் செய்துகொண்டு, தான் சத்திரியன் என்பதையும், தங்கள் அருமை மனைவியின் அவிழ்ந்த கூந்தலையும் அவன் மறந்தே போனான். ஒற்றைச் சேலையுடன் இருந்த துருபதன் மகளை ஒரு நீசன் தொட்டு நிர்வாணப்படுத்த முயன்ற அல்லது நிர்வாணப்படுத்திய வரலாற்றின் பெரும் அவலத்தையும் மறந்து போனான். அந்தக் கொடிய தருணத்தை மறக்காமல் நெஞ்சில் வைத் திருந்த ஜீவன்கள் இரண்டு பேர். ஒருவன் பீமன். மற்றவள் திரௌபதி.

காட்டில் மா விறகுகளைச் சேமித்துக்கொண்டிருந்த அண்ண னிடம், 'உன் புருஷத்துவத்தில் எனக்குச் சந்தேகம் வருகிறது' என்று சொல்லும் தீரம், பீமனுக்கு மட்டுமே இருந்தது. திரௌபதி தன் அவமானங்களை எல்லாம், அவைகளுக்குக் காரணமாக இருந்து, இப்போது சௌகர்யமாகக் காட்டைச் சுற்றிக்கொண்டு வரும் தருமனுக்கே சொல்ல வேண்டி இருந்தது. மிகவும் கூர்மையாகப் பார்த்தால் யுத்தத்துக்கு விரோதமாக இருந்த முதல் ஆத்மா தருமன் தான் என்பதை நம்மால் உணரமுடியும். யுத்தத்தைத் தினமும் எதிர் பார்த்துக்கொண்டிருந்த முதல் ஆத்மா, பீமன் என்பது விளங்கும்.

பாஞ்சாலியின் பழி தீர்த்தவன் பீமன். துச்சாதனன் மற்றும் துரியோதனனைக் கொன்றதன் மூலம், திரௌபதியைத் தலைநிமிரச் செய்தவனும் அவன்தான். கௌரவர் – பாண்டவர் பகை அரசியல்

ஜெயத்தை முதலில் மையம் கொண்டாலும், பின்னர் நாடு பிடிக்கும் நோக்கமாக மாறினாலும், கடைசியாக திரௌபதியின் சபத நிறை வேற்றமாக பாரதம் உருமாறுவதை நம்மால் உணர முடிகிறது.

தருமனுக்கும் பீமனுக்குமான உறவு சகோதரத்துவம் என்றாலும், இருவருக்கிடையில் மெல்லிய பிணக்கு தொடர்ந்து இருந்து வருவது புலப்படும். பீமன் தன் பலத்தின் மேல் அளவற்ற தன்னம்பிக்கை கொண்டவனாக இருந்தான். தருமனுக்கு அதுவேதான் பிரச்சனை யாக இருந்தது. குந்தியின் கண்காணிப்பும் முன்யோசனை அறிவுமே, அந்த ஐந்து பேரையும் ஒரு கட்டுக்குள் வைத்திருந்தது. பீமன் அந்தக் கட்டுக்குள் வர மறுத்துக்கொண்டே இருந்தான். நான்கு தம்பிகளையும் தன் கட்டுக்குள் வைத்திருக்க தருமனின் பங்களிப்பு ஒன்றும் இல்லை என்பது தருமனின் வாழ்வு மனோபாவத்துக்குக் காரணமாக இருக் கிறது. தன்னைவிட அர்ச்சுனனையே அதிகம் காதலித்தாள் என்பதே தருமனுக்கு திரௌபதியின்மேல் கோபம் கொள்ளக் காரணமாக இருந்தது. ஆனால், அர்ச்சுனனை அல்ல, பீமனையே அவள் அதிகம் நேசித்திருக்க வேண்டும். ஏனெனில், திரௌபதியின் சுகத்தை மட்டுமல்ல, துக்கத்தைப் பகிர்ந்துகொள்பவனாக பீமனே இருந்தான்.

✸

ஆஸ்தீகன்

மகாபாரதத்தில் நிறைய, பாம்புகள் பற்றிப் பேசப்படுகிறது. சாமான்யப் பாம்புகள் இல்லை. பாதி தெய்வாம்சம் கொண்ட பாம்புகள். வரம் தரவும் சாபம் ஏற்கவும் தகுதி கொண்ட பாம்புகள். பீமன், நாகலோகத்தில் அவனது தாத்தாவின் முன்னோரைச் சந்தித்து ஆசி பெறுகிறதாக ஒரு கதை. நாகராசன் தந்த நாக ரசம் குடித்துத் தன் பலத்தைப் பெருக்கிக்கொள்கிறான். அர்ச்சுனன் மனைவிகளில் ஒரு நாகஅரசி தென்படுகிறாள். ஆனால், பாண்டவர்கள் மரபான குரு வம்சத்துக்கும் பாம்பு வம்சத்துக்கும் தீராப் பகை இருந்துள்ளதை யும், பல நூற்றாண்டுகள் அந்தப் பகை புகைந்ததையும், பல பழி தீர்த்தல்களோடு அது முடிந்ததையும் வியாசர் விரிவாகச் சொல்கிறார்.

வியாசர் தம் கதையைத் தன் சிஷ்யர்கள் வைசம்பாயனருக்கும் ஜைமினிக்கும் இன்னும் பலருக்கும் சொல்லி வைக்கிறார். நம்மிடம் சேர்ந்திருப்பது வைசம்பாயனின் பிரதியாகும். ஒவ்வொரு சிஷ்யரும், அவரவர் சிஷ்யரும் பாரதத்தைப் பெருக்கி அதை 'மகாவாக' மாற்றியுள்ளார்கள். எல்லோர் கையிலும் பாரதம் மேலும் மேலும் பிரகாசிக்கவே செய்தது. புதிய கதைகள், வம்ச மரபுகள், ரிஷி பரம் பரைகள் கூட்டியும் குறைத்தும் சொல்லப்பட்டாலும் எல்லா பாரத ஆசிரியர்களும், ஒரு கதையை மாற்றவே இல்லை. அது ஜனமே ஜயன் சர்ப்பயாகம் செய்த கதை. பாண்டவ வம்சத்துக்கும் பாம்பு வம்சத்துக்கும் இடையே நேர்ந்த பகை, சுமார் ஐநூறு ஆண்டுகள் நீடித்தது. அது முடிவுக்கு வந்தது ஜனமேஜயனின் சர்ப்பசத்ர யாகத் தில்தான். முடித்து வைத்தவன் ஆஸ்தீகன் என்கிற சர்ப்ப குலத்து ரிஷிகுமாரன்.

பாகப்பிரிவினை நடத்தும் திருதராஷ்டிரன், குருதேசத்தின் வளமான வயல் வெளிகள், நதிகளைக்கொண்ட பகுதியைத் தனக்கும், வெறும் காட்டுப் பகுதியைத் தம்பி பிள்ளைகளான பாண்ட வர்களுக்கும் தருகிறான். காண்டவப் பிரஸ்தம் என்று பெயர் கொண்ட அந்தக் கடுமையான, மனிதர் புக முடியாத காட்டை அர்ச்சுனனும் கிருஷ்ணனும் நின்று, மிகக் கடுமையாக உழைத்து,

பிரபஞ்சன் ★ 73

வாழும் இடமாக மாற்றுகிறார்கள். அப்போது காட்டுக்குள் வசித்த விலங்குகள், பறவைகள் என்று பலவும் மாய்ந்து ஒழிந்தன. காட்டுக்கு அவர்கள் வைத்த நெருப்பு சூழ்ந்து பாம்புகள் இறக்க நேர்ந்தது.

பாம்புகளின் அரசன் தட்சகனின் மனைவி அர்ச்சுனனால் கொல்லப்படுகிறாள். மட்டுமின்றி, தட்சகனின் மகனும் பெரும் விபத்துக்குள்ளாகிறான். அர்ச்சுனனைக் கொல்ல எழுகிற தட்சகன், அவன் பக்கத்தில் நிற்கும் கிருஷ்ணனைக் கண்டு, கிருஷ்ணனின் சன்னிதானத்தில், அர்ச்சுனனுக்கு எதிராக, யார் என்ன செய்யக்கூடும் என்பதாக நினைத்து, பழிவாங்கக் காத்திருக்கிறான். அந்தப் பகை, அர்ச்சுனனுக்குப் பின் அவன் மகன் அபிமன்யு காலத்தில் வளர்ந்து, அபிமன்யு மகன் பரிட்சித்துக் காலத்தில் முடிவு பெறுகிறது. பரிட்சித்தை தட்சகன் கொல்கிறான்.

பகை இத்துடன் முடிவு பெறுகிறதா? இல்லை. பகையும் வஞ்சினமும் புகுந்த மனம் எப்போதுமே ஆறாதே! தந்தை மரணம், மகன் ஜனமேஜயன் மனத்தை வாட்டுகிறது. தட்சகனை மட்டுமல்ல, பாம்பு வம்சத்தையே கொன்று, பழி தீர்க்க சர்ப்ப சத்ரயாகம் எனும் கொடும் யாகத்தைத் தொடங்குகிறான் ஜனமேஜயன்.

பகை ஒரு சங்கிலித் தொடர். ஒன்றோடு ஒன்று தொடர்பு கொண்டது. வியாசன் படைப்பின் மீது நுட்பமாக மனித மனத்தை ஆராய்ந்த மிகச் சிறந்த கதைப்பின்னல் நீள்கிறது.

பரிட்சித்தை தட்சகன் கொன்றதுக்கு, அவன் மனைவி அர்ச்சுனனால் கொல்லப்பட்டது காரணம் என்றால், அது மட்டுமல்ல. பரிட்சித்து குற்றமே செய்யவில்லையா என்றால், செய்தான். அது என்ன? ஒருமுறை, பரிட்சித்து, பாண்டு வம்சம் மிகவும் விரும்பிச் செய்த வேட்டைக்குப் புறப்படுகிறான். பலமணி நேரத்துக்குப் பிறகு, பல விலங்குகளைக் கொன்றொழித்து, ஒரு மானைத் துரத்திக்கொண்டு ஓடுகிறான். மான் மறைந்துவிடுகிறது. அங்கு, ஒரு முனிவர் உள்முகப் பயணம் மேற்கொண்டிருந்தார். பேசா நோன்பி அவர். அது தெரியாமல், பரிட்சித்து அவரிடம் மான் சென்ற வழியைக் கேட்கிறான். சமீகர் என்ற அந்த ரிஷி மௌனம் காக்கிறார். அரசன் என்கிற ஆணவம் மேலெழுகிறது. ரிஷியை அவமானம் செய்யக் கருதும் பரிட்சித்து, தன் ஆயுள் முடிவைத் தானே கைதட்டி அழைக்கிறான். அங்கே செத்துக் கிடந்த ஒரு பாம்பை எடுத்து, முனிவரின் கழுத்தில் போட்டு, ஏளனச் சிரிப்புடன் அகன்றான். வீடு திரும்பிய முனிவரின் மகன் சிருங்கி, தன் தந்தைக்கு நேர்ந்த அவமானம் சகியாது, 'இந்தப் பாவம் செய்த பரிட்சித்து மன்னன், ஏழு இரவுகளுக்குள் தட்சகனாகிய பாம்பு கடித்துச் சாவான்' என்று சாபம் இடுகிறான். ஆக, அர்ச்சுனன் பேரன் மரணத்துக்கு எத்தனை காரணங்கள்.

பகை, சினம், ரௌத்ரம் அனைத்தும் சாபத்தை அழைக்கும் முகாந்திரங்கள் என்கிறார் வியாசர். மனித வெறுப்புகள் மட்டுமல்ல, பிற உயிர் வெறுப்புகள்கூட மனித உயிரைப் பகைக்கும் என்கிறார் வியாசர் பெருமான்.

இன்னுமொரு பகையின் கதை.

கத்ரு, பாம்புகளின் தாய். பாம்பு வம்சத்தின் மாதா அவள். தன் குழந்தைப் பாம்புகள், தன் சொல்லை மதிக்கவில்லை என்பதுக் காகத் தாயே தன் குழந்தைகளைச் சபிக்கிறாள். என்னவென்று? 'ஜனமேஜயன், பல காலத்துக்குப் பிறகு நிகழ்த்தப் போகும் சர்ப்ப யாகத்து நெருப்பில், நீங்கள் எல்லாம் விழுந்து சாவீர்களாக!' என்கிறாள் அவள். இது, பிரம்மா முன்னிலையில், அவர் அங்கீகாரத் துடன் நிகழ்கிறது. மனித குலத்தை இந்தப் பாம்புகள் பெரும் துன்பம் செய்கின்றன என்று நினைக்கிறார் பிரம்ம தேவர். ஆகவே, அவை மறையட்டும் என்பது பிரம்மவாதம்.

ஆக, பாம்பு வதத்துக்குக் காரணங்கள் சொல்லி முடித்தாயிற்று. ஜனமேஜயன் தன் தந்தையைக் கொன்ற தட்சகன் மற்றும் பாம்பு வம்சத்தையே கொல்ல, யாக ஏற்பாடுகள் செய்து கொண்டிருக்கிறான்.

சரி... பாம்புகள், யாக நெருப்பிலிருந்து தப்பிக்க யோசிக்கும் தானே? அப்போதைய பாம்புகளின் அரசன் வாசுகி, தன் அமைச்சுப் பாம்புகளுடன் சேர்ந்து யோசிக்கிறான். தாயின் சாபம் என்பது தெய்வச் சாபம். தெய்வச்சாபம், தெய்வத்தால் மட்டுமே தீரும் என்று முடிவெடுக்கிறான் அந்தப் பாம்பு ஞானி. பிரம்மதேவர், சாப விமோசனத்தையும் சொன்னது அவன் நினைவுக்கு வருகிறது.

'ஜரத்காரு என்னும் மகாத்மாவிடம் இருந்து ஆஸ்தீகன் என்கிற மகாஞானி தோன்றப் போகிறான். அவனே, ஜனமேஜயன் யாக நெருப்பிலிருந்து பாம்புகளைக் காப்பாற்றப் போகிறான்' என்றார் பிரம்மா.

அப்படியெனில் எந்தப் புண்ணியவதி, அவன் தாயாகப் போகிறாள் என்கிறார்கள் நாகர்கள்.

'தாயைக் குடல் விளக்கம் செய்யப் போகிறவன் ஆஸ்தீகன். தாய், வாசுகியின் சகோதரியே. இது நடக்கும்' என்கிறார் பிரம்மா.

நடந்தது.

ஜரத்காரு, பல பக்கங்களை எடுத்துக்கொள்கிறார் பாரதத்தில். அந்த ரிஷி, காற்றை ஆகாரமாகப் புசித்துக்கொண்டு, கடும் தவம்

செய்துகொண்டிருக்கிறார். உடம்பை, ஒரு சுமை என்று திரிகிறார் அவர். உலக இன்பங்கள் என்பவை தமக்கு விரிக்கப்படும் வலை என்பது அவர் எண்ணம். எவருடனும் பேசாது, எவர் உறவும் கொள்ளாது, மனிதர் பிரவேசியாத காட்டுக்குள் அலைகிறவராக அவர் இருக்கிறார். அவர் மூலமாக, பாம்பினம் பிழைக்க வேண்டுமே? காலம் கனிகிறது.

ஒருமுறை ஜரத்காரு, பூமியின் பள்ளம் ஒன்றில், இருட்டுப் பகுதியில் தலைகீழாகவும் கால் மேலாகவும், புல்லையே ஆதாரமாகப் பற்றிக்கொண்டு தொங்கிக்கொண்டு சில ரிஷிகள் இருப்பதைக் கண்டு, அந்த ஜரத்காருவின் வற்றிய மனத்திலும் நீர் சுரந்தது.

"யார் நீங்கள். உங்களுக்கு இந்தத் துன்பம் ஏன் நிகழ்ந்தது. நீங்கள் செய்த பாவம்தான் என்ன?" என்று கேட்கிறார் ஜரத்காரு.

"எங்கள் வம்சம் முடிவு பெற்றுவிட்டது. எங்கள் வம்சத்து மகன், புத்திர உற்பத்தி செய்யாது, வம்ச விருத்தி கொள்ளாமல் இருப்பதால், எங்களுக்கு இந்தத் துன்பம் நேர்ந்தது. நாங்கள் பாவம் செய்யவில்லை."

"அப்படி என்றால், அந்தப் பாவி யார்? எங்கிருக்கிறான், சொல்லுங்கள்."

"எங்கள் முன்னால்தான் நிற்கிறான்."

"என்ன, நானா?"

"ஆம் ஜரத்காருவே, நீயே எங்கள் வம்சத்துக் கடைசிக் கொழுந்து. நீ இல்லற தர்மத்தைப் புறக்கணித்து எங்களுக்கு இந்தத் துயரத்தைக் கொடுத்திருக்கிறாய். நீயே பாவி."

ஜரத்காருவின் மனம் இளகியது. அவர் சில நியமங்களை இப்போது உருவாக்குகிறார். "எந்தப் பெண், என் பெயராகிய ஜரத்காரு என்பதையே தன் பெயராக வைத்திருக்கிறாளோ அவளையே நான் மணப்பேன். அதோடு, என் மனம் எப்போது நினைக்கிறதோ, அப்போது, 'எனக்குப் பிட்சையாக ஜரத்காருவைத் தருவீர்களா' என்று மூன்று முறை கேட்பேன். அதற்கு பிட்சையாகத் தருகிறேன் என்று பதில் வர வேண்டும். பிட்சையாக வந்த பெண்ணைத்தான் மணப்பேன்" என்று சொல்லித் தம் பணியை மேற்கொள்கிறார் ஜரத்காரு.

இதை வாசுகியாகிய பாம்பரசன் கேட்கிறான். அந்தக் கணம் முதல், ஜரத்காரு பின்னாலேயே அவர் அறியாமல் சுற்றிக்கொண்டிருக்கிறான். தன் குலத்தைக் காக்க ஓர் அரசன் செய்கிற பெரிய தியாகத்தை மிக அருமையாகச் சொல்கிறார் வியாசர் பெருமான்.

காலம் கனிகிறது.

ஏதோ ஒரு கணத்தில், ஜரத்காரு, மிக மென்மையாக, சப்தம் இல்லாமல், யாரும் கேட்டுவிடக் கூடாது என்கிற எச்சரிக்கையோடு, "ஜரத்காரு என்ற பெயர் கொண்ட கன்னிகையை எனக்கு யார் பிட்சையாகத் தரப் போகிறார்" என்கிறார்.

"நான் தந்தேன் சுவாமி" என்று முன்னால் வந்து நின்றான் வாசுகி.

தன் பேச்சை யாரும் கேட்டிருக்க முடியாது என்று நினைத்த ஜரத்காரு திடுக்கிட்டார். திருமணத்தைத் தவிர்க்க நினைத்த ரிஷி, விதியின் ஆணைக்குக் கட்டுப்படுகிறார். வாசுகியின் தங்கை ஜரத் காருவை மணக்கிறார். மகாஞானியும் மகா கருணையாளனுமான ஆஸ்தீகன் ஜனனம் ஆனான்.

ஒருமுறை, 'எனக்குப் புத்திரன் பிறப்பானா' என்று மனைவி கேட்டபோது, உண்டு என்ற பொருளில், 'அஸ்தி' என்றார் கணவர் ஜரத்காரு. ஆகவே, மகன் ஆஸ்தீகன் என்றாகிறான். அரசனும் தாய் மாமனும் ஆன வாசுகி, தன் பாம்புச் சுற்றத்தோடு ஆஸ்தீகன் முன் வந்து நின்று, "எங்களைக் காப்பாற்று குழந்தாய். ஜனமேஜயன் யாக நெருப்பு எங்களை அழைக்கத் தொடங்கிவிட்டது. யாக மந்திரங்கள் எங்களை மிகச் சீக்கிரம் கட்டி இழுக்கத் தொடங்கும்" என்கிறான். தாய் ஜரத்காரு, "மகனே, உன் பிறவிப் பயன் விளையும் காலம் வந்துவிட்டது" என்கிறாள்.

ஆஸ்தீகன், யாகம் நடந்த தட்சசீலம் நோக்கிப் புறப்படுகிறான்.

ஜனமேஜயனின் தலைநகரம் அஸ்தினாபுரம். அங்கு அல்லவா யாகம் நடந்திருக்க வேண்டும். ஏன் தட்சசீலத்துக்குச் செல்கிறான் ஜனமேஜயன் என்பது ஓர் ஆராய்ச்சி. அறிஞர்கள் பலரும் இது பற்றிப் பேசியிருக்கிறார்கள். ஒன்று, ஜனமேஜயன் அப்போதுதான் தட்சசீலத்தைக் கைப்பற்றியிருந்தான். இரண்டாவது, தட்சகன் என்ற பெயர் நட்பு அளவிலும், தட்சகனுக்குச் செல்வாக்குள்ள இடமாகவும் அந்த நாடு இருந்துள்ளது என்பது. மூன்றாவது காரணம், பாம்புகள் நிறைந்த பூமி அது என்பது. அதாவது பாம்புகளால் ஆளப்பட்ட பிரதேசம் அது என்பதும்கூட காரணம்.

யாக சாலையில் யாகம் நடந்துகொண்டிருந்தது. யாக சாலை நிர்மாணிக்கப்பட்டபோதே, ஒரு வாஸ்து அறிஞன், 'இந்த இடத்தில் நடத்தப்படும் எந்தச் சடங்கும் நிறைவேறாது' என்று சொல்லி யிருந்தான். ஜனமேஜயன் அவர் பேச்சை அலட்சியம் செய்ததோடு,

வேதபாராயணம் பண்ணுகிறவர் தவிர, ஈ, எறும்பும் நுழையாது காவல் காத்தான்.

அந்தப் பாதுகாப்புகளை உடைத்துக்கொண்டு நுழைகிறான் பாலகன் ஆஸ்தீகன். நுழைந்தவனைக் கண்ட ஜனமேஜயன், "பால சந்நியாசி, நீர் யார்?" என்கிறான். பதிலுக்கு ஆஸ்தீகன், ஜனமேஜயனைப் புகழத் தொடங்குகிறான்.

"இந்திர சபை போன்றது உன் ராஜ சபை. நூறு இந்திரன் போன்றவன் நீ. உன் யாகம், சந்திரன், வருணன் போன்ற தேவர்களின் யாகத்தையும்விடச் சிறந்தது. ராமர் செய்த யாகம் போன்றது உன் யாகம். உன் யாகத்தை நடத்தும் ரிக்விக்குகள் மகா ஞானிகள். அதோ அக்னி பகவான், நேராகவே வந்து அவிசைப் பெற்றுக்கொள்கிறார். வால்மீகி, வசிஷ்டர் போன்ற மகா ரிஷிகள் உன் சன்னிதியில் காணப்படுகிறார்கள்" என்பதுபோல நூறு வரிகளில் புகழ்கிறான் ஆஸ்தீகன்.

ஜனமேஜயன் மகிழ்ந்துபோகிறான். "பாலகனே... உனக்கு வரம் தர ஆசைப்படுகிறேன். என்ன வரம் வேண்டுமோ, கேள்" என்கிறான்.

யாகம் தொடர்ந்துகொண்டே இருக்கிறது. பெருந்திசைகளில் இருந்தும் பாம்புகள் ஆகாயத்தில் மிதந்து வந்து, நெருப்பில் விழுந்து துடிதுடித்துச் சாகின்றன.

"இன்னும் தட்சகன் ஏன் வரவில்லை?" என்கிறான் ஜனமேஜயன்.

"அவனுக்குத்தான் இந்த யாகம். அவனைச் சீக்கிரம் அழைத்துக் கொல்லுங்கள்."

"தட்சகனை இந்திரன் பாதுகாக்கிறான்."

"அப்படியென்றால் இந்திரனையும் கொல்லுங்கள்."

இந்திரன் பயந்து ஓடிவிடுகிறான்.

தட்சகன் அலறிக்கொண்டு யாக குண்டத்தின் நேராக வானத்தில் நின்று, "என்னைக் காப்பாற்று ஆஸ்தீகா" என்கிறான்.

ஆஸ்தீகன், தட்சகனிடம், "அங்கே நில்" என்று தன் தவ வலிமையில் ஆணை இடுகிறான். சொன்னதும், ஜனமேஜயனிடம், "எனக்கு வரம் தருவதாகச் சொன்னீரே" என்று கேட்கிறான்.

"ஆம், என்ன வேணும்."

"யாகம் நிறுத்தப்பட வேண்டும். அதுவே என் கோரிக்கை."

ஜனமேஜயன் திடுக்கிடுகிறான்.

"அறிஞரே... உமக்கு நாடு தருகிறேன். அளவற்ற செல்வம் தருகிறேன். எது வேண்டும்?"

"யாகம் நிறுத்தப்பட வேண்டும். அதைத் தவிர எனக்கு வேறு எதுவும் வேண்டாம். என் முன்னால் உயிர்கள் அழிவதை நான் அனுமதிக்க முடியாது."

இதன் ஊடாக, ஜனமேஜயனின் பழி மனம் மாறி, கனிந்து கொண்டிருக்கிறது. வியாசர் பெருமான் வேறு அந்த யாகத்தில் கலந்து கொண்டு ஆஸ்தீகனை ரசித்துக்கொண்டிருக்கிறார். தன் பரம்பரை பாண்டு – அர்ச்சுனன் – அபிமன்யு – பரிட்சித்து – ஜனமேஜயன் என்று வளர்ந்து வந்து, ஐந்தாவது தலைமுறையில், நாக குலத்துச் சிறுவன் ஒருவன், தர்மத்தைக் கையில் எடுத்துக்கொண்டு, தர்மத்தை மிக தீரமாக நிர்மாணம் செய்வதை மிகவும் திருப்தியுடன் பார்த்து மகிழ்ந்துகொண்டிருந்தார். ஒரு கட்டத்தில், "ஆஸ்தீகன் சொல்வது தான் தர்மம்" என்கிறார்.

ஒரு பிதாமகருக்கு இதைவிட வேறு என்ன மகிழ்ச்சி வேண்டும்?

"யாகம் நிறுத்தப்படுகிறது" என்று அறிவிக்கிறான் ஜனமேஜயன்.

"ஆம். அது நிறுத்தப்பட்டுவிட்டது" என்கிறான் ஆஸ்தீகன்.

★

காந்தாரியின் கண்கள்

காந்தார தேசத்து இளவரசி, காந்தாரி. காந்தாரம் சிந்து நதிப் பிரதேசங்களில் ஒன்று. மிகச் சிறந்த லட்சணக் குதிரைகளை வெளி மாநிலங்களுக்குத் தந்தது. இந்த தேசத்தின் தலைநகரமாக புருஷபுரம் (இன்றைய பெஷாவர்) இருந்திருக்கிறது. காந்தார தேசத்தின் அரசன் சுபலனின் மகள்களில் சுபலா என்றும் வசுமதி என்றும் அழைக்கப் பட்ட காந்தாரியைத்தான், திருதராஷ்டிரனுக்கு மணம் செய்வித்தார் பீஷ்மர்.

பீஷ்மர், சுபலனுக்குத் திருமண ஓலை விடுக்கையில், அதில் உறவு வேண்டிய அன்பழைப்பு மட்டும் இல்லை. அரசியலும் இருந் தது. குருதேசப் பேரரசைப் பகைத்துக்கொண்டு சின்ன நாடான காந்தாரம் பிழைக்கவழியில்லை என்பது அரசியல். திருதராஷ்டிரன் என்கிற பார்வை இல்லாத, பிறவி அங்கஹீனனான இளவரசனுக்குக் காந்தாரியைக் கொடு என்பது வேண்டுகோள் பாணியில் பீஷ்மர் இட்ட கட்டளை. சுபலனுக்கு இக்கட்டான நிலை. இந்தச் சிக்கலை நீக்கியவன், சுபலனின் மகனும் காந்தாரியின் சகோதரனும் இளவர சனும் ஆன சகுனி.

சகுனி இந்த அரசியலை மிக்க நேர்த்தியாகக் கையாண்டான். குருதேசத்துச் சம்பந்தியை எந்த தேசம் எதிர்க்கும்? அஸ்தினாபுரத்து அரசியாகக் காந்தாரி முடிசூடப் பெற்றால் யார் காந்தாரத்தைப் பகை செய்ய முடியும்.

இப்படித்தான், காந்தாரப் பெண்ணின் ஒரு முழு வாழ்க்கையும் சகுனியின் பகடைக் காயாக மாறியது. மிகப் பெரும் சீதனத்தோடு, காந்தாரியை ஒரு பல்லக்கில் ஏற்றிக்கொண்டு சகுனி அஸ்தினா புரத்தை நோக்கிப் புறப்பட்டான். நகரத்துப் பிரமாண்ட அரண் மனைக் கட்டடங்கள், ஊரின் செல்வச் செழிப்பு, மந்திரிப் பிரதானி கள் என்று அவளை வரவேற்க வந்த பிரமுகர்கள் எல்லாம் அவளுக்கு மிகுந்த கிளர்ச்சியைத் தந்தார்கள். அனைத்துக்கும் மேலாக, பேரரசி சத்தியவதி தேவியும், அனைவருக்கும் மேலான பீஷ்ம பிதாமகரும் அவளை வரவேற்க நின்றதை நம்ப முடியாமல் பார்த்தாள் காந்தாரி.

'வா காந்தாரி, நீ அஸ்தினாபுரத்துக்கு வந்த புதிய ஒளிவிளக்கு. பரத வம்சத்தைப் பிரகாசிக்கச் செய்ய வேண்டியது, உன் பொறுப்பு' என்று வரவேற்றாள் பேரரசி. பீஷ்மர், அவள் சிரசில் கையை வைத்து, 'குழந்தை, நீ பெரிய சிவபக்தை என்று எல்லோரும் சொன்னார்கள். உன் மேலான ஒழுக்கம், சிரத்தை, உதாரகுணம் எல்லாம் அறிந்தே உன்னை நானும் அம்மாவும் தேர்ந்தெடுத்தோம். இந்த அரண்மனைக்குள் எல்லாச் செல்வமும் இருக்கிறது. ஆனால், மங்களம் மட்டும் பல காலமாக இல்லை. நீதான் கௌரவ வம்சத்தை வளர்த்து குரு தேசத்தை, அம்மாவும் பேரரசியுமான சத்தியவதி தேவியார் சொன்னது போலப் பிரகாசிக்கச் செய்ய வேண்டும்' என்றார்.

பேரரசி மற்றும் பீஷ்மர் கால்களில் பணிந்து காந்தாரி சொன்னாள்:

'இந்தக் கணம் முதல், அஸ்தினாபுரமே என் தாய் வீடு. குரு தேசமே என் தேசம். என் தாய், தந்தையராக இருந்து, என்னை உத்தரவிட்டு வழிநடத்த வேண்டும் என்று உங்களை வேண்டிக்கொள்கிறேன். மாபெரும் உங்கள் மரபுக்கு உகந்த மருமகளாகவும், அரசுக்கு உகந்த இளவரசியாகவும் மகிழ்ச்சிக்கு உகந்த பணிப் பெண்ணாகவும் நான் விளங்க பெரியவர்களாகிய தாங்கள் என்னை ஆசீர்வதிக்க வேண்டும்' என்று மிகவும் பணிந்து சொன்னாள் காந்தாரி.

சத்தியவதி மகிழ்ந்துபோனாள்.

எல்லோரையும்விடவும் அதிகம் மகிழ்ந்தவன் சகுனி.

காந்தாரத்தின் பாதி அளவாக இருந்தது, காந்தாரிக்கு ஒதுக்கப்பட்ட அரண்மனை. காந்தாரியின் தோழியும் இளமை முதல் ஒரு சிற்றன்னைபோல் இருந்து அவளை வளர்த்த விலாசினி, வியந்து போய்ச் சொன்னாள்.

"நம் காந்தாரத்தையே எடுத்து இந்த அரண்மனைக்குள் வைத்து விடலாம் போல இருக்கிறதே."

காந்தாரி, கண்கள் விரிய தன் இருப்பிடத்தைக் கண்டு களித்தாள். அவள் இருந்த உப்பரிகையில் இருந்தே தோட்டம் தெரிந்தது. எத்தனை விதமான மலர்கள். மாலை விளக்கேற்றும்போது, சகுனி, சகோதரியைப் பார்க்க வந்தான்.

"சகோதரி... முதல் சந்திப்பிலேயே, குருதேசப் பெரியவர்களின் மனத்தைக் கவர்ந்துவிட்டாய்... என் கவலைகளில் ஒன்று தீர்ந்தது. நாளைக் காலையில் முறைப்படி திருதராஷ்டிரரோடு உனக்குத் திருமணம் நிகழ இருக்கிறது."

"ஆமாம். பேரரசி இன்று காலை இங்கேயே வந்து தகவல் சொன்னார்."

பிரபஞ்சன் ★ 81

"சகோதரி, காந்தாரத்தின் நன்மை கருதியும், உன் கௌரவ உயர்வு கருதியும்தான் அப்பாவும் நானும் இந்தத் திருமணத்துக்கு உடன்பட்டோம். உன்னை மணக்கப் போகும் இளவரசர், நூறு யானை பலம் கொண்டவர். பூமியில் வாழும் இளவரசர்களிலேயே பூமியாலும் ஐஸ்வர்யத்தாலும் தனக்கு நிகரில்லாதவர். புருஷ சிம்மம். அந்தச் சின்னக்குறை, அது குறையே இல்லை..!"

கட்டிலில் சாய்ந்து அமர்ந்திருந்தவள், திடுக்கென்று எழுந்து, "என்ன குறை?" என்றாள்.

சகுனி மெல்லச் சொன்னான்.

"அவருக்குப் புறக்கண்கள்தான் இல்லை. ஞானக்கண் மட்டும் தான்."

"என்ன சொல்கிறாய், பார்வை அற்றவரா?"

"ஆ...மா...ம்.'

செய்தி அறிந்து காந்தாரியின் அரண்மனைக்கு ஓடி வந்தவர்கள் சத்தியவதியும், திருதராஷ்டிரன் தாயான அம்பிகாவும்.

"மருமகளே, என்ன இது?"

கறுப்புத்துணியால் கண்களைக் கட்டியிருந்தாள் காந்தாரி.

"என் கணவருக்கு இல்லாத ஒன்று எனக்கு வேண்டாம் அத்தை. அவருக்குக் கிடைக்காத விழி இன்பம் எனக்கு வேண்டாம்."

"கண் இல்லாத கணவனுக்குப் பார்வையாக இருக்க வேண்டியவள் அல்லவா நீ" என்றாள் சத்தியவதி.

"ராஜமாதா, வெறும் விழியா பார்க்கிறது? மனம் அல்லவா பொருளை அறிகிறது. ஆத்மா அல்லவா பொருளின் தன்மையை உணர்கிறது?"

திருமணத்தன்று இரவு, அவர்கள் தனிமையில் சந்தித்தபோது திருதராஷ்டிரன் தழுதழுத்தபடி சொன்னான்.

"என் மனைவியின் முகத்தைக்கூடப் பார்க்க முடியாத தீமையால் தின்னப்பட்டவன் நான். பார்வை இழத்தல், அதுவும் பிறந்ததில் இருந்தே கண்கள் இல்லாது இருத்தல் ராட்சசத் துயரம், காந்தாரி. இந்தத் துயரையும் எனக்காக நீ ஏற்கத்தான் வேண்டுமா? இது, உன் கனவுகளைக் கெடுத்த எனக்கு நீ செய்த எதிர்வினையா? குற்றம் செய்த உணர்வை எனக்கு ஏற்படுத்தாதே, தயவு செய். கண்ணை மூடிய கட்டுகளை அவிழ்த்தெறி."

"அரசே, எந்தக் கட்டுகளை அவிழ்த்தெறியச் சொல்கிறீர்கள்? வினைப் பயனால் பிறவி தொடர்கிறது. பிறவி, மேலும் மேலும்

கர்மங்களை உற்பத்தி செய்து, மீண்டும் பிறப்பெடுக்க வைக்கிறது. கண்ணுக்குத் தெரியாத கயிறுகளால் கட்டப்பட்டு, அக் கட்டுகளை எங்கிருந்தோ யாரோ இயக்கியபடி இருக்க, நானோ, தாங்களோ என்ன செய்ய முடியும்?"

*கா*ந்தாரி, குழந்தையை எதிர்பார்த்துக்கொண்டிருந்தாள். வைத்தியர்கள் இன்னும் சில நாட்களில் பிரசவம் நிகழும் என்றார்கள். வியாசர் பெருமான் அவளுக்கு நூறு பிள்ளைகள் என்று அருளியிருந்தார். காட்டிலிருக்கும் குந்தியும் இன்னும் சில நாளில் குழந்தை பெற இருந்தாள். திருதராஷ்டிரன், "குந்திக்கு முன்னால் காந்தாரி குழந்தை பெறுவது, எதிர்கால அரசியலுக்கு நல்லது அல்ல" என்று விட்டுச் சென்றான். கௌரவர்களில் முதலில் பிறக்கும் குழந்தைதானே அரசனாகும்? அஸ்தினாபுரத்தில் குழந்தை பெறுவதுகூட அரசியல் என்றாகிவிட்டது.

நீண்டுகொண்டே போன கர்ப்ப காலம், ஒரு வழியாக முடிந்து, துரியோதனன் பிறந்தான். என்ன துரதிர்ஷ்டம்? அவன் பிறந்ததை, உலகமே எதிர்த்தது. பேய்கள், பிசாசங்கள் அவன் பிறப்பை ஆர வாரித்து வரவேற்றன. நரிகள் ஊளையிட்டுக் கொண்டாடின. பிணங்கள் எழுந்து நடனமாடின. ஒரு புயற்காற்றைப் போல அந்தப்புரம் வந்த விதுரன், குழந்தையை மடியில் வைத்திருந்த திருதராஷ்டிரனிடம், "அண்ணா, உலக நன்மைக்காக இந்த அசுர வித்தை அழித்துவிடு. இது குழந்தை இல்லை. கலி. உமது குலத்தை இவன் அழிப்பவனாக இருப்பான். குல நன்மையை விரும்பு. ஒரு குலம் வாழ ஒருவனை விட்டுவிடலாம். ஒரு கிராமம் வாழ ஒரு குலத்தை விட்டுவிடலாம். ஒரு தேசத்துக்காக ஒரு கிராமத்தை விட்டுவிடலாம். தன் ஆத்ம விருத்திக்காக, ஒருவன், பூமியையே விடலாம்" என்றார். அப்போது பாய்ந்து வந்த காந்தாரி, "உலகில் எது வேண்டுமானாலும் நடக்கட்டும். இவனை நான் இழக்க மாட்டேன்" என்று குழந்தையை எடுத்துக் கொண்டு போனாள்.

காலச் சக்கரம் உருண்டபோது, காந்தாரி உணர்ந்து கொண்டாள். விதுரன், உண்மையே சொன்னார். சகல தர்மங்களையும் அழிப்பவனாகத் துரியோதனன் இருந்தான். அவன் வளர வளர, அஸ்தினா புரத்தைப் பாவப் புகை சூழ்ந்தது. இது நடக்கும் என்று அறிந்தே, ராஜ மாதா சத்தியவதியும், திருதராஷ்டிரனைப் பெற்ற அம்பிகாவும் வனம் சென்று, தங்கள் உயிர்களை விட்டு ஏகினார்கள். அரண்மனை, எத்தனை விளக்குகள் ஏற்றப்பட்டாலும் இருள் மண்டியே கிடக்கிறது என்று தோழி விலாசினி சொன்னாள். பாவத்தின் இருளை எந்த தீபம் கொண்டும் போக்கிவிட முடியாது என்று பதில் சொன்னாள் காந்தாரி.

பிரபஞ்சன் ★ 83

ஒருமுறை, சகல நினைவுகளையும் ஒன்றுதிரட்டிக்கொண்டு கணவன் திருதராஷ்டிரனிடம் கேட்டாள் காந்தாரி.

"துரியோதனன் செய்கிற எல்லாப் பாவங்களுக்கும் தாங்கள் அனுமதி கொடுப்பதாகத் தெரிகிறதே. அதை எனக்கு விளக்கு வீர்களா?"

திருதராஷ்டிரன் அமைதியாக இருந்துவிட்டுச் சொன்னான்:

"உண்மைதான் காந்தாரி. நான் பாசத்துக்கும் அவன் பாவத்துக்கும் துணை போகிறேன். அவன் கேட்கும் எதையும், அவன் முகத்துக்கு நேராக என்னால் மறுக்க முடியவில்லை. இது என் பலவீனம். என் ஒரே பலவீனம்."

"அது நம் பிள்ளையை நரக வாசலுக்கு முன் கொண்டு நிறுத்துகிறது..."

திருதராஷ்டிரனுக்கு எல்லாம் புரிகிறது. ஆனால், முடியவில்லை. இதுவே அவன் பிரச்சனை.

காந்தாரி மீண்டும் ஒருமுறை திருதராஷ்டிரனிடம் பேசினாள். திரௌபதியின் மானத்தை துரியோதனன் அழித்த சூழலில், மகனைத் துறந்துவிடுவது என்ற உச்சிக்கே சென்றாள்.

"அரசரே, துரியோதனன் பிறந்தபோது, அறிஞராகிய விதுரர், அவனைத் தியாகம் செய்துவிடச் சொன்னார். புத்திர பாசத்தால் நானே அதை மறுத்தேன். குரு மரபுக்கு நான் தவறு இழைத்தேன். தாங்கள் அவனைத் தொடர்ந்து ஊக்குவித்துக் குற்றம் செய்கிறீர்கள். இக்குலத்தைப் பெருங்கடலில் மூழ்கச் செய்யாதீர்கள். அவன் சொற்களை ஆமோதிக்காதீர்கள். இந்தக் குலத்தின் அழிவுக்கு நீங்கள் காரணமாகாதீர்கள். உங்கள் புதல்வர்கள் உங்கள் கட்டுப்பாட்டில் இருக்கக் கவனம் கொள்ளுங்கள். அவர்கள் முன் சாகக்கூடாது. என் பேச்சைக் கேளுங்கள். துரியோதனனைத் துறந்துவிடுங்கள்...."

"குலமே அழியட்டும். என் பிள்ளையை நான் தடுக்க மாட்டேன்" என்றான் கருத்தும் இருண்ட அரசன்.

எல்லாம் எப்படி முடிய வேண்டுமோ அப்படியே முடிந்தது. காந்தாரியின் நூறு பிள்ளைகளும் இப்போது இல்லை. அவள் வியாசரிடம் வரம் வேண்டிப் பெற்ற மகள் துச்சலை விதவையாக, அவள் கட்டிலின் ஓரம் அமர்ந்திருக்கிறாள். கதியற்றுப் போன திருதராஷ்டிரன் வெட்டி எறியப்பட்ட பசலைக்கொடி மாதிரி சோர்ந்து படுத்துக்கிடந்தான். காந்தாரி சொன்னாள்:

"அரசரே... யாரை வாழ்நாள் எல்லாம் பகைத்து, யாருக்கு வாழ் நாள் எல்லாம் துன்பம் செய்தீரோ, யாரை வாழ்நாள் முழுக்க அவ மானத்துக்கும் தலைக்குனிவுக்கும் ஆளாக்கினீரோ, யாரின் பத்தினியைச் சபையோர் முன் நிர்வாணப்படுத்த ஒத்துழைத்தீரோ அந்தப் பாண்டவர்கள் இன்று ஆட்சிக்கு வந்துவிட்டார்கள். தர்மம் ஆட்சி செய்வதாக மக்கள் அவர்களை நியாயமாகவே கொண்டாடு கிறார்கள். அவர்கள் நீடூழி வாழட்டும். ஆனால், அவர்கள் கையை எதிர்பார்த்துச் சோறு தின்கிறோமே, அதை என்னால் சகிக்க முடிய வில்லை. ஒருமுறை நீர் உணவு உண்ணும்போது, பீமன் தங்களை ஏளனமாகப் பார்த்துச் சிரித்துக்கொண்டு சென்றதாக என் தோழி விலாசினி சொன்னாள். தாங்கள் எக்காரணம் கொண்டும் அவமானத்துக்குள்ளாகக் கூடாது. அதை என்னால் ஒருபோதும் ஏற்க முடியாது. பிச்சை ஆடை உடுத்தி தம் நிர்வாணத்தை மறைக்கும் நிலை, பிச்சைச்சோறு உண்டு வயிற்றை நிறைக்கும் நிலை, குருதேசச் சக்கரவர்த்திக்கு வியாச மகரிஷி மகனுக்கு நேரக்கூடாது. புறப் படுங்கள். காட்டுக்குச் செல்வோம். வனமாதா நமக்காகக் கிழங்குகளை யும் கனிகளையும் வைத்துக் காத்திருக்கிறாள்."

புறப்பட்டார்கள்.

திருதராஷ்டிரன், காந்தாரி, குந்தி மூவரும் மோனத்தே மனம் ஒன்றி அமர்ந்திருந்தார்கள். வனம், தீப்பற்றிக்கொண்டது.

"காட்டுத் தீ நம்மிடம் வர இன்னும் எத்தனை நேரம் ஆகும்?"
"விரைவில் பெரியவரே" என்றாள் குந்தி.

காந்தாரி சொன்னாள்:

"பாவத்தின் புகை மணம், என் கண்களுக்குத் தெரிகிறது. என் மருமகள் திரௌபதியின் வயிற்றிலிருந்து புறப்பட்ட சாபத் தீ காட்டை அழிப்பதை என் கண்கள் காண்கின்றன. நான் கட்டை அவிழ்க்க வில்லை அரசே. ஆனாலும் என் கட்டுகள் அவிழ்ந்து விட்டன அரசே. அதோ, அக்னிதேவன் கைகுவித்து உமக்கு வந்தனம் சொல் கிறான் அரசே. பதில் வந்தனம் செலுத்தும் அரசே. எழுந்திருங்கள். அதோ வானத்தில் தேவர்கள் வந்து நிற்கிறார்கள் அரசே. பிறவிக்கட்டு களை இன்று தொலைப்போம், அரசே..."

காந்தாரி தோளைப் பற்றிக்கொண்டு திருதராஷ்டிரன், குந்தியின் தோளைப் பற்றியபடி காந்தாரியும் நெருப்பை நோக்கி நடந்தார்கள். மூவரையும் நெருப்பு சூழ்ந்தது. எரித்தது. கைகூப்பியபடி நின்று எரிந்து வீழ்ந்தார்கள் மூவரும்.

அக்னிக்கு, மரம், செடி, விலங்கு, சக்கரவர்த்தி, சக்கரவர்த்தினி என்ற பேதம் எதுவும் தெரியாது.

★

கர்ணன் என்கிற கைவிடப்பட்டவன்

ஒருவருக்கு யாராலும் துன்பம் வரும். ஆனால், தாயால் வருமா, கர்ணனுக்கு வந்தது. பருவம் அடையும் முன்பு, கனவில் விளையாட்டுத்தனமாகச் சூரியனை அழைத்துக் கர்ணக் குழந்தையைப் பெற்றாள் அவள். அபவாதத்துக்குப் பயந்து அக் குழந்தையைப் பெட்டியில் வைத்து ஆற்றில் விட்டாள், குந்தி.

பெட்டிக் குழந்தையை ஆற்றோட்டம், அதிரதனிடம் கொண்டு வந்து சேர்த்தது. திருதராஷ்டிரனிடம் தேரோட்டும் தொழில் பார்த்தவன் அதிரதன் என்கிற சூதன். அவனும் அவன் மனைவி ராதாவும் ஸ்நானம் செய்ய ஆற்றில் இறங்கியவர்களிடம் பெட்டி வந்து சேர்ந்தது. திறந்து பார்த்தால் குழந்தை ஒன்று கர்ண குண்டலங்களுடன் நூறு சூரியப் பிரகாசத்துடன். அவன், அப்போதே உணர்ந்துகொண்டான், குழந்தை சத்திரியகுலத்துக்கு உரியவன் என்று. அதன் காரணமாகவே வசுஷேனன் என்று பெயர் இட்டு அழைத்தான். வசுஷேனன் என்றும், ராதையால் வளர்க்கப்பட்டவன் ஆகையால் ராதேயன் என்றும், காதில் தொங்கும் குண்டலம் காரணமாக (கர்ணம் – காது) கர்ணன் என்றும் விளங்கினான்.

அதிரதனுக்கும் ராதைக்கும் குழந்தைகள் இருந்தார்கள் என்றாலும், ராதை, கர்ணனைப் பேரன்புடனேயே வளர்த்தாள். நன்றி மறவாப் பெருங்குணம் கொண்ட கர்ணன், இறக்கும் வரை தன்னை வளர்த்த பெற்றோரிடம் விசுவாசமாகவே இருந்தான் என்றாலும், அவர்களுடன் அவன் ஒட்டவில்லை. என்றாவது சத்திரியர்களான தன் பெற்றோர்கள் தன்னை அழைத்துக்கொள்வார்கள் என்றே நம்பினான். ஆனால், கடைசி வரை அவன் எதிர்பார்ப்பு நிறைவேறவே இல்லை. காலம் முழுக்க வளர்ப்புத் தந்தை அதிரதனின் சூத ஜாதியனாகவே கர்ணன் அறியப்பட்டான்.

அக்காலத்தின் பெரும் கல்வியாக இருந்தது தனுர் வேதம். அதாவது ஆயுதக் கல்வி. அக்காலத்து சத்திரியர்கள், அக்கல்வியையே கற்றார்கள். தானும் ஆயுதக் கலை பயின்று சத்திரியன் ஆகும்

ஆசையில், கௌரவ – பாண்டவர்களுக்கு வித்தை கற்றுத்தந்து கொண்டிருக்கும் துரோணரிடம் வந்து சேர்கிறான். காலை முதல் உச்சி வேளை வரை வித்தைக் கல்வியை ஓரமாக ஒதுங்கி நின்று வேடிக்கை பார்க்கும் சிறுவனைப் பார்க்கிறார் துரோணர். அருகில் அழைத்து, 'யார் நீ' என்கிறார். வசுஷேனன் என்கிறான். 'தந்தை யார்' என்ற கேள்விக்கு, 'அதிரதன் என்னை வளர்க்கிறார்' என்று ஜாக்கிரதையாகப் பதில் சொல்கிறான் கர்ணன். 'அதிரதன் சூதன் அல்லவா? நான் சூத ஜாதிக்கு ஆசானாக முடியாது' என்று சொல்லி விட்டு அகன்று விடுகிறார் துரோணர். அப்போதுதான் அர்ச்சுனன், பீமன் பார்வையைச் சந்திக்கிறான் கர்ணன். அதில் வழிந்த ஏளனத் தைக் கர்ணன் மறக்கவில்லை. பகையின் முதல் முடிச்சு விழுகிறது.

திரும்பும் வழியெல்லாம், அவனுக்குத் துரோணர் ஏளனமாகச் சொன்னதே நினைவுக்கு வருகிறது.

'நான் தேரோட்டி மகன் அல்ல. நான் சத்திரியன்' என்று அவன் திரும்பத் திரும்பக் கத்தினாலும் கேட்போர் இல்லை. இனி, தான் பேசுவதை விடவும், தன் அஸ்திரவித்தையே பேச வேண்டும் என்று தீர்மானித்தான். அவன் முன் இருந்த ஒரே ஒளி பரசுராமர். துரோணரின் ஆசிரியர். வாழும் மனிதர்களுக்குள்ளேயே உவமை சொல்ல முடியாத வீரர். பீஷ்மருக்கும் ஆசான். ஆனால், அவருடன் உள்ள சிக்கல், அவர் சத்திரிய விரோதி என்பது. பரசுராமர் 'நீ யார்' என்று கேட்டபோது, 'நான் பிராமணன்' என்கிறான் கர்ணன். கர்ணன் சொன்ன முதல் பொய். பின்னாள் அவனுக்குப் பலப்பல துன்பங்களை ஏற்படுத்திய பொய். கர்ணன் பொய் சொன்னமைக்காக அவன் மேல் கோபப்பட முடியுமா? துரோணர் சாதி இழிவு சொல்லி மறுத்ததால்தானே அவன் பொய் சொல்ல நேர்ந்தது.

கர்ணன், துரோணரின் அந்த ஆயுதப் பரீட்சை அரங்குக்குள் நுழைகிறான். காட்டுக்குள் சிங்கம் நுழைந்தது மாதிரி என்கிறார்கள் கவிகள். அர்ச்சுனன் தன் பயிற்சியால் பெற்ற வில் ஞானத்தை மக்கள் முன் செய்து காட்டி மிகப் பெரிய பாராட்டுதலைப் பெற்றுக் கொண்டிருந்தபோது, தேன்கூட்டைக் கலைத்துவிடுகிறான் கர்ணன். அர்ச்சுனன் செய்த ஆச்சரியங்களைக் கர்ணன், அவனிலும் மேலாகச் செய்து காட்டுகிறான். அர்ச்சுனன் மழையைக் கொணர்ந்தால் கர்ணன் தீயைக் கொண்டு வருகிறான். வில்வித்தையின் அனைத்துச் சாதனைகளையும் முடித்த கர்ணனின் திறமையை அஸ்தினாபுரம் முதல் முதலாக அறிய நேர்கிறது. அர்ச்சுனன் திகைக்கிறான். அதே நேரம், குந்தி, தொலைந்துபோன தம் மகனை அடையாளம் காண் கிறாள். அங்கேயும், கர்ணனைச் சாதி குறுக்கே வந்து இழிவுரைக்கிறது.

பீமன், 'போய் தேரின் வார்களைப் பக்குவமாகப் பிடிக்கப் படித்துக் கொள்' என்கிறான். பரசுராமரிடம் முயன்று பெற்ற ஞானமும் கல்வியும் அவன் முகவரியாக அமையவில்லை.

கடைசியாக, கர்ணன் அடைந்த பெரும் அவமானம், திரௌபதி யால் ஏற்பட்டது.

துரியோதனனால் முடிசூட்டப்பட்டு அங்கதேச மன்னனாக, திரௌபதியின் சுயம்வர மண்டபத்துக்குள் நுழைந்து, நியமப்படி போட்டியில் கலந்துகொண்டு, வெற்றியின் சிகரத்தைத் தொடப் போகும் தருணம், திரௌபதி அவனைத் தடுக்கிறாள். 'ஒரு சூதனுக்கு என்னால் மாலை சூட முடியாது' என்கிறாள் திரௌபதி.

தலைகவிழ்ந்தபடி வெளியேறுகிறான் கர்ணன். திரௌபதியின் பேரழகு அவனைக் கிளர்ச்சி செய்கிறது. தான் அவளை அடை வோம் என்றே அவன் நம்பினான். தன் வித்தை, தம்மைக் கைவிடாது என்றும்கூட அவன் நினைத்தான். வித்தை கைவிடவில்லைதான். ஆனால், சாதி என்கிற கீழ்மை கைவிடச் செய்துவிட்டது. தம் கண் முன்பாக, அர்ச்சுனன் பிராமண வேஷத்தில் அவளைக் கைப்பிடிக்க, அவனுக்கு மிகப் பெரும் துக்கத்தைக் கொடுத்துவிட்டது.

கர்ணன் மிகப் பெரும் அவமானங்களைச் சகிக்க வேண்டி இருந்தது என்பது உண்மைதான். திரௌபதியை அவன் இழந்தது, பெரும் துக்கம்தான் என்றாலும், அவற்றை அவன் எதிர்கொண்ட விதம், மகா இழிவானது. மகாபாரதப் பாத்திரங்களிலேயே மிக இழிவான செயலைச் செய்த பாத்திரம் எது என்றால், நான் கர்ண னைத் தயங்காமல் சொல்வேன். மோசச் சூதாட்டத்தில் திரௌ பதியை வென்றதும் அல்லாமல், சபை நடுவே அவளை நிர்வாணப் படுத்தச் சொன்னவன் கர்ணன். மண்டபத்தில் சில மணிநேரப் பார் வையில் காதலித்த ஒரு பெண்ணை, மாபெரும் வீரர்களின் மனைவியை, மானபங்கப்படுத்தலாம் என்று எழுந்த யோசனை ஒரு குப்பைக் கிடங்குக்குள்ளிருந்துதான் எழமுடியும்.

கர்ணன் வாழ்வில் அடைந்த அதே இழிவை, வேறு தளத்தில் விதுரனும் அடைந்தான். அவரும் சூதபுத்திரர்தான். ஆனால், அவருக்கு இருந்த பெரும் ஞானத்தால் தனக்கு நேர்ந்த இழிவை, இழிவுகளால் எதிர்கொண்டு மேலும் தன்னை இழிவுபடுத்திக் கொள்ளவில்லை விதுரர். திறமைக்கு எதிராக நன்மையையும், இழிவுக்கு எதிராகப் பெரும் தன்மையையும் வைத்தார் அவர். கர்ணனோ, இழிவுக்கு எதிராகப் பேரிழிவை வைத்தான். ராதையின் அன்புக்கு உகந்த மைந்தன், இன்னொரு பெண்ணை எப்படி இழிவு

செய்ய முடியும்? தாய்மையை மதிப்பதும் பெண்மையை மரியாதை செய்வதும் வேறு வேறானதா?

பல்வேறு வகைகளில் மகத்தான குணங்களைக்கொண்ட கர்ணன், தன் ஆத்மாவைக் கொன்றுகொண்டதுதான், மிகப்பெரிய வீழ்ச்சி.

கர்ணனை அர்ச்சுனனிடம் இருந்து காப்பாற்ற அவன் தந்தை பெரும் முயற்சிகளை மேற்கொண்டான். கர்ணனின் கனவில் தோன்றி, 'இந்திரனுக்குக் கவச குண்டலம் தராதே' என்று அறிவுரை கூறுகிறான். ஆனால், தானவீரன் கர்ணன், 'யார் எது கேட்டாலும் கொடுக்கும் என் விரதத்தை நானே பங்கப்படுத்திக்கொள்ள மாட்டேன்' என்று மறுக்கிறான். 'சரி, கொடுக்கிறாய் என்றால், பதிலுக்குச் சக்தி ஆயுதத்தைக் கேட்டுப் பெறு' என்கிறான் சூரியன். இப்படி தன் மகனின் ஆயுளை நீட்டிக்கத் துடிக்கிறான் சூரியன். அதே போலத் தன் மகனான அர்ச்சுனனை வாழ்விக்க இந்திரனும் முயல்கிறான். மழைக் கடவுள் இந்திரனுக்கும், ஒளிக் கடவுள் சூரியனுக்கும், யார் உயர்ந்தவர் என்கிற பகை, வேதத்திலேயே காணப்படுகிறது. ராமாயணத்தில் வாலிக்கும் சுக்ரீவனுக்கும் நேர்ந்த சண்டைக்கும்கூட இதுவும் ஒரு பழைய காரணம். வாலி இந்திரனின் மகன். சுக்ரீவன் சூரியனின் மகன். ராமாயணக் காலக்கூட்டு, பாரதக் காலத்தில் மாறிவிடுகிறது.

ராமாயணக் காலத்துக்கும் முன்நிகழ்ந்து பிறகு தொடர்ந்து வரும் பிராமண – சத்திரியப் போரின் இன்னுமொரு பலியாடு கர்ணன். இரண்டு பிராமணர்கள் அவனைச் சபித்து அவன் கொல்லப்பட அர்ச்சுனனுக்கு மறைமுகமாக உதவியிருக்கிறார்கள். ஒருவர் பரசுராமர். கர்ணன் பிராமணன் அல்லன் என்பது வெளிப்பட்டதால், சத்திரியப் பகைவர் பரசுராமர் அவனைச் சபித்தார். முக்கிய தருணத்தில் அவனது தேரின் சக்கரம் மண்ணில் புதையும் என்று இன்னொரு பிராமணர் அவனைச் சபித்தார். கடைசியாகத் தேரோட்டியாக வந்த சல்லியன், கர்ணனுக்குத் துரோகம் செய்தான். சல்லியன் சத்திரியன்தான். நகுல சகோதரர்களின் தாய்மாமன் அவன். துரியோதனன் அவனை ஏமாற்றி, தன் பக்கம் வரச் செய்தான். வந்தவன், கர்ணனுக்கு விரோதமாகப் பேசி, அவன் தன்னம்பிக்கையைக் கெடுத்தான்.

வினைகள் முற்றும் காலம், யுத்தமாக உருவாயிற்று. கர்ணனின் பிறப்பு ரகசியம், கிருஷ்ணன்மூலம் தெரிய வருகிறது. அவன் குந்தி புத்திரன் என்பதும் பாண்டவரின் முதல்வன் என்பதும் கிருஷ்ணன் சொல்லி, கர்ணன் அறிகிறான். அதற்கு மேலும் சென்று, பாண்டவர் பக்கம் சென்றால், உனக்கு திரௌபதி கிடைப்பாள் என்று ஆசை வேறு காட்டுகிறார் கிருஷ்ணன். இது மலிவுதான்.

கிருஷ்ணன் மலிவாகச் சென்றாலும் கர்ணன் மலிந்து போக வில்லை. துரியோதனன் என்கிற நண்பனின் வாழ்வும் பெருமையுமே தன் வாழ்க்கை லட்சியம் என்கிறான் கர்ணன். நன்றி மறவாமை என்பதன் திருவுரு கர்ணன். குந்தி கர்ணனிடம் தன்னுடன் வந்து விடச் சொல்லிக் கேட்கையில், கர்ணன் காட்டும் சீற்றமும் நாக பாணத்தை இரண்டாம் முறை ஏவமாட்டேன் என்று உறுதி கொடுப் பதும், மனிதத்தனத்தின் உச்சங்கள்.

தமிழகக் கூத்து மரபில், கூத்துக் கலைஞர்களை மிகவும் கவர்ந்த வன் கர்ணன். கர்ணன் பற்றி, புகழேந்திப் புலவர் என்பவரால் எழுதப் பட்டு வெளிவந்த 'பெரிய எழுத்து கர்ண மகராஜன் சண்டை' என்கிற புத்தகம் என்னிடம் சுமார் 30 ஆண்டுகளுக்கு முன் வந்து சேர்ந்தது. அதில் கர்ணனை அவன் சூதன் என்பதால் அவன் சத்திரிய மனைவி "என்னைத் தொடாதே" என்று புறக்கணிக்கிறாள். பொன்னுருவி என்பது அவள் பெயர். கர்ணன் உண்மைக் கதையைச் சொல்லி, அவள் சமைத்துச் சோறு பரிமாற போர்க்களம் சென்று உயிர் துறக் கிறான். அதாவது பல ஆண்டுக் காலம் மனைவியைத் தொடாது வாழ்ந்தவன் என்பதும், தொட்ட அன்றே அவன் களத்தில் மடிந்தான் என்பதும், கர்ணன் பற்றி, மக்கள் தங்கள் மனத்தில் வைத்திருக்கும் சோகச் சித்திரம்.

போரின்போது அறமற்ற போர் முறையால் அர்ச்சுனன் கர்ணனைக் கொல்கிறான். அவன் ஆவி தர்மலோகம் செல்கிறது. அவமானம் அடைகிறார்கள் அர்ச்சுனனும் கிருஷ்ணனும்.

மனிதத்தனம் – மனிதம் அற்றதனம் இரண்டும் கொண்ட, எதைப் பிரயோகிப்பது என்பதில் குழப்பம் அடைந்தவன் கர்ணன். அவன் தர்மம் அவனைக் காத்தது, அவன் அதர்மம் அவனை அழித்தது.

✶

ஏகலவன் – அரவான்

யமுனா நதிக்கரைக் காட்டுவாசி அந்தச் சிறுவன். நிஷாதன் என்று (வனவாசி) அவன் அறியப்பட்டான். கடந்த சில மாதங் களாகவே அவன், யமுனாவின் மறுகரையில் நடந்து கொண்டிருந்த ஆயுதப் பயிற்சியைக் கவனித்துக்கொண்டிருந்தான். மறுகரையில் ஆசாரியர் துரோணரின் ஆயுதப்பயிற்சி சாலை இருந்தது. அவர்தான் அரச வம்சத்துப் பிரம்மச்சாரிகளுக்கு வில்வித்தை மற்றும் போர்க் கலையைப் பயிற்றுவிப்பவர் என்று அவன் தந்தை வேடர் தலைவன் சொல்லியிருந்தான்.

ஒருநாள், கன்னங்கரிய யமுனை ஆற்றுக்குள் இறங்கி, துரோணர் குடிலுக்குப் பின் ஒளிந்துகொண்டு ஆயுதப் பயிற்சியையே பார்த்துக் கொண்டிருந்தான். ஒரு மாலை நேரம், துரோணர் சந்தி செய்து முடித்து எழுகையில் அவர் பாதங்களில் வணங்கினான். 'யார்?' என்றார் துரோணர். "அந்தக் கரையில் இருக்கும் காட்டில் வசிக்கும் ஏகலவன் நான். வேடர் தலைவர் இரண்யதனுசின் மகன்" என்று தன்னை அறிமுகப்படுத்திக்கொண்டான் ஏகலவன். "உனக்கு என்ன வேண்டும்?" என்றார் ஆசாரியர். 'நான் தங்களிடம் வில் வித்தை கற்க வேண்டி வந்திருக்கிறேன். ஆசாரியர் அருள வேண்டும்" என்று மீண்டும் அவர் பாதங்களில் வணங்கினான் ஏகலவன்.

ஆசாரியர் அவனை நோக்கினார். கரடித் தோலை ஆடையாகச் சுற்றிக்கொண்டு சடைமுடியோடு இருந்தான் அவன். பத்து வயதுக் குள்ளான சிறுவன். சுற்றி நின்ற ராஜகுமாரர்களை ஒரு கணம் கவனித்தார். அருவருப்போடு பார்த்துக்கொண்டிருந்தார்கள் அவனை அவர்கள். இளவரசர்களான, சத்திரியர்களான தங்களோடு ஒரு வன வாசியா? குறிப்பாக அர்ச்சுனன் பார்வையில் தெரிந்த அலட்சியம்.

ஆசாரியர், "ஏற்கெனவே எனக்கு நிறைய சிஷ்யர்கள் வந்து விட்டார்கள் குழந்தாய். கௌரவர் நூறு பேர்கள், பாண்டவர்கள் ஐவர், மற்ற தேசத்து இளவரசர்கள் பதினைந்து பேர்கள். ஆக, நூற்று இருபது பேர்கள். எனக்கும் முதுமை வந்து கொண்டிருக்கிறது. எனவே, உன்னை என் சிஷ்யனாக ஏற்க முடியாது..." என்றார் குளிர்ச்சியாக.

“அப்படியானால், சுவாமி... நான் எவ்வாறு வில்வித்தை பயில்வது?”

துரோணர், யோசிக்காமல் சொன்னார்:

“என் மேல் நம்பிக்கை இருக்கிறது அல்லவா. இருந்தால், உனக்கு நீயே குருவாக இருந்து, உனக்கு நீயே கற்பித்துக்கொள்.”

அந்தக் குழந்தை, கண்கள் நீர் வழிய சத்திரிய குமாரர்களையும் ஆசாரியரையும் பார்த்தபடியே, ஆற்றில் இறங்கி நீந்தி மறுகரையை அடைந்தான். அவன், புறக்கணிப்பை எண்ணிச் சிறுத்துப் போய்விட வில்லை.

மகாபாரத காலம், கிறித்துவுக்கு ஆயிரத்தைநூறு ஆண்டுகளுக்கு முன் என்பது உறுதியாக இருக்கிறது. அதாவது 3500–3000 ஆண்டு களுக்கு முன். அப்போது சத்திரியர், பிராமணர், வைசியர் என்கிற மூன்று வருணங்களே இருந்தன. அப்போது மேல்நிலையில் சத்திரி யர்களே இருந்தார்கள். சம்பளம் தர வேண்டியவர்கள் சத்திரியர்கள். சத்திரியர்களின் கருணையைக்கொண்டு வாழ்ந்தார்கள் பிராமணர்கள் அல்லது வைதிகர்கள். அரசு நடத்துவது, போரிடுவது, வாழ்க்கைப் பாதுகாப்புக்கு யாகம் நடத்துவது சத்திரிய தர்மமாக இருந்தது. சத்திரி யர்கள் மேன்மைக்கான தெய்வக் காரியங்களை நிகழ்த்துவது பிராமணர்களின் பணி. விவசாயம், மாட்டு மந்தைகள் பராமரித்தல், அப்புறம் பொருள் விற்றல் முதலான தொழிலில் இருந்த ‘விஷ்’ எனப் பட்ட வைசியர்கள், கொஞ்சம் கொஞ்சமாக விவசாயத்தையும் பசுப் பாதுகாப்பையும் தம்மிடம் பணியாற்றிக்கொண்டிருந்த சாமான்ய மக்களிடம் தந்தார்கள். அவர்களே சூத்ரர்கள். கடல் சார் மக்கள், மட்பாண்டத் தொழிலாளர்கள், ரதம் ஓட்டிக் குதிரைகளைப் பரா மரிக்கும் சூதர்கள் என்று பல மட்டத்து மக்கள் உருவானார்கள். இவர்கள் அனைவரிலும் தாழ்வாக வைக்கப்பட்டவர்கள் திஷாதர்கள் என்கிற வேட்டை மக்கள் அல்லது வனவாசிகள்.

மகாபாரத யுத்தம் நிகழ்ந்த காலத்துக்குப் பலப்பல நூற்றாண்டுக்கு முன்பே, வருண தர்மம் கடுமையாகிவிட்டது. ராமன், வருணப் பிசகை எதிர்த்துக் கடுமையாக நடந்துகொள்ள வேண்டி இருந்தது. சத்திரியர், பிராமண உயர்வைச் சில வேளைகளில் அடையக் கடுமையாகப் போராட வேண்டி இருந்தது. உதாரணத்துக்கு விசுவாமித்ரன். பிராமணர்கள், சத்திரிய தர்மத்தைக் கைக்கொள்ளத் தடை இல்லை. உதாரணத்துக்கு துரோணர்.

தன் காட்டுப் பகுதியை அடைந்த ஏகலவன், துரோணர் போல மண்ணால் ஒரு சிலை செய்து வைத்துக்கொண்டு, குரு முன்

இருப்பவன் போன்ற பாவனையுடன், தன் வில் பயிற்சியைத் தொடங் கினான். குருவின் பார்வையை அவன் உணர முடிந்தது. குரு பேசுவதை, திருத்துவதை, பாராட்டுவதை அவன் கேட்க முடிந்தது. பாவனைதான். துரோணர், அவனை மறந்தே போனார். தட்சணை தரும் சிஷ்யர்களே அவருக்கு சிஷ்யர்கள்.

காலம் வளர்ந்தது. ஒரு பூனையின் பாதம்போல் மெத்தென்று சப்தம் எழுப்பாமல் காலம் வளர்ந்தது. பாண்டவர்களும் கௌரவர் களில் சிலரும், வேட்டைப் பயிற்சிக்குப் புறப்பட்டார்கள். அவர் களுடன் ஒரு நாயும் இருந்தது. பாண்டவர்கள் காட்டில் வேட்டை யாடிக்கொண்டிருக்கையில், நாய் பிரிந்து தனியே சென்றது. அது, ஏகலவன் பயிற்சி செய்துகொண்டிருப்பதைப் பார்த்தது. மிருகத் தோல் போர்த்திய இளைஞன், நாய்க்கு விசித்திர உணர்வைத் தந்திருக்க வேண்டும். அது குரைத்தது. தொடர்ந்து குரைத்தது. அவன் அருகில் வந்து குரைத்தது. பயிற்சி செய்துகொண்டிருந்த ஏகலவன் கவனம், கூர்மை குலைந்தது. நாயைக் காயப்படுத்தாமல், ஐந்து அம்புகளால் அதன் வாயைத் தைத்தான். மிரண்ட நாய், பாண்டவர்களிடம் ஓடி வந்தது.

அர்ச்சுனன் அந்த வித்தையைக் கண்டான். அது அவனால் முடியாது. தன்னைவிடவும் மேலான ஒரு வில் வித்தைக்காரன் இருப் பதை முதல்முறையாக உணர்ந்தான். அவன் கர்வம் பங்கமுற்றது. நாயைத் தொடர்ந்து சென்று ஏகலவனைக் கண்டான். "உன் குரு யார்?" என்றான். "துரோணர்" என்று பதில் உரைத்தான் அந்த இளைஞன்.

அர்ச்சுனன் மனத்தில் பயம் சூழ்ந்தது. விசாரம், அவமானம் முதலான உணர்ச்சிகளுடன் அவன் நேராக துரோணரிடம் வந்து நின்றான்.

"குருவே... ஆசாரியரே... உலகத்தில் என்னை விடவும், பெரிய வில்லாளி இல்லை என்றீர்கள். அது உண்மையா?"

"அதிலென்ன சந்தேகம். உன்னை என்னாலும் வெல்ல முடியாது."

"இல்லை குருவே. என்னைவிடவும் மேலான தனுர்வீரன் காட்டுக்குள் இருக்கிறான். தாங்களே அவன் குரு என்கிறான்."

துரோணர் அவனைத் தொடர்ந்து காட்டுக்குள் சென்றார். அங்கே அவர் சிலை. அதன் முன் ஏகலவன் பயிற்சி செய்து கொண்டி ருந்தான். குருவைப் பார்த்ததும், அவர் காலில் பணிந்தான்.

"உன் குரு யார்?"

“தாங்கள்தான். ஐந்து ஆண்டுகளுக்கு முன், என் மேல் நம்பிக்கை இருந்தால், பயிற்சியைத் தொடங்கு என்று கட்டளை இட்டீர்கள். நீயே உனக்குக் குருவாக இரு என்றீர்கள். தங்கள் கருணையால், ஏதோ கொஞ்சம் வித்தை வந்திருக்கிறது குருவே...”

“நீ என்னை குருவாக பாவிக்கிறாயா?”

“பாவனை இல்லை ஆசாரியரே, அதுதானே உண்மை.”

“அப்படியானால் குருதட்சணை தர வேண்டுமே, நீ.”

“உத்தரவிடுங்கள்.”

“உன் வலக்கைக் கட்டை விரலை தட்சணையாகக் கொடு” ஏகலவன், மனம் நிறைந்த மகிழ்ச்சியுடன், கத்தியால், இடக்கை கொண்டு வலக்கை விரலை வெட்டி அவர் கையில் கொடுத்தான்.

திரும்பி வரும் வழியில் துரோணர் அர்ச்சுனரிடம் சொன்னார்:

“இனி அந்தக் காட்டுவாசியால் வில் தொழில் செய்ய முடியாது. அவனவன், அவனவனுடைய வருண தர்மத்தை மீறிச் செயல்பட அனுமதிக்க முடியாது. சமுதாயத்தில் குழப்பம் அல்லவா நேரும். இப்போது உனக்கு நிகர் உலகில் யாரும் இல்லை. மகிழ்ச்சி தானே?”

திக்பிரமை பிடித்திருந்தான் அர்ச்சுனன். ‘இப்படிக் கொடுமை எப்படிச் செய்ய முடிகிறது இந்த பிராமணரால்? பிராமணனாக, பிராமணனுக்குப் பிறந்து, பிராமண தர்மம் விட்டு சத்திரியத் தொழில் செய்து பிழைக்கும் இவர் எப்படி வருணக் குழப்பம் பற்றிப் பேசுகிறார்’ என்று அர்ச்சுனன் நினைத்திருப்பான். அவன், குற்ற உணர்ச்சியில் சிறுத்துப் போயிருந்தான். வாழும் மனிதர்களில் ஒப்பற்ற வில்லாளி என்ற அவன் அகந்தை கழன்று, அறுந்த காலணி போலத் தெருவில் கிடந்தது.

வியாசர் என்ன சொல்ல வருகிறார்? அறியப்பட்டவைகளி லிருந்து, அறியாத பிராந்தியத்தைத் தேடி அறியுங்கள் என்கிறார். உலகம், வழிபடும் ஒரு திருவுருவைத் தாண்டி, உண்மை உறங்கிக் கொண்டிருக்கும், எதைப் பற்றியும் கவலைப்படாமல் அறிவும் ஞானமும் முயன்றால் எவரையும் வந்து சேரும் என்கிறார் அவர். மட்டுமல்ல, பெரு வெற்றி பெற்ற பலர், அவர்களது சொந்தத் திறமை யால் மேலெழவில்லை. பலரையும் கீழிறக்கிவிட்டு மேலெழுந்து வந்திருக்கக்கூடும் என்கிறாரா வியாசர். உச்சத்தைத் தொட்டவர்கள் பலர், தொடப்போகிறவர்களைத் தள்ளிவிட்டும் அந்த இடத்தை அடைந்திருக்கலாம் என்கிறார் அவர்.

இன்னுமொரு பரிதாபத்துக்குரிய பலி இராவான். அரவான் என்றும் இளாவந்தன் என்றும் அவன் அழைக்கப்பட்டான். பாண்டவர்களுக்கும் நாகர்களுக்கும் பல காலம் தொடர்ந்த உறவின் ஒரு பகுதி இது. குந்திக்கும் நாகர்களுக்கும் பரம்பரைத் தொடர்பு உண்டு. அதுபோல பீமன், அர்ச்சுனன் இருவருமே அத் தொடர்பைப் புதுப்பித்துக்கொண்டவர்களே ஆவார். கௌரவியன் எனும் நாகர் குலத்தவன் மகள் உலூபி. அர்ச்சுனனின் பல காதலிகளில் ஒருத்தி உலூபி. அவளுக்கும் அர்ச்சுனனுக்கும் பிறந்தவன் இராவான். அவனுக்குத் தந்தை அர்ச்சுனனைப் பார்க்கும் ஆசை திடுமென எழுந்தது. குரு சேத்திரம் புறப்படுகிறான். தாய் உலூபி "எங்கே புறப்படுகிறாய்" என்கிறாள்.

"அப்பாவைப் பார்க்கவும், முடிந்தால் அவருக்கு உதவவும்."

"இது அர்ச்சுனன் தொடர்பான யுத்தம். தவிர நாகர்களுக்கும் அதற்கும் எந்தத் தொடர்பும் இல்லை" என்கிறாள் அவள்.

"யுத்தம், தீவிரம் அடைந்திருக்கிறது அம்மா. வீரர்கள் யுத்த காலத்தில் ஆவின் பாலில் ஊறவைத்த அப்பம் சாப்பிட்டுக்கொண்டிருக்க மாட்டார்கள் அம்மா. மகன், தந்தைக்கு உதவ வேண்டிய நேரம் இது. என் வில்வித்தையை, உலகுக்குக் காட்ட வேண்டிய நேரமும் இதுதான்."

குருசேத்திரத்தில், கிருஷ்ணன் முன்னிலையில் ஆலோசனை நடந்துகொண்டிருந்தது. தருமன் கவலையோடு இருந்தான். ஒன்பது நாட்கள் நடந்த யுத்தத்தில் வெற்றி இங்குமங்கும், பாண்டவர் கௌரவர் பக்கம் மாறிமாறி, ஊசலாடிக்கொண்டிருந்தது. துரியோதனன் மகிழ்ச்சியோடு வலம் வந்துகொண்டிருந்தான். பீமன் கொதித்துப் போயிருந்தான்.

"வெற்றி வாய்ப்பு உமக்குக் கிட்டுவது, தள்ளிப் போய்க்கொண்டிருக்கிறது யுதிஷ்டிரரே..." என்றார் கிருஷ்ணன்.

"இல்லை. நான் உன்னைச் சரண் அடைந்துவிட்டேன், கிருஷ்ணா. இனி நீ எனக்கு ஜெயம் தருவாயோ அல்லது மரணம் தருவாயோ, எதையும் ஏற்கச் சித்தமாக இருக்கிறேன்."

"என்றால் ஒரு காரியம் செய்யலாம்."

"என்ன, என்ன" என்றார்கள் எல்லோரும்.

"முப்பத்திரண்டு லட்சணங்கள் நிறைந்த ஆண் மகன் ஒருவன், காளிக்குக் களப்பலி தர வேண்டும். காளி உனக்கு நிச்சயம் ஜெயம் தருவாள்."

"முப்பத்திரண்டு லட்சணங்கள் நிறைந்த மூன்றே பேர்தான் பாண்டவர் பக்கம் இருக்கிறார்கள்" என்றார் கிருஷ்ணன்.

"யார், யார்?"

"ஒருவன் நான். மற்றவன் அர்ச்சுனன். என்னை வேண்டுமானால் களப்பலி கொடுங்களேன். தருமரே..."

"கிருஷ்ணா, உம்மை இழந்து நான் வேறு எதைப் பெறப் போகிறேன். எதை இழந்தும் உம்மைப் பெறத்தானே இந்த என் ஜீவியம். சரி, அந்த மூன்றாம் மனிதர் யார்?"

அப்போது இராவான் அர்ச்சுனன் முன் வந்து நின்றான். அப்பா என்றான். அவன் பாதம் தொட்டு வணங்கினான்.

"யார் நீ?" என்றான் தந்தை.

"தங்கள் மகன் இராவான். அன்னை உலூபி."

"ஓ" என்றான் அர்ச்சுனன். எத்தனையோ மனைவிகள். எத்தனை பேரைத்தான் நினைவில்கொள்ள முடியும்.

"தாங்கள் என்னைத் தங்கள் மகன் என்று அங்கீகரிக்க வேண்டும்."

கிருஷ்ணன் சொன்னார்.

"அர்ச்சுனா. இவன் மாபெரும் வீரன். உன்னைப் போல முப்பத்தி இரண்டு இலட்சணங்களும் நிறைந்தவன். உன் மனைவி உலூபியின் மைந்தன். எனக்கு அந்த நாகர்குல உத்தமியை நன்றாகத் தெரியும். அவள் தந்தை, எனக்கு மித்ரன்."

அர்ச்சுனன் தன் மகனைப் பார்த்தான்.

"மகனே, நீ என் மகன் என்றால், எனக்கு ஒன்று உன்னால் ஆக வேண்டும்."

"உத்தரவாகட்டும்."

"எங்கள் யுத்தத்துக்கு, நம் குல வெற்றிக்காக நீ களப்பலி ஆக வேண்டும்."

அவன் ஒருகணம் யோசித்தான். பிறகு நகைத்துக்கொண்டு சொன்னான்.

"நான் இங்கு வர வேண்டாம் என்று அம்மா சொன்னது ஏன் என்று இப்போது தெரிகிறது. சரி... அப்பா, உங்கள் வெற்றிக்காக நான் மரணத்தை ஏற்கிறேன். ஆனால்..."

"சொல்."

"நான் பிரம்மச்சாரியாக மரணத்தை ஏற்க விரும்பவில்லை. எனக்குத் திருமணம் செய்து வையுங்கள். மறுநாள் விடியலில் என்னைக் கொன்றுவிடுங்கள்."

பாண்டவர்கள் திக்குக்கு ஒருவராக இராவானுக்குப் பெண் தேடிப் புறப்பட்டார்கள். மறுநாள் மரணம் அடையப் போகிறவனுக்கு யார் பெண் கொடுப்பார்? நேரமோ, ஓர் இரவே எதிர் இருந்தது. இப்போதும் கிருஷ்ணரே அவர்கள் உதவிக்கு வந்தார்.

"நான் பெண்ணாகிறேன். என்னை இராவான் மணம் புரியட்டும்."

அப்படியே நிகழ்ந்தது.

விடியலின்போது, இராவான் களப்பலி ஆனான்.

தமிழர்கள் இராவானின் தியாகத்தை மறக்கவில்லை. கூத்தாண்டவராக, சிவனாக, விஷ்ணுவாக, இராவானைத் திருநங்கைகள் எனப்பட்டவர்கள் நினைவுகொள்கிறார்கள். ஒரு மாபெரும் தியாகிக்குச் செய்யும் வழிபாடு இது.

பாண்டவர்கள் வெற்றி பெற்றார்கள். தருமன் மன்னனானான். ராஜசூயம் நடத்தி சக்ரவர்த்தியானான். கிருஷ்ணன், முதல் தாம்பூல மரியாதை பெற்று ஊர் திரும்புகிறார். அஸ்தினாபுரம் விழாக்கோலம் பூண்டது. குருதேச மகுட வரலாற்றில், தருமன் வெற்றி மேலும் ஓர் இறகு.

யமுனாவின் மறுகரைக் காட்டில், கட்டை விரல் இழந்த ஒருவன், வலை விரித்து, பறவைகளைப் பிடித்து ஜீவித்துக்கொண்டிருந்தான். கணவனால் மறக்கப்பட்டு, மகனையும் இழந்த உலூபி என்கிறவள், பைத்தியம் பிடித்தவளாக வனத்துக்குள் சுற்றிக்கொண்டிருக்கிறாள். அப்படித்தான், வாழ்க்கை குரூரமாகத்தான் இருக்கிறது.

என்ன பண்ண?

★

அர்ச்சுனனுக்கு மூன்று ஈடுபாடு!

அர்ச்சுனன் முதல் முதலாகத் தம் வாழ்வில் பயத்தை ருசித்தான். தமக்கு நிகராகக்கூட இன்னொருவன் இருக்க முடியும் என்று அவன் நம்பியது இல்லை. தமக்கு மேலாக ஒருத்தன் இருப்பதை அவன் இப்போது காண்கிறான். அவன் பெயர் கர்ணன் என்று சொன்னார்கள்.

துரோணர் தம் மாணவர்களின் கல்விச் சிறப்பை அஸ்தினாபுர அரசர்க்கும், பீஷ்மருக்கும், மக்களுக்கும் காட்டுவதற்காக என்றே, ஒரு பெரிய விழா எடுத்தார். அதில் தருமன், தம் வேல் எறியும் வித்தையைச் செய்து காட்டினான். பீமன், கதாயுதத்தால் பார்வை யாளரை மிரட்டினான். அர்ச்சுனன் அரங்கில் பிரவேசித்தான். வில்லை எடுத்து அம்பு பூட்டித் தம் ஆற்றலைக் காண்பிக்கத் தொடங் கினான். அவன் அம்புகள் மழையைக் கொணர்ந்து மக்களை நனைத் தது. திடுக்கிட்டு முடித்த மக்கள், அவனது அடுத்த அம்பு கொணர்ந்த நெருப்பால் தங்கள் ஆடை காய்ந்ததைக் கண்டு வியந்தார்கள். ஓரம்பு, விழாப் பந்தலைப் பறக்கவிடும் பெரும் காற்றைக் கொண்டு வந்தது. ஒரு நாழிகை நேரம் அவன் தம்மை வெளிப்படுத்திக்கொண்டு, விஸ்வரூபம் எடுத்து நின்றான். மக்கள் அவனைப் பாராட்ட வார்த்தை வராமல் திகைத்தனர். பீஷ்மர், 'வீரன்தான் அர்ச்சுனன்' என்று ஆமோதித்தார்.

துரோணர், "அர்ச்சுனா, நீ நிகரற்றவன். நான்கூட உனக்கு நிகர் இல்லை. பாரத வர்ஷத்தில் உன்னை வெல்லும் வீரன், இன்னும் தோன்றவில்லை..." என்றார். புகழின் ஈரத்தில், குளிர்ந்துபோய் நின்ற அர்ச்சுனனைச் சூரியபுத்திரன் கர்ணன் காய வைத்தான். அர்ச்சுனன் செய்த அதே வித்தைகளையும், இன்னும் மேலான வித்தைகளையும் அர்ச்சுனனைவிடவும் மேலும் அழகாக எளிதாகச் செய்துகாட்டினான் கர்ணன்.

ஜனங்களுக்கு முன்பு, இப்போது கர்ணன், ஒரு சிகரமாகத் தெரிந்தான். பசுவுக்கு அருகில் நிற்கும் கன்றுபோல அர்ச்சுனன் நின்றான். கர்ணன் என்கிற அந்த சூத புத்திரன், பாண்டவர்களை

இகழ்ச்சி தோன்ற நோக்கினான். குறிப்பாக அர்ச்சுனனிடம் வந்து நிலைத்த கர்ணனின் முகத்தில், தோன்றிய பேரிகழ்ச்சி, அர்ச்சுன னைச் சுருளச் செய்துவிட்டது. முதல்முறையாக அவனுக்கு வாழ்வு பற்றிய சிந்தனையும் மரணம் பற்றிய பயமும் ஏற்பட்டன. கடவுளே மண் உலகத்துக்கு வந்ததாகப் பலரும் கருதும் கிருஷ்ணனே அவன் நண்பனாக, மைத்துனனாக ஆன பின்பும்கூட, அர்ச்சுனன் தம்மைப் பாதுகாப்பு அற்றவனாகவே உணர்ந்தான்.

நிகரற்ற வில் வீரன், இவனுக்குச் சமம் இவனே என்பது போன்ற புகழ்மொழிகள் உண்மையென்று எண்ணி மனதுக்குள் களித்துக் கொண்டிருந்தான். அவன் கர்வ பங்கம் அடைகிறபோதெல்லாம், அவனது அந்தப் 'பாதுகாப்பற்றிருக்கிறோம்' என்கிற உணர்வும் பயமும் தலைதூக்கி அவனை விரட்டத் தொடங்குகின்றன.

அவனது தலை இரண்டாம் முறை கவிழ்ந்தது, ஒரு காட்டில்; ஒரு காட்டு இளைஞனால். அன்று ஏற்பட்ட பங்கம், பல இரவு களின் உறக்கத்தைக் கெடுத்தது. அவன் வளர்ப்பு நாயின் வாயை ஒரு வேடன், ஏகலவன் என்ற பெயருடையவன், ஐந்து அம்புகளைக் கொண்டு தைத்துவிட்டான். நாய் அர்ச்சுனனிடம் வந்து முறை யிட்டது. அம்பினால் வாயைத் தைக்கும் வித்தையை அவனேகூட முழுதும் அறியாதவன். ஏகலவனிடம் உன் குரு யார் என்று கேட் கிறான். துரோணர் என்கிறான் ஏகலவன். அர்ச்சுனன் நேராக குருவிடம் வந்தான்.

"எனக்கு நிகரானவன் உலகில் இல்லை என்றீர்களே, சுவாமி. அது பொய்யா" என்று ஆத்திரமுடன் கேட்கிறான் அர்ச்சுனன்.

"நான் பொய் சொல்வதில்லை" என்றார் துரோணர்.

"ஒரு காட்டுவாசி. என்னைவிடவும் மேலான வித்தை தெரிந் திருப்பது எப்படி?"

"உன்னை நீ எப்போதும் பிறருடன் ஒப்பிட்டுப் பார்த்துக் கொண்டிருக்கிறாய். அதனாலே சஞ்சலம் அடைகிறாய். வீரமும் ஞானமும் ஒருவனிடம் மட்டும் தங்கிவிட முடியுமா? அது முயல்கிற வனைச் சென்று அடைகிற தவப் பயன்கள். உன் உழைப்புக்கேற்பத் தானே, உன் தோண்டுதலின் ஆழத்தைப் பொறுத்துத்தானே உன் கிணற்றின் நீர் சுரக்கும்."

"ஆசாரியரே, நான் மட்டும்தான் உங்கள் சிஷ்யர்களில் நிகரற்ற வன் என்றீர்களே."

"நீ மட்டும்தான்."

"அப்படி எனில் காட்டுவாசியான ஏகலவனையும் தாங்களே உருவாக்கி இருக்கிறீர்களே."

"நானா? நான் சத்திரியர்களைத் தவிர வேறு யாருக்கும் குருவாக அமைந்தது இல்லை."

துரோணர், விஜயனுடன் கானகம் சென்றார். ஏகலவன் செய்து பூசித்து வந்த தன் சிலையை அவர் பார்க்கிறார். ஏகலவன் அவர் அடிபணிந்து 'குருவே' என்கிறான். "தாங்கள் சொல்லியபடியே, தங்களை எனக்குள் குருவாக வரித்து, எனக்கு நானே கற்றுக்கொண்டிருக்கிறேன் பெருமானே" என்கிறான். அர்ச்சுனனுக்கு அப்புறம்தான் தெரிகிறது. துரோணரிடம், சாத்திரம் கற்க வந்து துரோணரால் மறுக்கப்பட்டவன், அவரையே குருவாக பாவித்து, வித்தை பயின்று மேல் வந்தான் என்பது. துரோணருக்கும் ஒன்று புரிந்தது. அவரது உயர்ந்த சிஷ்யனுக்கு, அவனைவிட உயர்ந்தவன் ஒருவன் ஆபத்தாக உருவாகி இருக்கிறான் என்பது. முன்னரே, கர்ணன். அப்புறம் இவனா?

"என்னை குருவாகக்கொண்டது உண்மைதானா? நேராக நான் உனக்கு ஒன்றுமே உபதேசிக்கவில்லை என்றாலும்கூட."

"நான் தங்களை மனசுக்குள் குருவாக வரித்தேன். தங்கள் ஆசியால்தான் வில் கற்றேன். ஆகவே, தாங்களே என் ஆசிரியர்."

"அப்படியானால் குருதட்சணை தர வேண்டுமே."

"எது வேண்டும் குருவே..."

"உன் வலக்கை கட்டை விரல்..."

அர்ச்சுனன் திகைத்துப் போனான். இப்படியும் ஒரு குரு பக்தியா? தன்னைப் புறக்கணித்த ஆசிரியருக்கு, ஒன்றும் கற்றுக் கொடாமல், ஆனால், தட்சணை மட்டும் கேட்க வந்த ஒருவருக்குக் கட்டை விரலேவா?

ரத்தம் வடிய தன் காலடியில் வைக்கப்பட்ட, இன்னும் துடித்துக் கொண்டிருந்த அந்த விரலைக்கண்டு அர்ச்சுனன், வெட்கம் கொண்டு தலை கவிழ்ந்தான். துரோணர், வெற்றிப் பெருமிதம் அடைந்தார். வரும்போது, குரு, சிஷ்யனிடம் சொன்னார்:

"உன் எதிரி இனி வில் ஏந்த முடியாது. உனக்கு ஒரு பகைவன் மட்டுமே மீதம் இருக்கிறான். அவன் கர்ணன். அவனும் உன்னை வெல்ல முடியாது; உனக்குக் கவசமாகக் கிருஷ்ணன் இருக்கும் வரை."

"எனக்கு மாவீரன் ஏகலவனை நினைக்க வருத்தமாக இருக்கிறது."

"இல்லை. வர்ண ஒழுக்கம் மீறி, ஒரு காட்டுவாசி, தனுர்வேதம் பயில்வதாவது. அது தர்ம விரோதம். தர்மம் ஒன்றைக் காத்ததில் எனக்கு மகிழ்ச்சியாக இருக்கிறது" என்றார் துரோணர்.

இயல்பாகவே, விட்டு விடுதலை ஆகும் மனோபாவம் கொண்ட வனாகவே அர்ச்சுனன் இருக்கிறான். அவன் தன் திறனைக்கொண்டு மணந்த திரௌபதி மானம் காக்கவோ, அது கௌரவர்களிடம் போர் செய்தால் மட்டுமே சாத்தியப்படும் என்று போர்க்கான நடவடிக்கைகளை ஆராயவோ என்பது போன்ற எந்த முயற்சியையும் அவன் எடுக்காதவன் என்பது ஆச்சரியமாகவே இருக்கிறது. வீரன் என்று புகழப்படுதலில் நிம்மதி அடைந்து விடுகிறான்.

கிருஷ்ணன் என்கிற அசாதாரண மனிதர் துணையைக்கூட மிகச் சாதாரணமாகவே கருதுகிறான் அவன். தான் மூன்றாவது நபர் என்பதும், பாண்டவர்களுள் முதலில் பெய்யும் மழை தருமனையே நனைக்கும். முதல் முடிசூட்டு தருமனுக்கே என்பதையும் அறிந்து தெளிந்தவன் என்பதனால், எதனாலும் அவன் பதற்றம் அடைவதில்லை. தம் வில் சம்பாதித்துக் கொடுத்த திரௌபதியையும் பகிர்ந்துகொள்ளச் சம்மதிக்கும் அளவுக்கு அவன் விட்டேத்தியாக இருக்கிறான். திரௌபதியை வைத்துச் சூதாடி, பாண்டுவின் குலத்துக்கே தலைகுனிவை தருமன் ஏற்படுத்தியபோது, பீமனே பொங்கி எழுகிறான். 'எரிதழல் கொண்டுவா. அண்ணன் கையை எரித்திடுவோம்' என்கிறான் பீமன். அர்ச்சுனன் அப்போது சொல்லும் சொற்கள் மிக முக்கியமானவை.

'நமக்குள் பகையும் முரணும் வருவது எதிரிகளுக்கு மகிழ்ச்சி தருவதாக இருக்கும். சினத்தை அடக்கு.'

முதலாமிடத்தில் தாம் இல்லையே என்பது பீமனின் கவலை. எது நடந்தாலும் நடக்கட்டும் என்பது அர்ச்சுனன் இயல்பு. ஆனால், அர்ச்சுனன் எப்போதும், தம்மை நிரப்பிக்கொள்வதிலேயே நாட்டம் கொண்டவனாக இருந்தான். மூன்று விஷயங்கள், அவன் ஈடுபாட்டு வரம்புக்குள் வருகின்றன. ஒன்று பெண்கள், இந்த ஈர்ப்பை, தமிழ் நாட்டுப்புறக் கலைஞர்கள் கண்டுபிடித்துக் கற்பனையாகப் பல காதலிகளை அவனுக்குப் பாடல்கள் மூலம் தந்தார்கள். அதில் ஒருத்தி பாண்டியகுலத்து அல்லி. அல்லியிடம் சண்டை பிடித்து பீமன் ஓடுகிறான். அர்ச்சுனனும் அல்லிக்குத் தப்பி மறைகிறான். அப்படிப்பட்ட வீரப் பெண்மணி அவள். அவனுக்கும் உலூபிக்கும் பிறந்தவனே அரவான். குருசேத்திரக் களப்பலி ஆனவன். மகாபாரத ஆண்கள் நிறையவே காதலிகளையும் பெறுகிறார்கள். நிறைய குழந்தைகளையும் அடைகிறார்கள். ஆனாலும் சத்திரிய குலத்து, சடங்குகளோடு

மணந்துகொண்ட பெண்களோடு மட்டும், தங்கள் இருப்பைத் தொடர்கிறார்கள். பட்டத்து இளவரசர்களோடு மட்டுமே இணைந்து வாழ்கிறார்கள். அவ்வப்போது ஏற்படுகிற, பிற குலத்துப் பெண்களை அநேகமாக மறந்தே போகிறார்கள் இவர்கள். அர்ச்சுனனும் அவன் காலத்துத் தயாரிப்பாக மட்டுமே இருந்தான்.

அர்ச்சுனனின் இரண்டாம் ஈடுபாடு கல்வி. எப்போதும் அவன் கற்றுக்கொண்டே இருந்தான். துரோணர், தம் மகன் அஸ்வத்தாமனுக்கும் மேலாக அர்ச்சுனன் மேல் அன்பு காட்டியமைக்கான காரணம், அர்ச்சுனன் கல்வி மேல் காட்டிய ஈடுபாடுதான். எல்லோரும் உறங்கும் நேரத்தில்கூட அவன் பயிற்சி செய்துகொண்டிருந்தான். துரோணரின் குருதட்சணையாக, துருபதனைச் சிறைப்பிடித்து, பாஞ்சால தேசத்தில் பாதிக்கு மேலான பூமியை ஆசிரியருக்கு உரிமை ஆக்கியது மாணவராகிய அர்ச்சுனன்தான். தேவேந்திரன் அழைப்பை அவன் ஏற்றுக்கொண்டமைக்கான காரணம், அஸ்திரங்களைப் பெற்றுக்கொண்டு வரலாம் என்பதிற்கே. சிவனுடன், அவன் கட்டிப் புரண்டு சண்டை போட்டதன் காரணம், அஸ்திர லாபம் கருதியே ஆகும் என்பதை நாம் அறிவோம். பல சக்தி ஆயுதங்கள் அவன் பெற முடிந்தது அப்போதுதான்.

மூன்றாம் ஈடுபாடு, பயணம். பயணம் மேற்கொள்வதில் அவனுக்கிருந்த நெஞ்சார்ந்த ஆர்வம் அவனுக்குப் பல புதிய தரிசனங்களை வழங்கியிருக்கிறது.

மிக முக்கியமான தருணத்தில் அர்ச்சுனனின் ஞானமும் நேர்மையும் வெளிப்படுகிறது. இரண்டு இடங்கள் முக்கியமானவை.

ஒன்று, போருக்கு நாள் குறித்து, தம் பக்கம் கிருஷ்ணன் இருக்க வேண்டும் எனக் கேட்டு ஒரே நேரம், அர்ச்சுனனும் துரியோதனனும் கிருஷ்ணரின் மாளிகையை அணுகுகிறார்கள். கிருஷ்ணர் ஒரே நேரத்தில் இருவரையும் காண நேர்ந்தது. அவர் முதலில், அர்ச்சுனனிடம், ஆயுதம் ஏந்தாத கிருஷ்ணன் ஒரு பக்கம், படையோடு கூடிய யாதவர்கள் ஒரு பக்கம் என்றால், உனக்கு யார் வேண்டும் என்று கேட்கிறார். மகத்தான பதில் ஒன்றைச் சொல்கிறான் அர்ச்சுனன்.

"நீ ஒருவன் எனக்குப் போதும்... உன்னைப் பெற்றவன், வேறு எதைப் பெற முடியாமல் போவான்" என்கிறான் அர்ச்சுனன்.

இரண்டாவது, இந்திரலோகத்தில் தம்மைப் பார்த்து மோகித்த ஊர்வசியிடம், 'என் தந்தையின் அபிமானப் பெண்மணி நீ. எனக்குத் தாய் போன்றவள்' என்கிற இடம். ஊர்வசி அவனைச் சபிக்கிறாள் என்றாலும் அர்ச்சுனன் நிலைகுலையவில்லை.

வீட்டு வாசலில் யுத்தம் நுழைகிறபோது, சகல நியாயங்களும் அறங்களும் தோட்டத்தின் வழியாக வெளியேறிவிடுகின்றன என்கிறார் வியாசர். திருஷ்டத்துய்மன், துரோணர் கையில் ஆயுதம் இல்லாதபோது அவரைக் கொன்றதைத் தடுக்கிறான் அர்ச்சுனன். ஆயுதம் தரிக்காத ஒரு வீரனைக் கொன்றது தவறு என்றால், ஆயுதம் இல்லாது, மண்ணில் புதைந்த தேரில் சக்கரத்தைத் தூக்கித் தரையில் இடும் முயற்சியில் இருந்தபோது, அர்ச்சுனன் கர்ணனைக் கொன்றதும் தவறுதான்.

'அர்ச்சுனா, இழிவான காரியம் செய்யாதே... நான் தயாரான வுடன் ஆயுதப் பிரயோகம் செய்யலாம்' என்று கர்ணன் சொல்லியும் கூட, அர்ச்சுனன், கிருஷ்ணன் ஏவலால் இந்தக் குற்றம் செய்தான்.

ஆக, தர்மம் என்பதுதான் எது? அதர்மத்தை அழிப்பது, தீமையைச் செய்யாமல் இருப்பது. எது நன்மையைத் தருமோ அது. கிருஷ்ணனின் தத்துவப்படி, தீமையை எதிர்கொண்டு அழிப்பது சத்திரிய தர்மம். ஆனால், கிருஷ்ணரின் உபதேசம் பல சந்தர்ப்பங் களில் தவறாகவும், நீதிக்கு விரோதமாகவும் இருக்கிறதே எப்படி? அதர்மம் என்பவை மூலம் தர்மம் அழிக்கப்படலாமா? அதர்மங் களின் மூலம்தான் தர்மம் காப்பாற்றப்படலாகும் என்றால் தர்மம், அவ்வளவு பலவீனமாகவா இருக்க முடியும். பலவீனமாக இருப்பது எப்படி தர்மமாகும்.

நிறைய கேள்விகள் எழுகின்றனதாம்.

சுலபமாக நாம் புரிந்துகொள்ள, இப்படி வைத்துக்கொள்ளலாம்.

பெரிய தர்மங்களைக் காக்க, சின்ன தர்ம மீறல்களைச் செய்யலாம் என்று வைத்துக்கொள்ளலாமா?

வியாசர் நம்மை யோசிக்கச் சொல்கிறார்.

★

கிருஷ்ணன் என்கிற ஆத்ம சிநேகிதன்

முகம் முழுக்கப் புன்னகையும், மனம் முழுக்கக் கொண் டாட்டமும், உடம்பு முழுக்க உற்சாகமும் கொண்ட ஒரு மனிதனோடு நீங்கள் கைகுலுக்க ஆசைப்படுகிறீர்கள் என்றால், நீங்கள் கிருஷ்ண னோடுதான் அதைச் செய்ய வேண்டும். அவனது வலது கை குறும்பு களால் ஆனது. இடது கை, தந்திரத்தால் ஆனது. அவனை நண்ப னாக மட்டும் அல்லாமல், சேவகனாகவும் உருமாற்றுகிறார் நம் பாரதி. எனக்குக் கிருஷ்ணன், இனிய சிநேகிதன். நீங்கள் யாரிட மாவது முழுசாக ஒப்புக் கொடுத்துவிட்டு நிம்மதியாக இருக்க விரும்பு வீர்கள் என்றால், கிருஷ்ணனிடம் பாதுகாப்பாக இருக்கலாம். அர்ச்சுனன் அப்படித்தான் இருந்தான்.

கிருஷ்ணன், அவன் காதலுக்காகப் (காதலர்களுக்காக) புகழப் பட்டவன். எத்தனை ஆயிரம் காதலிகள், அவனுக்குத்தான். அது ஆச்சரியமில்லை. கிருஷ்ணனைக் கடக்க நேரும் பெண்கள், அவனை நேசிக்காமல் இருக்க முடியவில்லையே... அவன் காமாந்தகாரனா. இல்லை என்கிறது ஒரு நாட்டுப்புறக்கதை.

அஸ்வத்தாமன், துரியோதனனால் சேனாதிபதியாக்கப்பட்ட தும், 'பாண்டவர் வம்சத்தையே அழிக்கிறேன்' என்று சபதம் செய்து புறப் படுகிறான். கிருஷ்ணன், பாண்டவர்கள் ஐவரைப் பத்திரப்படுத்து கிறான். கூடாரத்தில் படுத்து உறங்கிக்கொண்டிருந்த பாண்டவர் புத்திரர்கள் ஐந்து பேரையும் அஸ்வத்தாமன் கொன்றான். ஐயோ வாரிசுகளே இல்லையே என்று அலறினார்கள் பாண்டவர்கள். இறந்த அபிமன்யுவின் மனைவி உத்தரை கருவுற்று இருந்தாள். அந்த வயிற்றுக் குழந்தையை நோக்கியும் பிரம்மாஸ்திரத்தை எய்தான் அந்தக் கள்ள பிராமணன். பாண்டவர்களின் கடைசி வாரிசு கிருஷ்ணனால் காப்பாற்றப்பட்டான். குழந்தை கருகி, கரிக்கட்டை போலப் பிறந்தது, இறந்தே பிறந்தது. பிரம்மச்சரிய விரதத்தை அப்பழுக் கில்லாமல் கடைப்பிடிக்கும் ஒருவர் தொட்டால், குழந்தை பிறக்கும் என்கிறான் கிருஷ்ணன். மகத்தான ரிஷிகள், முனிகள் எல்லோரும் வந்து தொட்டு, நாணித் தலைகுனிகிறார்கள். குழந்தை அசையவே இல்லை. கடைசியாக கிருஷ்ணன் நான் தொடட்டுமா என்றான்.

எல்லோரும் சிரித்தார்கள். எட்டுப் பட்டத்து அரசிகள், பதினாயிரம் அபிமானப் பெண்மணிகள் என்று காமலோலனாக வாழ்பவனா பிரம்மச்சாரி? 'தொட்டுப் பார்க்கிறேனே, என்ன நஷ்டம்' என்றபடி, கிருஷ்ணன் கரிக்கட்டையைத் தொட்டான். அது குழந்தையானது. அழுதது.

பிரம்மச்சாரிகள் என்று தாடியை மட்டும் வளர்த்தவர்கள், நாணி னார்கள். என்ன விஷயம்? கிருஷ்ணன் மனத்தில் காமம் இல்லை. அவன் உண்ணும்போது உண்டான். உறங்கும்போது உறங்கினான். காதலிக்கும்போது, காதலித்தான். எதையும் மிச்சம் வைக்காமல் செய் தான். அவன் காமத்தைச் சுமந்து திரியவில்லை. அவனே கிருஷ்ணன்.

கிருஷ்ணனின் நிறம் கறுப்பு. அதனால்தான் அவன் கிருஷ்ணன் எனப்பட்டான். கிருஷ்ணன் என்றால் கறுப்பு. வியாசன் கறுப்பு. திரௌபதியும் கறுப்பு. அர்ச்சுனன், அந்தக் கறுப்பனைக் காதலித்தான். சாதாரணமான சினேகத்துக்கும் மேலானது, அர்ச்சுனன் கிருஷ்ணன் நட்பு. முதல் முறையாக அவர்கள் சந்தித்தது திரௌபதியின் திருமணத்தில்தான். கிருஷ்ணன்தான் முதலில் அர்ச்சுனனை அடை யாளம் கண்டான். அதுதானே முறை? திரௌபதியை அடையக் கர்ணன், அம்பைக் குறிவைத்து போட்டியின் வெற்றி எல்லையைத் தொட நெருங்கியபோது, பதைபதைத்துப் போனது, கிருஷ்ணன்தான். அந்த நெருப்பின் மலர், கர்ணன் மாதிரியான வெற்று ஆணிடம் சிக்கிவிடக்கூடாது என்பதே அவன் பதற்றம். கிருஷ்ணனுக்கும், திரௌபதியின் மேல் 'தள்ளி நின்று பிரேமிக்கிற பரவசம்' இருந்தது என்றாலும், காலத்தின் கதியை அறிந்தவன் ஆகையால், கிருஷ்ணன் போட்டியிலிருந்து விலகிக்கொண்டான். வெற்றி பெற்ற அர்ச்சுனன் திரௌபதியுடன் தன் சகோதரர்களுடன் குந்தி தங்கியிருந்த குடிலுக்குப் புறப்படுகையில், அவர்களைப் பின்தொடர்ந்து சென்று அறிமுகம் கொண்டான் கிருஷ்ணன். அந்தக்கணம், திரௌபதியையும் அவள் கணவர்களையும் வாழ்த்தி விடைபெற்றவன், அர்ச்சுனனைத் தம்முடன், தான் எனவே ஆக்கிக்கொள்கிறான். உண்மையில் அர்ச்சுனன், கிருஷ்ணனிடம் அடைக்கலம் ஆகவில்லை. கிருஷ்ணன் தான் அர்ச்சுனனிடம் தன்னைக் கொடுத்தான். தாம் சாகும்வரை, கிருஷ்ணனே பாண்டவர்களின் குடும்பத் தலைவனாகச் செயல் படுகிறான்.

குருசேத்திர யுத்தம் தவிர்க்க முடியாதது மட்டுமல்ல, தவிர்க்கக் கூடாததும் என்பதே கிருஷ்ணன் எண்ணமாக இருந்தது. திரௌ பதிக்கு நேர்ந்த அவமானத்தை தருமன் மறந்தான். பீமனே கூட, எதற்கு யுத்தம், அதன் சேதம் மிக அதிகம் என்கிற சாத்விக எண்ணத் துக்கு வந்து சேர்ந்தான். 'முட்டாளே, என்ன பேசுகிறாய். உன்

ஆளுமை என்னவாயிற்று. உலகம் செய்யும் இழிவுக்கு ஆளாகாதே' என்று பீமனை மீட்டுக்கொண்டு வந்தவன் கிருஷ்ணனே.

யுத்தம் வரும். பாண்டவர்களே வெற்றி பெறுவார்கள். பிறகு, தருமன், உலகை வென்று சக்ரவர்த்திப் பட்டம் பெற ராஜசூய யக்ஞம் செய்ய வேண்டும் என்பது வரை முன்கூட்டித் திட்டம் இட்டவன் கிருஷ்ணன். கம்சன், ஜராசந்தன், கீசகன், சிசுபாலன் முதலான பலமுள்ள அரசர்கள் தருமன் 'சாம்ராட் கௌரவம்' பெறத் தடையாக இருப்பார்கள் என்பதை முதல்முதலாக உணர்ந்தவன் கிருஷ்ணன். ஆகவே, திட்டமிட்டு அடுத்தடுத்துப் பல பல காரணங்களைச் சொல்லி அவர்களைக் கொன்றவன், அல்லது கொல்லச் செய்தவன் கிருஷ்ணனே ஆவான். இத்திட்டம் தருமனுக்கும் தெரியாது. அர்ச்சுனனுக்கும் தெரியாது. அவன், அவனுடைய கைகளால் செய்த நன்மைகளை, கைகளின் விரல்கள் கூட அறியாமல் செய்தான். விரல் நகங்களும் அறியாது செய்தான். நண்பர்களை இவ்வாறு இல்லாமல் வேறு எவ்வாறு பெருமை செய்வது?

திருதராஷ்டிரன், தன் பங்காக நாட்டையும் ஆற்றையும் வைத்துக்கொண்டு, காட்டுப் பகுதியைப் பாண்டவர்க்கு பாகம் அளித்தான். முகம் சுளிக்காமல் ஏற்றுக்கொண்டான் தருமன். கிருஷ்ணன் இருக்கிறான் என்ற நம்பிக்கையில் இதைச் செய்தான். வெறும் காட்டைத் திருத்த முற்பட்ட அர்ச்சுனனுக்கு இடையூறாக இந்திரன் வந்தான். காட்டுவாசிகள் மற்றும் தட்சகன் முதலான பாம்பு இனங்கள் எதிர்ப்பைக் கிருஷ்ணனே சமாளித்தான். தமக்கென்று யாதவ நாடும், அதன் ஆட்சிப் பொறுப்பும் கிருஷ்ணனுக்கு இருந்தாலும், அது பற்றியெல்லாம் கிருஷ்ணன் கவலைப்படவில்லை. காட்டை இந்திரப்ரஸ்தம் என்கிற நகராக்கி, தலைநகரமாக்கி, பாண்டவர்களை அரியணையிலேற்றியே விடைபெற்றான் அவன்.

கிருஷ்ணனின் வயது அர்ச்சுனனுக்கு நிகர். எனவே, கிருஷ்ணன் பாண்டவர்களைச் சந்திக்கும்போது, முதலில் தருமன், பீமனை வணங்கியும், நகுல சகாதேவர்களை ஆசி கூறியும், அர்ச்சுனனை ஆரத் தழுவியும் தம் மரியாதையைத் தெரிவித்துக்கொண்டான்.

கிருஷ்ணனின் அத்தை பிள்ளைகளே பாண்டவர்கள். அந்த உறவு பற்றியே கிருஷ்ணன் உதவினான் என்பதற்கில்லை. குந்தியைப் போலவே இன்னுமொரு அத்தையின் மகனே சிசுபாலன். ராஜசூய யாகம் செய்து, தருமன் சக்ரவர்த்தியானதும், தன் நன்றியின் வெளிப்பாடாக, கிருஷ்ணனுக்கே முதல் தாம்பூலம் வழங்குவது என்று முடி வெடுக்கிறான். அப்படியே செய்யவும் செய்கிறான். கிருஷ்ணனுக்கு முதல் மரியாதை செய்வது சிசுபாலனுக்கு உடன்பாடு இல்லை.

அவன் கிருஷ்ணனை அவமானம் செய்கிறான். பலனாக உயிரையும் விடுகிறான். உண்மையில் ராஜசூய யாகம் நடந்த அந்தச் சபையில் தான், குருசேத்திர யுத்தத்துக்கான அடிக்கல் நாட்டப்பட்டது. நாட்டியவன் கிருஷ்ணன்.

அர்ச்சுனன், கிருஷ்ணன் தங்கை சுபத்ராவைப் பற்றிக் கேள்விப் பட்ட மாத்திரமே காதலிக்கத் தொடங்கினான். சந்நியாசி வேடம் பூண்டு ஒரு மரத்தின் கீழ் அமர்ந்து கிருஷ்ணனை ஆராதிக்கத் தொடங்கினான். சத்யபாமையுடன் இருந்த கிருஷ்ணன் சிரிக்கிறான். என்ன சிரிப்பு என்கிறாள் பாமை. அர்ச்சுனன் இன்னுமொரு மோகக் குளத்தில் மூழ்கத் தவிக்கிறான் என்று சொல்லிவிட்டு, அர்ச்சுனனைச் சந்திக்கிறான். ரைவத மலைப்பகுதியில் இரண்டு நண்பர்களும் சுற்றிக் கொண்டிருந்தபோது, அர்ச்சுனன் மெல்லத் தம் காதலை வெளியிடு கிறான். கிருஷ்ணன், அர்ச்சுனன் எண்ணத்தை வரவேற்கிறான். பிரச்சனை என்னவென்றால், பலராமன், தன் செல்லத் தங்கை சுபத் ராவை, தன் அன்புச் சிஷ்யன் துரியோதனனுக்குத் தர எண்ணம் கொண்டிருந்தார். இந்த விஷயத்தில், தன் அண்ணனை மீறவும் துணிவுகொண்டான் கிருஷ்ணன். தன் ரதம், தன் குதிரைகளைத் தந்து, அர்ச்சுனனைத் தன் தங்கை சுபத்ராவைக் கடத்திச் செல்லவும் உதவுகிறான். விஷயம் தெரிந்து, அர்ச்சுனனைக் கொல்ல வந்த பலராமனைச் சாந்தப்படுத்துகிறான் கிருஷ்ணன்.

கிருஷ்ணன், தர்மம் மீறிய, யுத்த தர்மம் மீறிய பல காரியங்களைச் செய்தானே என்கிற கேள்வி எப்போதும் இருந்துகொண்டே இருக் கிறது. உண்மைதான். கிருஷ்ணன், பல விதிமீறல்களைச் செய்தான். உண்மைதான். கிருஷ்ணனிடம் அதற்கான சமாதானங்கள் இருக்கவே செய்கின்றன. அவன், பாண்டவர் கண்ணோட்டத்தில் விஷயங் களைப் பார்த்தான். பெரிய தர்மம் காப்பாற்றப்பட வேண்டுமெனில் சில தவறுகள் மன்னிக்கப்படலாம் என்கிறான்.

போர்க்களத்தில் பீஷ்மர் உள்ள வரை, பாண்டவர் வெல்வது அரிது. ஆகவே பெண்ணுடன் போர் செய்ய விரும்பாத அவர் முன் சிகண்டியை நிறுத்தி, பின்னால் அர்ச்சுனனை நிறுத்தி, பீஷ்மரைக் கொல்கிறான். என் கையில் ஆயுதம் உள்ள வரை, எவரும் தம்மை எதுவும் செய்ய முடியாது என்கிறார் துரோணர். அவர் வில் எப்போது நழுவும்? மகன் அஸ்வத்தாமன் இறந்தால் துரோணர் துக்கத்தால் பாதிக்கப்பட்டு வில்லை நழுவ விடுவார். கண்ணன் ஏற்பாட்டில், தருமன் பொய் சொல்லுகிறான். நம்பித் துரோணர் மயக்கமுறுகையில் திருஷ்டத்துய்மன் அவரைக் கொல்கிறான். மண்ணில் அழுந்திய தேர்ச் சக்கரத்தை எடுக்கும் முயற்சியில் கர்ணன் இருந்தபோது

கிருஷ்ணன் ஏவலால், அர்ச்சுனன் அவனைக் கொன்றான். சூரியன் அஸ்தமிக்கும் நேரத்தையே மாற்றி, ஜெயத்ரதனைக் கொன்று அர்ச்சுனனை பிழைக்கச் செய்தவன் கிருஷ்ணன். கடைசியில், துரியோதனனைக் கொல்ல முடியாமல் பீமன் தடுமாறுகையில், அவன் தொடையில் அடித்துக் கொல்லச் சொன்னவன் கிருஷ்ணன். கடோத்கஜன் என்கிற பீமபுத்திரனைக் கொல்ல ஏற்பாடுகளைச் செய்தவன் கிருஷ்ணன். கடோத்கஜன் மகனையும் கொன்று முடித்தவன் கிருஷ்ணன். தந்தை அர்ச்சுனனைக் காண வந்த பிள்ளை அரவானைக் களப்பலி கொடுக்கச் செய்தவன் கிருஷ்ணன். ஆக, துரியோதனனுக்கு அனைத்து வெற்றிக் கதவுகளையும் மூடி, பாண்டவர்களுக்கு அனைத்து வாயில்களையும் திறந்து வைத்தவனே கிருஷ்ணன்தான். ஆயுதம் ஏந்தாமல், தம் புத்தி, தம் தந்திரங்களையே ஆயுதமாகக்கொண்டு குருசேத்திர யுத்தம் செய்த முதல் மாயாவி கிருஷ்ணன்.

எது சரி... எது தவறு?

எது தர்மம்... எது அதர்மம்?

கிருஷ்ணன், தர்மத்துக்குப் புதுப்பொருள் சொல்கிற இடம் இது.

பெரிய தர்மம் ஒன்று அவன் முன் இருக்கிறது. திரௌபதியின் கௌரவத்தைக் கெடுத்து, நாட்டைச் சூதால் கவர்ந்த கௌரவர்களிடம் இருந்த நாட்டை மீட்டுப் பாண்டவர்களிடம் அளிக்க வேண்டிய கடமையை, யாரும் கேட்காமலேயே ஏற்றுக்கொண்டவன் அவன். அதுவே அவன் இலட்சியம். பதினெட்டு நாட்கள் தம் நண்பனுக்காகத் தேர்ப்பாகனாக இருந்தவன். குதிரையைச் செலுத்துவது போல, யுத்தத்தையும் செய்தவன். பீஷ்மரும் துரோணரும் கர்ணனும் துரியோதனனும் தர்ம யுத்தத்தால் தோற்கடிக்க முடியாதவர்கள். ஆகவே அதர்மம் செய்தாவது தர்மத்தைக் காப்பாற்றும் முடிவை கிருஷ்ணன் எடுக்கிறார். காலம் முழுக்க அதர்மமே செய்தவர்களைத் தர்ம வழிகளால் வெல்ல முடியாத அளவுக்குப் பலவீனம் கொண்டதா தர்மம்? என்றால், தர்மம் காக்கும் என்பதை எப்படி நம்புவது? எப்படி வாழ்வது? எதை நம்பிச் செயல்படுவது?

ஆகப் பெரிய கடமைகளும், ஆகச் சிறந்த தர்மமும் முன் நிற்கும் போது சின்னச் சின்ன மீறல்கள் தவறாகாது. தர்மம் பலவீனமானது அல்ல. மாறாக அதர்மம் வலிமை பெற்று நிற்குமெனில், அதே மொழியில் உரையாடி அதர்மத்தை அழிப்பது தவறல்ல என்று கொள்ளலாமா?

கிருஷ்ணன், யுதிஷ்டிரனிடம் சொல்லுகிறான்:

'பொய், மெய்யைவிட உயர்ந்தது. ஓர் உயிரைக் காக்கப் பொய் சொல்ல வேண்டுமென்றால், அந்தப் பொய் அவனைச் சேராது!'

என்றாலும், மகாபாரதம் தெளிவாக ஒரு பக்கம் சார்ந்து இருக்கிறது. பாண்டவர் நீதிமான்கள். கௌரவர் அநீதிமான்கள். அரக்கு மாளிகைச் சதி யாருடையது? திரௌபதி மானபங்கத்தை யார் செய்தது? எவர்கள் செய்தார்களோ, அவர்கள் குற்றவாளிகள். மற்றவர்கள் நீதிமான்கள். அதோடு, கிருஷ்ணர் யார் பக்கம் நின்றார்? எவர் பக்கமோ அப்பக்கமே நீதி சார்ந்தது. அவர்களே நீதிமான்கள்.

கொல்லப்பட வேண்டியவர்கள் கொல்லப்பட்டார்கள். காப்பாற்றப்பட வேண்டியவர்கள் காப்பாற்றப்பட்டார்கள் என்று மகாபாரதம் தீர்ப்பளிக்கிறது.

போகட்டும்.

கிருஷ்ணன் கடவுளா? தெய்வீக ஆற்றல் உள்ளவனா? மனிதனா? சூழ்ச்சிக்காரனா? தந்திரம் செய்பவனா? எல்லாம்தான். ஏனென்றால் அவன் கிருஷ்ணன்.

கிருஷ்ணனை ஒரு வேட்டைக்காரன் கொல்கிறான். அவன் கண்முன் யாதவக் குலமே அடித்துக்கொண்டு சாகிறது. அவனுக்கு முன் அவன் பிள்ளைகள் சாகிறார்கள். கிருஷ்ணன் எதற்கும் அழாத வன். கிருஷ்ணன் அழுவதே இல்லை. கிருஷ்ணன் இறந்தான் என்ற தும், அர்ச்சுனன் துவாரகைக்கு வருகிறான். சிரார்த்தம் செய்கிறான். அழுது புலம்புகிறான்.

அவனுக்குள் ஒரு கேள்வி எழுகிறது.

இவ்வளவு கொடுத்த கிருஷ்ணனுக்கு நான் என்ன கொடுத்தேன்? ஆறாத புண்ணை இக்கேள்வி அவனுக்குள் ஏற்படுத்துகிறது. யார்தான் அழகிய காலையை, அழகிய தென்றலை, அழகிய துணையை, அழகிய வீடு, செல்வத்தை, அழகிய வாழ்வைத் தந்தவருக்கு என்ன திருப்பித் தர முடியும்?

கிருஷ்ணன் ஒருவனைப் பெற்றவர்கள், எல்லாம் பெற்றவர்கள் ஆகிறார்கள். அவன் திரும்பக் கேட்பது, அன்பு ஒன்றைத்தான். அவன் மேல் அல்ல! சக உயிர்களின் மேல்!

★

பரிதாபத்துக்குரிய துரியோதனன்

உலகின் பேரிலக்கியங்களால் அறியப்படும் கொடுங்குணம் கொண்ட பாத்திரங்கள் பத்தில், முதல் நாலைந்துகளில் வரக்கூடியவன் துரியோதனன். இத்தனை பெரிய கொடுங்கோலனை ஏன் படைத்தீர்கள் என்று வியாசரை நாம் கேட்கலாம். அதற்கு அவர் இரண்டு காரணங்கள் சொல்வார். ஒன்று, 'அவன் அப்படித்தானே இருந்தான்' என்பது. இரண்டு, 'நல்லவர்களின் மேன்மையை, கெட்டவர்களின் கீழ்மையைக்கொண்டுதானே அளக்கவேண்டி இருக்கிறது. என் படைப்பில் துரியோதனன் ஓர் அளவு மானி' என்று சொல்வார்.

காவிய இலக்கணங்கள் ஒன்றும் முழுமையாக அமையாத காலம் வியாசருடையது. ஆனால், துரியோதனன் பற்றிய பாத்திரச் சித்திரத்தை மிக அருமையாகத் தீட்டியிருக்கிறார் அந்த மேதை. பின்னாள் வந்த காளிதாசன், பவபூதி, பாசன், அசுவகோசன் முதலிய பலரும் வியாசரிடம் இருந்தே நாடக நுட்பங்களைக் கற்றிருக்கிறார்கள். துரியோதனன் பிறப்பை அவர் எப்படிச் சொல்கிறார் பாருங்கள்:

உலகை அந்தகாரம் சூழ்ந்திருந்த வேளை. நட்சத்திரங்கள் மறைந்துகொண்ட வானம். இருளே அஞ்சி ஒளியும் இருட்டு. திடுமெனப் பச்சை மரங்கள் பற்றி எரிகின்றன. மயானத்து அடக்கமான பிணங்கள், தங்கள் மேல் மூடிய மண்ணை உதைத்து வெளியேறுகின்றன. நாய்கள், நரிகள், ஓநாய்கள் மகிழ்ச்சியால் கூக்குரல் இடுகின்றன. ரத்த மழை பெய்கிறது. மண் உலகம் நடுங்குகிறது. காற்றும் பேய்க்காற்றாக மாறிச் சுழல்கிறது. இரண்டாண்டுகள் கர்ப்ப வாசம் செய்த 'துரியோதனன்' பிறக்கிறான். குழந்தையின் அழுகுரலாக இல்லாமல், காட்டு விலங்குகளின் ஊளை அவன் குரலாக இருக்கிறது. பயந்து போகிறான் திருதராஷ்டிரன். பீஷ்மன், விதுரன் மற்றும் கால நிலை மற்றும் கோள் நிலை அறிந்தவர்களை அழைத்துக் காரணம் வினவுகிறான். அப்போது அவர்கள், 'பிறந்துள்ள இந்தக் குழந்தையால், குலநாசம் விளையும். குரு பரம்பரையை அழிக்கப் பிறந்தவன் அவன். அவனது சிவந்த கண்கள், வரப் போகிற பேரிடர்களைச் சொல்கின்றன. ஒரு குடும்பம் வாழ, ஒருவனைத் தியாகம் செய்யலாம். ஒரு கிராமம் வாழ, ஒரு குடும்பத்தைத் தியாகம் செய்யலாம். ஒரு

தேசம் வாழ, ஓர் ஊரையே தியாகம் செய்யலாம். உன் தேசத்தையும் உறவினர்களையும் காக்க இந்தக் குழந்தையை நீ தியாகம் செய். இதைக் கைவிடு. காட்டில் கொண்டுபோய்ப் போடு' என்கிறார்கள். பாசம் காரணமாக திருதராஷ்டிரன், குழந்தையைக் கைவிட மறுக் கிறான். இது சரி. எந்தத் தந்தையும் செய்யக்கூடாததை அவன் செய்ய வில்லை. ஆனால், எதிர்காலத்தில், துரியோதனன் செய்கிற சகல அநியாயத்துக்கும் தந்தை துணை போகிறான். ஆதரிக்கிறான். தூண்டி யும் விடுகிறான். உண்மையில் பிள்ளையைக் கெடுக்கிற தந்தையாகவே அந்த அகக்கண்ணும் இல்லாத அந்தகன் திருதராஷ்டிரன் விளங்கு கிறான்.

துரியோதனன், மூடன். திருதராஷ்டிரனோ அயோக்கியன். மூடர் களைவிடவும் அயோக்கியர்களே ஆபத்தானவர்கள். திரௌபதியை நடுவில் வைத்துச் சுற்றிலும் விரியன் பாம்புக் குட்டிகள் சூழ்ந்து தீண்டிக்கொண்டிருந்த விஷச் சூழலில், 'தருமன் தோற்றானா, என் மகன் ஜெயித்தானா' என்று அருகில் நின்ற சஞ்சயனிடமும் விதுர னிடமும் கேட்டுக்கொண்டிருந்தான் திருதராஷ்டிரன். துரியோதனன், தம் பொறாமை, பேராசை, இழிச்செயல்பாடுகள், துர்போதனைகளைக் கேட்டு அவை வழி தயக்கமின்றி ஒழுகுதல் என்று எதையும் மறைத்துச் செய்தவன் இல்லை. 'ஆம். நான் அந்த மாதிரிதான்' என்று ஒப்புக் கொண்டவன். ஆனால், அவனது அப்பன், ஒரு கைதேர்ந்த நடிக னாக, தம் கயமைகள் அனைத்தையும் மறைத்து மறைத்து, யோக்ய னாக வேஷமிட்டவன். அவனது ஒவ்வொரு முகமூடியையும் விதுரன் கிழித்து எறியும்போதெல்லாம், தம் ஆயிரம் முக மூடிகளையும் ஒன்றன்பின் ஒன்றாகப் போட்டுக்கொண்டவன் அவன்.

வனத்தில் பாண்டு இறந்ததும் குந்தி தம் ஐந்து பிள்ளைகளையும் அழைத்துக்கொண்டு, பீஷ்மர் வரவேற்க அஸ்தினாபுரம் வந்து சேர் கிறாள். துரியோதனன் பாண்டவர் பகை அப்போது முதல் தொடங்கு கிறது. தருமன் பதினாறு வயது இளைஞன், அன்று. அவனை விடவும் ஒரு நாளே இளையவன் துரியோதனன். கிருபரிடமும், பிறகு துரோணரிடமும் ஆயுதப் பயிற்சிகள் மேற்கொள்கிறார்கள் கௌரவ, பாண்டவர்கள். முதலில், தம் வீட்டில் நிழலுக்குத் தங்கவும், பசிக்குத் தின்னவும் வந்து சேர்ந்த அனாதைகள் என்றே பாண்டவர்களை இளப்பமாக நினைத்தான், துரியோதனன். நாளாக ஆக நிலைமை மாறத் தொடங்கியது. அரண்மனைப் பெரியோர்களிடம் பாண்டவர் காட்டிய விநயமும், பொதுமக்களிடம் செலுத்திய பணிவும், பயிற்சியில் காட்டிய நிபுணத்துவமும், இவை காரணமாக தேசத்தில் அவர்களுக்கு ஏற்பட்ட புகழ், துரியோதனன் உறக்கத்தைக் கெடுத்தது. நாளுக்கு நாள் பெருகிவரும் பாண்டவர் மேலான மக்கள் ஆதரவு, அவனுக்கு அச்சத்தைக் கொடுத்தது.

துரியோதனன், கூர்மையான அரசியல் அறிவு கொண்டவனாக இருந்தான். மாறாக, தருமனோ, மந்த புத்தி உள்ளவனாக இருக்கிறான். பொதுவாக, நல்லவர்கள் தோற்றுப்போகிற அரசியல் களத்தில் சூழ்ச்சியாளர்கள் வெல்கிறார்கள். பீஷ்மர் அதிகாரத்தில் இருந்த போது, அஸ்தினாபுர அரசாட்சியை பாண்டுவுக்கே அளித்தார். கண் பார்வை அற்ற திருதராஷ்டிரன், அக்கால விதிகளின்படி அரசாள முடியாது. பின்னர், அரசியல் நெருக்கடி மற்றும் 'நியோக' முறைப்படி குழந்தை பெற்றுக்கொள்ளக் காட்டுக்குப் போகிறான் பாண்டு. தற்காலிகமாகவே அரசாள்கிறான் திருதராஷ்டிரன். அரசனாக அல்ல. அரசன் மாதிரி. இப்போது முறையான அரசன் பாண்டுவின் மகன் தருமன் வந்துவிட்டான். எந்த நேரமும் அரசாட்சியைக் கோரலாம். ஆக, துரியோதனன் அரசாள்வது சாத்தியமில்லை.

இந்த எல்லைக்கு வந்து சேர்ந்ததாலேயே, துரியோதனன், பாண்டவர்களுக்கு விரோதியாகிறான். அவர்களில் பீமனை மாத்திரமே தன் எதிரியாகக் காண்கிறான். பீமன், தமக்கு மேலான பலசாலியாக இருக்கிறான் என்று அவன் நம்புகிறான். பீமனை சகுனியின் உதவியோடு கொலை செய்ய அவன் எடுக்கும் முயற்சிகள், பீமனுக்கே சாதகமாக முடிகின்றன. அப்புறம், உருவாகியது அரக்கு மாளிகைத் திட்டம். இது, பாண்டவர்களைக் கொல்வதற்கே என்பது திருதராஷ்டிரனுக்கும் தெரிந்தே இருந்தது. தருமனுக்கும்கூடச் சந்தேகம்தான் என்றாலும், திருதராஷ்டிரன் சொல்கிறானே என்று அரக்கு மாளிகை நோக்கிச் சென்றான்.

இந்த நிகழ்ச்சிகளின்போது பீஷ்மர் என்ன செய்து கொண்டிருந்தார்? அவர் எதுவும் செய்ய முடியாத நிலைமையில் இருந்தார். துரோணர், தம் மாணவர்களின் ஆயுதப் பயிற்சி அரங்கேற்றத்தை நடத்தி முடித்தவுடனேயே, பீஷ்மர், துரோணர், கிருபர், விதுரர் ஆகிய பெரியோர்களைப் புறக்கணிக்கத் தொடங்கினான் துரியோதனன். பரிதாபத்துக்குரிய, நீண்ட மௌனத்துக்குள்ளானார் பீஷ்மர். அஸ்தினாபுரத்து அரண்மனைக்குள் அவர் மரியாதை இழந்துபோனார். துரோணர், பீஷ்மர் எப்போதாவது வாய் திறந்தால், அதைத் திருப்பிச் சொல்லும் கிளிப்பிள்ளை ஆனார். கிருபர் அமைதியை ஒரு தவமாகவே செய்தார். விதுரர் மட்டுமே, தொடர்ந்து பாண்டவர்களின் பாதுகாவலராகச் செயல்பட்டார். அரக்கு மாளிகை நெருப்பிலிருந்து பாண்டவர்களைக் காப்பாற்றியது விதுரர்.

துரியோதனன் பகை வட்டத்துக்குள் இருந்த முக்கியஸ்தர், விதுரர். அவர் அவனுடைய சித்தப்பா என்றாலும், அவரை தாசி மகன் என்று இகழ்கிற அளவுக்கு இழிந்தான். அதனாலேயே, பாண்டவர்க்கு எதிராக வில்லேந்தும் தர்மசங்கடத்திலிருந்து அவரைக் காப்பாற்றினான்.

துரியோதனன் கண்டெடுத்த நண்பன், கர்ணன் வீரன் என்பதில் சந்தேகம் இல்லை. பிரச்சனை, தன்னைப் பெருவீரன் என்றும், தமக்கு நிகரில்லை என்றும் தப்பாக அவன் அவனையே எடை போட்டுக் கொண்டான். தற்பெருமை கர்ணன் பலவீனம். இதையே பலமாகக் கருதித் தவறு செய்தான் துரியோதனன். சகுனி, தாய்மாமன். மோச மான அமைச்சன். தம் கால்களுக்குக் கீழே, மாமன் பெரும்பள்ளம் வெட்டிக்கொண்டிருப்பதைக் கடைசிவரை துரியோதனன் புரிந்து கொள்ளவில்லை. துச்சாதனன், சகோதரன். துரியோதனன் ஊசி என்றால், தம்பி நூலாக இருந்தான். அறவுணர்வே இல்லாத கல்லால் ஆன சகோதரன் அவன். அஸ்வத்தாமனோ, அடிப்படையில் ஒரு கோழை. ஆபத்து நேரத்தில் மன்னன் துரியோதனனைக் கைவிட்டு உயிர்பிழைக்க ஓடியவன். மனிதர்களைத் தகுதி அறியாது தேர்வு செய்து கெட்டுப் போனவன், பரிதாபத்துக்குரிய துரியோதனன்.

பலமும் ஊக்கமும், கதாயுத யுத்தத்தில் நிகரற்ற ஆற்றலும் கொண்ட துரியோதனன், பிறரின் திறமையை, உயர்நல, வெற்றியைச் சகிக்க முடியாத பலவீனம் கொண்டவனாக இருந்தான். இந்தக் குணமே, அவனை மரண வாசலைத் தட்டச் செய்தது. தருமனின் ராஜ்யாதிகாரப் பட்டாபிஷேகத்தின்போது, பாரத வர்ஷத்து மன்னர் கள் தருமனின் பாதங்களில் கொட்டிய நவமணிக் குன்றுகளைக் கண்டு, வயிறு வெடிக்கும் அளவுக்கு எரிந்து போனான் அவன். அவன் தமக்குள் போஷித்து வளர்த்த நரகத்தின் கதவுகள் தாமாகவே திறந்துகொண்டன. இந்திரப்ரஸ்த அரண்மனையில் மயன் செய்திருந்த மாயங்களை அறியாமல், தரை என்று எண்ணித் தண்ணீரில் விழுந் தான். தண்ணீர் என்று நினைத்து வேட்டியை மேலேற்றிக்கொண்டு தரைமேல் நடந்து, வழுக்கியும் வீழ்ந்தான். மைத்துனன் என்ற எண்ணத்தில் துரியோதனனின் நகைச்சுவைச் செயல்கள் கண்டு திரௌபதி சிரித்தாள். பீமன் சிரித்தான். அர்ச்சுனன் சிரித்தான். அந்தச் சிரிப்பு, தம் ஆத்மாவை வடுப்படுத்தியதாகத் தாழ்வுமனப் பான்மையிலும் பொறாமையிலும் அழுந்திய அவன் நினைத்தான். திரும்பும் வழியில் அவன் மாமனிடம் சொன்னான்:

“தம் சகோதரர்களின் பேராற்றலால் வெற்றிகளை ஈட்டி, சக்ரவர்த்தியான யுதிஷ்டிரனின் கீழே உலகமே சுழல்வதைக் கண்டு என்னால் தாங்கிக்கொள்ள முடியவில்லை மாமா. குரோதம் எனக்குள்ளே இரவும் பகலும் எரிந்துகொண்டிருக்கிறது. இந்த நெருப்பை எதனால் அணைப்பது? கோடையில் வற்றிச் சுருங்கும் தண்ணீர்க்குளம் மாதிரி நான் இப்போது வற்றிக்கொண்டிருக்கிறேன்.” அறிஞர் குருசரண்தாஸ் சொல்வது போல, இப்போது தம் பொறா மைக்கும், இழி குணங்களுக்கும் தத்துவ முலாம் பூசத் தொடங்கு கிறான்.

"எந்த மனிதன் எதிரியின் செழிப்பைத் தாங்கிக்கொள்வான்? எதிரியின் செழிப்பு, வளம், மேன்மை எல்லாம் தம்மிடம் இருந்து, தனக்கு வந்து சேர வேண்டியவற்றிலிருந்து எடுத்துக் கொள்ளப் பட்டவை என்பதை அறியாதவன் மூடன் அல்லாமல் வேறு யார்? பாண்டவர் அதிர்ஷ்டமும், அவர்களின் மண்டபமும், அந்தப் பாண்டவச் சிறுவர்கள் செய்த கேலியையும் நான் பார்த்தபோது எனக்குள் தீப்பிழம்பாக எரிந்துகொண்டிருந்தேன்..."

சகுனி, தம் மருமகனை சாந்தம் கொள்ளச் செய்கிறான். "மகா வீரர்கள் அவர்கள். அவர்களிடம் மோதிப் போர் செய்து நீ வெற்றி பெறுதல் சாத்தியம் இல்லை. இப்போது திரௌபதியின் மூலம் அவள் தந்தையின் பக்கபலமும், ராஜர்களின் பெருந்துணையும் அவர்களுக் குக் கிடைத்துள்ளது. எனவே, சூழ்ச்சி செய்து அவர்களை வெல்ல லாம். யுதிஷ்டிரன், சூதாட்டத்தில் ஆர்வம் உள்ளவன். ஆனால் அறிவு இல்லாதவன். சூதாட்டத்தில் என்னை வெல்பவர் உலகில் யாரும் இன்னும் பிறக்கவில்லை. அவனுக்குச் சவால் விட்டு ஆட்டத் தில் இழுத்து விட்டுவிட்டால், நான் அவனை வென்றுவிடுவேன். என் பகடைக் காய்கள் உன் பகையை முடிக்கும்..."

போதைகளில் சூதுபோதை கொடியது. மது போதை, அதை அருந்தியவனை மயக்கத்தில் ஆழ்த்தும். சூதோ, தம்மை இழக்க வைக்கும். என்ன செய்கிறோம் என்பதையே மறக்கடித்து, உயிரோடு பிணமாக்கும். தருமன் அப்படித்தான் ஆனான். கையளவு முத்து என்று ஆரம்பித்த பந்தயம், பாஞ்சால அரசியை, தர்மபத்தினியை வைத்து ஆடும் அளவுக்கு வெறிபிடித்துப் போனான், யுதிஷ்டிரன்.

பாரதப் போரின் பதினெட்டாம் நாள், துரியோதனனின் கடைசி வாழ்நாளாக அமைந்தது. எந்த வீரனுக்கும் அமையக்கூடாத இழிவான மரணம் அவனுக்கு அமைந்தது. இந்திய இதிகாசங்கள், ஓர் அறத்தை மீண்டும் மீண்டும் வலியுறுத்துகிறதைக் கவனிக்க வேண்டும். பெண்களுக்கு இழைக்கும் கொடுமை, அநீதி, இழிவு காரணமாகவே மாவீரர்கள் மரணம் அடைகிறார்கள். முன்னர் இராவணன். இப்போது துரியோதனன். அந்தக் கடைசி நாளில், துரியோதனனின் தளபதி, கர்ணன் அவனுடன் இல்லை. மாமன் சகுனி கொல்லப்பட்டுவிட்டான். அத்தனை தம்பிகளும் செத்து ஒழிந் தார்கள். பீஷ்மர், துரோணர் நினைவுகளில் வாழ்ந்தார்கள். படை வீரர்கள், பயந்து சிதறி ஓடிப் போனார்கள். தன்னந்தனியாகத் தம்முடன் மட்டுமே நின்றான் பரிதாபத்துக்குரிய துரியோதனன்.

ரத்தத்தால் சேறான மண்ணின் மேல் நின்றான் அவன். அது அவனால் ஏற்பட்டது. குலம் அழிந்தது. மகனுக்கு தர்ப்பணம் தரும் அபாக்கியத்தைத் தந்தைக்குச் செய்திருந்தான் அவன். கழுகுகள்,

வல்லூறுகள், ஓநாய்கள், நரிகள் என்று மாமிசப் பட்சிணிகள் ஆசை யுடன் அவனைச் சுற்றின. நூறு பிள்ளைகள் பெற்ற தாய்க்கு ஒற்றைப் பிள்ளையையும் துணையாக நிற்க வைக்கவில்லை அவன். அவனுக் காகப் போரிட்டு உயிரையும் உறவுகளையும் இழந்து செத்த வீரர்களின் மனைவி, குழந்தைகள் புலம்பல், காற்றில் கலந்து அவன் செவிகளைத் தாக்குகின்றன. வாழ்க்கையில் முதன் முறையாக பயம் வருகிறது துரியோதனனுக்கு. அவன் அங்கிருந்த குட்டையில் ஒளிந்துகொண் டான். அதைக் கண்டுபிடித்து பீமன் அறைகூவல் விட்டு அவனை வெளியே அழைக்கிறான். யுத்தம் நடக்கிறது. பீமன் சோர்வடைவதைக் கண்டு, கிருஷ்ணன் ஒரு குறிப்பை பீமனுக்கு உணர்த்துகிறான். பீமன், யுத்த தர்மத்துக்கு மாறாக, துரியோதனன் தொடைகளைப் பிளந்து, அவனை மண்ணில் சாய்த்துவிடுகிறான்.

இது தர்மமா என்கிறான் துரியோதனன். 'நீ செய்ததில் எது தர்மம், இருந்தால் சொல்' என்கிறான் கிருஷ்ணன். மாமன்னன், அவமானகரமாகப் பாடலின்றி, பாராட்டின்றி ஒரு பூ மாதிரி வாழ்ந்தவன், சருகு போல் உதிர்ந்தான்.

பாசகவி துரியோதனனைக் கதைத் தலைவனாகக்கொண்டு 'உருபங்கம்' என்றொரு சமஸ்கிருத நாடகத்தை எழுதியிருக்கிறார். அருமையான படைப்பு அது. அதில், "துரியோதனா... பீமன் உன்னை வஞ்சத்தில் வீழ்த்தினானா?" என்கிறார் பலராமன். பலராமன், துரியோதனன் – பீமன் இருவருக்குமே ஆசிரியர். 'இல்லை' என்கிறான் துரியோதனன். "கீசகனை வதைத்தவன். இடிம்பனைக் கொன்றவன். பகாசுரனை அழித்து ஊரைக் காப்பாற்றியவன். அவன் பலவான். அந்த வீரன், தந்திரம் செய்யவில்லை" என்கிறான். "சரி... இந்தத் தண்டனை எதன் பொருட்டு?" என்று ஒரு கேள்வி எழுகிறது. அதற்குத் துரியோதனன் சொல்லும் பதில், "பாஞ்சால தேச அரசியை, மாபெரும் வீரர்களின் மனைவியை சபை நடுவே அவள் கூந்தலைப் பற்றி இழுத்தேனே, அதன் பொருட்டுத்தான்." துரியோதனனின் மனைவிகள் இருவர் வந்து அவன் அருகில் நிற்கிறார்கள். "நீங்கள் இருவரும் பாஞ்சாலியிடம் அடைக்கலம் கொள்ளுங்கள்" என்று விட்டு உயிர் துறக்கிறான் துரியோதனன்.

பாசன் மகாகவி. அதோடு நல்ல மனிதர். ஆகவே அப்படி எழுதுகிறார். 'கவிகள், மனிதர்களை மாண்புடையவர்களாக மாற்றவே விரும்புகிறார்கள். மனிதர்கள் மாற மறுக்கிறார்கள். பின்னர், மாற விரும்பும்போது மரணம் முந்திக்கொள்கிறது.'

★

மூடப் பாசம், எஜமான விசுவாசம் கொண்ட சகுனி

ஒரு மனிதன் ஒரு நாளில் எத்தனை முறை கண் இமைப் பானோ அதைக் காட்டிலும், எத்தனை முறை மூச்சை உள்ளிழுப் பானோ அதைக் காட்டிலும் அதிகமாக ஒரு நாளில் துர்ச்சிந்தனை களையும் துர் உபதேசங்களையும் பேயின் உக்கிரத்தோடு ஒரு மனிதன் வெளிப்படுத்த முடியுமா? 'முடியும்' என்கிறார் வியாசர். அந்த மனிதன் சகுனி. தம் சகோதரியின் மகன், தம் மருமகனின் வெற்றிகளுக் காக சகுனி அப்படிச் செய்தான் என்று சமாதானம் கொள்ள முடியுமா? முடியாது என்றே எனக்குத் தோன்றுகிறது. வேறு தனிப் பட்ட குரோதம் காரணமாக முடியுமா என்றால், இருக்கும் என்றே மக்கள் நினைத்தார்கள். மற்றும் அறிஞர்களும் அவ்வாறே கருதி னார்கள்.

"சகுனிக்கு மொத்தம் 99 சகோதரர்கள். சகோதரி காந்தாரி. திருதராஷ்டிரனைத் திருமணம் செய்து அஸ்தினாபுரத்துக்கு வந்த போது, சகுனியும் சகோதரர்களும் உடன்வந்தார்களாம். அரண்மனை யில் அந்த நூறு பேரும் குறுக்கும் மறுக்கும் நடந்துகொண்டே இருப் பார்கள். ஒவ்வொரு தாய்மாமனையும் பார்க்கும் போதும் (மரியாதை நிமித்தம்) எழுந்து நிற்க வேண்டிய கட்டாயம் துரியோதனனுக்கு. அலுத்துப்போனான் துரியோதனன். கோபம் தலைக்கேறியது. அவர்கள் நூறு பேரையும் சிறைக்குள் தள்ளுகிறான். ஆளுக்கு ஒரு நாளைக்கு ஒற்றைச் சோற்றுப் பருக்கையும், நத்தைக் கூட்டில் தண்ணீ ரும் தருகிறான். சகுனியின் சகோதரர்கள் சாக வேண்டும் என்பது அவன் எண்ணம். என்ன நடந்தது? 99 சகோதரர்களும் தங்கள் சோற்றுப் பருக்கையையும் தண்ணீரையும் அண்ணன் சகுனிக்குத் தந்து, 'பழிக்குப் பழிவாங்கு அண்ணா' என்றபடி இறந்து போனார்கள்..." என்று போகிறது கதை. (த. கோவேந்தன் தொகுத்த 'ஏட்டில் இல்லாத மகாபாரதக் கதைகள்' – 1999)

இதே கதையைச் சற்று மாறுதலுடன் பேரறிஞர் ஆ. சிங்கார வேலு முதலியார் தம் 'அபிதான சிந்தாமணி' (முதல் பதிப்பு 1910) என்ற பேரகராதியில் சொல்லுகிறார். "திருதராஷ்டிரன், சகுனி

சகோதரர்கள் மேல், தம் ஆட்சியைப் பிடிக்க நினைக்கிறார்கள் என்று நினைத்துச் சிறையில் அடைக்கிறான்" என்று போகிறது முதலியாரின் கதை. இரண்டு கதைகளுமே இரண்டு விஷயங்களை முன் வைக்கின்றன. ஒன்று, திருதராஷ்டிரன் மற்றும் அவன் மகன் துரியோதனன் ஆகியோர், சகுனியின் சகோதரர்களைச் சிறைப்படுத்தினார்கள் என்பது. இரண்டு, தம் சகோதரர்கள் 99 பேர்கள் இறந்தமைக்காகப் பழிக்குப் பழியாக, துரியோதனனுக்கு தர்மம் அற்ற யோசனைகள் சொல்லி, பாண்டவர்களைப் பகைக்கச் செய்து, துரியோதனன் கூட்டத்தை ஒழித்தான் சகுனி என்பது.

உண்மை, கை எட்டும் தூரத்தில்தான் இருக்கிறது.

காந்தார தேசம், காச்மீரத்துக்கு மேற்கிலும், கிராத தேசத்துக்கு வடகிழக்கிலும், மத்ர தேசத்துக்கு வடமேற்கிலும் இருந்ததாகச் சொல்கிறார் பி.வி. ஜகதீச ஐயர் ('புராதன இந்தியா எனும் பழைய 56 தேசங்கள்' முதல் பதிப்பு 1918). காந்தாரத்தை ஆண்ட சுபலன் என்பவனுக்கு மகன் சகுனி. தம் தேசத்தை மிகச் சிறப்பாக ஆண்டான் சகுனி என்கிறார் மேற்படி ஐயர். ஆச்சரியம்தான். தம் சகோதரியைப் பெண் கேட்டு அஸ்தினாபுரத்திலிருந்து பீஷ்மர் அனுப்பிய ஓலையைப் பார்த்து முதல் மகிழ்ச்சி அடைந்தவன் சகுனி. கண் இல்லாதவனுக்கு அன்பு மகளைத் தருவதாவது என்று சுபலன் தயங்கியபோது, 'கொடுத்தே தீர வேண்டும்' என்றவன் சகுனியே ஆவான். இது, சகுனியின் அரசியல்.

அஸ்தினாபுரம் பற்றிய விவரங்கள் தெரிந்தவனாக இருந்தான், சகுனி. காந்தாரமாகிய தம் நாடு, அதன் அளவில் பதினாறில் ஒரு பங்கே விவசாயத்துக்கு உரியதாக இருந்தது. பதினைந்து பகுதிகள் கல்லும் கரடும், மலைக் குன்றுகளுமாக இருந்தன. அஸ்தினாபுரமோ, பாரத வர்ஷத்திலேயே வளமும், அதன் காரணமாக விளைச்சலும், பலமும் செல்வச் செழிப்புமாக இருந்தது. கன்னங்கரிய யமுனா நதியால் நனைக்கப்பட்ட நாடாக இருந்தது அது. அதன் பட்டத்து இளவரசனாகப் போகிறவன், கண் இல்லாதவன், உள் இருட்டில் இருக்கும் அவனை, வெளி இருட்டிலும் அமர்த்தி வைத்துவிட்டு ஆட்சிப் பொறுப்பைத் தான் ஏற்றுக்கொண்டு நடத்தலாம். பாண்டுவோ ரோகி. அவன் எதிரியே அல்ல. புடைவைப் பந்தல், யானையின் தந்தங்களுக்கு முன் எம்மாத்திரம்?

காந்தாரி, திருதராஷ்டிரனுக்கு மனைவியானது இப்படித்தான். சகோதரி காந்தாரியையும் அழைத்துக்கொண்டு, குருதேசமே வியக்கும் பெரும் மணச்சீரோடு அஸ்தினாபுரம் வந்து சேர்ந்தான் சகுனி. திருதராஷ்டிரனைக் கண்டதும் அவன் கற்பனைகளும் கனவுகளும்

சிதைந்த தேன் அடை ஆகிப்போனது. ஆயிரம் யானை பலமும் அரசு குறித்த சர்வஞானமும் கொண்டவனாக இருந்தான் திருத ராஷ்டிரன். அஸ்தினாபுரத்தின் கல் அரண் போல பீஷ்மர் இருந்தார். அரசை அவரே நடத்திக்கொண்டிருந்தார். அவரது சிற்றன்னை சத்தியவதி வேறு, அரசியல் மற்றும் சமய ஆர்வம் கொண்டவளாக இருந்தாள். சகுனியின் நகங்கள் அவனது விரல்களுக்குள் மறைந்து கொண்டன.

காத்திருத்தல் மட்டுமே அவன் செய்யத்தக்கது என்பதை அவன் விளங்கிக்கொண்டான். அவனது இருப்பு, சகோதரி காந்தாரிக்கு உதவிகள் செய்தல், திருதராஷ்டிரனுடன் உணவு மேசையில் அமர்ந்து பேச்சுத் துணை செய்தல் என்றாயின. திருதராஷ்டிரன் மனத்தைக் கவர, தம் தேசத்தையே, அஸ்தினாபுரத்தின் மற்றொரு மாநிலமாக்கி, அதற்கான ஓலையைத் திருதராஷ்டிரனிடம் கொடுத்தான் சகுனி. கண் அற்ற இளவரசனின் மனத்தில் ஈரம் சுரந்தது.

மகாபாரத காலத்து இளவரசர்கள் சூதாடுவதை ஒரு கலை யாகக் கற்றார்கள். அரசர்களின் சத்திரியத் தன்மை, பகடையாட்டத் தாலும் தீர்மானிக்கப்பட்டது. அந்த முறையை உத்தேசித்தே காந்தார இளவரசன் சகுனியும் பகடை ஆடக் கற்றான். ஆட ஆட அதில் அவன் தீவிரமானான். தொடர்ந்து ஆடி அதில் நிபுணத்துவம் பெற் றான். யார் இருந்தாலும், இல்லையென்றாலும் எதிரே ஒருவர் ஆடும் பாவத்தில் அவன் தனித்து ஆடலானான். மனிதர்களுக்குப் பதிலாகப் பேய்களையும் அசுர சக்திகளையும் அமரவைத்து ஆடினான் என்கின்றன வடநாட்டு மக்கள் நாடகக் கூத்துக் கலை வடிவங்கள். துர்தேவதைகளை அழைத்துத் தம் உருட்டும் தாயக்கட்டைகளில் ஆவாகனம் செய்தான் என்கின்றன அக் கதைகள். இவை அனைத் தும் வடிவமைக்கும் செய்தி இதுதான். ஒரு சத்திரியன், வாள் மற்றும் வில் பயிற்சிகளில் ஈடுபடும் நேரத்தில் அவன் சூது பயில்வதில் தீவிரம் கண்டான். சூதாட்டம் அவனுக்குள் ஒரு வகையான போதை ஆயிற்று. அதேபோன்ற போதை தருமனுக்கும் இருந்தது என்பது ஒரு ஆச்சரியம்தான். விராடனும்கூட, இந்த ரகமான சத்திரியன்தான். தம்முடன் சூதாட என்றே, அஞ்ஞாதவாச காலத்தில், தருமனைச் சம்பளம் கொடுத்து வைத்துக்கொள்கிறான்.

இதில் பிரச்சனை என்னவெனில், போர்க்களம் மாதிரியே, திறமைசாலியும் திறமை குறைந்தவருக்குமான ஆட்டமாகச் சூது மாறுவது ஆகும். தருமனுக்கு ஆர்வம் இருந்த அளவுக்கு ஆட்டத்தில் அறிவு இல்லை. சகுனிக்கோ, ஆட்டத்தில் அறிவும் ஞானமும் இருந்த அளவுக்கு விளையாட்டு தர்மம் இல்லை.

அஸ்தினாபுரத்து அரண்மனையில், ஒரு வேண்டாத விருந்தாளி யாக இருந்த சகுனி, துரியோதனனுக்கு உற்ற தோழன் ஆனான். துரியோதனன் என்ற சிறுவனின் வாழ்க்கையை வடிவமைத்ததில் சகுனி, பெரும்பங்கைத் தானே வகித்துக்கொண்டான். துரியோதனன் நம்பிக்கையைப் பெற்றான். எந்த விஷயத்துக்கும் தம் அறிவுரையைச் சிற்றரசன் நம்பிக் கேட்கும் நிலையில் தம்மை அமைத்துக் கொண்டான்.

சகுனிக்குக் காலம் கனிந்து வந்தது. பாண்டு புத்திரர்கள், தந்தையை இழந்து, ஆதரவு தேடி அஸ்தினாபுரத்து அரண்மனைக்கு வந்து சேர்ந்தபோது, துரியோதனன் மிகவும் பதற்றம் அடையத் தொடங்கினான். பாண்டு வகித்துவந்த ஆட்சி உரிமை, நியாயமாக தருமனுக்குச் சென்று சேர்ந்துவிடுமோ என்கிற அச்சத்தை துரி யோதனன் மனத்தில் விதைத்ததில் வெற்றிகொண்டான் சகுனி. 'உரிமை கொண்ட ஒரு பெரும் எதிரியை அப்புறப்படுத்தும் உன் பணியில் நான் துணை நிற்கிறேன்' என்ற எண்ணத்தை ஏற்படுத் தியதில், தம் இருப்பை அழுத்தமாக நிலை நிறுத்திக்கொண்டான் அவன்.

மகாபாரத காலத்தில், பெண்ணைக் கல்யாணம் செய்து கொடுத்த பிறகு, மணப்பெண் வீட்டார் மணமகன் வீட்டோடு தொடர்பை வைத்துக்கொள்வதில்லை. குறைந்தபட்சம் நல்ல, நல்ல தல்லாத சடங்குகளில்கூட, பெண்ணைக் கொடுத்தவர்கள் பெரும் பாலும் தொடர்புகொள்வதில்லை. இது இயற்கை இல்லை. ஆனால், அப்படித்தான் இருந்தது, அக்கால நிலைமை. குந்தி, மாத்ரி, திரௌ பதி, சத்தியவதி, அம்பாலிகா, அம்பிகா முதலான பெண்கள் தங்கள் தாய்வீட்டை மறந்தே இருந்திருக்கிறார்கள். குந்தி ஒருமுறை அழுதே கிருஷ்ணனிடம் முறை இட்டாள். ஆனால், இந்த வழக்கத்துக்கு மாறாக, பெண்ணைக் கொடுத்த இடத்திலேயே நிரந்தரமாகத் தங்கி இருந்தான் சகுனி. இது உறுத்தக்கூடாது என்பதற்காகவே, தம் தேசத் தையே திருதராஷ்டிரனுக்குக் கொடுத்து, அஸ்தினாபுரத்தில் ஓர் இடத்தை நிரந்தரமாக்கிக்கொண்ட சகுனி, துரியோதனனுக்குத் தவிர்க்க முடியாத அங்கமாகத் தம்மை ஆக்கிக்கொண்டான்.

துரியோதனன் பார்வையில் பாண்டவர்களின் பலமே, பீமனிடம் இருப்பதாக அவன் எண்ணம். இது உண்மையும்கூட. ஆகவே, பீமனைக் கொல்வது தமக்கு நன்மை என்ற புரிதலுக்கு வந்து சேர்ந்த அவன், முதன்முதலாக அந்த முயற்சிகளை மேற்கொள்கிறான். பீமனைக் கொல்லும் முயற்சியில், சகுனி உடன் இருந்தான். எல்லாக் கொலை முயற்சியிலும், பீமன் பிழைத்ததோடு மட்டுமல்லாமல், தம் பலத்தையும் மேலும் நிறுவினான்.

அரக்கு மாளிகைத் திட்டத்தைக் கண்டுபிடித்து அமல்படுத் தியதில் முக்கிய பங்கு, சகுனியைச் சேர்ந்ததாக இருப்பதில் ஆச்சரியம் இல்லை. எதிரிகளை மோதுவதைவிடவும், அவர்களை அழித்து விடுவதிலேயே நம்பிக்கை கொண்டவனாக இருந்தான் சகுனி. இந்தத் திட்டத்தைத் திருதராஷ்டிரனிடம் சொல்லி அனுமதி வாங்குகிற பொறுப்பை ஏற்றுச் செயல்பட்டான் சகுனி. அகக்கண் இருண்ட அவனும், உடன்பட்டான். பாண்டு புத்திரர்கள் வாழும் வரைக்கும், தம் முதன்மைக்கு உள்ள அச்சுறுத்தலை அவனும் உணர்ந்தே இருந்தான்.

நன்மைகள் என்றும் நல்லவை என்றும் நிலவுகிற அனைத்துச் சக்திகளையும் அழிப்பதற்கென்றே, சகுனியின் பிறப்பு நேர்ந்தது என்று பாரதம் சொல்கிறது. வீரர்கள் இருந்து போர் செய்த பாரதச் சூழலில், வில்லைப் பயன்படுத்தாமல், தம் தீயபுத்தியைக் கொண்டே எதிரிகளை வீழ்த்துவது என்ற புதிய முறையைப் புகுத்தியவனாக சகுனி இருக்கிறான். அடிப்படையில் அவன் ஒரு கோழை. உதாரணமாக, துரோணர் போர்க்களத்தில் வீழ்த்தப்பட்டபோது, பயத்தின் உச்சத்துக்கே சென்ற சகுனி, அங்கிருந்து ஒரு காயம் பட்ட குதிரை யைப் போல ஓடியதை அத்தனை வீரர்களும் பார்த்தார்கள்.

ராஜசூய யாகத்தில் கலந்துகொண்டு திரும்பும் வழியில்தான், சூதாடித் தோற்கடித்து, பாண்டவர்களின் செல்வத்தைக் கவர்ந்து கொண்டு காட்டுக்குத் துரத்தும் யோசனையை துரியோதனனுக்குச் சொல்கிறான் சகுனி. திருதராஷ்டிரனும் இதற்கு ஒப்புக்கொள்கிறான். ஆட்டத்தில் தேர்ந்த சகுனி, தருமனை மிகச் சுலபமாகத் தோற் கடிக்கிறான். ஆட்டத்தின்போது தருமன் இருக்கும் நிலையை வியாசர் மிகத் தெளிவாகவே சொல்கிறார். ஸ்தம்பித்து அமர்ந்திருக்கிறான் தருமன். சூதாட்டம் நடக்கிறது என்பதையே மறந்து, தாம் எதை இழக்கிறோம் என்பது தெரியாமலேயே அனைத்தையும் இழந்து கொண்டிருக்கிறான் அவன்.

பொன்னையும் சொத்துகளையும் பந்தயமாக வைத்து ஆடிய தருமனிடம், 'ஏன்... உன் தம்பிகளை வைத்து ஆடேன்' என்று தூண்டி யவன் சகுனி. அனைத்தையும் இழந்து, ஒரு பிணம் போல இருந்த தருமனிடம், 'ஏன் திரௌபதி இருக்கிறாளே' என்று சொன்னான் சகுனி. தருமன் என்கிற அந்த மூடனும் அதை ஏற்றுக்கொள்கிறான். திரௌபதியைச் சபைக்கு இழுத்துக்கொண்டு வந்ததில், மானபங்கப் படுத்தப்பட்டதில் கணிசமான பங்கு சகுனிக்கு இருக்கிறது. சகுனி, ஒவ்வொருமுறை தாயம் உருட்டும்போதெல்லாம், தருமன் தோற்றானா என்று கேட்டுக்கொண்டிருந்தான் திருதராஷ்டிரன்.

சகுனியைக் கொன்றவன், தருமனின் கடைசித் தம்பி சகாதேவன். மாத்ரியின் கடைசி மகன் அவன். அஸ்வினி தேவர்களின் அம்சமாகப் பிறந்த சகாதேவன், ஆண்களிலேயே அழகன் என்கிறார் வியாசர். எந்த ஆசையும் அற்று பெரியோர்களின் சேவையில் தம்மை ஒப்புக்கொடுத்த தத்துவஞானி அவன். சகுனியிடம் தோற்று அனைத்தையும் இழந்து காடு நோக்கிச் சென்ற பாண்டவர்களில் சகாதேவன், தம் முகம் தெரியாதவாறு சேற்று மண்ணைப் பூசி மறைத்துக்கொண்டான். பாஞ்சாலிக்கும் அவனுக்கும் பிறந்தவன் சுருதசேனன். மத்ர தேச இளவரசி விஜயாவையும் மணந்து சுகோத்ரன் என்ற மகனையும் அடைந்தான்.

போரில் சகுனி, தம் எதிரிகள் அத்தனை பேர்களிடம் தோற்று, புறம் கொடுத்து ஓடிக்கொண்டிருந்தான். அர்ச்சுனனிடம், தம் மந்திர வித்தைகளைப் பிரயோகித்துத் தோற்று ஓடினான். கடைசியாக சகாதேவன் முன் நின்று, தப்பிக்க வழியின்றி அவனால் கொல்லப்படுகிறான்.

வாழ்நாள் முழுக்க தவறான, தர்மம் அல்லாத யோசனைகளைத் தம் சகோதரி மகனுக்குச் சொன்னதன் மூலம், துரியோதனன் புகழைக் கெடுத்தான் சகுனி. தம்மையும் அதர்மம் என்கிற இருட்டுப் பக்கத்தில் இருத்திக்கொண்டான். முக்கியமாக, அவன் தம் வாழ்நாள் எல்லாம் யாருக்கு எதிராக இருந்தானோ அந்தப் பாண்டவர்களுக்கும் அவனுக்கும் எந்தப் பிரச்சனையும், முன் விரோதமும் இல்லை. பின் ஏன் இந்த வெஞ்சினமும் துர்நடத்தையும்? இதனால் அவன் என்ன பெற்றான்? எதுவும் இல்லை. ஒரு வகையான மூடப்பாசமும் எஜமான விசுவாசமும்தான் அவனை இயக்கின.

கர்ணன் என்கிற இன்னுமொரு துரியோதன நண்பனுக்கு, சினம் இருக்க நியாயம் இருக்கவே செய்கின்றது. சமூகப் புறக்கணிப்பும் அவமானமும் அவனைக் கீழ்ப்படுத்துகின்றன. அந்த இடர்கள் சகுனிக்கு இல்லை. பின் ஏன்?

மனிதர்களில் சிலர் அப்படித்தான் இருக்கிறார்கள். பிறர் துன்பத்தில் மகிழ்ச்சி அடைபவர்கள். எந்த லாபமும் நியாயமும் தமக்கு இல்லை என்றாலும், பிறருக்குத் துன்பம் செய்வது அவர்களின் இயல்பாக இருக்கிறது. அவனுக்குக் கொடுப்பதற்கு எதுவும் இல்லை. ஆகவே, நஞ்சைக் கக்கினான்.

★

கபட மனதினன் திருதராஷ்டிரன்

திருதராஷ்டிரன் கண்ணொளி இன்றிப் பிறந்தமைக்கு, அவன் தாயே பொறுப்பேற்க வேண்டியவளாக இருக்கிறாள். அக் குறை பாடு அவன் தாய் வழிச் சம்பத்து. விசித்திரவீரியன் இறந்தபோது அவனது இரு மனைவிகள் அம்பிகாவும் அம்பாலிகாவும் இளம் விதவைகள். குருதேச அரசக் கட்டிலில் அமர அரசன் வேண்டி இருக்கிறது. விசித்திரவீரியன் இடத்தில் இருந்து அக்காலச் சமூக நியதியின்படி அம்பிகாவுடன் உறவு கொள்ள, தாய் சத்தியவதி, தம் மூத்த மகனை அழைக்கிறாள். தாயின் கட்டளைப்படி, நெஞ்சில் காமம் இன்றி அம்பிகாவுடன் கூடுகிறார் வியாசர். அம்பிகா, வியாசரிடம் ஒரு காட்டுவாசியை, சடாமுடியை, பரிமள கந்தமற்ற உடம்பை மட்டுமே கண்டு, அவருடைய ஞானஒளியைக் காண மறுத்து, தம் புறக்கண்களை மூடிக்கொண்டே தன்னைக் கொடுக்கிறாள். பரிதாப கரமாகக் குழந்தை கட்புலன் இல்லாமல் பிறக்கிறான். திருதராஷ்டிரனின் அவலம் அவனுடனேயே பிறக்கிறது.

சத்தியவதியின் சார்பாக அரசாங்கத்தையும் குடும்பத்தையும் நடத்திக்கொண்டிருந்தார் பீஷ்மர். அவரே, திருதராஷ்டிரன், பாண்டு, விதுரன் ஆகிய மூவருக்கும் கல்விப் பயிற்சிக்கும் ஆயுதப் பயிற்சிக்கும் ஏற்பாடு செய்கிறார். குருதேச உயர்வு மற்றும் அஸ்தினாபுர அரண்மனையின் தேவை என்பதைத் தவிர வேறு எதையும் அறியாத அந்த மனிதர் பீஷ்மர், தானே முதல் குருவாக அவர்களுக்கு அமைகிறார்.

விதுரன் தர்மசாஸ்திரத்தில் வாளின் கூர்மை போன்ற அறிவைப் பெறுகிறான். பாண்டு தேர் மேல் நின்று செய்யும் யுத்தத்திலும் ஈட்டி எறிவதிலும் பெரும் திறமை பெறுகிறான். திருதராஷ்டிரன், ஆயிரம் யானைகள் நிகர்த்த பலசாலியாகிறான். இதுவரை எந்தப் பிரச்சனையும் யாருக்கும் இல்லை.

வருத்தம் எப்போது, யாருக்கு வரும்? தம்மிடம் இல்லாதது, அடுத்தவனிடம் இருப்பது என்கிற உணர்ச்சியே வருத்தத்தின் பிறப் பிடம். திருதராஷ்டிரன், பிறவிக் குருடன் ஆகையால் தாம் எதை

இழந்திருக்கிறோம் என்பதையே அவன் அறியாதிருந்தான். அவன் அணியும் மாலையில் தொடுக்கப்பட்டிருக்கும் மலர்களின் நிறம் அவன் அறியான். தாம் திரும்பும்போதெல்லாம், யாரோ ஒரு சேவகன் தம்மை வணங்கிக்கொண்டிருப்பதை அவன் அறியான். மன்னனாக இருப்பதன் அதிகாரமும் சௌகரியமும் அவன் அறியான். தம்மை வைத்தே அடுத்த மனிதரையும் நீட்சி பெறும் உலகையும் அவன் அறிந்தான். தூணில் இடித்துக்கொண்டு வலியோடு இரத்தம் கசியும் கரங்களை அவன் உணர்ந்தபோது, அவன் தம் குறையை உணர வில்லை. மாறாக, இடித்துக்கொண்ட தூணை இடித்துத் தள்ளுங்கள் என்பதே அவன் உத்தரவாக இருந்தது.

அஸ்தினாபுரத்தின் மன்னனாகத் தான் அன்றி, தம் தம்பிக்கு முடிசூட்ட, தாத்தா பீஷ்மரால் முடிவு செய்யப்பட்டபோதுதான், தம்மிடம் உள்ளது என்ன, இல்லாதது என்ன என்பதையே அவன் உணர்ந்தான். அந்தக் கணம் வரை, 'மூத்த இளவரசருக்கு வணக்கம்' என்று, அவன் தம்பியர்களோடு இருக்கும்போது சொன்னவர்கள், இப்போதெல்லாம் 'மன்னர் பாண்டுவுக்கு வந்தனம்' என்று சொன்ன போது, தாம் ஆட்டத்தில் இல்லை என்பதை அவன் உணர்ந்தான். விளையாட்டுத் திடலிலேயே தமக்கு இடம் இல்லை என்பதை அவன் உணர நேர்ந்த அந்தக் கணம், அவன் மனம் எரியத் தொடங்கியது. புற்று இடிக்கப்பட்டபோது, பாம்புகள் வெளிவருகின்றன. அவன் ஆத்மாவுக்குள், அவன் உண்ட உணவை ரகசியமாக உண்டு, வளர்ந் திருந்த பொறாமை ஒரு அரும்பாக வெளிப்பட்டது. தாம் ஒதுக்கப்படு கிறோம் என்ற எண்ணம், அவனிடம் சினத்தை ஏற்படுத்தியது. சினம், சேர்ந்தாரைக் கொல்வது அல்லவா? மொன்னைக் கோபம், அவனுக் குள் தாழ்வு மனப்பான்மையைத் தோற்றுவித்துவிட்டது. அரும்புகள், மழைத்துளிகளை உண்டு மலர வேண்டியது உலக இயல்புதானே?

அகல், மேலும் வெளிச்சம் தர, ஏதோ ஒரு விரல் திரியைத் தூண்டவேண்டும். அந்த விரல் சகுனியாகத் தயார் நிலையில் இருந் தான். அவன், தம் பத்து விரல்களாலும் அந்த ஒற்றைத் திரியைத் தூண்டுகிறான். திருதராஷ்டிரன், அவனுடைய தாய் தந்தைக்கு அடுத்து, சகுனியின் துணையைச் சார்ந்தான். அரண்மனையிலேயே தாம் நம்புதற்குரிய மனிதன் சகுனிதான் என்று நம்பினான் அவன். சகுனியும் அவன் நம்பிக்கையைக் கலைக்கவில்லை. தம் சகோதரி காந்தாரியின் கணவனே, குருதேச மன்னனாக வேண்டும் என்று அவன் தமக்குள் ஆசைப்பட்டான். அதுவரை, குருடன் என்பதால் பதவி புறக்கணிக்கப்பட்ட திருதராஷ்டிரனுக்கு அரியணையை மீண்டும் பெற்றுத் தருவதே, தம் வாழ்நாள் பணி என்று சகுனி நினைத்துக்கொண்டான். அஸ்தினாபுர அரண்மனையின் முதல்

பிரபஞ்சன் ★ 123

சதிகாரனாகச் சகுனி, தம்மை நியமித்துக்கொண்டான். சகோதரியின் அரண்மனைக்குள் ஒரு எடுபிடியாகவே இருந்த அவன், ஒரு அரசியல் நோக்கம் கொண்ட, காய் நகர்த்தும் மனிதனாகத் தமக்குத் தாமே பதவி உயர்வு செய்துகொண்டான்.

இந்தச் சூழல்களை அறியாதவன் இல்லை, பாண்டு. அவன் புத்திசாலி. மேலும், எவரையும் உரசிக்கொள்வதும் பகைப்பதும், தம் மனத்துக்குள் வெறுப்பை வளர்த்துக்கொண்டு தம்மையும் பிறரையும் அவஸ்தைக்குள்ளாக்குவதும் அவன் சுபாவத்தில் இல்லை. அரசப் பட்டாபிஷேகம் செய்துகொண்டவன், திக்விஜயம் செய்து, மற்ற நாடுகளின் மேல் படை எடுத்து, தன் ஆட்சிப் பரப்பைப் பெருக்கிக் கொள்ள வேண்டிய அரச தர்மம் இருக்கவே செய்தது. பாண்டு திக்விஜயம் புறப்படுவானா அல்லது மனைவிகளோடு அந்தப்புரத்தில் சிறைப்படுவானா என்கிற கேலிச் சொற்களை அரண்மனைக்குள் பரவ விட்டான் சகுனி. பாண்டுவுக்கும் இது எட்டியது. போர் ஆற்றல் அற்றவனும் நோயாளியுமான பாண்டு, திக்விஜயத்தின்போது கொல்லப்படுவான் என்று சகுனி நினைப்பதைப் புரியாதவன் அல்ல பாண்டு. அவன் மனம் கசந்தது. பகைத் தீக்குள் தம்மை இருத்திக் கொள்ள விரும்பாத பாண்டு திக்விஜயத்துக்குப் புறப்பட்டான். பகைவர்களை எதிர்கொள்வதைவிடவும், விலகிப் போவது என்பது பாண்டுவின் இயல்பாக இருந்தது.

சகுனியும் திருதராஷ்டிரனும் இணைந்து செய்த முதல் சதி இது. அதில் அவர்கள் தோற்றார்கள் என்றாலும், பாண்டுவின் அரசப் பொறுப்பு, அவன் இல்லாத காலத்தில் திருதராஷ்டிரனுக்கு வந்து சேர்ந்தது. அதைத் தக்கவைத்துக்கொள்ளவே, காலம் முழுக்க அத்தனை தவறுகளையும் செய்ய நேர்ந்தது. அவன் மகன், பொறாமையைத் தன் பிதுரார்ஜித சொத்தாகக்கொண்டு பிறந்தான். துரியோதனன், அடிப்படையில் மிக நல்ல அரசன் என்று அவன் பிரஜைகள் சொல்கிறார்கள். கர்ணன், தம்மை வள்ளலாகக் கட்டமைத்துக்கொள்ளப் பயன்படும் சொத்துகள், பொருள்கள் அனைத்தும் துரியோதனனுடையவை என்பதைக் கர்ணன் அறிவான். துரியோதனன் அப்படி நினைக்கவில்லை. துரியோதனன், சிறியன சிந்தியாதவன். தாம் வேறு, நண்பன் கர்ணன் வேறு என்பதைக் கடைசிநாள் வரை நினைத்துப் பார்க்காதவன் அவன்.

அப்பனும் மகனும் அதிகார மோகிகள் என்பதுதான் விஷயம். துரியோதனன் வெளிப்படையாகவே தம் பொறாமையை, துவேஷத்தைக் காட்டிக்கொண்டவன். அவனது, ஒற்றை நியாயம். தம் தந்தைக்கு வந்து சேர்ந்த அரச பாரம், தம்முடையது என்பது அவன் புரிதல். ஆனால், திருதராஷ்டிரனோ, கபடம் கொண்ட மனதினன்.

அவன் மனத்துக்குள், பேய்கள், பிசாசுகள் நடனமாட மேடை அமைத்துக் கொடுத்தான். அவ்வப்போது, ஞானி விதுரன் சொற்கள் அவனை நல்வழியில் செலுத்த முயன்றன என்றாலும், சுபாவப்படி அவன் பொறாமை, தம் மக்களைவிடவும் வேறு மக்கள் அதாவது பாண்டவர்கள் மகிழ்ச்சியாக வாழ்வதை அனுமதிக்கவில்லை. தாழ்வு மனப்பான்மை கொண்டவர்கள், பிறர் மகிழ்ச்சியைச் சகிக்க மாட்டார்கள். திருதராஷ்டிரன் செய்தவைகளில் மிகப் பெரிய அதர்மம், தம் மகனைத் தாமே கெடுத்ததுதான் என்கிறார் அறிஞர் குர்சரண் தாஸ். உள்ளே அவன் எரிந்தான். வெளியே சிரித்தான். நியாயவான் போலப் பேசினான். நடத்தையில் கயமையைத் தம் தர்மமாகவே கடைப்பிடித்தான். அவ்வப்போது, தர்மத்துக்கும் அதர்மத்துக்கும் இடையே அவன் ஊசலாடினான். அவனது தராசு, அதர்மத்தின் பக்கமே சாய்ந்தது. பீஷ்மர், விதுரர், துரோணர், கிருபர் போன்ற அவனால் வணங்கப்படுபவர்களின் அறப்போதனைகளை அவன் புறக்கணித்தான். தம்புதல்வன், துரியோதனனையே அவன் சார்ந்தான். அதனால், அவன் தன்னையும் கொன்று, மகனையும் கொன்று, குலத்தையும் நாசம் செய்தான்.

கிருஷ்ணனின் விசுவரூப தரிசனத்தைப் பெற்ற வெகு சிலரில் திருதராஷ்டிரனும் ஒருவன். ஆனாலும் தம் மூடிய கண்களுக்குள் அஞ்ஞானத்தையே போஷித்து வளர்ந்தான். அவன் தர்மத்தின் பிரகாசத்தை அறியாதவன் இல்லை. தர்மதேவதையின் விரலைப் பற்றிக் கொண்டவன்தான் அவன். ஆனால், நடக்கும்போது, துர்தேவதைகளையே தம் தோழமையாகக்கொண்டான்.

பாண்டவர்களைக் கொல்ல என்றே உருவான அரக்கு மாளிகைத் திட்டத்தை முழுமனத்தோடு அங்கீகரித்தவன் அவன். பாண்டவர்களுக்குப் பதிலாக ஏழைகள் ஆறுபேர்கள் இறந்தமையை, பாண்டவர்களே செத்துப்போனார்கள் என்று மகிழ்ந்தான் அவன். அவன் கண்களில் அழுகை. அரற்றினான் அவன். ஊர் உலகத்துக்குத் தம் போலித் துயரத்தைச் சொல்லி தம் பிரதிமையைத் தாமே கட்டமைத்துக்கொண்டான்.

தம் மகன் துரியோதனன் மேல், அப்பன் வைத்த கண் மூடித்தனமான பாசம், மகனுக்குக் கல்லறை கட்டிக்கொண்டிருப்பதை பரிதாபத்துக்குரிய அவன் கடைசிவரை புரிந்துகொள்ளவே இல்லை.

அறத்தின் வடிவமாக விதுரன், அவனது வலது கையாக, அமைச்சனாக, சகோதரனாக அருகிலேயே இருந்தான். விதுரனை திருதராஷ்டிரன் தம் கண்களை மறைக்கும் துரும்பாகவே

நினைத்தான். தவிர்க்க முடியாத உடம்பின் தோலாக நினைக்கப்பட வேண்டிய சகோதரனை மனத்துக்குள் தம் அடிமையாகவே நினைத்தான். யாரையும் நம்பாத தாழ்வு மனப்பான்மை கொண்டவர்கள், உலகமே, தம் கால்களின் கீழ் பள்ளம் வெட்டிக்கொண்டு திரிகிறது என்றே கருதுவார்கள். திருதராஷ்டிரன், ஒரே ஒருவனைத்தான் நம்பினான். சூதனான சஞ்சயன் என்கிற சத்தியவான் சொற்களையே நம்பினான்.

தம் உயிருள்ளவரை, தாமே ஆட்சி செய்வது என்றும், தமக்குப் பிறகு தம் மகன் துரியோதனனுக்கு உலகம் உரிமையாக வேண்டும் என்று அவன் தம் செயல்பாடுகளை வகுத்தான். மாயச் சூதாட்ட அழைப்பை எடுத்துச் சொல்ல விதுரனைப் பாண்டவர்களிடம் அனுப்பினான் என்பதில் அவனது அரசியல் சூழ்ச்சி அறிவு தெரிகிறது. விதுரனின் வார்த்தைகளைப் பாண்டவர்கள் புறக்கணிக்க மாட்டார்கள் என்பதை அவன் நன்றாகவே அறிவான். உண்மையில் தருமனும் இந்த அழைப்பு அபாயகரமானது என்பதை அறிந்தவன் தான். இயல்பாகவே சூதாட்டத்தில் விருப்பம் உடையவன் அவன். மேலும், சத்திரியர்கள் போருக்கோ, ஆட்டத்துக்கோ அழைப்பு விடுக்கப் படுகையில் அதைப் புறக்கணிப்பது இழுக்கு என்கிற அக்கால தர்மமும் அவனைச் சூதுக்கு இழுத்தது.

சூதாட்டம் தொடங்கி தருமன் அனைத்தையும் இழந்து கொண்டிருக்கும்போது, திருதராஷ்டிரன் என் மகன் ஜெயித்தானா என்று கேட்டுக் கேட்டுப் பூரித்தான். திருதராஷ்டிரன் மனத்தில் முழு அழுக்கும் வெளிப்பட்ட இடம் இது. அப்புறம் தாம் செய்த அதிகபட்ச பாவத்துக்கு பயந்துபோனான். திரௌபதிக்கு வரம் அளிக்க முன்வருகிறான். எல்லாம் முடிந்தபிறகு, உயிர் போன பிறகு மருந்து தடவ வருகிறான் அவன்.

திரௌபதியின் துகில் அபகரிப்பை அவன் தடுத்திருக்க முடியும். அப்போது அதிகாரத்தில் இருந்த பீஷ்மரால் முடியும். மற்ற பெரியோர்களால் முடியும். பெரியோர்கள், கடுமையாகத் தங்கள் எதிர்ப்பைத் தெரிவிக்காத காரணத்தாலேயே, திருதராஷ்டிரனும் இக் கொடும் செயலை அவன் அனுமதித்தது மட்டுமல்லாமல், மகிழ்ச்சியும் அடைகிறான் என்பது அவனது மனோபாவத்தின் வண்ணத்தை நமக்குக் காட்டுகிறது.

இந்த மனிதக் குரூரம் பற்றி வியாசர் என்ன சொல்கிறார்? நமக்கு அது தருகிற அதிர்வு, அவருக்கு இல்லை. அவர், மனித உன்னதங்கள் அனைத்தையும் பார்த்துவிட்டு, அதன் இன்னொரு முகமான இழிவுகளையும் பார்த்து நமக்கு அதை மடைமாற்றம் செய்கிறார்.

இவர்களை, இந்த மனிதத்தைப் புரிந்துகொள்ளுங்கள் என்று மட்டும் சொல்கிறார். மனிதத்தின் முழுப் பிரபஞ்சத்தையும் நமக்கு அனுபவ மாக்குவதுதான் அந்தப் படைப்பாளியின் பணி. அவர் யாருக்கும் அழவில்லை. யாருக்கும் மகிழவும் இல்லை.

ஆனால், திருதராஷ்டிரன் அழுகிறான். தம் ஆருயிர் மகன், ஒரு செத்த நாயைப் போல மண்ணில்புரண்டு கிடப்பதை உணர்ந்து அலறுகிறான். மார்பில் அறைந்துகொண்டு துடிக்கிறான். 'உன்னை நான் அல்லவா கொன்றேன், மகனே' என்று இதயம் பிளந்து போகி றான். காலம் முடிந்துவிட்டது. காலை நேரத்து ராகத்தை இரவில் இசைக்கிறான் தந்தை. பேராசை என்ற துர்தேவதைக்குத் தம் மகனைப் பலி கொடுத்துவிட்டு, அவன் பிணத்தைப் பார்த்து அழுகிறான்.

திருதராஷ்டிரன் மேல் நமக்குக் கோபம் இல்லை. பரிதாபமாக இருக்கிறது. மகனைக் கொன்ற தந்தை அவன். உலகத்திலேயே, பெற்ற பிள்ளைகளைத் தம் கண்முன் இழக்கிற தந்தையின் சோகம், இணை சொல்ல முடியாதது. அவனுக்கு, அவன் கனவு கண்ட ராஜ்யம் இல்லை. செல்வம் இல்லை. பிள்ளைகளும் இல்லை. அவன் இறந்தால் துக்கப்பட யாரும் இல்லை. உண்மையில் அவன்தான் இப்போது அனாதை.

தருமனின் பராமரிப்பில் திருதராஷ்டிரன் மரியாதையாகவே நடத்தப்படுகிறான். ஆனால், சூதாட்டச் சபையில் திருதராஷ்டிரன் சிரித்த சிரிப்பை மறந்துவிடவில்லை, பீமன், அவனைக் குத்திக் காட்டு கிறான். அவமானப்படுத்துகிறான். ஆகவே, திருதராஷ்டிரன் வன வாசம் புறப்படுகிறான். காட்டில் தீக்குள் சிக்கிச் செத்துப்போகிறான். நூறு பிள்ளைகளையும் ஒரு பெண்ணையும், அது போதாதென்று வைசியப் பெண்ணின் மூலம் பெற்ற யுயுத்சுவையும் வாரிசுகளாகக் கொண்ட அந்த மாபெரும் மன்னன், காட்டு விலங்குகளைப் போல, அடையாளம் அற்றுச் செத்துப் போகிறான்.

காட்டுக்கு வெளியே ஓடும் நதி, தம் போக்கில் ஓடிக்கொண்டி ருக்கிறது. நதிக்கு திருதராஷ்டிரன் ஒரு பொருட்டே இல்லை.

★

வருத்தத்திற்குரிய கடோத்கஜன்

யுதிஷ்டிரன் ஆகிய தருமனை முதலாகக்கொண்ட பாண்டவர்கள், தர்மம் சார்ந்தவர்களாகவும், துரியோதனனை முதலாகக் கொண்ட கௌரவர்கள் அதர்மம் சார்ந்தவர்களாகவும், நமது பொதுப் புத்தியில் நாம் உருவாக்கி வைத்திருக்கும் பிரிப்புகள் எந்த அளவு சரி? யோசிக்க வேண்டிய விஷயம். பாண்டவர்களின் குறிப்பிடத் தக்க வெற்றிகள் எல்லாம் தர்மம் சார்ந்தவை என்பது தற்செயல் நிகழ்ச்சிகள் இல்லை.

இப்போது நாம் ஆராய இருக்கும் கடோத்கஜன் மற்றும் அவனது மகன் பர்பரீகன் ஆகியோரின் மரணம், நல்லுணர்வு உள்ளவர்கள் எவருக்கும் வருத்தத்தை ஏற்படுத்தவே செய்யும். இரண்டு மரணங்களும் பாண்டவர்களின் மற்றும் கிருஷ்ணரின் அறப் பிறழ்வுகள்.

வாரணாவதத்தின் அரக்கு மாளிகையிலிருந்து தப்பித்த பாண்டவர்கள், கங்கையைக் கடந்து ஒரு பெரும் காட்டுக்குள் பிரவேசிக்கிறார்கள். அது இடிம்பவனம். இடிம்பன் என்கிற ராட்சஸனின் ஆளுகைக்குட்பட்டது. அன்று இரவு, அந்தக் காட்டில் தங்கினர் பாண்டவர்கள். இரவு, தம் சகோதரர்கள், நால்வரையும் தாயையும் உறங்கச் செய்து, காவல் காக்கிறான் பீமன். மரத்தின் மேலிருந்த இடிம்பன், மனிதர்கள் உறங்குவதைக் கண்டும், வாசனையை உணர்ந்தும், அவர்களை உணவாகக் கொள்ளும் ஆசையில், தம் சகோதரி இடிம்பியை அனுப்பி, நரர்களைக் கொண்டு வரும்படி கட்டளை இடுகிறான். இடிம்பி, உறங்கும் பாண்டவர்களை அணுகுகிறாள். விழித்திருக்கும் பீமனைக் காண்கிறாள். அவன் ஆகிருதி அவளை மயக்குகிறது. மையல் கொண்ட இடிம்பி, பீமனை அணுகித் தன் மாயத்தால், பேரழகியாகத் தம் ரூபத்தை பீமனின் பார்வைக்கு முன் வைக்கிறாள். பீமன், சலனம் கொள்கிறவனாக இல்லை. தம்மை ஏற்க வேண்டுகிறாள் அவள். அவன் மறுக்கிறான். உரையாடல் நீள்கிறது. தம் உணவு தாமதப்படுவதைச் சகியாத இடிம்பன் தம் சகோதரியைத் தேடி வருகிறான். சகோதரி ஒரு நரனிடம் சரசம் பேசுவது அவன்

சினத்தை அதிகப்படுத்துகிறது. சகோதரியைக் கொல்லப் பாய்கிறான். பெண், பீமனிடம் அடைக்கலம் கேட்கிறாள். பீமன், இடிம்பனுடன் பேசுகிறான். பேச்சு யுத்தமாக மாறுகிறது. சண்டையின் சப்தம் கேட்டுக் குந்தியும் சகோதரர்களும் விழித்துக்கொள்கிறார்கள். யுத்தத்தில் இடிம்பன் மரணமுறுகிறான். இடிம்பி, குந்தியைத் தொழுது, தாம் பீமனிடம் மனம் வைத்ததாகச் சொல்கிறாள். தங்களை இணைவிக்கக் கேட்கிறாள். இரக்கம் கொண்ட குந்தியும் தருமனும் இடிம்பியை ஏற்கச் சொல்கிறார்கள் பீமனிடம். பீமன் ஏற்கிறான். பீமனுக்கும் இடிம்பிக்கும் பிறந்தவனே கடோத்கஜன். ராட்சச நியதிப்படி பிறந்த அன்றே வளர்ந்து நிற்கிறான் கடோத்கஜன். இடிம்பிக்கும் கடோத்கஜனுக்கும் விடை கொடுக்கும்போது, குந்தி சொல்கிறாள்:

'கடோத்கஜா, நீயே பாண்டவர்களின் மூத்த வாரிசு. நீயே, பாண்டவர்களின் வாணாள் உதவியாளனாக இருக்கக் கடமைப்பட்டவன்' என்கிறாள் குந்தி. 'பாண்டவர்கள், என்னை நினைக்கும்போது, அவர்கள் முன் தோன்றுவேன்' என்று உறுதிகூறித் தம் தாயோடு புறப்படுகிறான்.

இது கடோத்கஜனின் ஜனன வரலாறு.

இந்த ராட்சஸர்கள் என்பவர்கள் யார்? இவர்களின் வம்சாவளி அல்லது தொடக்கம் யாது? பல கதைகளைப் பல புராணங்கள் சொல்கின்றன. உத்தர ராமாயணம் சொல்லும் கதை இது. பிரம்மா, கிருத யுகத்தின் தொடக்கத்தில், வேதங்களை தம் மனதுக்குள் ஸ்மரித்துக்கொண்டிருக்கும்போது, அவருக்குப் பசிக்கிறது. பசியின் தீவிரம், அவர் முகத்தில் பல வடிவங்களை உற்பத்தி செய்கிறது. பிரம்மாவின் கோபத்தில் தோன்றியவர்கள் ராட்சஸர்கள் எனப்பட்டார்கள். பிரம்மாவின் பசியின் வெளிப்பாடாகத் தோன்றியவர்கள் யட்சர்கள். அதாவது, மனோபாவங்களே குலங்களைத் தீர்மானிக்கின்றன என்பதே இதன் கருத்து என்கிறார்கள் அறிஞர்கள். அர்த்தமற்ற கோபம்கொண்டு அதனால் அழிவை ஏற்படுத்துபவர்கள் ராட்சஸர்கள். பசி காரணமாக, அநீதிகள் புரிகிறவர்கள் யட்சர்கள்.

ராட்சஸர்கள் பற்றி இன்னொரு கதை. அசுரர்கள் என்கிற ஒரு பகுதியினரின் ஒரு பிரிவினரே ராட்சஸர்கள். பிரம்மாவின் மகன் காஸ்யபருக்கு 21 மனைவிகள். அவர்களில் முனி என்கிற பெண்ணுக்கும் காஸ்யபருக்கும் பிறந்தவர்களே ராட்சஸர்கள். ஒரு மனைவிக்குப் பறவைகள், ஒரு மனைவிக்கு நாகங்கள்; இந்த ரகக் கதைகள் சொல்வதென்ன? பிரம்மபுத்திரரான காஸ்யப பிரஜாபதி வழித் தோன்றல்களே தேவர்கள், அசுரர்கள் என்பதையே! இவர்களைப் பம்மிய தலைமுடி, தலைக் கொம்புகள், கோரைப் பற்கள் என்பவை போன்ற கோரங்கள், நாடக ஆசிரியர்களாலும் கதை

சொல்லிகளாலும் உருவாக்கப்பட்டவையே. விபீஷணனும் பிரக லாதனும் அசுர குலம் என்பதையும் இங்கு நினைத்துக்கொள்வது நலம். இராவணன், நாரதகானத்துக்கு இணை சொல்லும் இசைக் கலைஞன் என்பதோடு சேர்ந்து, இடிம்பியையும் கருதவேண்டும்.

பராசர முனிவர் காலத்தில், பிராமணர்களுக்கும் ராட்சஸர் களுக்கும் பகை முற்றி இருக்கிறது. சினம் கொண்ட முனிவர் ராட்சஸ யக்ஞம் நடத்தி, அனைத்து ராட்சஸர்களையும் கொல்ல முயன்றிருக் கிறார். காரணம், அல்மாசபாதன் எனப் பெரிய ராட்சஸன், முனி வரின் தந்தை சக்தி என்பவரைத் தின்றுவிட்டான். அதோடு வசிஷ்ட முனிவரின் மகனையும் பட்சணம் செய்திருக்கிறான். மனித மாமிசம் தின்பவர்களாக ராட்சஸர்கள் சித்தரிக்கப்படுகிறார்கள்.

மகாபாரதத்தில் நிறைய ராட்சஸர்கள் வருகிறார்கள். பீமனே கூட, ராட்சஸத் தன்மை கொண்டவனாகவே கருத இடம் இருக்கிறது. சமஸ்கிருத நாடக ஆசிரியர்கள், பீமனின் ராட்சஸத் தன்மையை நிறுவியிருக்கிறார்கள். டேவிட் எல். கித்தோமர் (பேராசிரியர், சிகாகோ பல்கலைக் கழகம்) ஒரு நீளக் கட்டுரையில் (ராட்சஸ பீமா...) பீமனைக் குறித்து ஆய்வு நடத்தியிருக்கிறார். கி.பி.700இல் எழுதப்பட்ட, பாதநாராயணரின் வேணிசம்காரம் நாடகக் காப்பியம், பீமனின் 'ராட்சஸத்தை' ஒருமுகமாகவும், அவன் கொன்ற ராட்சஸர்களின் போர்களைப் பற்றியும், அவனது ராட்சஸ மனைவி இடிம்பி மேல் அவனுக்குள்ள காதல் விஷயத்தை மறைமுகமாகவும் கொண்ட நாடகச் சித்தரிப்பைப் பேராசிரியர் ஆய்ந்திருக்கிறார்.

நேரிடையாக வியாசர், தம் பேரன் பீமனை ராட்சஸன் என்று கூறவில்லை. அப்படிச் சொல்ல, அந்தத் தாத்தாவுக்கு மனம் வர வில்லை. அப்படிச் சொல்வதற்கான முகாந்தரங்களையும் அவர் மறைக்க முயலவில்லை. ராட்சஸ மரபில், நல்ல ராட்சஸர்களின் மரபு, பீமனிலும், கடோத்கஜனிலும், கடோத்கஜனின் மகன் பர்பரீ கனிடம் இருந்தும் தொடங்குகிறது. இடிம்பியில் தொடங்கிய பீமனின் ராட்சஸ உறவு, ராட்சஸ குலத்தில் பாரதூரமான விளைவுகளை ஏற்படுத்தியிருக்கிறது. நல்ல ராட்சஸர்கள் யார்? பசி எடுக்கும்போது, பிராமணர்களைப் பட்சணம் பண்ணாமல் இருப்பது, பிராமணர் களின் யக்ஞ சாலைக்குள் புகுந்து, யாக நெருப்பில் கல்லைப் போடாமல் இருப்பது, பர்ணசாலைக்குள் கட்டியிருக்கும் பசுக்களைக் களவாடாமல் இருப்பது, முக்கியமாக பிராமணர்களுக்கு பயம் காட்டாமல் இருப்பது.

அரச குமாரர்களின் வழக்கப்படி, இடிம்பியை மணந்த பீமன், குழந்தை கடோத்கஜன் பிறந்தவுடனேயே, ராட்சஸ இயல்புக்கேற்ப,

பிறந்த நாளிலேயே மிகப் பெரும் உடம்போடு வளர்ந்து நின்ற கடோத்கஜனையும் அவர்களின் இருப்பிடத்துக்கு அனுப்பி வைத்தான். அதன் பிறகு, மனைவி குழந்தையைப் பற்றியோ, அவர்களைச் சந்தித்தது பற்றியோ, எந்தத் தகவலும் இல்லை. இது இடிம்பிக்கு மட்டும் நேர்ந்தது இல்லை. சத்திரியகுலம் அல்லாத நாகர், வேடுவர், யட்சர் குலப்பெண்களுக்கு நேர்ந்ததுதான். இடிம்பி, மிகவும் கௌரவமும், சுயமரியாதையும் பெருமிதமும் கொண்ட மனைவியாக இருந்தாள். ஆண்களுக்கு இல்லாத, காதல் நெஞ்சமும் அருள் மனமும், பெண்களுக்கே இருந்தன. கடோத்கஜனுக்கு மேலான கல்வியையும், சிவபக்தியையும் போர்க்கலையையும் பயிற்றுவித்திருக்கிறாள் இடிம்பி.

ராட்சஸ குலத்தின் முன் உதாரணப் புருஷன் கடோத்கஜன். தந்தையை விட்டுத் தாயோடு தம் வசிப்பிடம் செல்லும் முதல் நாளே, கடோத்கஜன் பீமனுக்கு, வரம் தருபவன் போல இப்படிச் சொல்கிறான். 'என் வருகை தேவை என்று தாங்கள் எப்போது நினைக்கிறீர்களோ, அந்தக் கணம் உங்கள் முன் தோன்றுவேன்.' வாக்கை, கடோத்கஜன் நிறைவேற்றத் தவறவில்லை. சிவதரிசனம் வேண்டி அர்ச்சுனன் சென்று பல காலம் ஆகியும் திரும்பாத அவனைத் தேடிப் பாண்டவர்கள் இமயமலைச் சிகரங்களில் அலைந்து திரிந்தபோது, பீமன், தம் மகன் கடோத்கஜனையே நினைத்தான். நினைத்த அந்தக் கணமே, கடோத்கஜன் தம் நல்ல ராட்சஸப் பட்டாளத்தோடு தோன்றினான். மயங்கிச் சரிந்த திரௌபதியைத் தம் தோளில் சுமந்து நடந்தான். மற்ற பாண்டவர்களை மற்ற ராட்சஸர்கள் சுமந்தார்கள். தருமர், சத்ரபதி யாகம் செய்தபோது, இலங்கையை நோக்கி, பாண்டவர்களின் தளபதியாகக் கடோத்கஜனே சென்றான். அப்போது இலங்கையை ஆண்டுகொண்டிருந்த விபீஷணன், கடோத்கஜனை அன்போடு வரவேற்று, தருமருக்கு அளவற்ற பொன்னும் பொருளையும் திறையாக வழங்கியதை எடுத்து வந்து கொடுத்து, யாகம் சிறப்புற நடக்கத் துணைசெய்தவன் கடோத்கஜனே ஆவான்.

மாபெரும் குருசேத்திர யுத்தத்தின் அறிவிப்பைக் கிருஷ்ணரே வெளியிட்டார். பரத வர்ஷத்து மன்னர்கள், அணி பிரியத் தொடங்கினார்கள். சகல அறங்களையும் தலைகீழாகச் சாய்க்கும் யுத்தத்திற்கு நாள் குறிக்கப்பட்டது. தர்மவான்களை அதர்மவான்களாக்கும், சத்திய சந்தர்களைப் பொய் சொல்ல வைக்கும், நம்பி வாழ வந்த பெண்களை விதவைகளாக்கும், குழந்தைகளை அனாதைகளாக்கும் யுத்தம், இரவு முடிந்து ஒரு விடியலில் வந்தேவிட்டது.

தன் ராட்சஸ வீரர்களோடு, யுத்த சன்னத்தனாக வந்து சேர்ந்தான் கடோத்கஜன். இந்த யுத்தத்தால் அவன் பெறப்போவது யாதொன்றும் இல்லை. அது வெறும் பங்காளிக் காய்ச்சல். இரண்டு

சகோதரர்களின் சண்டை அது. வென்றவன் தேசத்தை அடையப் போகிறான். யுத்தம், எவர் உயிரைப் பலிகொள்ளும் என்று யார் சொல்ல முடியும்? காலனுக்கு தருமனும் ஒன்றுதான். துரியோதனனும் ஒன்றுதான். கடோத்கஜனும் ஒன்றுதான். ஆனால், வீரர்கள், வாழ்வைப் பற்றிக் கவலைப்படுவதில்லை.

குருசேத்திரத்தில் முதல்நாள் கடோத்கஜனின் நாளாக அமைந்து விட்டது. நடுநடுங்கிப் போனார்கள் கௌரவர்கள். குறித்த நேரத்துக்கு முன்பாகவே முதல் நாள் யுத்தம் முடிந்துவிட்டது. மண்ணிலும் வானத்திலுமாகத் தோன்றித் தோன்றித் தம் அசுர சக்தியை வெளிப் படுத்தினான் கடோத்கஜன். முதல் நாளே, பாண்டவர்களின் வெற்றி உறுதிசெய்யப்பட்டுவிட்டது.

இந்த நேரத்தில்தான், கடோத்கஜனின் மகன் பர்பரீகன் அப்பனைப்போலவே மாவீரன், யுத்த களம் வந்து சேர்ந்தான். இளைஞன், உருவத்தில் தன் தந்தையைவிடவும் பெரியவனாக பயம் விளைவித்தான். மேற்குக் கடற்கரையில் தவம் செய்து கொண்டிருந்த அவன், அரிய தவசக்திகளைப் பெற்றிருந்தான். அவன் யுதிஷ் டிரனைப் பார்த்து, ‘எதற்கு இத்தனை சிரமம், தாத்தா. என் இரண்டு அம்புகள், உங்கள் எதிரிகள் அத்தனை பேரையும் கொன்றுவிடுமே..?’ என்றான் அலட்சியமாக. எப்படி என்றார் தருமர்.

பர்பரீகன் சொன்னான்:

‘இந்தப் போர்க்களத்தில் இறக்க வேண்டிய இரண்டு பக்கத்து வீரர்களையும், நான் கொன்றுவிடுகிறேன்’ என்றபடி, சிவப்பு நிறப் பொடியை எடுத்து, ஒரு பாணத்தில் நிரப்பினான். அதை வானத் தில் எய்தான். இரு பக்கத்து வீரர்கள் பலர், யானைகள், குதிரைகள் மேல், சிவப்புப் பொடி ஒட்டிக்கொண்டது.

பர்பரீகன் சொன்னான்:

‘பிதாமகரே, பாருங்கள். எவர் சாக வேண்டுமோ அவர்கள் மேல், பொடி ஒட்டிக்கொண்டது. என் இரண்டாம் பாணம், அவர் களின் தலையை அறுக்கப் போகிறது’ என்றபடி, தன் அடுத்த பாணத்தை எடுத்தான்.

இதைப் பார்த்துக்கொண்டிருந்த கிருஷ்ணனின் கை உயர்ந்தது. அவர் கையில் சக்கரம் வந்து இறங்கியது. அடுத்த கணம், பர்பரீகன் தலை அறுந்து, கிருஷ்ணன் காலில் விழுந்தது.

திகைத்தார் தருமர். முதல்முறையாக கிருஷ்ணரிடம் ஒரு கேள்வியை எழுப்பினார்.

'நம் தரத்து வீரனை இப்படி அநியாயமாகக் கொன்று விட்டீர்களே.'

கிருஷ்ணன் சொன்னார்:

'இவன் ஒழுங்கைக் குலைப்பவன். யார் யாரிடம் சாக வேண்டும் என்று ஒரு ஒழுங்கு இருக்கவே இருக்கிறது. அதை இவன் குலைக்க, நான் எப்படி அனுமதிப்பது? அதோடு, எவராலும் கொல்லப்பட முடியாதவன் இவன். ஆகவேதான் கொன்றேன்.'

பீமன் அழுதான். கடோத்கஜன், 'இவனைப் புனிதமாக்கிவிட் டீர்கள்' என்றான். தந்தை, வெளிப்படையாக அழவில்லை. பேசவும் முடியாது அவனால். பெருமாள் செய்ததில் பிழை இருக்க முடியுமா என்ன?

மகாபாரதப் போரில், மிகுந்த வல்லமை காட்டினான் கடோத் கஜன். அலம்புசன், துரியோதனன், வங்க மன்னன் துர்முகன், அலா யுதன் முதலான கௌரவத் தளபதிகளிடம் மோதினான் கடோத் கஜன். அவன் கவனம், கர்ணனின் மேல் குவிந்தது. பெருவீரன் கர்ணனிடம் போர் செய்ததில் மகிழ்ந்தான் மற்றொரு வீரனான கடோத்கஜன். தொடர்ந்து சில நாட்கள் கர்ணனின் கை தாழ்ந்து கொண்டு இருந்தது. தாம் தோற்றுப் போவோம் என்கிற நிலை கர்ணனுக்கு ஒரு கட்டத்தில் ஏற்பட்டது. துரியோதனன் மற்றுமுள்ள பலர், கர்ணனிடம், சக்தி ஆயுதத்தைப் பிரயோகித்து, கடோத்கஜனைக் கொல்லச் சொன்னார்கள்.

கர்ணன் யோசிக்கத் தொடங்கினான்.

இதற்குப்பின் ஒரு ரகசியம் இருந்தது. கிருஷ்ணன், தொடர்ந்து கடோத்கஜனிடம், 'கர்ணனை வெல்வதே உன் தகுதிக்கு மரியாதை. உன் தகுதிக்குக் குறைவானவர்களைக் கொல்வது, வீரமா என்ன' என்று சொல்லிக்கொண்டே இருந்தார். இது கடோத்கஜன் மனத்தில் பதிந்தது. ஆகவே, கடோத்கஜன், கர்ணன் முன்னாலேயே போய் நின்றான். போர் செய்துகொண்டே இருந்தான். ஒரு கட்டத்தில், கோபத்தின் உச்சத்தில் கர்ணன், சக்தி ஆயுதத்தை எடுத்தான்.

சக்தி ஆயுதம், தேவேந்திரன், கர்ணனிடம் கவசகுண்டலத்தைப் பெற்றுச் செல்லும்போது அவனுக்குக் கொடுத்தது. யாரைக் குறி வைத்து மந்திரம் சொல்லி எய்கிறோமோ, அந்த இலக்கைத் தாக்காமல் இருக்காது சக்தி ஆயுதம். அழிக்காமல் இருக்காது அந்த ஆயுதம். அதை, அர்ச்சுனனைக் கொல்வதற்கென்றே போற்றிப் பாதுகாத்திருந் தான் அவன். கடோத்கஜனின் தொல்லை பொறுக்க முடியாமல், தாக்குதல் தாங்க முடியாமல், தான் தோற்றுவிடக் கூடாது என்ற

எண்ணத்தில், சக்தி ஆயுதத்தைக் கடோத்கஜன் மேல் எய்தான் கர்ணன்.

கடோத்கஜன் இறந்தான்.

பாண்டவர்கள் அழுது அரற்றினார்கள். அர்ச்சுனன் கண்ணீர் சிந்தி வாய்விட்டு அழுதான். கிருஷ்ணனோ, வெற்றிக் கூத்தாடினார். மட்டற்ற மகிழ்ச்சிகொண்டார். ஆரவாரம் செய்தார். கிருஷ்ணனின் இந்தப் போக்கு கண்டு அர்ச்சுனன் வியப்பு அடைந்தான்.

கிருஷ்ணர் சொன்னார்:

"அர்ச்சுனா, நீ பிழைத்துப்போனாய். கர்ணன் சக்தி ஆயுதத் தால் கட்டாயம் உன்னைக் கொன்றிருப்பான். அதனால்தான், கடோத்கஜனைக் கர்ணனின் முன்னால் நிறுத்திக்கொண்டிருந்தேன். அவன் செத்தான். நீ பிழைத்துக்கொண்டாய். உன்னைக் காப்பாற்றி விட்டேன்...!

யுத்தம், வெற்றி போதை, எதைத்தான் செய்யாது?

ஒரு பல்குச்சிக்காகக் காட்டையே அழிக்கச் செய்யும் பிள்ளை களைப் பலிகொடுத்து, பதவி நாற்காலிகளைக் கோரும். கடவுளையே, சாமான்ய மனிதனாக்கும். சாமான்ய மனிதர்களை விலங்குகளாக்கும். எது செய்தாலும் அதுவே நியாயம் என்று கோஷிக்கும்.

இடிம்பி என்கிற பெண், முதலில் கணவனால் கைவிடப்பட்டாள். மகன் உடன் இருந்தான். இப்போது மகனும் இறந்தான். அவளால் வளர்க்கப்பட்ட பேரன் பர்பரீகனும் கொல்லப்பட்டுவிட்டான்.

யார் அவளுக்கு ஆறுதல் சொல்வது? என்னதான் சொல்ல முடியும்?

✶

ஆணவத்தின் நடமாடும் உதாரணம் அஸ்வத்தாமன்!

சூரியன் சுட்டெரிக்கும் கொடும் பாலை மணல் வெளியில் அல்லது சூறைக்காற்று மோதும் மலைப் பகுதியில், உடல், நோயால் அழுகிச் சிந்த, ரத்தமும் சீழும் ஒழுகும் நாற்றம் மிகுந்து மனிதகுலத்தால் அருவருக்கப்பட்டு யாராலும் அன்பு செய்யப்படாது, பாவங்கள் வழிகாட்டியபடி முன்செல்ல, கொடுமைகள், கயமைகள், அதர்மங்கள் பின்தொடரும்படியாகப் பல ஆயிரம் ஆண்டு முதுமை கொண்ட ஒரு மனிதன், மக்கள் தம்மைப் பார்த்துவிடக்கூடாது என்று பயந்து பயந்து நடந்தும் பாம்புபோல் ஊர்ந்தும் செல்லும் ஒரு பாவ ஆத்மாவைப் பார்க்க நேர்கிறதா உங்களுக்கு?

சந்தேகம் வேண்டாம். அவன்தான் அஸ்வத்தாமன்.

தனுர் வேதமான போர்க் கலையில் நிபுணர் துரோணரின் மகன் அஸ்வத்தாமன். பிராமணனாகப் பிறந்து, சத்திரியனாக வாழ விரும்பி, அசுரனாகத் தம் வாழ்க்கையை முடித்துக்கொண்டவன். துரோணர் போலவே, இவன் பிறப்பும் விசித்திரமானது. 'துரோணர் ஒரு பாத் திரத்தில் தோன்றினார் என்றால், அஸ்வத்தாமனோ, சிவபெருமானின் ஓரம்சம் பெற்று, குதிரையின் முதுகைப் பிளந்துகொண்டு பிறந்தான்' என்கிறது அபிதான சிந்தாமணி. பிறக்கும்போது, குதிரையைப் போலக் குரல் கொடுத்தான் என்பதனாலும் குதிரை என்று அர்த்தம் வரும் அஸ்வத்தாமன் என்று பெயர் சூட்டப்பட்டான். பழக்கப்படுத்தப் படாத காட்டுக் குதிரையின் இயல்பு அவனிடம் இருந்தது. அதி விரைவும் அதிமூர்க்கமும் அதிகர்வமும் அவன் இயல்புகள்.

அஸ்வத்தாமனின் குழந்தைப் பருவம், கொடுமை நிறைந்த வறுமையில் கழிந்தது. பசும்பாலுக்கு ஆசைப்பட்ட அவனுக்கு, மாவைக் கரைத்துப் பால் என்று சொல்லி குழந்தையை ஏமாற்றியிருக் கிறார் துரோணர். கௌரவ, பாண்டவர்களுக்குத் துரோணர் ஆசாரிய ராக நியமிக்கப்பட்ட பிறகு, அக்குடும்பத்தின் நிலை சிறப்படையத் தொடங்கியது. திருஷ்டத்துய்மனால் கொல்லப்படும் வரைக்கும் துரோணர், அஸ்தினாபுரத்தின் ஆஸ்தான குருவாகவும், பீஷ்மருக்கு அடுத்த நிலையிலும் மிகவும் செல்வாக்கான நிலையிலேயே இருந்தார்.

விசுவாசமிக்க தளபதியாகவும்கூட. துரோணர் புகழும் அதிகாரமும் ஸ்திரப்பட்ட பிறகு, அந்தச் செல்வாக்கின் கடைசிச் சொட்டையும் விடாமல் அருந்தினான் அஸ்வத்தாமன். துரோணர் ஆணையால், பாஞ்சால மன்னன் துருபதனை அர்ச்சுனன் வென்று, அந்தத் தேசத் தையே குருதட்சணையாகக் கொடுத்தான் என்பதை அறிவோம். துரோணர், பாஞ்சாலத்தை இரண்டு பகுதிகளாக்கி, ஒரு பகுதியை துருபதனுக்குத் தந்தவர், ஒரு செழுமையான பகுதியைத் தான் வைத்துக்கொண்டார். அந்தப் பகுதிக்கு இறக்கும்வரை மன்னராகத் துரோணரே இருந்தார் என்றால், அஸ்வத்தாமன் பாஞ்சால இள வரசன் ஆகிறான். இருந்தாலும், அப்பன் – பிள்ளை இருவருமே பாஞ்சாலத்துக்குச் செல்லவே இல்லை. துரோணருக்கு ஆசான் உத்தி யோகம் இருந்தது. அஸ்வத்தாமன் சுலபமாக மன்னனாகி இருக்க லாம். ஆனால், அந்த வாய்ப்பை அவனே தவிர்த்தான். ஏன்? முதல் காரணம், அவன் தம் தந்தையைத் தம் உயிருக்கும் மேலாக நேசித் தான். தம் வாழ்க்கையை அவருக்கே சமர்ப்பணம் செய்துகொண் டான். துரோணரின் நிழலாகவே அவன் தம்மை ஆக்கிக்கொண்டான். இரண்டாம் காரணம், துரியோதனனைத் தம் உயிர் நண்பனாக அவன் வரித்துக்கொண்டான். துரியோதனனும், தம் குருவுக்கும் குரு புத்திரனுக்கும் அளவற்ற செல்வத்தை வாரி வழங்கி இருக்கிறான். துரியோதனன் இயல்பு அப்படி. பாண்டவருக்கு மட்டுமே அவன் எதிரி. தம் பிரஜைகளுக்கு அவன் ஒப்பற்ற மன்னன். தம் நண்பர் களுக்கு வாரி வழங்கும் வள்ளல். கர்ணன் போலவே, அஸ்வத் தாமனும் துரியோதனனின் அன்பு மழையில் இடையறாது நனைந்து, தம் உரிமை தேச ஆட்சியையே புறக்கணித்தான்.

துரோணருக்குத் தம் மகன் அஸ்வத்தாமன், தமக்கு நிகரான வீரனாக வர இருக்கும் அர்ச்சுனச் சிறுவனோடு நட்பு கொள்ள வேண்டும் என்பது விருப்பம். அர்ச்சுனன், வெறும் படிப்பாளியாக மட்டுமல்லாமல் நேர்மை மிகுந்தவனாக வளர்வது பிடித்திருந்தது. அர்ச்சுனன் என்ற பெயருக்கே தூய்மையானவன் என்பதே பொரு ளாகும். (அர்ச்சுனன் அதர்மங்கள் புரிவது, கிருஷ்ணனின் வழிகாட்டு தலில் தானே?) அர்ச்சுனனின் பண்பாடு தம் மகனுக்கு வரவேண்டும் என்றே துரோணர் நினைத்தார்.

தம் வக்ரமான தவத்தாலும், சிவன் கொடுத்த அருளாலும் பெற்ற அளப்பரிய ஆற்றலில் அஸ்வத்தாமன் நம்பிக்கை கொண்டிருந் தான். மாபெரும் வீரர்கள், தர்மத்தை அறிந்தவர்கள் என்றால், அடக்கம் தானாகவே வந்து அமையும். வெறும் திறமை காட்டுத் தீ. அது சமைக்கப் பயன்படாது, மனிதனைச் சமைக்க.

கர்ணனிடம் இருந்த ஒன்று அஸ்வத்தாமனிடம் இருந்தது. அது, துரியோதன விசுவாசம். கர்ணனிடம் இல்லாத ஒன்று அஸ்வத்தாமனிடம் இருந்தது. அது பாண்டவர்கள் மேல் இருந்த கண்மூடித்தனமான வெறுப்பு. கிருஷ்ணன் இருக்கும் பக்கமே தர்மம் இருக்கும் என்பதை அவன் அறிவான். ஆனால், நடைமுறையில் பாண்டவர்க்கு எதிராகவே இருந்தான்.

மகாபாரதத்திலேயே ஆணவம் என்கிற சொல்லுக்கு நடமாடும் உதாரணமாக இருப்பவன் அஸ்வத்தாமன். இதைக் கிருஷ்ணர் சொல்கிறார். உப பாண்டவர்கள் ஐவரையும் கொன்ற செய்தி கேட்டு திரௌபதி அலறித்துடித்த சூழ்நிலையில், அஸ்வத்தாமன் பற்றிப் பாண்டவர்கள் அறியாத ஒரு செய்தியைக் கிருஷ்ணன் சொல்கிறார்.

"துரோணர், அர்ச்சுனனுக்கு ஆயுதங்களிலேயே மிகப்பெரும் அழிவை ஏற்படுத்தும் 'பிரம்மசிரஸ்' என்கிற ஆயுதத்தை அவனது மனக்கட்டுப்பாட்டையும் தம்மைத் தம் கட்டுக்குள் வைத்திருக்கும் அவனது ஸ்திதப்பிரக்ஞையை உணர்ந்தும், உபதேசம் செய்தார். தமக்குத் தெரியாத வித்தை அர்ச்சுனனுக்குத் தெரிந்தது, அஸ்வத்தாமனுக்குப் பதற்றத்தை ஏற்படுத்தியது. தமக்கும் அந்த வித்தையை உபதேசிக்கும்படி நெருக்கடி கொடுத்தான் அவன். துரோணர் மறுத்துக்கொண்டே இருந்தார். ஒரு கட்டத்தில் அப்பனாக மனம் நெகிழ்ந்து, பயங்கர சக்திகொண்ட பிரம்மசிரஸை உபதேசித்து விட்டு, துரோணர் சொன்னார்: 'மகனே... நீ அறவழியைத் தேர்ந்தெடுக்கவில்லை என்று எனக்குத் தோன்றுகிறது. உன் ஆத்மாவை துர்க்குணங்கள் ஆக்ரமிக்கின்றன என்று எனக்குப் படுகிறது. நீ மிகப்பெரும் அழிவைச் சந்திப்பதாக இருந்தாலும், உலகையே அழிக்கத்தக்க இந்த ஆயுதத்தைப் பயன்படுத்தாதே...' என்கிறார்.

"தந்தையின் வார்த்தைகளில் இருந்த நிந்தனை உண்மை என்பதால், அஸ்வத்தாமனை அது சுட்டுவிட்டது. ஆனாலும் அவனது உண்மை அறிவே மேலெழுந்தது. தாம் யாராலும் வெல்லப்பட முடியாத பெரு வீரனாக உலகம் கொண்டாட யாரை எதிர்க்கலாம் என்று யோசித்தான். வெல்லப்பட முடியாதவன் கிருஷ்ணன். அதாவது நான். எனவே என்னிடம் வந்து நின்று, அகந்தை, ஆணவம், இகழ்ச்சி எல்லாம் தோன்ற, 'கிருஷ்ணா... என்னிடம் இருக்கும் பிரம்மசிரஸ் ஆயுதத்தை உனக்கு மாற்றித் தருகிறேன். நீ எனக்கு உன் சக்ராயுதத்தைக் கொடு' என்றான். 'அங்கிருந்த என் சக்ராயுதத்தை எடுத்துக்கொள். ஆனால், உன் பிரம்மசிரஸ் எனக்கு வேண்டாம்' என்றேன். அந்த இழி மனிதன், தம் இடது கையால், கையால் அல்ல, விரலால் என் சக்ராயுதத்தை எடுத்தான். முடியவில்லை. வலது கையால் எடுத்தான். தம் பலம் முழுதையும் பயன்படுத்தி எடுக்க முயன்றான்.

என் ஆயுதம் அசையக்கூட இல்லை. வெட்கப்பட்டுத் தலை கவிழ்ந் தான். 'யாரைக் கொல்ல என் சக்ராயுதம்' என்று கேட்டேன். 'உம்மைத் தான்' என்கிறான். பிறகு, அவனே சொன்னான்: 'என்னால் உம் ஆயுதத்தை அசைக்கவும் முடியவில்லை. என்னை ஆசீர்வதியும்' என்றான். நான் அவனை ஆசீர்வதித்து, நிறைய பொற் சுமைகளைக் கொடுத்து அனுப்பினேன்..."

இது கிருஷ்ணனின் அனுபவம்.

துரோணர், அவரைக் கொல்வதற்கென்றே பிறந்த திருஷ்டத்துய் மனால் கொல்லப்படுமுன் இருந்த அஸ்வத்தாமன் வேறு. அதன் பிறகு உருவான அஸ்வத்தாமன் வேறு. முன்னவன், தந்தையின் நிழல். ஆசாரியரின் மாணவர்களுக்குத் தலைவன் மற்றும் வழிகாட்டி. துரியோதனனின் சினேகிதன். தம் வீரத்தைக் காட்டவும், நிலை நிறுத்தவும் புகழப்படவும் ஒரு வாய்ப்பை எதிர்பார்த்துக்கொண்டு இருப்பவன். தர்ம அதர்மங்களை உணர்ந்து வாழ்ந்தவன். அவன் பிரச்சனை, தம்மை அர்ச்சுனனோடும், கிருஷ்ணனோடும் ஒப்பிட்டுப் பார்த்துக்கொண்டு தாழ்வு மனத்தோடு தவித்தவன். ஆனால், ஆபத்தானவன் இல்லை.

அவன் கண் முன்னால், அவன் தந்தை, கையில் ஆயுதம் இல்லாதபோது, தம் பிள்ளை இறந்துவிட்டான் என்கிற சோகத்தோடு தரையில் அமர்ந்திருந்தபோது, அவரை திருஷ்டத்துய்மன் கொன்றது, சத்திரியனாக வாழ ஆசைப்பட்டு அரைபிராமணனாகவும் வாழ்ந்து கொண்டிருந்த அஸ்வத்தாமனை அசுரனாக மாற்றியமைத்தது. சகல தர்மங்களையும் துறந்தான் அவன். அப்பனின் தலை துண்டிக்கப் பட்டுத் தரையில் விழுந்து துடிப்பதைக் கண்ட வீரன், வெஞ்சினம் கொள்வது ஒன்றும் தவறல்ல... கோபம் வராதவன் மனிதன் அல்லன். கோபம் அவனையே தின்னத் தந்ததுதான் தவறு. கோபம், கடும் கோபமாகி, கரையை உடைக்கும் வெள்ளமாகி, ஊரை மூழ் கடிக்கும் அளவுக்குப் பெருக்கிக்கொள்வதுதான் தவறு. கோபத்தைச் சோறு போட்டு வளர்த்தவன் அந்த மூடன். பாண்டவ வம்சத்தையே அழிப்பேன் என்று அவன் சபதம் செய்தான்.

குருசேத்திர யுத்தம் முடிந்த பதினெட்டாம் நாள், மாலை, இருள் மங்கும் முன்இரவுப்போதில் அஸ்வத்தாமன், நரகத்தின் வாசல் கதவைத் தட்டினான்.

அந்த இரவுப் போதில், ஓர் ஆலமரத்தின் கீழ் அவன் கௌரவ சேனையில் உயிர் பிழைத்து மிஞ்சி இருந்த கிருபர், கிருதவர்மா ஆகியோருடன் படுத்திருந்தான்.

கண்களை மூட முடியவில்லை அவனால். மனம் முழுக்கப் பழிக்குப் பழி என்கிற தீயைத் தனக்குள் ஊதி ஊதி வளர்த்துக்கொண் டிருந்தான். அப்போது, தம் கூடடைந்தன காக்கைகள். ஓர் ஆந்தை தன்னந்தனியாக உறங்கும் காக்கையைக் கொத்திக் கொத்திக் கொன்றதை அவன் கண்டான். இருட்டு நேரத்தை ஆந்தை சாதக மாக்கிக்கொண்டது என்கிற பாடத்தை அந்த நிகழ்ச்சியில் அவன் கற்றான்.

மாபெரும் போர்க்கலை ஆசானும், தம் காலத்து மகத்தான வீரனும், தம் தந்தையுமான துரோணர் கற்றுத் தராத பாடத்தை ஆந்தையிடம் கற்றான் அவன். யாரை குருவாக அடைவது என்பதில் தான் ஒரு சிஷ்யனின் ஞானமும் வாழ்வும் அடங்கியிருக்கின்றன என்பதை அவன் அறியவில்லை. பறவை, மிருக நியாயங்களும் மனித குல நியாயங்களும் வேறுபடுவதை அவன் உணரத் தயாராக இல்லை. பழிக்குப் பழி என்கிற தீயில் தம்மைத்தாமே அவன் எரித்துக்கொள்ளத் தயாரானான். எரிந்தான்.

உப பாண்டவர்கள், பெண்கள், பாஞ்சாலர்கள் மற்றுமுள் ளோரை இரவிலேயே அழித்துக் கொல்வது என்று முடிவெடுத்தான் அஸ்வத்தாமன். 'இது அறம் இல்லை' என்றார் கிருபர். கிருதவர் மாவும் அறம் சொன்னான். எதுவும் அவன் காதில் ஏறவில்லை. சிவபெருமான் கொடுத்த வாளைக்கொண்டு உறங்கிக்கொண்டிருந்த திருஷ்டத்துய்மனை உதைத்து எழுப்பி அவமானப்படுத்தி வெட்டிக் கொன்றான். என்ன நடக்கிறது என்று அறியும் முன்பே திருஷ்டத் துய்மன் செத்துப்போனான். சத்தம் கேட்டு வந்த சிகண்டியைக் கொன் றான். உறங்கிக்கொண்டிருந்த உபபாண்டவர்கள் ஐந்து பேரையும் கொன்றான். 'ஊழிக் காலத்துக் காலன் போல அவன் காட்சி யளித்தான்' என்கிறார் வியாசர்.

கல் தடுக்கி விழுந்தவன் மேல் இடி விழுந்தது போல, தொடைகள் பிளக்கப்பட்டு விழுந்து கிடந்த துரியோதனனைக் கண்டதும், கட்டற்ற கோபக்காரனைப் போலானான் அஸ்வத்தாமன். சாகும் முன்பு துரியோதனன் தலைமை இல்லாத போர்ப் படைக்கு அஸ்வத் தாமனைத் தளபதியாக்குகிறான். எரி நெருப்புக்கு மேல் சருகைத் தூவியது போல அந்தப் புதுப்பதவி அவனுக்கு அமைந்திருந்தது. வரம்பு மீறிய, அவனின் வெறியாட்டத்துக்கு அதுவும் ஒரு காரணம். பதவி கொடுத்தவருக்கு விசுவாசம் காட்டுவது இயற்கைதானே?

அஸ்வத்தாமனின் அறப் பிறழ்வுகளிலேயே மிகவும் பெரியது, பாண்டவ வம்சத்தில் எஞ்சி இருந்த அபிமன்யுவின் மனைவி உத்தரையின் கர்ப்பத்தைக் கொல்லும் விதமாகப் பிரம்மசிரஸ் ஆயுதத்தை அவன் பிரயோகித்ததே ஆகும். அஸ்வத்தாமனின்

பிரம்மசிரஸின் எதிராகத் தவிர்க்க முடியாமல், அர்ச்சுனன் தான் வைத்திருந்த பிரம்மசிரஸைப் பிரயோகிக்க வேண்டியிருந்தது. இரண்டு அந்த வகை ஆயுதங்கள் மோதிக்கொள்கிற பிரதேசத்தில், மழை கெடும். மக்கள் அழிவார்கள். வியாசர் வேண்டுகோளால் அர்ச்சுனன் தாம் ஏவிய அஸ்திரத்தைத் திரும்பப் பெற்றுக்கொண்டான். அஸ்வத்தாமன் தம் அஸ்திரத்தைத் திரும்பப் பெற்றுக்கொள்ள விரும்பவில்லை. அல்லது இயலவில்லை. தம் தலைமணியைத் தோல்வியின் அடையாளமாக வியாசரிடம் தந்தான்.

கிருஷ்ணன் அவனைச் சபித்தார். "பாபியே... உன்னால் அழிக்கப் படப் போகும் உத்தரை கர்ப்பத்துக் குழந்தைக்கு, நான் உயிர் தருவேன். பரிட்சித்து என்ற பெயரில் அக்குழந்தை புகழ் பெற்று விளங்கும். ஆனால், நீயோ, உலக மக்கள் அனைவராலும் இகழப்பட விருக்கிறாய். மூவாயிரம் ஆண்டுகள் நீ வாழ்வாய். ஆனால், உன் வாழ்வு, இழிவுள்ள பிழைப்பாகவே இருக்கும். உன்னோடு எவரும் தொடர்புகொள்ள மாட்டார்கள். மனித உறவு உனக்குச் சாத்தியம் இல்லை. கொடும் நோய் உன்னைத் தாக்கி, உன் உடம்பில் ரத்தத் தையும் சீழையும் ஊற்றெடுக்க வைக்கும். இப்படியே நடைப் பிணமாக அலைந்து திரி."

அப்போதும் அஸ்வத்தாமன் சொன்னான்:

"நான் எங்கும் அலையப் போவதில்லை. உமக்குப் பின்னால், உம் நிழலாகவே இருப்பேன்."

★

அழகுக்கு நகுலன்; சக உயிர் மதிப்புக்கு சகாதேவன்!

பீஷ்மரால் அஸ்தினாபுரத்தில் அரசனாகப் பட்டம் சூட்டப் பெற்ற பாண்டு, சில ஆண்டுகள்கூட அரச அதிகாரத்தையோ, சௌகர்யங்களையோ அனுபவிக்கவில்லை. அரண்மனைச் சூழ்ச்சி அவனை அமைதியாக இருக்கவிடவில்லை. சூழ்ச்சி செய்தவன் சகுனி. தம் சகோதரி புருஷன் திருதராஷ்டிரனை அரியணையில் ஏற்ற வேண்டிய அவசியம் அவனுக்கு இருந்தது. இயல்பாகவே அமைதி விரும்பியான பாண்டு, திக்விஜயம் புறப்படுகிறான். பாண்டு உயிருடன் திரும்ப மாட்டான் என்று நம்பிய சகுனிக்கு ஏமாற்றம் தருவதுபோல பாண்டு திரும்பினான், மாபெரும் வெற்றி வீரனாக என்றாலும், மீண்டும் மீண்டும் பற்றி எரியும் சூழ்ச்சி நெருப்பில் சிக்கிக்கொள்ள விரும்பாத பாண்டு தம் இரு மனைவிகளுடன் காட்டுக்குப் போகிறான்.

பாண்டுவின் வெற்றிவிழாகூட முடியாத நிலையில், அவசரம் அவசரமாக ஏன் காட்டுக்குப் போக வேண்டும்? பாரத அறிஞர்கள் பலர் பலவிதமான கருத்துகள் சொல்கிறார்கள். இராவதி கர்வே (மராட்டிய அறிஞர்), ஒரு பொருத்தமான காரணம் சொல்கிறார். அவனுக்குக் குழந்தைகள் தேவை. தேசத்தின் எதிர்கால அரசனை உருவாக்கிப் பட்டத்துக்குக் கொண்டு வர வேண்டும். குறைந்த பட்சம் தம் பிள்ளைகளாவது ஆளட்டுமே! குழந்தைகளை நகரத்தில், அரண்மனையில் பெற வேண்டாம். காட்டுக்குள்தான் அது சாத்தியம். ஏனென்றால் அவனால் தந்தையாக முடியாது. ஆகவே 'நியோக' முறையை அவன் கடைப்பிடிக்க வேண்டி இருந்தது.

நியோகம் என்பது, ஒருவன் தம் மனைவி மூலம் குழந்தை பெற முடியாதபோது, இன்னொருவன் உதவியைப் பெற்று, அவன் தம் மனைவியுடன் உறவுகொள்ள அனுமதித்துக் குழந்தை பெற்றுக் கொள்வது. வேத காலத்தில் இம்முறை அமலில் இருந்தது. வேத காலத்துக்குச் சற்றுப் பின்னர், சுவேத கேது என்கிற பெரும் ரிஷி, இம்முறையைக் கண்டனம் செய்தார். இவரே அக்கால மனிதர்க்கான பல சட்டங்கள், விதிகள் செய்தவர். (ஆண் பெண் உறவு பற்றிய காம சாத்திரத்தை முதலில் செய்தவர்களில் இவர் முக்கியமானவர்.

இவரது சாஸ்திரத்தைப் பின்பற்றியே வாஸ்த்யாயனர், இப்போது பயிலப்படும் கொக்கோக சாஸ்திரத்தைப் படைத்தார்.) *(புராணக் கலைக் களஞ்சியம் - வெட்டம் மாணி)*

ஸ்வேத கேதுவின் பிற்காலத்து மகாபாரத காலத்தில், பாரத வர்ஷத்தில் சில பகுதிகளில் நியோகம் நடைமுறையிலிருந்தது என்றா லும், கூச்சத்தோடும், சற்று மறைமுகமாகவும் செயல்பட்ட வழக்கமாக இது இருந்தது. பாண்டுவும் தம் மக்கள், யாருடைய மக்கள் என்பதைப் பிறர் அறிவதை விரும்பவில்லை. நல்லவேளையாகக் குந்தி, 'தேவர் களை' அழைத்துத் தம்மையும் பாண்டுவையும் காப்பாற்றிவிட்டாள்.

பாண்டுவின் இளம் மனைவி மாத்ரி, அஸ்வினி தேவர்களை அழைத்து இரட்டைப் பிள்ளைகளைப் பெற்றாள். பாண்டவர்களில் நான்காமவன் நகுலன். ஐந்தாமவன் சகாதேவன். நகுலன் என்ப துக்கு, மனிதகுலத்தில் நிகரற்ற அழகுள்ளவன் என்று பொருள். சகா தேவன் என்பதுக்கு, எல்லோரையும் எல்லாத்தையும் சக ஆன்மாக்கள் என்று மதிப்பவன் என்று அர்த்தம்.

நகுல சகா தேவர்கள் என்கிற அவர்களின் 13ஆம் வயதில் தந்தை பாண்டுவை இழந்தார்கள். தங்கள் தந்தையின் உடம்பு வைக்கப் பட்டிருந்த சிதையில், தங்கள் தாய் மாத்ரி உயிருடன் உடன் படுத்து எரிந்து இறந்ததைக் கண்ணால் பார்த்தவர்கள். பாரதத்தில் குழந்தைப் பருவத்திலேயே பெரும் துன்பத்துக்குள்ளானவர்கள் நகுலனும் சகாதேவனும். ஏன் தாய் உயிரோடு தீப்புகுந்தாள் என்று அவர் களுக்குத் தெரியாது. எனினும், எரியப் போகும்முன் நகுல சகாதேவர் களின் கைகளைக் குந்தியிடம் பிடித்துக் கொடுத்து, மாத்ரி சொன்னது நினைவில் என்றும் நிற்கும்.

'அக்கா... நீ பெருந்தன்மை உள்ளவள். என் குழந்தைகளை உன் குழந்தைகளாக வளர்த்துக் காப்பாற்று. உன் குழந்தைகளை என் குழந்தைகளைப் போலப் பாவிக்க என்னால் ஆகாது. அந்த அளவு விசால மனம் படைத்தவள் நான் இல்லை. என் குழந்தை களுக்குத் தாயாக இருந்து காப்பாற்று' என்று சொல்லிவிட்டுத்தான், நதியில் இறங்குவதுபோல நெருப்பில் இறங்கினாள் மாத்ரி.

குந்தி, நல்ல தாய். தம் பிள்ளைகளோடு நகுல சகோதரர்களை அன்பைப் பகிர்ந்து, நிகராகவே நடத்தி அவர்களை வளர்த்தாள். தம் கைக்கு வந்த எதையும் ஐந்தாகத்தான் பங்கிட்டாள். என்றாலும், பொறாமைக்காரி. தம் பெரிய உடம்பும் (அதனால்தான் அவளுக்குப் பிருதை என்று பெயர்) மாத்ரியின் இளமையும் இனிமையும் அவளுக் குத் துன்பம் தந்தன. தம் சக்களத்தியை அவள் கடைசிவரை ஏற்றுக் கொள்ளவில்லை. பாண்டு இறந்ததும், குந்தி, மாத்ரியைப் பார்த்துச்

சொன்னாள். 'பாண்டுவின் பலவீனம் தெரிந்தும், நாம் அவனைப் போற்றிப் பாதுகாத்தோம் என்பதை அறிந்திருந்தும், அவனுக்கு இச்சை காட்டி உன் தேவையை நிறைவேற்றிக்கொண்டாயே...' என்று சுடு சொற்களைப் பகிர்ந்தாள். அந்த நிமிடமே மாத்ரி இறக்க முடிவெடுத்தாள். காலமெல்லாம் பாண்டு பழி ஒரு கத்தியைப்போல் தம் கழுத்துக்கு நிற்கும் என்பதை மாத்ரி அறிவாள். உண்மையில் தாம் எவ்வளவோ மறுத்தும் பாண்டுதான் உறவுக்கு முனைந்தான் என்பதை அவள் சொல்ல முடியவில்லை. எந்தக் காலத்தில் பெண் சொல் ஏற்றுக்கொள்ளப்பட்டது? இது குந்தி செய்த கொலை. நோக்கம் இல்லாமல் செய்த கொலை.

இந்தியக் குடும்பங்களில், மூத்த ஆண் பிள்ளைகளே அதிகாரம் உள்ளவர்களாக இருப்பார்கள். அந்த வகையில் தருமனே மூத்தவன் என்ற முறையில் சகல மேம்பாடுகளை முறையாகவே அடைந்தான். தம் ஆற்றலால் பீமன், எதிரிகளின் உறக்கத்தைக் கெடுத்தான். வில்லுக்கோர் விஜயன், தம் புகழைத் தம் முயற்சியால் நிலைநிறுத்தினான். நகுலனும் சகாதேவனும் அவர்கள் நிழலில் வளர்ந்தவர்கள் என்றாலும், தமக்கென்று குறைந்த திறமையைப் பெற்றிருக்கவில்லை. சிறந்த ஆயுத நிபுணர்களாகவே இருந்தார்கள். நகுலன், வாளிலும் வில்லிலும் சிறந்த திறமை பெற்றிருந்தான். சகாதேவனும் பேரறிஞனாகவும், வீரனாகவும் இருந்தான். குருசேத்திர யுத்தத்தில் அவர்கள் வீரம், நிபுணத்துவம் வெளிப்பட்டன.

காப்பிய ஆசிரியர்கள் சந்திக்கும் பிரச்சனைகளில் இதுவும் ஒன்று. நிகழ்ச்சியை யார் உருவாக்குகிறார்களோ, யார் நிகழ்வுகளுக்கு மையமாக இருக்கிறார்களோ அவர்களைப் பற்றித்தான் காப்பியம் பேசும். ராமாயணத்தில் சத்ருக்கனன் ஏன் பலவாகப் பேசப்படவில்லையோ, அதுதான் நகுல சகாதேவர்கள் பேசப்படாமைக்குக் காரணம்.

என்றாலும், நகுல சகாதேவர்களின் பங்கு குறிப்பிடத்தக்கதாகவே இருக்கிறது. அரக்கு மாளிகையிலிருந்து தப்பித்துப் பாண்டவர்கள் காடுகளில் மறைந்து வாழ்ந்தபோது, நகுலனும் சகாதேவனும் மயங்கிக் கீழே விழுந்துவிடுகிறார்கள். பிரக்ஞை தெளிந்து எழுந்த நகுலன், தருமனைப் பார்த்து, "நாடு இருந்தும் உரிமை இருந்தும் நாம் என்ன பாவத்துக்காகப் பசியோடும் பரிதவிப்போடும் அலைகிறோம். நம் உரிமைகள் என்னவாயிற்று" என்கிறான். கேள்வி சிறியதுதான். பின்னாள் தருமன், தம் ஆற்றல்மிகு தம்பிகளையும் மனைவியையும் தம்மையும் தோற்று காட்டில் அலைந்தபோது, நகுலன் கேட்ட கேள்விகளையே பீமனும் திரௌபதியும் கேட்டார்கள். மேலோட்டமாகப் பார்க்கும்போது, நான்கு சகோதரர்களும் அண்ணன் செயல்களை

ஏற்று, அவருக்கு அடங்கி நடந்தார்கள் என்பது உண்மையல்ல; சகோதரர்கள் ஒவ்வொருவருக்கும் ஒரு நோக்கம் இருந்தது. துரி யோதனன் என்கிற எதிரி, பீஷ்மர், துரோணர், கிருபர், அஸ்வத்தாமன் முதலான அசுர பலவான்களுடன் இருக்கையில், தங்கள் ஒற்றுமை சிதைந்தால், பகையை வெல்ல முடியாது என்பதை அறிந்தவர்களாக இருந்தார்கள். அந்த எண்ணமே அவர்களை ஒன்று சேர்த்தது. திரௌ பதி என்கிற பெண், அவர்கள் ஒற்றுமையைக் காத்தாள் என்பது முற்றும் உண்மை அல்ல.

குந்தியைப் போலவே, தருமனும் தம் சிற்றன்னை மகன்களுடன் வேற்றுமை பாராட்டவில்லை என்பது சொல்லப்பட வேண்டிய விஷயம். தரும தேவன், யட்சன் உருவில், ஓர் ஒற்றைக் கண் கொக் கின் உருவத்தில் பாண்டவர்களைப் பரீட்சை செய்தபோது, தரும னிடம், "இறந்து விழுந்து கிடக்கும் நான்கு சகோதரர்களில் ஒருவனுக்கு உயிர் தருகிறேன். யார் அந்த ஒருவன்" என்கிறபோது, தருமன் சொன்ன பதில், ஓர் அற்புதம். தருமனின் அவதாரம் தர்மத்தின் அவதாரம் என்பதை நிரூபிக்கும் இடம் அது.

"எனக்கு நகுலனைக் கொடு" என்கிறான் தருமன்.

"மகத்தான பீமன், அர்ச்சுனன் இவர்களைத் தவிர்த்து, நகுலன் ஏன்?"

"என் தாய்க்கு நான், என் சிற்றன்னை மாத்ரிக்கு மூத்த மகன் நகுலன்" என்று காரணம் சொல்கிறான்.

நகுலனின் அழகில், தருமனுக்கு எரிச்சல் இருந்திருக்கிறது. அது போலவே சகாதேவனின் பேரறிவிலும் அவனுக்குத் தாழ்வுணர்ச்சி இருந்துள்ளது.

கிருஷ்ணன், அமைதிப்பேச்சுக்கு அஸ்தினாபுரம் புறப்பட்டார். எல்லோரிடமும் கேட்பது போல, 'உன் அபிப்பிராயம் என்ன' என்று ஒருவனிடம் கேட்டார். 'யுத்தம் நடந்தே தீரும்' என்றான் சகாதேவன்.

'எப்படி நிச்சயமாகச் சொல்கிறாய்..?'

'கிருஷ்ணன் நினைத்தது நடக்கும். யுத்தம் நிறுத்தப்படவேண்டு மானால்... நீர் கட்டப்பட வேண்டும்.'

'எங்கே கட்டு பார்க்கலாம்'

சகாதேவன், மனசுக்குள் கிருஷ்ணனைக் கட்டினான். வெளி யிலும் உன்போல அறிஞனுக்கு நான் கட்டுப் போகாமல் இருப்பேனா, சகாதேவா?'

‘மன்னியுங்கள். இது என் காரியம் அல்ல. உம் காரியம். என்னைப் பெருமைப்படுத்தினீர்.’

சகாதேவன், தம் அறிவைத் தேவைப்பட்டவர்களுக்கே வழங்கினான். குருசேத்திர யுத்தம் தொடங்கும் தேதி, நேரம் முதலியவைகளை துரியோதனனுக்கே சொல்லும் அறிவு நேர்மை அவனுக்கிருந்தது மட்டும் அல்ல, பெரியோர்களுக்குச் சேவை செய்வதையே பெரும் பேறாகக்கொண்டவன் அவன். பீமன் இதை வியந்து பாராட்டுகிறான். தருமன் அந்த மனவிலாசத்தைப் பெறவில்லை. அஸ்வினி தேவர்களின் அழகு, நகுலன் போல, சகாதேவனுக்கும் இருந்தது.

பாண்டவர்களுக்கு நேர்ந்த துன்பம் அனைத்துக்கும் சகுனியே காரணம் என்று சகாதேவன் கருதினான். அவன் மனத்துக்குள் தர்ம யுத்தம் ஒன்றை எதிர்பார்த்திருந்தான். அதற்கு வழி இன்றி, வெறும் பகடைகளை உருட்டி ராஜ்யத்தைக் கைப்பற்றப் பாதை அமைத்தவன் சகுனி என்பதால், அவனைக் கொல்வேன் என்று சபதம் செய்திருந்தான் சகாதேவன். சகுனியும் அவன் மகன் உலூகனும் யுத்தத்தில் சகாதேவனால் கொல்லப்பட்டார்கள். இன்னொரு காரணமும் உண்டு. பகடையின்போது, தருமன், நகுல சகாதேவர்களை வைத்து இழந்தபோது, சகுனி பேசிய பேச்சு, சகாதேவனைப் புண்படுத்தியது. “யுதிஷ்டிரா... உன் சிற்றன்னை மாத்ரியின் பிள்ளைகளை வைத்துச் சூதாடித் தோற்றாய். உன் சொந்தத் தம்பிகளை வைத்துச் சூதாடுவாயா” என்கிற வார்த்தையும், சகோதரர்களுக்குள் பிணக்கை ஏற்படுத்த நினைக்கும் அவன் எண்ணமும், சகுனியைக் கொல்லும் சிந்தனைக்கு அவனை இட்டுச் சென்றது.

இளமையில் தம் பதின்மூன்று வயதில் தாயை இழந்த நகுல சகோதரர்களைத் தாய் மாமனும் அரசனும் ஆன சல்யன், ஆதரவு காட்டவோ, தங்கை மாத்ரியின் மரணச் சடங்கில் கலந்து கொள்ளவோ இல்லை. அது மாத்திரம் இல்லை. யுத்தத்தின்போது, அவன் துரியோதனன் பக்கமே இருந்து போரிட்டான். மகாபாரதத்தில் இதுபோல ஆச்சரியமான பல விஷயங்கள் இருக்கின்றன.

சொர்க்கம் செல்லும் வழியில், நகுல சகோதரர்களின் மரணம் நிகழ்கிறது.

புறப்படும் முன் தருமருக்குச் சில சந்தேகங்கள் ஏற்பட்டன. சகாதேவனிடம் அவர் கேட்டார்.

“இது என்ன யுகம். நாம் எந்த யுகத்தில் இருக்கிறோம்.”

சகாதேவன் சொன்னான்:

“கலியுகம் தோன்றி நடக்கிறது. ஒரு நிலத்தின் உண்மைச் சொந்தக்காரன், அந்த நிலத்தை ஒரு காலத்தில் வைத்திருந்தவன், ஊர் பெரிய

அதிகாரி மூன்று பேரும் அந்த ஒரு நிலத்துக்குச் சண்டை போடு கிறார்கள். ஆகவே இது கலியுகம்தான்."

தருமர் சொன்னார்:

"அப்படியென்றால் நாம் புறப்படுவோம்."

புறப்பட்டார்கள்.

மலைச் சாலையில் முதலில் திரௌபதி மயங்கி விழுகிறாள். பீமன் துடிக்கிறான். தருமனிடம் சொல்கிறான்:

"அண்ணா... நம் அன்புக்குரிய திரௌபதி சரிந்துவிட்டாள்."

"போகட்டும். தம் ஐவரில் அர்ச்சுனன் மேல்தானே அவளுக்கு அன்பு அதிகம் இருந்தது."

சற்று தூரம் சென்றதும், சகாதேவன் சரிகிறான்.

"அண்ணா, சகாதேவன் விழுந்துவிட்டான்."

"போகட்டும். தாம் மட்டுமே அறிவாளி என்கிற மமதை அவனுக்கு."

அடுத்து நகுலன் சரிந்தான்.

"அண்ணா, நகுலன் விழுந்துவிட்டான்."

"போகட்டும். தம் அழகில் தாமே மயங்கிக்கிடந்தவன்."

தருமன், தம் தம்பிகளின் மேல் வைத்த அபிப்பிராயம் இதுதான்.

சகாதேவன் சொன்னது காலப் பிழை! குதிரை, மாடுகள், யானை களுக்கு நிகராகத் தருமன் தம் தம்பிகள் நகுல சகாதேவர்களைப் பந்தயமாக எப்போது வைத்தானோ அப்போதுதான் கலியுகம் பிறந் திருக்கிறது.

★

இரண்டாம் தரமான மாத்ரி

மத்ர தேசம், காச்மீரத்துக்குத் தென்மேற்கிலும் கைகேயி பிறந்த கேகய தேசத்துக்கு நேர் மேற்குத் திக்கிலும் இருந்தது என்கிறார் வி.பி. ஜகதீச ஐயர். (புராதன இந்தியா எனும் பழைய 56 தேசங்கள்) அழகும் அடர்த்தியும் கூடிய காடுகளால் சுற்றப்பட்ட பூமியின் சமதளம் சிந்து நதியை நோக்கிச் சரிகிறது. மத்ர தேசத்துக்குத் தென்மேற்காக ஓடுகிறது ஐராவதி நதி. இதை ரவி (ராவி) என்றழைக்கிறார்கள். செனாப் நதியோடு இணையும் ஒரு பகுதி, இன்றைய பஞ்சாபின் வடமேற்குப் பகுதியாக இருக்கலாம் என்கிறது ஆராய்ச்சி.

நடுவில் உயர்ந்து, இடது, வலது பக்கங்கள் சரிவாக இருப்பது, ஒரு மத்தளம் மாதிரி இருப்பதால், இது மத்தள தேசம் என்றும் சில காலம் அழைக்கப்பட்டிருக்கிறது. சிபிச் சக்ரவர்த்தி (புறாவுக்காகத் தன்னையே கொடுத்த அருளாளன்) மக்களில் ஒருவன் பெயர் மத்ரன். அவன் பெயரால், இந்த தேசத்துக்கு மத்ர தேசம் என்று பெயர் வந்தது என்பதே வரலாறு. இந்த தேசத்துக்கு இன்னுமொரு சிறப்பும் உண்டு. மத்ர தேசத்தை ஒரு காலத்தில் அச்வவதி என்பவன் ஆண்டான். அவன் மகளே சாவித்ரி. தன் கணவன் சத்யவானுக்காக எமலோகம் வரை சென்று தர்ம தேவனிடம் முறையிட்டு உயிரை மீட்டுவந்த சாவித்ரி. அதன்பின், தொன்மமாகி, இல்லறப் பெண்களின் இலட்சியமாகி இருந்தாள். மத்ர தேசத்தில் பெண் குழந்தைகள் சாவித்ரியின் கதையைக் கேட்டு வளர்ந்தார்கள்; மாத்ரி உள்பட.

பாண்டு, குந்தியின் சுயம்வரத்துக்குச் சென்றபோது, ஓசைப் படாமல் பீஷ்மர் மத்ர தேசத்துக்குப் போகிறார். சல்யனைச் சந்திக்கிறார். 'மகத்தான தேசத்தின் மாபெரும் மனிதர் தன்னைத் தேடிவருவதாவது. என்னால் தங்களுக்கு ஆக வேண்டியது என்ன?' என்கிறான் சல்யன். 'உன் தங்கை மாத்ரியை என் இளவரசன் பாண்டுவுக்கு விவாக சுபமுகூர்த்தத்தில் கொடுக்க வேண்டும்' என்கிறார் பீஷ்மர்.

'குருதேச இளவரசன் அடையமுடியாதது என்ன இருக்க முடியும். தருகிறேன். ஆனால், எங்கள் தேச, எங்கள் குல மரபுப்படி தாங்கள் என் தங்கைக்கு ஸ்ரீதனம் தரவேண்டி இருக்கும்' என்ற

சல்யனிடம், பீஷ்மர், குருதேச மரியாதைக்கு உகந்தபடியும், மத்ர தேசத்துத் தகுதிக்குப் பொருந்தும்படியும் பணம் கொடுத்து மாத்ரியைப் பெற்றுக்கொண்டு திரும்பினார். வாங்கி வந்தார்.

பீஷ்மர் குதிரையில் முன் ஏற, பின்னால் மூடு பல்லக்கில் மணப் பெண்ணாக மாத்ரி அவரைப் பின்தொடர்ந்து கொண்டிருக்கிறாள். யாரையோ அவள் மணக்கப் போகிறாள். யாரோ இளவரசன் என்றார்கள். ஏற்கெனவே அவன் மணமானவன் என்றார்கள். இது பற்றியெல்லாம் ஒரு பெண் பரிசீலனை செய்ய முடியாது. அவள் கவலை, தான் இரண்டாம் தாரமாகச் செல்வது அல்ல. மாறாக, முதலாவதாக இருக்கும் அந்தப் பெண், தன்னிடம் எவ்வாறு நடந்து கொள்வாள் என்பதாகவே இருந்தது. கீழிறங்கமுடியாத பள்ளத்தாக்கு. உச்சியில் ஏறமுடியாத மலை. புரிந்துகொள்ள முடியாத மந்திரம்.

பல நாட்கள் நீண்டன மாத்ரியின் பயணம். பின்னால் குதிரை கள் மற்றும் ஒட்டகங்களில் அவளுக்கு அவள் சகோதரன் சல்யன் கொடுத்தனுப்பிய சீர் வரிசைப் பொருட்கள் வந்துகொண்டிருந்தன. நவரத்தினங்கள், தங்கக்கட்டிகள், பொற்காசுகள், ஆடைகள், அணி மணிகள், தம் பேச்சுத் துணைக்காகத் தோழிகள், நல்ல நேரம் குறித்துச் சொல்லும் அரண்மனைப் புரோகிதர்கள் என்று ஒரு பெரும் குழு வந்துகொண்டிருந்தது. புறப்படும்போது சகோதரன் சல்யன் சொன்ன சொற்கள் அவள் காதுகளில் ஒலித்துக்கொண்டிருந்தது. ‘பாரத வர்ஷத் திலேயே, பெரிய தேசம், எங்கள் ஐம்பத்தாறு தேசத்துப் படை பலத்தைக் கூட்டிக் கணக்கிட்டாலும், அஸ்தினாபுரத்தின் ஒரு அதிரத னின் சேனைக்கு ஈடாகாது. அங்கு மாபெரும் வீரர் பீஷ்மர் இருக் கிறார். மிகப் பெரும் சாஸ்திர விற்பன்னர் விதுரர் இருக்கிறார். உன்னை மணக்கப்போகும் பாண்டு மகராஜனே, குரு தேசாதிபதியாகப் போகிறான். நீ மகாராணிகளில் ஒருத்தி ஆகப்போகிறாய். உன்னை குருதேச மருமகளாக ஆக்கியதன் மூலம் மத்ர தேசம் பகைவர் கண் படாமல் தப்பித்துவிடும். பீஷ்மரின் சம்பந்தியைப் பகைக்கும் தைரியம் யாருக்கு இருக்கிறது?’

தான் மத்ர தேசத்துக்கு உதவுகிறோம் என்கிற நினைவே அவளுக் குத் திருப்தி தந்தது அப்போது. ஆனால், என்ன நிகழப் போகிறதோ என்கிற அச்சம் இப்போது அவளைப் பிடித்து ஆட்டியது. அரண் மனை வாசலில், அவளை ஆரத்தி எடுத்தவள் குந்தி என்றார்கள். மாத்ரி, அவள் கால்களில் பணிந்து எழுந்தாள்.

‘வா மாத்ரி’ என்றவள், அவளைக் கூர்ந்து கவனித்து, ‘ரொம்பச் சின்னப் பெண்ணாக இருக்கிறாயே’ என்று மட்டும் சொன்னாள். பின்னர் சிரித்துக்கொண்டாள். பின்னர் ஒரு சேடியைப் பார்த்து, ‘அவள் மாளிகைக்கு வழிகாட்டுங்கள்’ என்றுவிட்டு நடந்தாள். மிக

அகன்ற உடம்பு குந்திக்கு. அதனால்தானே பிருதை என்று பெயர் சூட்டியிருக்கிறார்கள். நடக்கும்போது, குந்தியின் முகத்தில் தெரிந்த பெருமிதம், நடையிலும் வெளிப்பட்டதை மாத்ரி கவனித்தாள். அதே நேரம் குந்தியும் மாத்ரி பற்றிச் சிந்தித்தாள். மேகத்தை விட்டுப் பளீரென்று வெளிப்படும் நிலா வெளிச்சம் போல அல்லவா இருக்கிறாள் இந்த மாத்ரி. மரத்தைச் சுற்றிக்கொண்டு தலையசைக்கும் கொடி போல இருக்கிறாள். அனேகமாக மத்ர தேசத்தின் பேரழகி இவளாகத் தான் இருக்கும். 'பெண்பால் இச்சையைக் கடந்த பெரியவர் பீஷ்மர் தெரிவு செய்த பெண் வேறு எப்படி இருப்பாள்?' என்று நினைத்துக் கொண்டே தன் அரண்மனைக்குச் சென்றாள். அவளுடைய மகா ராணி அந்தஸ்துக்கு பாதிப்பு இல்லை. ஆனாலும் பாண்டுவின் கவனத்தைச் சிதறடிக்கும் விதமாக, இன்னொருத்தி வந்ததுதான் அவளுடைய வருத்தமாக இருந்தது. வருத்தம், எரிச்சலாகவும் மாத்ரியின் மீதான சினமாகவும் அலட்சியமாகவும் மாறியது.

பாண்டு அன்பாகவே மாத்ரியிடம் நடந்துகொண்டான். குந்தியின் பார்வையில் தென்பட்ட வெறுப்பைச் சகித்துக்கொள்ளவும், அதை விழுங்கிக்கொள்ளவும் பழகிக்கொண்டான். அரண்மனைக்குள் பாண்டுவைத் தவிர, வேறு யாருக்கும் அவளைப் பற்றிய கவலையோ, அனுசரணையோ இல்லை என்பதைப் புரிந்துகொண்டாள் மாத்ரி. எல்லோருமே 'மகாராணி, மகாராணி' என்று குந்தியையே சுற்றிக் கொண்டு திரிந்தார்கள். மாத்ரியைக் குறிப்பிடும்போது, 'இளைய ராணி' என்றே குறிப்பிட்டார்கள்.

அரண்மனைக்குள் மாத்ரியுடன் வந்திருந்த மத்ர தேசத்துத் தோழிகள் மட்டுமே அவளுடன் பேசவும் அவள் தேவையை நிறைவேற்றவும், உத்தரவுகளுக்குப் பணியவும் உடன் இருந்தார்கள். அரண்மனை ஊழியர்களும் சேடிகளும் அவள் மாளிகைப் பக்கமே வருவதில்லை என்றானது. மகாராணியின் சேவையில் தாங்கள் இருப்பதாகப் பெருமையுடன் அவர்கள் சொல்லிக்கொண்டார்கள்.

பாண்டு விசித்திரமானவனாக இருந்தான். அரசன் என்ற முறையில், பகலில் அவன் கடமைகளைச் செய்தான். அவன் சபா மண்டபத்தில் இருந்து, அரசுப் பணிகள் செய்தபோது, ராணிகள் இருவரும் உடன் இருந்தார்கள். தனிமையில் அவனைச் சந்திக்கும் வாய்ப்பு மிக அரிதாகவே மாத்ரிக்குக் கிடைத்தது. குந்திக்கும்கூட அது அப்படித்தான் இருந்தது.

பீஷ்மர் பட்டாபிஷேகம் செய்துவைக்க, பாண்டு மன்னனானான். அப்போது சில காலம், 'ராணி' என்ற அந்தஸ்து அவளுக்குக் கிடைத்தது. ஆனால், திடுமென அவசரம் அவசரமாக திக்விஜயம்

புறப்பட்டான் பாண்டு. அரண்மனைக்குள் பலவிதமான வதந்திகள் உலவின. 'சகுனியே அவனை அரியாசனத்தில் இருக்க விடாமல் துரத்திக்கொண்டிருக்கிறான்' என்று பேசிக்கொண்டிருந்தார்கள். சகுனிக்கு திருதராஷ்டிரனை மன்னனாக்கும் இலட்சியம் இருந்த தாகவும் பேசிக்கொண்டார்கள்.

மாத்ரியின் நாட் கடமைகள் வேறுபாடுகள் இல்லாமல் சென்று கொண்டிருந்தன. பகல்பொழுதுகள், ஒன்று சபா மண்டபத்தில், அல்லது தோழிகளுடன் உரையாடுவதில், உதவி கேட்டு வந்தவர் களுக்கு உதவுவதில் சென்றது. இரவு நேரங்களில் அலங்கரித்துக் கொண்டு பாண்டுவின் வருகைக்காகக் காத்துக்கொண்டிருப்பது, காத் திருப்பு எப்போதும் பயன் தருவதாக இருப்பதில்லை. பாண்டு, அவளு டைய அந்தப்புரத்துக்கு வருவது இல்லை. குந்தியின் அந்தப்புரத் துக்குத்தான்.

திக்விஜயம் புறப்படும்போது, குந்தியே ஆரத்தி சுற்றி வாழ்த்துக் கூறினாள். இவளைப் பார்த்து, 'சென்று வருகிறேன்' என்றான் பாண்டு. 'வெற்றியுடன் திரும்பி வாருங்கள்' என்றாள் மாத்ரி. இந்தச் சில மாதங்களில் அவன் அவளுடன் பேசிய மிகச் சில சொற்களில் இதுவும் ஒன்று.

வெற்றி வீரனாகத் திரும்பிய பாண்டுவை தேசமே கொண் டாடியது. அவன் திரும்பியபோது அவனை வரவேற்றாள் மாத்ரி. கொண்டுவந்த செல்வங்களை திருதராஷ்டிரனுக்குத் தந்தான் பாண்டு. அதன்பின், அவனை அவள் சந்திக்கும் வாய்ப்பு ஏற்படவில்லை.

பகல்கள் இரவுகளாயின. இரவுகள் பகல்களாயின. பகலும் இரவும் ஒன்று போலவே இருந்தன. அரண்மனைப் பெரியவர்களில், விதுரர்மட்டுமே, சமயங்களில் அவள் அரண்மனைக்கு வருவார், அன்பின் உருவமாக அவர் இருந்தார்.

இயல்பிலேயே அவர் அதிகம் பேசாதவர். ஆனால், அதிகம் பேசுபவராக அவர் இருந்தார். அவர் மௌனங்கள் உரக்கப் பேசின. ஒருமுறை மாத்ரி, விதுரரிடம் சொன்னாள்: "பகலைப் போலவே இருக்கிறது இருள்."

விதுரர் சொன்னார்: "சூரியனுக்கு ஏது பகலும் இரவும்." மேலும் அவர் சொன்னார்:

"அரண்மனைகள் எப்போதும், சம்பவங்களால் நிறைந்து கிடக் கின்றன. அரசர்களுக்கும் அரசிகளுக்கும் பதவிச் சுமை. மற்றவர்களுக்கு எப்போதும் பதற்றமும் எதிர்பார்ப்பும். அஸ்தினாபுரத்து அரண்மனை

விதவைகளின் உஷ்ணப் பெருமூச்சுகளால் நிரம்பி இருக்கிறது. விதவைகள், கணவர்களை இழந்தவர்கள் மாத்திரம் அல்ல. மனத்தை இறைவனிடம் செலுத்து. சாஸ்திரங்களைப் படிப்பதில் நேரத்தைச் செலவிடு. எதையும் எதிர்பார்க்காதவர்க்கு எல்லாம் வந்து சேரும். யாரையும் வெறுக்க மட்டும் எப்போதும் செய்யாதே...”

திடுமென ஒருநாள் செய்தி வந்தது. ‘பாண்டு சிறிது காலம், வனத்தில் வாழப் போகிறார். புறப்பட ஆயத்தம் செய்துகொள்’ என்பதே அந்தச் செய்தி. அஸ்தினாபுரத்துப் பேரரசன் எதற்காக வனம் போகிறான்? பாண்டுவின் அனைத்துச் செயல்களும் விசித் திரமாக இருந்தன. பேய்களால் இயக்கப்படுபவன் போல அவன் இயங்கிக்கொண்டிருந்தான்.

வனவாழ்க்கை சிரமமாகவே இருந்தது. அரண்மனைக்குள் ஒரு அரசகுமாரியாக இருந்து வாழ்ந்த மாத்ரிக்கு வனவாழ்க்கை எந்த மகிழ்ச்சியும் தருவதாக இல்லை. குந்திக்கு அப்படி இல்லை. அவளுக்குக் காட்டுவாழ்க்கை அனுபவப்பட்டிருந்தது. தவிரவும் இன்ப மும் துன்பமும் ஒன்று போலவே அவளுக்கு இருந்தது. இன்பத்தையும் துன்பத்தையும் எது வந்தாலும் அதைச் சொற்களால் வெளிப்படுத்திக் கொள்பவளாக அவள் இருந்தாள். அவள் பேசுகிறவள். வார்த்தை களால் வாழ்ந்தாள்.

காட்டில் ஒரு முக்கிய நிகழ்வாக குந்திக்குக் குழந்தைகள் பிறந்தன. தேவர்களின் சகாயத்தால் பிறப்புகள் ஏற்பட்டன என்று அறிந்தாள் மாத்ரி. குந்தியிடம் தெய்வங்களை வசப்படுத்தும் மந்திரங் கள் இருந்தன. மூன்று அழகிய குழந்தைகள் பிறந்த பிறகு, தனக்கும் ஒன்று வேண்டும் என்று கேட்டுக்கொண்டாள். அதையும் பாண்டு விடம்தான் அவள் கேட்க முடிந்தது. குந்தி நியாய புத்தியோடு ஒரு மந்திரத்தை மாத்ரிக்கு உபதேசித்தாள். மாத்ரி மிதுன மந்திரத்தை உச்சரித்தாள். மிதுன மந்திரம் அஸ்வினி தேவர்களைக் குறித்தது. ஒருமுறை காட்டில், கிணற்றில் தண்ணீர் முகந்துகொண்டிருக்கையில் இரு பிராமணர்கள், தாகத்துக்குத் தண்ணீர் கேட்டார்கள். மாத்ரி நீர் முகந்து அவர்கள் தாகத்தைத் தீர்த்தாள். அவர்கள், தமக்கு உதவிய மாத்ரிக்கு பிரதி உபகாரம் செய்ய விரும்பினார்கள். தங்கள் சுய உருவெடுத்தார்கள். அவர்கள், தேவர்களின் வைத்தியர்களான அஸ்வினி தேவர்கள். ‘மாத்ரிக்கு உதவும்படி அவர்கள் விதிக்கப்பட்டி ருப்பதாகச் சொன்னார்கள். உரிய காலத்தில், நாங்கள் வருவோம்’ என்று சொல்லிச் சென்றார்கள். மாத்ரி, அந்த அழகிய தேவர்களை மனசுக்குள் வரித்து மந்திரம் சொன்னாள். நகுலன், சகாதேவன் என்கிற இரட்டையர் பிறப்பு நிகழ்ந்தது.

குந்தியிடம் மீண்டும் மந்திரம் கேட்டாள் மாத்ரி. மறுத்து விட்டாள் குந்தி. ஒரு மந்திரத்தில் இரண்டு பிள்ளைகள் பெற்றுக் கொண்டது குந்திக்குக் கோபத்தை ஏற்படுத்தியது.

காட்டுக்குள் ஒரு விசேஷம் வந்தது. அர்ச்சுனனின் பிறந்தநாள் வந்தது. பதினான்காம் பிறந்த நாள். காட்டுக்குள் பிராமண போஜனம் செய்வித்தாள் குந்தி. ஏற்பாடுகளில் அவள் கவனம் இருக்கையில், பாண்டு, மாத்ரியை அழைத்துக்கொண்டு வனம் சென்றான். வேட்டைதான் அவன் நோக்கம். ஆனால், காலம் வேறாக இருந்தது. வசந்தம், பூக்களால், மணத்தால் உலகை நிரப்பி இருந்தது. பறவை களின் மகிழ்ச்சிக் குரல்கள் அவனுக்குள் கிளர்ச்சியை ஏற்படுத்தியது. மாத்ரியை விரும்பினான் அவன். அவள் மறுத்தாள். ரிஷிகிந்தமனின் சாபத்தை நினைவூட்டினாள். வினை நேரும் காலம். அவன், அவளை வன்முறையால் அடைந்தான். செத்து வீழ்ந்தான். மாத்ரியின் அலற லைக் கேட்டு ஓடி வந்தாள் குந்தி.

நிலைமையைப் புரிந்துகொண்டாள்.

"அடிப்பாவி... நான் பாதுகாத்து வைத்திருந்த என் கணவனைக் காமத்தால் கெடுத்து, சாகும்படி செய்துவிட்டாயே. உன்வசமிழந்த காமம், ஒரு மனிதனைக் கொன்றேவிட்டது. நீதான் அவனைத் தூண்டியிருக்கிறாய். இப்போது திருப்திதானா?" என்றாள்.

அப்போதே மாத்ரி இறந்துபோனாள்.

உலகம் இவளைத்தான் பழி சொல்லும். தமக்கும் தம் பிள்ளை களுக்கும் ஏற்பட இருக்கும் பழியை நினைத்து, தற்கொலை ஒன்றே தீர்வு என்று முடிவெடுத்தாள். தினம் தினம் சாவதைவிடவும் ஒரு முறை செத்துவிடுவது மேல் என்று முடிவு செய்தாள். குழந்தைகளைக் கட்டி அணைத்து ஆசிர்வாதம் செய்தாள். இனி உங்கள் தாய் குந்தி தான் என்று சொன்னாள்.

"நீ நல்ல தாய். எனக்குத்தெரியும். உன் பிள்ளைகளை என் பிள்ளைகளாக நான் கருத மாட்டேன். ஆனால், நீ மேன்மையான வள். என் பிள்ளைகளை நீ காப்பாற்றுவாய், ஒரு தாயைப் போல..." என்று குந்தியிடம் பதிமூன்று வயதுள்ள நகுல சகாதேவர்களை ஒப்படைத்தாள்.

பாண்டுவின் சிதையில் ஏறிப் படுத்துத் தன் வாழ்க்கையை முடித்துக்கொண்டாள்.

மரணத்தில் மாத்ரி நிம்மதியை அடைந்திருப்பாள்.

★

ரௌத்ரம் பயின்ற ரிஷி

வியாசர் எத்தனை மனிதர்களைத் தம் படைப்பில் கொண்டு வந்திருக்கிறார்! பெண்கள், ஆண்கள், திருநங்கைகள், பறவைகள், மிருகங்கள், அசுரர்கள், வனவாசிகள் என்று விரிகிறது அவரது பாத்திரப் பட்டியல். தம் போன்ற மகரிஷிகள் பற்றியும் நிறைய பேசுகிறார். யாரைப் பற்றிச் சொன்னாலும் அவர்களின் பலங்களை, உயர்வுகளை எடுத்துரைப்பதில் மகிழ்ச்சிகொள்கிறார். பலவீனங்கள் எனில், மனத்தில் சினமோ வெறுப்போ இல்லாமல், அன்பார்ந்த ஆசிரியர் மாணவரின் தவறுகளைச் சுட்டும் நல்ல நோக்கத்தோடே பதிவுசெய்கிறார். அவர் பிள்ளைகளான திருதராஷ்டிரன், பாண்டுவுக்கும் இதே அளவு கோலையே வைக்கிறார். அஸ்வத்தாமனுக்கும் இதே நெறியுடன்தான் இயங்குகிறார். தம் மகனும் சூதனுமான விதுரனை, திருமணமும் ஆகாத இளைஞனை, ஒரு ஞானியென மேல் அடுக்கில் வைக்கும் அளவுக்குப் பேருள்ளம் வாய்த்திருக்கிறது, வியாசர் ஆகிய மகா கவிக்கு. பரசுராமர் பற்றி நாம் ஆராய இருக்கிறோம். பரசுராமர் என்கிற வேதியரும், அஸ்திரக் கலையில் மகா பண்டிதருமான அவர், வியாசரின் கதையில் மிகச் சில இடங்களில் தோன்றினாலும், மிக முக்கியமான கர்மங்களைச் செய்பவராக இருக்கிறார். (தம் கதையில் கூட வியாசரே மிகச் சில இடங்களில்தான் வருகிறார்.) பரசுராமர் எனப்படும், ராமர், ராமாயணக் காலத்துக்கும் முந்திய ரிஷி ஆவார். பிருகு ரிஷி வம்சத்தில் பிறந்த ஜமதக்னி முனிவரின் பிள்ளைகளில் இளையவர் ராமர். தாய் ரேணுகை. இயல்பில் மிகுந்த சாந்த குணம் கொண்டவராகவே இருந்தார். தாய் தந்தைக்குச் சமர்ப்பண உணர்வோடு தொண்டு செய்வதில் இன்பம் கண்டார் அவர். வெள்ளம் இல்லாத காலத்து கங்கைப் பிரவாகம் போன்ற அமைதியில், தம்மை இருத்திக்கொண்டு, தந்தை ஜமதக்னி முனிவரிடம் வேதக் கல்வியையும் அஸ்திர வித்தையையும் கற்றார்.

உலகம் அகம் மட்டுமல்லவே. புற உலகம் என்ற ஒன்றும் மனிதர்களின் செயல்பாடுகளை இயக்கவும் செய்கிறது. அப்படித்தான், பிரம்மச்சாரியும், தவத்திலும் நித்திய நியமங்களிலும் தம்மைக் கரைத்துக்கொண்டு இருந்த பரசுராமர் வாழ்ந்த பர்ணசாலையின் கதவைத் தட்டியது.

ராமரின் இளமைப்பருவம் பற்றி வியாசர் பேசவில்லை. அது, அவர் கதைக்குத் தேவைப்படவில்லை. அவரைப் புரிந்துகொள்ள, அவர் பற்றிய மேலும் சில குறிப்புகளைத் தெரிந்துகொள்வோம். ஓர் அழகிய மாலைப்பொழுதில், ஏகய தேசத்து அரசன், மாபெரும் வீரனாக விளங்கியவன், ராவணனைப் போரில் வெற்றி பெற்று அவனைச் சிறையில் அடைத்து வைத்தவனும் ஆன கார்த்தவீரியன், ஜமதக்னி ஆஸ்ரமத்துக்குள் நுழைந்தான். ஒரு அதிதியாக அவனை வரவேற்ற முனிவர் அவனுக்கும், அவன் உடன் வந்த ஆயிரக்கணக்கான படை வீரர்களுக்கும் பெரிய விருந்துபசாரம் செய்தார். முனி வருக்கு இது எப்படிச் சாத்தியப்பட்டது? அவரிடம் காமதேனு இருந் தது. வியந்துபோன கார்த்தவீரியன், இரவில் யாரும் அறியாதபோது, காமதேனுவை அபகரித்துச் சென்றான். அறிந்த பரசுராமர் கடும் சீற்றம் அடைந்தார். பரசுராமரின் பிரச்சனை தொடங்கியது.

நல்ல தன்மைகளால் தம்மை நல்லவராகத் தகவமைத்துக்கொண்ட வர்கள், உலகத்தை சலவை செய்த வெள்ளை வேட்டியாகவே பார்ப் பார்கள். அவர்கள் கடக்கும் மனிதர்களிடம் சிறு பிழை, தவறு, குறை, பொய்மை ஆகியவற்றைக் காண நேர்கையில் சீற்றம் அடைந்து விடுவார்கள். ரௌத்ரத்தைப் பலர் கட்டுப்படுத்திக்கொள்கிறார்கள். சிலரால் அது முடியாமல் போகிறது. பரசுராமருக்கும் அது முடியாமல் போகிறது. கார்த்தவீரியனைத் தேடிச்சென்ற பரசுராமர், அவனுடன் போர் செய்ய நேர்ந்தது. போரில் கார்த்தவீரியன் மாண்டான். அதாவது வேதியன் ஆயுதம் ஏந்த ஏற்பட்டது. வாழ்நாள் முழுக்க இது தொடர்ந்தது. வினைகள், குட்டிபோடத் தொடங்கின. தந்தை ஜமதக்னி, தம் பிள்ளை கார்த்தவீரியனைக் கொன்றதை ஆதரிக்க வில்லை. 'பிராமணன், கொலை அளவுக்கு எப்படிப் போகலாம். சத்வகுணம் அல்லவா தபோதனர்களுக்கு ஆடையும் உடம்பும். சினத் தைக் கட்டுப்படுத்துபவன் அல்லவா உண்மையான வீரன்?' என்ற தந்தை, ஓராண்டுக் காலம் சேத்ராடனம் செய்துவரக் கட்டளை யிட்டார். "இந்த ஓராண்டு உன் ஆத்மாவை அமைதியிலும் சாந்தத் திலும் நிரப்புமாக" என்றார் அவர்.

பரசுராமர், தந்தையை ஏற்றுக்கொண்டார். அதிலுள்ள நியாயத்தை உணர்ந்தார். இமயபர்வதத்துக்குப் புறப்பட்டார். ஆனால், வினைகள் ஒன்றோடு ஒன்று முடிச்சுப் போட்டுக் கொண்டல்லவா வரும். கொலையுண்ட கார்த்தவீரியன் மக்கள், முனிவர் ஜமதக்னியின் குடிலுக்குள் புகுந்து, அவரைக் கொலை செய்தார்கள். தம் கணவர் தம் முன்னால் கொலை செய்யப்படுவதைக் கண்ட ரேணுகா தேவி, கொலைகாரர்களைத் தடுத்தார். அவர்கள் அவள் உடலில் இருபத்தொரு அம்புகளைச் செலுத்தி அவளையும்

குற்றுயிராக்கிச் சென்றனர். மகன் திரும்பிவரும்வரை உயிரைத் தக்க வைத்துக்கொண்டிருந்த ரேணுகை, அவன் மடியில் தலைவைத்து உயிரை விட்டாள்.

இந்த முறை கோபம் பரசுராமரை வென்றது. பாபம் கண்ணி மைக்கும் காலத்துக்குள் நூறு குட்டிகள் போடுமே! சிவனைக் குறித்துக் கடுந்தவம் செய்து பரசு (ஒரு வகைக் கோடரி) ஆயுதத்தைப் பெற்றார். அன்று முதல் ராமர் பரசுராமர் ஆனார். தம் தாயின் உடம்பில் இருந்த 21 அம்புகளைக் கண்டார். கார்த்தவீரியன் சூரியக் குலத்தைச் சேர்ந்தவன். ஆகையால், 21 சூரிய குலத்தைச் சேர்ந்த சத்திரிய அரசர் களைக் கொன்றார். பரம்பரை பரம்பரையாக இந்தக் கொலை வன்மம் நீண்டது. அவரது ஐந்து ஐந்து பத்து விரல்களோடு ஆயுதங் களும் விரல்களாக வளர்ந்தன. வன்மத்தைத் தின்று கொலைகளை அருந்தினார். கொன்ற அரசர்களின் ரத்தத்தை, ஐந்து மடுக்களில் சேர்த்து வைத்தார். அந்தப் பகுதிக்குச் சமந்த பஞ்சகம் என்று பேர் ஏற்படலாயிற்று. அதன் அருகேதான் கௌரவர்களும் பாண்டவர் களும் மேலும் மனிதர்கள் ரத்தத்தைச் சிந்தினர். இவர்கள் காலத்தில் அப்பகுதிக்கு குருசேத்திரம் என்று பேர்.

ராமன், சீதையை மணம் முடித்து அயோத்திக்குத் திரும்பும் போது சத்திரியன் ராமன் என்று அவரை எதிர்த்தார் பரசுராமர். தம் தவ வலிமையை அம்பில் ஆவாகனம் செய்து செலுத்தினார். ராமன், அந்த அம்பின் சக்தியைச் செரித்துக்கொண்டார். வாழ்வில் முதல் முறையாகத் தோல்வியின் கசப்பை ருசித்து, தவத்தையும் இழந்து திரும்பி, மீண்டும் தவத்தில் அமர்ந்தார். தம் தவ சக்தியை மீட்டுக்கொண்டார் சீக்கிரமாக. கற்ற நெஞ்சகம் கலை மறக்குமோ?

துரோணர், கிருபரின் சகோதரி கிருபியைத் திருமணம் செய்து கொண்டு மகன் அஸ்வத்தாமன் பிறந்த பிறகும் தம் வித்தையைக் கொண்டு பிழைக்க முடியாமல்தான் இருந்தார். அவரது வீட்டு அடுப்புச் சூட்டில் பூனை குளிருக்கு ஒதுங்கிக் குளிர் காய்ந்தது கண்டு வருந்திய ஆசாரியர் துரோணர் காதில் அந்த மகிழ்ச்சிச் செய்தி வீழ்ந்தது. பரசுராமர், தம் உடைமைகளை தானம் செய்துகொண்டிருக் கிறார் என்பதே அந்தச் செய்தி. உடனே மேற்கடல் பிரதேசத்தில் பரசுராமர் இருந்த இடம் நோக்கிச் சென்றார். வெகு தூரத்திலிருந்து வந்திருக்கும் அந்த பிராமண இளைஞனைக் கண்டு பரசுராமர், "என்னிடம் இருந்து என்ன எதிர்பார்க்கிறாய், இளைஞனே?" என்றார். "சுவாமி... நான் பாரத்துவாஜர் மகன் துரோணன். ஏதோ கொஞ்சம் தனுர் சாஸ்திரம் கற்றிருக்கிறேன். வாழ்க்கை என்னைக் கிழித்துப் போட்டுவிட்டது. என் குழந்தை அருந்த பால் வாங்கித் தரக்கூட

கதியற்றுப் போனேன். தாங்கள் தங்கள் பொன், பொருள் குவைகளை தானம் செய்வதாக அறிந்து குருதேசத்திலிருந்து வந்திருக்கிறேன். பிராமண தானம் செய்யுங்கள். எனக்குத் திரவியம் வேண்டும்" என்ற படி பணிந்த துரோணரைக் கண்டு மனம் கசிந்தார் பரசுராமர்.

பரசுராமர் என்ற இந்த மாண்புமிகு மனிதரிடம், தன்னிடம் வந்து எவர் எது கேட்டாலும் கொடுக்கும், எவர் எது வேண்டினாலும் விருப்பம் நிறைவேற்றும் அற்புத மனோபாவம் இருந்தது. அந்த வகையில் அவர் உண்மையான ரிஷியாக இருந்தார். ரிஷி என்பவன் மற்றவர்க்காக வாழ்பவன்.

"குழந்தாய், இந்தப் பூமியை, சத்திரியரை வென்று அடைந்தேன். அதைக் காசியபருக்குத் தானம் செய்துவிட்டேன். பொன், பொருள் அனைத்தையும் யாசகர்க்கு அளித்துவிட்டேன். இப்போது என்னிடம் எஞ்சியிருப்பது இந்த உடம்பும், என் அஸ்திரங்களும். இதில் எது வேண்டுமோ கேள். இந்த உடம்பை, யாரேனும் கொள்ள விரும்பினால், நீ விலை கூறிப் பெற்றுக்கொள்ளலாம். அல்லது என் அஸ்திரங்கள்... எது வேண்டும்?"

கொடை என்பது இதுதான்.

துரோணர் விண்ணப்பம் செய்தார்.

"சுவாமி, தங்களிடம் இருக்கும் தெய்வ அஸ்திரங்களை, எல்லா வற்றையும், பிரயோகம் (விடுவது), சம்காரம் (திரும்ப எடுத்துக்கொள் வது), ரகசியம் (ஸ்வரூப ஞானம்) ஆகியவற்றோடு அருளுங்கள்."

பரசுராமரிடம் இருந்து அழியாத செல்வம் பெற்றுத் திரும்பினார் துரோணர்.

ரிஷி பரசுராமரின் அருள் உள்ளம் வெளிப்படுவது அம்பையின் காரணமாக பீஷ்மரிடம் நியாயம் கேட்கப் புறப்பட்ட சம்பவம்தான். யாரோ ஒரு காசி ராஜ்யச் சிறுமி, பீஷ்மன் பற்றிக் குறைசொல்கிறாள் என்றெல்லாம் அந்தப் பெரியவர் கருதவில்லை.

"சுவாமி, எனக்கும் சாளுவராஜனுக்கும் மனப்பிணைப்பு இருப்பது உலகே அறியும். அறிந்தும், என்னை பலாத்காரமாகக் கவர்ந்து வந்தார் பீஷ்மர். இப்போது என்னைச் சாளுவன் புறக்கணித்தான். பீஷ்மர் என்னை இழிவுசெய்து பழி சொல்கிறார். பெண் இழிவு, வீரர்களுக்கு ஆபரணமா, ஆயுதமா?"

உடனடியாகச் சினம் பொங்கியது, அந்த நல்லவர்க்கு. "அது எப்படி ஒரு மகாவீரன், அதுவும் என் சிஷ்யன், ஒரு பாவப்பட்ட பெண்ணை ஏளனம் செய்யலாம்." முழுமையான நல்லவர்க்கு

ஏற்படும் பிரச்சனை, உலகம், நன்மைக்கு எதிரான மாசுகளால் அடர்ந் திருப்பதை அறிந்துகொள்ள அவர்களால் முடிவதில்லை. ஒப்புக் கொள்ளவும் முடிவதில்லை.

குருவைக் கண்டதும் பீஷ்மர், தலை தரைபடும்படி வணங்கி வரவேற்று, "உத்தரவிடுங்கள்" என்றார் பீஷ்மர்.

"அம்பையை மணந்துகொள்..."

"தங்களைப் போன்ற அருளாளர் ஆசியினால் அல்லவோ நான் பீஷ்மன் என்று ஆனேன். என் சத்தியத்தை நான் மீறுவது எப்படி? அது தங்களுக்கே தலைகுனிவைத் தருமே..!"

விவாதம் நடந்தது. விவாதங்கள் எப்போதும் சத்தியத்தைத் தேடிப் பயணிப்பது இல்லையே! அது பல சமயங்களில் அகங் காரத்தை முன்வைத்தே இருக்கும்.

குருவுக்கும் சிஷ்யனுக்கும் போர் மூண்டது. பரசுராமரின் பக்கம் பலம் சரிந்தது. குரு தோற்கக் கூடாது என்று சிஷ்யர், தோல்வியை ஒப்புக்கொண்டார். அதற்குள், பரசுராமரின் சீற்றம் குறைந்துவிட்டது. பரசுராமருக்கு முதலில் கர்வபங்கத்தை ஏற்படுத்தியது ஜானகிராமன். இரண்டாவது பீஷ்மன்.

பாரதத்தில் கர்ணன் தொடர்பாக மீண்டும் பிரவேசிக்கிறார் பரசுராமர். துரோணர் அர்ச்சுனனிடத்தில் கூடுதல் பரிவு காட்டு கிறார் என்று எண்ணிய கர்ணன், தம் குருவாகப் பரசுராமரைத் தேர்வு செய்கிறான். சத்திரிய விரோதியாகிய பரசுராமரிடம், தான் பிராமணன் என்று பொய் உரைத்து சிஷ்யனாகச் சேர்கிறான் கர்ணன். இந்திரன் தம் மகன் அர்ச்சுனனைக் காக்கும் பொருட்டு வண்டுருவம் கொண்டு கர்ணன் துடையைத் துளைத்து, அவன் பிராமணன் இல்லை என்பதை வெளிப்படுத்திவிடுகிறான்.

பொய்யைச் சகிக்க முடியாத அந்த நல்லவர் மீண்டும் கர்ண னைச் சபிக்கிறார்.

பரசுராமரின் வாழ்க்கையைப் புராணங்களே அதிகம் பேசு கின்றன. வியாசர், தம் கதைக்குத் தேவைப்படும் இடத்தில் மட்டும் பரசுராமரைக் கொண்டு வருகிறார். பிருகு வம்ச வரலாற்றை விரிவாக எழுதும் எண்ணம் வியாசருக்கு இல்லை. பாரதத்தில் இப்போது இடம்பெற்றிருக்கும் பிருகு வம்சக் கதைகள் பின்னாளில் இணைக்கப் பட்டிருக்கும் என்றே பாரத அறிஞர்கள் முடிவு செய்ததை இராவதி கர்வே சிறப்பாக வெளிப்படுத்தியிருக்கிறார். வியாசரின், நமக்குக் கிடைத்திருக்கும் பிரதி, வியாசரின் மாணவர் வைசம்பாயனர்

ஜனமேஜயனுக்குச் சொன்ன கதைப் பிரதியாகும். இதில் பிருகு வம்சக் கதை பிருகுவின் சிஷ்யர் ஒருவரால் இணைக்கப்பட்டிருக்கிறது.

உலகத்தை ஜெயித்துக் காசியபரிடம் தானம் தந்தார் பரசுராமர். உலகத்தை ஆள்பவராகிய சத்திரியாகனுக்குக் காசியபர் அந்த தேசங் களை தானம் செய்தார். சத்திரியர்கள், பரசுராமருக்கு பயந்து, அரச ராவதை மறுத்தார்கள். காசியபர் ஒரு யுக்தி செய்தார். பரசுராமரிடம் சொன்னார். "பகவானே! தானம் செய்துவிட்ட பிறகு, அந்தப் பூமியில் தாங்கள் பிரவேசிப்பது தர்ம விரோதம் அல்லவா? ஆகவே, தாங்கள் தானம் செய்த பூமியில் தாங்கள் பிரவேசிக்கக் கூடாத வரத்தை எனக்கு அருளுங்கள்!"

பரசுராமர் அப்படியே செய்தார். பரசுராமர் இப்போது பூமி யற்றவர் ஆனார்.

தம் பரசை வீசி எறிந்தார். (அது விழுந்த இடம் இன்றைய கேரளம் என்று நம் மலையாள நண்பர்கள் கூறுகிறார்கள். கேரளா வுக்குப் பரசுராம க்ஷேத்திரம் என்று பெயர்.)

வருணன், அவர் வாழ, சூர்ப்பாகாரம் எனும் ஒரு பிரதேசத்தை உருவாக்கித் தந்தார். கடலுக்குள் இது இருப்பதாக ஐதீகம்.

பரசுராமர், மரணம் அற்ற சிரஞ்சீவிகளில் ஒருவரானார். சப்த ரிஷிகளில் ஒருவராகும் பேறுபெற்றார். மகேந்திரபர்வதத்தில் அவர் வாழ்கிறார்.

வாழும்போதே பூமியைத் துறந்தவர்களுக்கு வானம் கையெட்டும் தூரம் அல்லவா?

✱

சத்யா என்கிற கிருஷ்ண சினேகிதி

திக் விஜயம் செய்த கிருஷ்ணன் திரும்பிக்கொண்டிருந்தார்.

துவாரகையின், கிருஷ்ண, பலராம மாளிகையை நோக்கி கிருஷ்ணரின் ரதம் பல நாட்களுக்குப் பிறகு திரும்புகிறது என்றால் நிச்சயம் அதில் அவரது புதிய மனைவி யாராவது இருக்கக்கூடும் என்பது துவாரகாவாசிகளுக்குத் தெரியும் என்கிற அளவுக்கு கிருஷ்ணன் பிரபலமாகி இருந்தார். மக்களில் பலர் புதிய மருமகளுக்கு முகமன் கூறினார்கள். சிலர், 'அது சரி... இவன் அப்பன் கணக்கு பதினாலோ, பதினாறோ! அதுக்கு ஈடுசெய்ய வேண்டாமோ பிள்ளை' என்று எள்ளல் தொனிக்கப் பேசவும் செய்தார்கள்.

இந்த முறை சத்யபாமா ரதத்தில் இருந்தாள். தெருவில் கூடிய ஆண்களும் பெண்களும் அந்தப் புதிய கிருஷ்ண பாரியை ஆச்சரியம் தோன்றப் பார்த்தபடி இருந்தார்கள். அப்போதுதான் விலகிய மேகத்திலிருந்து வெளிப்பட்ட பூர்ண நிலாவை அங்கு அவர்கள் கண்டார்கள் என்கிறார் சுகதேவர். தேர், ஒரு தெப்பக்குளம். அதில் எப்படி ஒரு தாமரைத் தடாகம்? அதிலும் எப்படி ஒரு நீலத்தாமரையும் செந்தாமரையும் பயணம் போகின்றன என்கிறார் கவி.

என்ன பண்ண? கிருஷ்ணனுக்கு அப்படி அமைந்திருக்கிறது. இந்தப் பெண்கள், எப்படியோ கிருஷ்ணனால் கவரப்பட்டு, அவரைத்தான் திருமணம் செய்துகொள்வது என்று பிரதிக்ஞை செய்துகொண்டல்லவா தவம் செய்கிறார்கள். தவம், எதைக் குறித்து என்றாலும், வரம் கிடைக்கத்தானே செய்யும்.

சத்யபாமா, அவளது ஆறு வயதில் கிருஷ்ணனைப் பார்த்தாள். அதிலும், கம்சனைக் கொல்ல என்று கிருஷ்ணன் வந்தபோது. கம்சனோடு கிருஷ்ணன் போர் செய்துகொண்டிருந்தபோது அவள் பார்க்க நேர்ந்தது. பெண்கள் பலரும் அஞ்சி ஓடியபோது அந்தக் குழந்தை இரண்டு பெரும் பலசாலிகள் மல்யுத்தம் செய்ததை வைத்தகண் வாங்காது பார்த்துக்கொண்டு நின்றாள். கம்சன் வீழ்ந்தபோது அவள் மகிழ்ந்தாள். காலம் அவளை வளர்த்துக்கொண்டிருந்தது. அவள்

வளர வளர கிருஷ்ணன் மேல் இருந்த பிரேமையும் வளர்ந்துகொண்டி ருந்தது. அவன், ருக்மணியை மணந்துகொண்டு ஊர் திரும்பியதை அவள் அறிந்தாள். அப்புறம் இன்னும் ஒருத்தி. இதனால் எல்லாம் அவள் மனம் தளர்ந்து விடவில்லை. அவள் கவலை எல்லாம் அவள் தந்தை சத்ராஜித் ஒருத்தன்தான்.

சத்ராஜித் யாதவர்களின் முக்கியஸ்தன். யாதவர்கள் மூன்று பெரிய குலங்களாகப் பிரிந்திருந்தார்கள். அதற்குள் முப்பது குழுக் கள். கிருஷ்ணரின் தாத்தா உக்ரசேனர், அவர்களின் மன்னர் என்றா லும், சத்ராஜித் உக்ரசேனரையோ, பலராமரையோ, கிருஷ்ண னையோ, கிருஷ்ணனின் தந்தை வசுதேவரையோ கௌரவிக்கத் தயாராக இல்லை. கம்சன் மேல் நட்பும் மரியாதையும் கொண்டிருந்த சத்ராஜித், தம் நண்பன் கிருஷ்ணனால் கொல்லப்பட்டதை மறக்கத் தயாராக இல்லை. அனைத்துக்கும் மேலாக அவன் சூரிய தேவனால், ஆசிர்வதிக்கப்பட்டவன்.

சூரிய தேவனின் பக்தனாகத் திகழ்ந்தான் சத்ராஜித். அவனது பக்தியை மெச்சிய சூரியக் கடவுள் அவனுக்கு சியமந்தக மணி என்கிற அற்புதச் சக்தி வாய்ந்த வைரமணியைப் பரிசாகத் தந்தார். அவன் வைரங்கள் பதித்த பதக்கமொன்றில் அந்த மணியைப் பதித்துக் கழுத்தில் போட்டுக்கொண்டு திரிந்தான். அந்த மணி இன்னொரு சூரியன்போல ஒளியைச் சிந்தியது. அதோடு, அந்த மணி ஒரு நாளைக்குப் பல 'பாரம்' (ஒரு பெரிய அளவு, வேத கால அளவு இது) தங்கத்தைத் தந்தது. இதனால் அவனது செல்வச்செருக்கு மிகவும் கூடியது. யது வம்சம் தன்னைவிடவும் தாழ்ந்தது என்று அவன் நினைத்தான். அந்த மணியின் காரணமாக கிருஷ்ணனுக்கும் சத்ராஜித்துக்கும் பகை கூடியது.

'மண்ணின் மேல் நிலைக்கும், வரும், தோன்றும் எந்தப் பொரு ளும் அரசுக்குச் சொந்தம்' என்கிற துவாரகா தேசத்து விதியின்படி அந்தச் சியமந்தக மணி அரசுக்குச் சொந்தம் என்ற நியாயப்படி கிருஷ்ணன் அந்த மணியை தேசத்துப் பொக்கிஷத்துக்குத் தரும்படி கேட்டார். சத்ராஜித் தம் மார்பில் தொங்கும் மணியைக் கெட்டியாகப் பிடித்துக்கொண்டு கிருஷ்ணனை அவமானம் செய்து அனுப்பி விட்டான்.

சத்ராஜித்தின் இளைய சகோதரன் பிரசேனன், அண்ணனின் அந்த மணிமாலையை அணிந்துகொண்டு மக்கள் பார்க்க வலம் வந்தான். அற்பர்களுக்கு ஏற்படும் அற்ப சந்தோஷம் என்பது இது தான் போலும். அதை அணிந்தபடி காட்டுக்கு வேட்டையாடச் சென்றான். ஒரு சிங்கம் தகதகக்கும் அந்தப் பொருளைக் கண்டு பிரசேனனைக் கொன்றது. அந்த மணிமாலையை, கிருஷ்ணன்

அபகரித்தான் என்ற வதந்தியைச் சத்ராஜித் கிளப்பி விட்டான். வதந்தி என்பது உண்மையைவிடவும் வலுவானது. மனிதர்கள் விரும்பு வதை விரும்பும்விதமாக வடிவமைப்பது. பலராமர்கூட கிருஷ்ணன் தன்னிடம் ஒளித்தான் என்று தவறாகப் புரிந்துகொண்டு கிருஷ்ண னைப் பாராமுகம் கொண்டார்.

நிலைமை விபரீதமாகிவிட கிருஷ்ணன் தாமே சியமந்தகமணி யைத் தேடிப் புறப்பட்டார். பிரசேனன் சிங்கத்தால் கொல்லப்பட்ட தைக் கண்டார். அங்குள்ள தேவர்கள் மூலம் சியமந்தகமணி ஜாம்ப வான் வசம் இருப்பதை அறிந்தார். சிங்கத்தைக் கொன்று ஜாம்பவான் அம்மணியை எடுத்துச் சென்று தம் குழந்தைகளுக்குத் தந்திருக்கிறார். கிருஷ்ணர் ஜாம்பவானைத் தேடிச் சென்றார். ராமரின் பக்தரான ஜாம்பவான் கிருஷ்ணரை அறிந்து சியமந்தகமணியையும் அத்துடன் தம் மகள் ஜாம்பவதி என்கிற ரோகிணியையும் மணத்தில் தந்தார். கிருஷ்ணன் அம் மணியைக் கொண்டு சென்று சத்ராஜித்திடம் கொடுத்தபோது அவன் வெட்கமுற்றான். தம் தவறுக்கு வருந்தினான். தம் நல்லெண்ணத்தின் அடையாளமாகத் தம் மகள் சத்யபாமாவை யும் மணம் செய்வித்தான்.

இப்படியாக ஒரு மணியைத் தேடப் போய் கிருஷ்ணன் இரு மணிகளை அடைந்தார். சத்ராஜித் தம் அன்பின் அடையாளமாகவும் மகளின் ஸ்ரீதனமாகவும் அந்தச் சியமந்தகமணியைக் கிருஷ்ணனுக்கே அளித்தான். கிருஷ்ணன் அந்த ஸ்ரீதனத்தை மறுத்து, ஒரு முன் உதாரணத்தை ஏற்படுத்தினார். அவர், வரன் தட்சணை வழக்கத்தை ஏற்கவில்லை.

சத்யபாமா ஓர் அர்த்தத்தில் ராமர் காலத்துக் கைகேயி போன்ற வள். வீரம் செறிந்த பெண்மணி. சகல ஆயுதப் பயிற்சியும் பெற்ற வள். அதோடு, மிகுந்த லாகவமாகக் குதிரைகள் பூட்டிய தேரைச் செலுத்தத் தெரிந்தவள். கிருஷ்ணன் தம் மனைவிகள் அனைவருக்கும் சம அன்பையும், போஷிப்பையும் தந்து பெற்றார். குறிப்பாக அவருடைய முதல் மனைவி ருக்மணி மேல் வைத்த அன்புக்குச் சற்றும் குறைந்ததில்லை, சத்யபாமாவுடன் அவரது நேசம். கிருஷ்ண ருடைய சமூகச் செயல்பாடுகளில் சத்யபாமா பங்கு கொண்டது முக்கியம். மற்ற மனைவிகள் அந்தப்புரத்தில் இருந்தபோது சத்யபாமா கிருஷ்ணருடன் பல யுத்தகளம் கண்டாள். பௌமாசுரன் என்றழைக் கப்பட்ட நரகாசுரன் வதத்தின்போதும் சத்யபாமா கிருஷ்ணனுடன் இருந்தாள். நரகாசுரன், உலகத்தின் 16,000 அரச குமாரிகளைக் கடத்திப் போய் வைத்திருந்தான். அவர்களை மீட்கவே அவன் மேல் யுத்தம் தொடுத்தார்.

பாண்டவர்கள் தமக்குள்ள விதிகளின்படி பன்னிரண்டு ஆண்டுகள் வனவாசத்தைப் பூர்த்தி செய்து அஞ்ஞாதவாசத்துக்கு எங்கு செல்லலாம் என்று யோசித்துக்கொண்டிருந்த ஒரு இக்கட்டான வேளையில் கிருஷ்ணன் சத்யபாமாவுடன் வனத்துக்கு வந்து சேர்கிறார். கிருஷ்ணர், உண்மையில் அழைக்கப்படவில்லைதான். அது அவசியமும் இல்லையே! அன்புக்கு ஏது அடைக்கும் தாழ்? கிருஷ்ணனைக் கண்டதும் பேராச்சரியமும் பெருமகிழ்ச்சியும் அடைகிறார்கள் பாண்டவர்கள்.

"கிருஷ்ணா, இன்று எங்கள் வனவாசம் முடிந்து, அஞ்ஞாத வாசம் தொடங்கவிருக்கிறது என்பதால் எங்கு போய் ஒளிந்து வாழ்வது என்பது பற்றிப் பேசிக்கொண்டிருந்தோம். இந்த நேரத்தில் கிருஷ்ணன் நம்முடன் இருந்தால் எவ்வளவு நன்றாக இருக்கும் என்று நினைத்துக் கொண்டிருந்தோம். நெருப்பைப் பொட்டலம் கட்ட முடியுமா? நான் மறைந்து கொள்ளலாம். பீமனை, அர்ச்சுனனை, திரௌபதியை எப்படி ஒளிப்பேன். சூரியரை எந்தப் போர்வையால் மறைப்பது? எங்களை ஓர் ஆண்டுக்குள் துரியோதனன் கண்டுபிடித்தால் மீண்டும் பன்னிரண்டு ஆண்டுகள் வனசஞ்சாரம் செய்ய வேண்டுமே" என்றார் தருமர்.

சத்யபாமா சிரித்தபடி சொன்னாள்:

"கோவிந்தர், மறந்தால் அல்லவா நினைப்பார். எப்போதும் உங்கள் ஐவரையும் தம் கைவிரல்கள் போலல்லவா பார்த்துக்கொண்டிருக்கிறார். விரல்களைப் பார்க்கும் கண்கள் போல திரௌபதியையும், கண்களை ஊக்கும் உயிர்போல ராஜமாதா குந்தியையும் நினைக்காத நேரம், நாள், கணம் ஏது?"

எந்த தேசம் ஒளிந்து வாழ நல்லது என்பது குறித்து அவர்கள் பேசத்தொடங்கினார்கள். திரௌபதி கண் அசைப்பில், சத்ய பாமாவை அழைத்துத் தம் குடி இருப்புக்கு இட்டுச் சென்றாள். சத்யபாமை, திரௌபதியின் காலில் விழுந்து வணங்கினாள். 'சகல மங்களங்களுடன் வாழ்வாயாக' என்று வாழ்த்தினாள் திரௌபதி. தாம் தொடுத்து வைத்திருந்த காட்டு மல்லிகைப் பூக்களைச் சத்ய பாமாவுக்குச் சூட்டித் தம் பக்கத்தில் அமர்த்திக்கொண்டாள்.

"சத்யா, உன் சக இல்லத்திகள் ருக்மணி, ஜாம்பவதி, இன்னும் எத்தனை பேர், ஞாபகத்தில் இல்லை. எப்படி இருக்கிறார்கள்? மற்றவர்கள் உன் மேல் அன்பு செலுத்துகிறார்களா? உன்னை ஏற்றுக் கொண்டார்களா?"

சத்யா சிரித்தாள்.

"உங்களுக்கு அர்ச்சுனன் என்றால், அங்கே கோவிந்தர். ஆனால், கிருஷ்ணர் எங்கள் அனைவரையும் சமமாகப் பேணுவதால் எங்களுக்குள் பிரச்சனை இல்லை."

இப்போது திரௌபதி சிரித்துக்கொண்டாள்.

"பெண்களை வெல்வது, ஆண் வீரத்துக்கு அழகு என்று நம் வீரர்கள் நினைக்கிறார்கள். அது போகட்டும்."

காட்டுக் கனிகளை சத்யாவுக்கு உண்ணக் கொடுத்தாள் திரௌபதி.

"அம்மா, உங்களிடம் ஒன்று கேட்க வேண்டும் என்று நினைத்திருந்தேன். தாங்கள் என்னைத் தவறாக நினைத்துக் கொள்ளக்கூடாது. தவறு என்றால் என்னை மன்னிக்க வேண்டும்."

"கேள்."

"தேவர்களுக்கு நிகரான ஐந்து கணவர்களை எந்த நடையில் நீ ஆள்கிறாய்? பாண்டவர்கள் உனக்கு வசப்பட்டிருக்கிறார்கள். உன் மேல் அவர்களுக்குக் கோபமோ, பொறாமையோ எப்படி வராமல் இருக்கிறது? அவர்கள் ஒருவர், மற்றவர்மேல் எப்படிப் பொறாமைப் படாமல் இருக்கிறார்கள்? உன் விரதமா, தவமா, மந்திரமா, மருந்தா, உன் இளமையா, மை முதலான மருந்துகளா? அந்த ரகசியத்தை எனக்குச் சொல்."

மனித குலத்தின் வரலாற்றுக்கு முந்தைய சந்தேகம்தான். இந்த வகைச் சந்தேகம், நாரதருக்கும் ஏற்பட்டது.

திரௌபதி அழகாகப் பதில் சொன்னாள்:

"மையா, மந்திரமா... இப்படியான சந்தேகம், கிருஷ்ண மனைவிக்கு எப்படி வரலாம். மனைவி மருந்து வைக்கிறாள் என்று கணவன் அறிந்தால், குடி இருக்கும் வீட்டில் கருநாகம் புகுந்தாற் போல அஞ்சி ஓடிவிடுவான். நான் எப்படி நடந்துகொள்கிறேன் என்பதைக் கேள். அகங்காரம், காம குரோதங்களை விட்டு, எப் போதும் பரிசுத்தையாக இருக்கிறேன். (தனி) அபிமானத்தை விட்டு அவர்களுக்குப் பணிவிடை செய்கிறேன். கெட்ட சொல், கெட்ட இடத்தில் நிற்பது, கெட்டவற்றைப் பார்ப்பது, முதலான கெட்டவை களை ஒழித்துவிட்டேன். எந்த அழகனும் என்னால் நினைக்கப்பட மாட்டான். வரும் கணவரை எந்தச் சமயத்திலும் இரவோ, பகலோ உபசரிக்கத் தயாராக இருக்கிறேன். நான் யாரையும் பரிகாசம் செய் வதில்லை. பொது இடங்களில் நிற்பதில்லை. கணவர் தேசாந்திரம் போனால் நான் அலங்காரம் இல்லாமல் இருக்கிறேன். என் மாமியார்

நகரில் செய்த அனைத்துக் காரியத்தையும் நான் தொடர்கிறேன். இரவு, பகல் பாராமல் என் கணவர்களைப் பராமரிக்கும் எனக்குப் பகலும் இல்லை. இரவும் இல்லை. பதிவிரதைகள், சுகத்தால் சுகம் அடைவதில்லை. கஷ்டத்தால் சுகம் அடைவார்கள். நீ அன்பினால், மிச்சம் வைக்காத அன்பினால், உன் கிருஷ்ணனை வசப்படுத்து. அன்பினால் அல்லாது எந்த வகையிலும் கணவனை வசப்படுத்தல் ஆகாது."

சத்யபாமாவின் தொடர்பாக, கிருஷ்ணார்ஜுன நட்பு மிகவும் சிறப்பாக வெளிப்படுத்தப்படுகிறது.

குருசேத்திர யுத்தத்துக்கான ஏற்பாடுகள் மிகவும் தீவிரமாகச் செய்யப்பட்டுக்கொண்டிருந்த சமயம். திருதராஷ்டிரன் தம் அமைச்சனும் மகாத்மாவுமான சஞ்சயனைத் தூதாக அனுப்புகிறான். அவன் நோக்கம், பாண்டவர்களின் சினத்தைத் தவிர்ப்பது, பாண்டவர்களுக்கு நியாயம் செய்வது அல்ல. சஞ்சயன், தருமரிடம் பேசுகிறான். பின்னர், கிருஷ்ணரிடம் பேச விரும்புகிறான். கிருஷ்ணன், அர்ச்சுனன் மற்றும் அவர்களது மனைவிமார்களுடன் யாருக்கும் அனுமதி இல்லாத, அந்தரங்க மாளிகையில் இருக்கிறார்கள். அந்த இடத்துக்கு அபிமன்யு கூட, பிரத்யும்னன்கூடச் செல்ல அனுமதி இல்லை. அங்கு, சஞ்சயன் அனுமதிக்கப்படுகிறான். பேசிவிட்டுத் திரும்பிய சஞ்சயன், தான் கண்டதை திருதராஷ்டிரனிடம் சொல்கிறான். வியந்து பரவசப்பட்டுச் சொல்கிறான்: கிருஷ்ணன், சத்யபாமா, அர்ச்சுனன் திரௌபதி நால்வரும் ஒரு வீட்டுக் குழந்தைகளாக, ஒரு சாலை மாணாக்கர் போல விளையாட்டிலும், பேச்சிலும் இருந்தது, எனக்குப் பரமானந்தம் தந்தது.

வேற்றுமை அற்ற, நட்பு முதிர்ந்த, பால் பேதம் அற்ற ஒரு பெரும் பேரினிமை என்று சொல்லத்தக்க, சினேகம் அந்த நால்வருக்கும் ஊடாக இருந்துள்ளது என்பது முக்கியம். அதில் சிறந்த இடத்தை சத்யபாமா வகிக்கிறாள்.

★

அடைக்கல மகிமையை அறிவித்த விராடன்!

பன்னிரண்டு ஆண்டுகள், பன்னிரண்டு வெவ்வேறு வனங்களில் சஞ்சரித்துக்கொண்டு காய், கனி, கிழங்கு வகைகளைப் புசித்துக் கொண்டு வாழ்ந்த பாண்டவர்களுக்குப் பதிமூன்றாவது ஆண்டு மிகப் பெரிய நெருக்கடிகளைக் கொண்டு வரும் என்று அவர்கள் அஞ்சினார்கள். இந்த ஓராண்டும், கௌரவர்கள் கண்களில் படாமல் அவர்கள் வாழ வேண்டும். அவர்கள் கௌரவர்களால் பாண்டவர்கள் என்று அடையாளம் காணப்பட்டால், மீண்டும் பன்னிரண்டு ஆண்டுகள் காட்டில் வனவாசம் செய்ய வேண்டும். ஐந்து சகோதரர்களும் வெவ்வேறு தேசங்களில் சஞ்சாரம் செய்து பிழைக்கலாம். ஆனால், யாரும் யாரையும் பிரிய மனம் ஒப்பவில்லை அவர்களுக்கு. கடைசியில் தருமன்தான் தீர்வு செய்தார். மத்ஸ்ய அரசன் விராடனின் தேசத்தில் கரந்து வாழலாம் என்று முடிவாயிற்று.

தருமன், 'கங்கன் என்ற பெயரில் வாழப் போகிறேன். விராடன், தர்மத்தில் செல்லும் மனமும், அண்டியோரை ஆதரிக்கும் பண்பும் கொண்டவன். அவனிடம், ஜோதிஷம், பட்சி சகுனம், வேத சாஸ்திர நீதிகள் உரைத்தும், மன்னர்களின் விளையாட்டான சூதாட்டத்தை விராடனுடன் ஆடி அவனைக் களிப்பித்தும் வாழப் போகிறேன்' என்றார். 'கங்கனாகிய நான் தருமரின் அரண்மனைப் பணியில் இருந்தேன். தருமர், நாடிழந்து வனம் சென்றதால் உன்னிடம் வந்தேன் என்று சொல்லி வேலையில் சேர்வேன்' என்றார். பீமனைப் பார்த்து, 'காற்றின் புதல்வனை நான் எவ்வாறு ஒளிப்பேன்' என்று கேட்டார்.

பீமன், 'வல்லன் என்ற பெயர் கொண்ட சமையல்காரனாக விராடன் அரண்மனையில் சேர்வேன். நீ யார் என்று மன்னன் கேட்டால், தருமராசன் அரண்மனையில் மடைப்பள்ளித் தலைவனாயிருந்தேன் என்பேன்' என்றான். 'அநேகவிதமான ரசங்களையும், பருப்பு வகைகளையும் நான் நன்கு சமைக்கத்தெரிந்தவன்.' தருமர், அவனைக் கவலையோடு பார்த்தார். அஞ்ஞாதவாசம் வெளிப்பட்டு விடும் என்றால் அது பீமன் என்கிற கோபக்காரனால்தான் ஆகும் என்று அவர் நினைத்துக்கொண்டார்.

இந்திரனை வென்றவனும், ஏழுலகங்களிலும் நிகரற்ற வில்லாளியு மான அர்ச்சுனனைப் பார்த்தார். அவர் உள்ளம், குற்றவுணர்வில் கசிந்தது. தன்னால் அல்லவோ, இந்த மாபெரும் வீரர்களுக்கு, சக்ர வர்த்தி புத்திரர்களுக்கு இச்சோதனை என்று நினைத்துக்கொண்டார். அவன் சொன்னான்:

'இந்திரலோகத்தில் ஒருமுறை தேவ நடிகை ஊர்வசி என்னை விரும்பி அணுகினாள். நீ, என் அன்னை போன்றவள். தேவேந் திரன் என் தந்தை அல்லவோ? என்று அவளை மறுத்தேன். அந்தப் பெண், என்னை நபும்சகன் ஆகும்படி சபித்தாள். அந்த நபும்சகத் தன்மை நான் விரும்பும்போது, ஓராண்டுக் காலம் இருந்து நீங்கும். நான் பிருகன்னளை என்ற பெயரில் அந்தப்புரப் பெண்களுக்கு நடனமும் பாட்டும் கற்றுத் தருவேன்.'

நகுலன், 'தான் தாமக்ரந்தி என்ற பெயரில் குதிரை லாயத்தில் தலைவனாவேன்' என்றான்.

சகாதேவன், 'தான் விராடனின் பசு மந்தையைப் பராமரிப் பேன்' என்றான். என் பெயர் தந்த்ரீபாலன்.

துருபதன் மகள் திரௌபதி 'தான் சைரந்த்ரி என்ற பெயருடன், விராடன் அரண்மனைப் பெண்களுக்கு வண்ண அலங்காரமும் வாசனைத் திரவியம் தயாரிப்பாளியாகவும் இருப்பேன். திரௌ பதியின் சேடியாக இருந்தேன் என்பேன்' என்றாள். அனைவரும், இப்படிச் சொல்லியே, அவரவர் விரும்பிய பணிகளில் விராடனிடம் சேர்ந்தார்கள்.

பாண்டவர் ஐவரும் மற்றும் திரௌபதியும் எவைகளில் அதிக நாட்டம் கொண்டவர்களாக இருந்தார்களோ அந்த விருப்பங்களை அழகாக எடுத்துச் சொல்லிவிடுகிறார் வியாசர். தருமரின் சூதாட்ட விருப்பம் விராடனிடம் நிறைவேறுகிறது. உணவில் பெரும் ஈடுபாடு கொண்டவனும், வகை வகையான உணவுத் தயாரிப்பில் இச்சை கொண்டவனுமான பீமனுக்கு உகந்த மடைப்பள்ளி உத்தியோகம் கிடைத்தது மட்டும் இன்றி விராடனிடம் தம் திறமையைக் காட்டிப் பரிசில் பெற வரும் மல்லர்களிடம் மல்யுத்தம் செய்யும் வாய்ப்பும் கிடைத்துவிடுகிறது. ஆகவே பீமனின் தேவை இப்படியாக நிறைவேறி விடுகிறது.

அர்ச்சுனன் என்கிற மாபெரும் வீரன், தமக்குள் போற்றி வளர்ந்த பெண்மையைத் தம் நபும்சகத் தன்மையில் நிறைவு காண் கிறான். அவன் திருநங்கையாக வாழ ஆசைப்பட்ட வாழ்வும் நிறை வேறியது. அந்தப்புரப் பெண்களோடு அவனது இருப்பு அவன் ஆசையைப் பூர்த்தி செய்துவிடுகிறது. தவிரவும் கலைகளோடும் இசை நாட்டியத்தோடும் அவனது ஈடுபாட்டுக்கு ஒரு வடிகால் கிடைத்து

விடுகிறது. நிகரற்ற ஆண் தன்மையன் என்று உலகம் ஏற்றுக்கொண்டிருக்கிற ஒரு ஆணின் ஒரு பாதி பெண் என்கிற உடற்கூற்றுண்மை மிக நுட்பமாகப் பதிவு செய்யப்படுகிறது. இன்னுமொரு முக்கிய செய்தி, அர்ச்சுனன் உடம்பால் ஆண்தானே தவிர அவன் மனத்துக்குள் பெண் தன்மையே பரவி இருந்தது.

இன்னுமொரு தகவல், பொதுவாகப் பெண் ஈடுபாட்டாளர்கள் என்று கிருஷ்ணனையும், அர்ச்சுனனையும் சொல்வது வழக்கம். இதில் கிருஷ்ணன் யோகி. அவன் மோகி அல்லன். அவன் மோகிக்கப் படுபவன். அர்ச்சுனன் விஷயம் அதுவல்ல. செல்லும் பயணம் தோறும் ஒரு துணையைத் தேடிக்கொள்வது அவனது இயல்புதான் எனினும், அந்தப்புரத்துக்குள்ளேயே புழங்கும் வாய்ப்பை அவன் பயன்படுத்திக்கொள்ளவில்லை என்பதையும் உடன் சேர்ந்து எண்ண வேண்டும். அரண்மனையில் விராடன் செல்ல மகள் உத்தரைக்கு அவன் ஆசிரியையாக அமைந்தபோதும், விராடனே தம் மகளை அவனுக்குத் தர நிச்சயித்தபோதும், தாம் ஆசிரியன் என்பதால் உத்தரை தம் சிஷ்யை, மாணவி என்பவள் மகளே ஆவாள் என்று மறுத்து தம் மகன் அபிமன்யுவுக்கு உத்தரையை மணம் செய்து வைத்தவன் அர்ச்சுனன்.

வியாசரின் பாத்திரங்கள், பொது அம்சங்களில், பொது குணம் கொண்டவை. அதேசமயம் அவர்கள் தனிமனிதர்கள் என்பதால், தனி குணாம்சங்கள் கொண்டவர்களும்கூட. அதாவது அவர்கள் இரண்டு பக்கம் கொண்டவர்கள் அல்லர். பல பரிமாணங்கள் உள்ளவர்கள்.

நகுலனும் சகாதேவனும், இந்திரப்பிரஸ்தத்துக்கு தருமன் அரசனாக இருந்தபோது என்ன என்ன பணிகள் ஒப்படைக்கப்பட்டதோ, அந்தப் பணிகளில் தேர்ச்சி பெற்று குதிரைகள் மற்றும் பசுக்களைப் பராமரிக்கும் பணிகளை மேற்கொண்டார்கள்.

திரௌபதியின் நிலை வேறுவகையானது. அவள் கலை உணர்வு கூடுதலாகக்கொண்டவள். வண்ணப் பொடி தயாரிப்பு, மணப் பொருள்கள் உருவாக்கல், சந்தனம் முதலான வாசனைப் பொருட்களைக்கொண்டு தைலம் வடித்தல் முதலான நுண் கலைகளைத் தன் பிறந்தகத்திலேயே கற்றுத் தேர்ந்தவள். இந்தக் கலை உணர்வே, அவளை அர்ச்சுனன்பால் கூடுதல் அன்பு கொள்ளச் செய்திருக்க வேண்டும். அந்த அரசி, பன்னிரண்டு ஆண்டுகள் காடுகளில் சஞ்சரித்தபோது, இந்தக் கலைகளில் ஈடுபட வாய்க்கவில்லை. அரண்மனைச் சேவகம் அதுவும் மகாராணியிடம் சேவகம் என்றதும், தம் கலை உணர்வை விஸ்தரித்துக்கொண்டாள்.

ஆக, ஆறு பேரும் ஏதோ ஒரு வகையில் விராட தேசத்தில் நிம்மதி அடைந்தார்கள். நாட்கள் செல்லச் செல்ல, அறுவர்

மனத்திலும் லேசான நம்பிக்கையும் நிம்மதியும் தோன்றத் தொடங்கி யிருந்தன. பத்து மாதங்கள் பூர்த்தி ஆகியிருந்தன. கையெட்டும் தூரத்தில் இழந்த இந்திரப்பிரஸ்த நாடு தெரியத் தொடங்கியது. அதிகாரத்தின், ஆட்சியின் வைகறை, விடியத் தொடங்கியிருந்தது.

விராடன், பெரிய வீரன் என்று சொல்வதற்கு இல்லை. தருமன் அவரை நல்லவன் என்று அறிந்திருந்தார். தேசம் செழிப்படைந் திருந்தது. வளம் கொழிக்கும் வயல்களும், பொற் சுரங்கங்களும் நாட் டில் இருந்தன. பாண்டவர்கள் பதவியில் இருந்தபோது அவர்களைப் பற்றி நல்லெண்ணம் கொண்டவனாக அவன் இருந்ததை தருமன் அறிந்திருந்தார். அவனுக்கும் அவன் மனைவி சுதேஷ்ணைக்கும் ஒரு சந்தேகம் இருந்துகொண்டே இருந்தது. அந்தப் பணியாளர் ஆறு பேரும், வேலைக்காரர்கள் இல்லை என்பதைத் தொடக்கம் முதலே அவர்கள் அறிந்திருந்தார்கள். அவர்களின் சுபாவம், பேச்சு, பழகு முறை, தங்களை ஒரு வரம்புக்குள் நிறுத்திக்கொண்டது, அரண் மனைக்காரர்கள் தின்று முடித்த மிச்ச உணவைத் தின்னாமல் இருப் பது, தங்களையும் தங்கள் வசிப்பிடத்தையும் தூய்மையாக வைத் திருத்தல், தேவையான சொற்களை, தேவையான நேரத்தில், அதுவும் பேசச் சொன்னால் மட்டுமே பேசுதல் ஆகிய ஒழுக்கங்கள் அவர்கள் வேறு மாதிரியானவர்கள் என்று நினைக்க வைத்தன.

திரௌபதியை முதன்முறை பார்த்த சுதேஷ்ணை, திடுக்கிட்டுப் போய், உன்னைச் சைரந்தரியாக (பணிப்பெண்ணாக) வைக்க முடியாது என்றாள். காரணமும் அவளே சொன்னாள்:

“கல்யாணி... நான் உன்னைப் போஷிக்க மாட்டேன். எனக்கு உன்னிடம் அன்பு தோன்றுகிறது. ஆயினும் என் கணவர் (விராடன்) உன்னைப் பார்த்தால், உன்னிடத்தில் கெட்ட எண்ணம் கொள்வார். ஆதலால், நீ இந்த அரண்மனையில் வசிப்பதற்குத் தகாதவள்...”

(தன் கணவன் பற்றி இவ்வளவு துல்லியமாக எடை போட்டி ருக்கும் மனைவியும் அதை வெளிப்படுத்தியவளும், இதிகாச வரலாற்றில் சுதேஷ்ணையே போலும்.)

விராட தேசத்தில் பத்து மாதங்கள், அஞ்ஞாத வாசத்தைப் பூர்த்தி செய்தார்கள் பாண்டவர்கள். ‘கர்ப்பத்தில் இருக்கிற குழந் தையை யாரும் காணாத மாதிரி’ என்று அழகாக உவமை சொல் கிறார் வியாசகவி. பிரச்சனை, கீசகனின் உருவில் வந்தது.

கீசகன் ஓர் அசுரன். அசுரர்கள் என்பவர்கள், அடுத்தவர்களைப் பகைத்து, துன்பம் தந்து, அகாரணமாகக் கோபம் கொண்டு நாசங் களை ஏற்படுத்துபவர்கள்.

அவன் அரசி சுதேஷ்ணையின் சகோதரன். அதோடு, விராட தேசத்துப் படைகளுக்குத் தளபதியாகவும் இருந்தான். அரசன்

விராடனை மதியாமல், தம் பலத்திலும் படை பலத்திலும் செருக் குற்றுத் திரிந்தவன். விராடன், அவனுக்கு அஞ்சி அவன் செய்யும் அநீதிகளுக்குக் கண் காட்டாமலும் செவி கொடுக்காமலும் வாழ்ந்த வன். இந்தச் சூழலில், திரெளபதியைச் சகோதரியின் அந்தப்புரத்தில் பார்த்தவன், அவள் மேல் காமம் கடும்புனலாகி, உன்மத்தம் கொண்டு திரெளபதியிடம் ஆசை வார்த்தைகள் பேசுகிறான். அவனைத் துச்சம் செய்கிறாள் திரெளபதி. ஒருகட்டத்தில், சினத்தின் மீதேறிய கீசகன், சபை நடுவே, அரசன் முன் அடித்தும், காலால் உதைத்தும் அவமானம் செய்கிறான். ஐந்து கணவர்களுக்கு முன்பும் அது நடக்கிறது. பீமன் மட்டுமே கொதித்துக் கீசகனைக் கொல்ல எழுகிறான். தருமர் அவனைத் தடுத்துவிடுகிறார். அஞ்ஞாதவாச காலம் இன்னும் ஒரு மாதம் மீதம் இருக்கிறது.

தருமனின் மனம் எதுவோ, அதையே அர்ச்சுனன், நகுலன், சகாதேவன் ஆகிய இளைய சகோதரர்கள் அனுசரிப்பவர்கள். பீமன் தருமனை முழுதாக ஏற்றுக்கொள்ளாதவன். அவனுக்கென்று தனி யாக நியாயங்கள் இருந்தன. துரியோதனன் சபையில் திரெளபதி அவமானப்படுத்தப்பட்டபோது பீமனே, ‘தம்பி, எரிதழல் கொண்டு வா, அண்ணன் கையை எரித்திடுவோம்’ என்றவன். அப்போது தடுத்தவன் அர்ச்சுனன்.

இரண்டாம் முறை பாஞ்சாலத்தின் இளவரசி, இந்திரப் பிரஸ்தத்தின் பட்டத்தரசி, ஐந்து மாவீரர்களின் மனைவி, ஓர் அசுர னால் காலால் உதைக்கப்பட்டபோது, பீமன் மட்டுமே துடித்தெழுந் தான். திரெளபதி, அனைத்தையும் பார்த்துக்கொண்டுதான் இருந் தாள். அதனால்தான் அவள் ஒருமுறை சொல்ல நேர்ந்தது.

“இரண்டாவது, முதலாவதாக இருந்திருக்கக் கூடாதா...”

அன்று இரவே, பீமனே அதை மெய்ப்பித்தான். கீசகனின் அரண் மனைக்கு திரெளபதி, பீமனின் ஏற்பாட்டில் செல்கிறாள். கீசகன், அவள் முன்னால் பீமனால் கொல்லப்படுகிறான். அதோடு, அவனது சகோதரர்களையும் கொன்றான்.

விராட தேசமாகிய மத்ஸ்ய தேசம் பற்றிய ஒரு குறிப்பை இங்கு அறிவது நல்லது. பராசரர் மற்றும் சாந்தனு மகாராஜாவின் மனைவி யாகிய சத்தியவதிக்கும் மத்ஸ்ய தேசத்துக்கும் ஒரு தொடர்பை, இந்தோனிசிய தேசத்து மகாபாரதப் பிரதிகள் கற்பிப்பதாக வரலாற்று ஆசிரியர்கள் சொல்கிறார்கள். சில வரிகளில் அக்கதை.

உபரிசரன் என்ற அரசன் காட்டுக்கு வேட்டையாடச் சென்று, களைத்து ஒரு மரத்தடியில் அமர்ந்தான். அப்போது அவனுக்கு மனைவி நினைவு ஏற்பட ஸ்கலிதம் வெளிப்பட்டது. அந்த ஸ்கலி தத்தை ஒரு இலையில் சுருட்டி, அங்கு தென்பட்ட ஒரு பச்சைக்

கிளியை அழைத்து அதைத் தன் மனைவியிடம் சேர்ப்பிக்கக் கேட்டுக் கொண்டான். கிளி அந்த இலையைக் கவ்விக்கொண்டு பறக்கையில், பருந்தொன்று அவ்விலையை, உணவுப் பொருள் என்று நினைத்து அக்கிளியைத் தாக்கியது. இலை நழுவிக் கடலில் விழுந்தது. அதைக் கடல்மீன் விழுங்கியது. சில நாட்களுக்குப் பிறகு, மீனவன் வலையில் சிக்கிய அந்த மீனின் வயிற்றில் இரண்டு குழந்தைகள் இருக்கக் கண்டான். அதை மன்னன் உபரிசரனிடம் கொண்டுபோய்க் கொடுத்தான். அது அவனது விந்தில் பிறந்த குழந்தைகள். அந்த இரண்டு குழந்தைகளில் ஒரு குழந்தை ஆண். அந்தக் குழந்தையை அரசன் எடுத்துக்கொண்டான். மற்றது பெண் குழந்தை. அந்தக் குழந்தை, மீனவர் தலைவரிடம் வளர்ந்தது. அவளே சத்தியவதி. முதலில் பராசரர் மூலம் வியாசரைப் பெற்றவள். அதன்பிறகு சாந்தனு மன்னனை மணந்தாள். அவள் குழந்தைகளில் இரண்டாமவன் விசித்திரவீரியன். அவன் மரபு பாண்டு. பாண்டுவின் மரபினர் பாண்டவர்கள். அந்த இன்னொரு ஆண் குழந்தை, உபரிசரனால் வளர்க்கப்பட்டு, அவனால் உருவாக்கப்பட்டதே மத்ஸ்ய தேசமாயிற்று. மதிஸ்யம் – மச்சம் – மீன். அந்த மத்ஸய மன்னன் மரபிலேயே விராடன் வருகிறான். விராட தேசம், மத்ஸ்ய தேசமாயிற்று. இது ஒரு கருதுகோள்.

துரியோதனன் அஞ்ஞாதவாசத்திலேயே பாண்டவர்களைக் கண்டுபிடிக்க முயன்றான். கீசகன் கொலை, நிச்சயம் பீமனால்தான் இருக்கும் என்று அவன் உணர்ந்தான். அக்காலத்துப் போர் முறைப்படி, விராட தேசத்துப் பசுமந்தைகளைக் கவர்ந்து போரைத் தொடர படையெடுத்து வந்தான். நபும்சகனாக இருந்த அர்ச்சுனன் வெளிப்பட்டு விராட தேசத்தைக் காப்பாற்றினான் என்பது எல்லோரும் அறிந்த கதை. அர்ச்சுனன் வெளிப்பட்ட அந்தக்கணம் சரியாக அஞ்ஞாதவாசம் முடிந்த சமயம். பீஷ்மர் அதை உறுதிப்படுத்தினார். தம் மாணவி உத்தரையை தம் மகன் அபிமன்யுவுக்கு மணமுடித்து, நன்றிக்கடன் தீர்த்தான் அர்ச்சுனன்.

ஓராண்டுக் காலம் உண்ண உணவும் சம்பளமும் இருக்க இடமும் தந்து காப்பாற்றிய விராடனுக்கு இப்படியான நன்றியைச் செலுத்தினார்கள் பாண்டவர்கள். பாஞ்சாலியை மணம் கொண்டதன் காரணமாகப் பாஞ்சாலனின் படை பலமும், விராடன் மகளை மணமுடித்ததால் விராடன் படையும் மூலதனமாகக்கொண்டே பாண்டவர்கள் தம் நாட்டுரிமையைக் கோரினார்கள்.

மகாபாரதத்தில் விராட பருவம் முக்கியமானது என்பது ஒரு கொள்கை. அடைக்கலத்தின் மகிமை திருமணத்தில் முடிந்த மங்களம் என்பவை அதன் காரணங்கள். செய்த நன்மைகள் ஒருபோதும் வீண் போகாது என்பதே இதன் தத்துவம்.

✶

ஆசாரியர் கிருபர்

சாந்தனு மன்னன் வேட்டையாடச் சென்ற இடத்தில் அவன் வீரரில் ஒருவன் ஒரு செய்தியைக் கொண்டு வந்தான். நாணற்காட்டில், இரு குழந்தைகள் ஆணும் பெண்ணுமாகக் காணப்படுவதையும் பெற்றோர் விவரம் தெரியவில்லை என்றும் சொன்னான். நாணல் தண்டுகளுக்கிடையில் படுத்துக்கிடக்கும் ஆணும் பெண்ணுமான அக்குழந்தைகள் சாந்தனு மன்னன் மனத்தில் கிருபையை ஏற்படுத்தின. 'என் பெண், என் பிள்ளை' என்று சொல்லி அக்குழந்தைகளைத் தம் அரண்மனைக்கு எடுத்துச் சென்று உரிய சம்ஸ்காரங்கள் செய்து வளர்த்து வந்தான். மன்னன் கிருபை காரணமாக வளர்க்கப்பட்ட அக்குழந்தைகளில் ஆண் குழந்தை கிருபர் என்றும் பெண் கிருபை என்றும் அழைக்கப்படலாயினர்.

மற்றவர் கிருபை சார்ந்தே வாழ்வது என்று விதிக்கப்பட்ட அந்த மனிதர், வெகு விரைவிலேயே தம்மை நிலைப்படுத்திக்கொண்டார். தனுர்வேதத்தில் ஒரு பெரும் ஆசாரியராகத் தம்மை ஸ்திரப்படுத்திக் கொண்ட கிருபர், ஒரு மகாத்மாவாக, தர்ம ஸ்தாபகராக, கௌரவ–பாண்டவ வம்சத்தின் ஞானாசிரியராகவும் தம்மை மேம்படுத்திக் கொண்டார்.

மனிதகுலத்தின் மிக அரிதான முன்னுதாரணங்களான தர்மாத்மாக்கள் பலரை வியாசர் நமக்கு அறிமுகப்படுத்தியிருக்கிறார். அவர்களில் ஒருவரான கிருபர், பல வகைகளில் வித்தியாசமானவர். அஸ்தினாபுர அரசவையில் பீஷ்மர், துரோணர், விதுரருக்கு அடுத்த படியான அமைச்சரின் இருக்கையில் இருந்த அவர், ஒருபோதும் தற்பெருமை பேசாதவர். எதிரே அமர்ந்திருந்த கர்ணன், தற்பெருமையைத் தவிர வேறு எதையுமே பேசாதவனாக இருந்தபோது, தம் பேரமைதியைத் தம் தகுதிக்கான பதிலாக முன் நிறுத்தியவர் கிருபர். தம் வரம்பை, வேறு யாரையும்விட அதிகமாக அறிந்தவர் அவர். தமக்கு அளிக்கப்பட்ட பணியைப் பிசிறில்லாமல் செய்து முடித்து அடுத்த பணிக்குக் காத்திருக்கும் அமைதியின் உருவம் அவர். தம் முழு வாழ்க்கையையும் தர்ம சோதனையாக முன்நிறுத்திய அவரை மிகுந்த மரியாதையுடன் கவனம் செய்தவர்களில் இருவர் முக்கியமானவர்கள். ஒருவர் வியாசர். மற்றவர் கிருஷ்ணன்.

கிருபரின் தந்தை, கௌதம மகரிஷியின் மகன் சரத்வான். இவர் பிறக்கும்போதே பாணங்களுடன் பிறந்தவர் என்கிறார் வியாசர். சரத்வானுக்கு வேதாத்தியனத்தில் ஈடுபாடு குறைந்து தனுர்வேதத்தில் பற்று மிகுந்தது. தவம் செய்து அஸ்திர ஞானத்தின் கரை கடந்தார். சரத்வானின் பேராற்றல், இந்திரனைத் துன்பம் செய்தது. எப்போதும் ரிஷிகளின் மன உறுதியைப் பரிசோதிப்பதில் இன்பம் கண்ட இந்திரன், ஜாலவதி என்கிற தேவகன்னிகையைச் சரத்வானின் தவத் துக்கு இடையூறு செய்ய அனுப்பினான். ஜாலவதியின் பேரழகு, சரத்வானின் புலக்கட்டுப்பாட்டைக் கெடுத்தது... விளைவாக நாணற் காட்டில் இரு குழந்தைகளாக சரத்வானின் சக்தி தோற்றம் கண்டது.

கிருபருக்குக் குருவாக அவர் தந்தை சரத்வானே அமைந்தார். கிருபரும் தனுர் வித்தையையே தந்தையைப் போல விரும்பினார். சரத்வான் அவருக்கு நான்கு வகையான தனுர் வேதத்தையும், அதன் நுட்பத்தையும் பூரணமாகக் கற்பித்தார். மிக விரைவில் கிருபர், ஒரு ஆசாரியராகத் தம்மை மெய்ப்பித்துக்கொண்டார். இதன் வளர்ச்சி யாகக் கிருபரின் வளர்ச்சியைத் தினம் தினம் கண்டுகொண்டே இருந்த பீஷ்மர், தம் பெயரர்களான பாண்டவ மற்றும் கௌரவச் சிறுவர் களை கிருபரின் சிஷ்யர்களாக்கி அவரை கௌரவித்தார். குருதேச இராஜகுமாரர்களுக்கு ஆசான் என்கிற அந்தஸ்தை, நாணல் தண்டில் கிடந்த அந்த ஆண் குழந்தை பெற்றது. அந்தப் பெண் குழந்தை கிருபி, துரோணரை மணந்தாள்.

ஆசாரியர் என்கிற அரண்மனைக் கௌரவம், சம்பளம், சம்பா வனை எல்லாம் தம்மைத் தொட்டுவிடாமல் மிக விழிப்பாக வைத்துக் கொண்டார் கிருபர். சாஸ்வதம் எது என்பதை அவர் அறிந்துகொண் டார் என்பதால், அ – சாஸ்வதங்கள் பொருட்டல்ல என்பதையும் அவர் தெரிந்துகொண்டிருந்தார். கிருபரை மேலும் கூர்மைப்படுத்தும் நிகழ்ச்சி ஒன்று நடந்தது.

பாண்டவ கௌரவச் சிறுவர்களுக்கு இன்னும் மேலான ஆயுதப் பயிற்சி அளிக்க வேண்டும் என்று பீஷ்மர் தீர்மானிக்கிறார். அதற்காக துரோணரைத் தேர்ந்தெடுக்கிறார். இதை கிருபருக்குத் தெரிவிக்கிறார் பீஷ்மர். தம் சகோதரியின் கணவர் துரோணர், இப்போது தம் ஆசிரியப் பணிக்குக் குறுக்காக வருகிறார். அதோடு, துரோணர் இன்னும் மேலான ஆசான் என்று அவருக்குச் சொல்லப்படுகிறது. உண்மை தான் அது என்றாலும், எந்த மனிதனையும் அசைத்துவிடக்கூடிய சங்கடம் அது. இதுபோன்று வருவதுதான் தர்மசங்கடம் என்பது. தர்மவான்களுக்கு வரும் சங்கடம் அது.

துரோணர் என்கிற பெரிய மனிதர், பீஷ்மரிடம் கேட்டுக் கொள்கிறார்:

“நான் பொறுப்பேற்றால், இவருக்கு அளிக்கப்படும் சம்பளம், சம்பாவனை, மரியாதை குறைந்துவிடக்கூடாது.”

“கிருபரின் கௌரவத்துக்கு ஒரு எள்முனை அளவும் பங்கம் வராது. நான் அதுக்குப் பொறுப்பேற்கிறேன்.”

இது எதுவும் கிருபருக்குத் தெரியாது. தம் மாணவர்கள், மறுநாள் தொட்டு துரோணரின் மாணவர்கள் ஆகிறார்கள் என்றதும், கொஞ்சமும் மன வேறுபாடு இன்றித் தம் பொறுப்புகளை மாற்றித் தருகிறார் கிருபர்.

குருசேத்திர யுத்தம் முடிந்த மாலை. இரவு வந்து கொண்டிருக்கிறது. அந்த இரவு, உலகம் அதுவரை காணாத படுகளம் ஒன்று நடக்க இருந்தது. இரவுக் காற்று ரத்தத்தில் ஊறியதாக பலத்துக் கொண்டிருந்தது. துரியோதனன் தம் கடைசிச் சில மணி நேர வாழ்க்கையை வாழ்ந்துகொண்டிருக்கிறான். அப்போது துரியோதனனை அவன் பக்கம் நின்று போரிட்ட மூன்று பேர் சந்திக்கிறார்கள். மிஞ்சிய, உயிர் பிழைத்த மூன்று அதிரதர்கள். ஒருவன் அஸ்வத்தாமன், ஒருவன் கிருதவர்மா, மற்றவர் கிருபர்.

இடுப்புக்கும் கீழாக உடல் சிதைக்கப்பட்டு விரக்தியிலும் வேதனையிலும் புலம்பிக்கொண்டிருந்த துரியோதனனைக் கண்டு அஸ்வத்தாமன் துடித்துப்போகிறான். தந்தை அறமற்ற வகையில் கொல்லப்பட்ட சினம்கூட இப்போது மறந்து போயிருந்தது. தம் அரசனின் இந்த இழிநிலைமை அவனைச் சினத்தின் உச்சிக்குக் கொண்டு போகிறது. உண்மையில் துரியோதனன், போர், குருதேசம், பழிக்குப்பழி முதலான உணர்ச்சிகளுக்கு அப்பால் சென்றுவிட்டிருந்தான். அவன் மனம் சூன்யத்தில் நிலைத்திருந்தது. மரண கணங்கள் அவன் காலடியில் அமர்ந்திருந்தன.

அப்போது வந்த அஸ்வத்தாமன், மறுநாள் அந்திக்குள் பாஞ்சாலர்க்கும் பாண்டவர்களுக்கும் பேரழிவை ஏற்படுத்துகிறேன். அதற்கு அனுமதி தரக் கோருகிறான் துரியோதனனிடம். பகைப் பொறி மீண்டும் துரியோதனன் மனத்தில் விழுகிறது. கர்ணன் இருந்தவரை கர்ணன் செய்த அதே பணியை அவனைத் தொடர்ந்து செய்தவன் அஸ்வத்தாமனாக இருக்கிறான். துரியோதனன் மனத்தில் நம்பிக்கை எழுகிறது. அவன் கிருபரிடம், “ஆசாரியரே... தாங்கள் விரைவில் நீர் நிரம்பிய கலசத்தைக் கொண்டுவாருங்கள்” என்றான். கிருபர் அப்படியே செய்தார்.

“பிராமணரே... உமக்கு நன்மை உண்டாகட்டும். தாங்கள் எனக்கு விருப்பமானதைச் செய்ய விரும்பினால், என் கட்டளைப்படி துரோண புத்திரனை சேனாதிபதி பதவியில் அபிஷேகம் செய்யுங்கள். பிராமணர்கள், மன்னன் கட்டளை இட்டால் சத்திரிய தர்மப்படி போரிட வேண்டும் என்பது தர்மம்” என்றான்.

எழுத்து பிசகாமல், துரியோதனன் கட்டளையை ஆசாரியர் நிறைவேற்றினார். குருதேச சேனாதிபதியாக அஸ்வத்தாமனை அபிஷேகம் செய்து வைத்தார் கிருபர். குருதேச சைன்யத்தில் மிஞ்சி இருந்தவர்கள் மூன்றே பேர்கள். அந்த மூன்று பேர்களில் மூத்தவர் கிருபர். துரியோதனனுக்கும் ஆசாரியர். அதோடு, தங்கை மகன் அஸ்வத்தாமனைத் தம் புதல்வனாகக் கருதி வளர்த்தவர். தாம் வளர்த்த சிறுவனுக்கு சேனாதிபதியாக அபிஷேகம் செய்து வைப்பவராக மட்டுமே துரியோதனனால் அப்போது பார்க்கப்பட்டார் என்பது முக்கியம். ஆனால், துரியோதனன் மேலோட்டமாகச் சிந்திப்பவன் அல்லன். வேறு காரணம் இருந்தது. படை என்பது லட்சக் கணக்கில் இருந்து சிறுத்துச் சிறுத்து மூன்றே பேர்களாகச் சுருங்கிய இந்தச் சின்னஞ்சிறு குழுவைக்கொண்டு பாண்டவர்களை எப்படி வெல்லப் போகிறான் அஸ்வத்தாமன்? அவனுக்கு ஒன்று புரிந்தது. நிச்சயம் அஸ்வத்தாமன் தர்மயுத்தம் செய்யப் போவதில்லை. அந்த வகை யுத்தத்துக்கு கிருபர் பயன்படமாட்டார். இந்த நிலையில் துரியோதனன், அஸ்வத்தாமனைத் தேர்ந்தெடுத்தது அவன் நியாயமாக இருக்கலாம்.

அப்படித்தான் நிகழ்ந்தது.

இரவு வளர்ந்துகொண்டிருந்தது. மூவரணி அலைந்து களைத்து விட்டிருந்தது. பாண்டவர்களின் வெற்றி கர்ஜனை கேட்காத தூரமாக ஒரு காட்டுக்குள் நுழைந்து, அங்கிருந்த ஒரு ஆலமரத்தின் கீழ் தங்கினர். உடம்பு முழுக்கக் காயம் பட்ட கிருபரும், கிருதவர்மாவும் உடனே உறங்கிவிட்டனர். அஸ்வத்தாமன் உறக்கம் வராமல், தமக்குள் மேலும் மேலும் பகையாலும் சினத்தாலும் ஆத்மாவை நிரப்பிக் கொண்டிருந்தான். அப்போது அவன்முன் ஒரு காட்சி நடந்தது. ஆயிரக்கணக்கான காகங்கள் வசிக்கும் அந்த ஆலமரக் கிளையில் ஒரு பெரிய ஆந்தை வந்து அமர்ந்தது. சத்தமில்லாமல் உறங்கிக் கொண்டிருந்த காகங்களைப் பாய்ந்து அடித்துக் கொன்றது. சற்று நேரத்தில் ஆலமரத்தின் அடிப்பகுதி காகங்களின் உடல்களால் நிறைந்தது.

அஸ்வத்தாமன் ஒரு முடிவுக்கு வந்தான். ஆந்தை அவனுக்குக் கற்றுக் கொடுத்தது என்பது இல்லை. இரவு நேரம். வீரர்கள் ஆயுதம் இன்றி, கவசம் இன்றி உறங்கும்போது அவர்களை எளிதாகக் கொல்லலாம் என்று திட்டமிட்டுக்கொண்டிருந்த அஸ்வத்தாமனுக்கு ஆந்தை ஒரு போர் வடிவத்தைத் தந்தது.

உடன் அவன் தம் மாமனை, கிருதவர்மாவை எழுப்பினான். தம் திட்டத்தைச் சொன்னான்.

"இரவில், வீரர்கள் உறங்கும்போதா போர் செய்வது. அது தர்மம் இல்லை" என்றார் கிருபர்.

"துரியோதனன் வீழ்த்தப்பட்டதும், தந்தை துரோணர் கொல்லப் பட்டதும், கர்ணன் கொல்லப்பட்டதும் எந்த தர்மம்? அந்த தர்மத் தையே நானும் செய்யப் போகிறேன்" என்றான் அஸ்வத்தாமன்.

"விடிந்ததும், போர் அறிவிப்பு செய்து செல்லலாம்" என்கிறார் கிருபர்.

"இல்லை... நான் முடிவு செய்துவிட்டேன். இன்று இரவு, விடி வதற்குள் பாண்டவரும், பாஞ்சாலர்களும் கொல்லப்பட வேண்டும்."

அஸ்வத்தாமன் இப்போது சேனாதிபதி. அவன் அனுமதி கேட்பது இல்லை. ஏறக்குறைய அது உத்தரவு. கிருபர் என்கிற, தலைவன் ஆணைக்குட்பட்ட விசுவாசி, அஸ்வத்தாமனைப் பின் தொடர வேண்டி இருந்தது.

இரவு விடிவதற்குள் சகல கொலை பாதகமும் நடந்து முடிந்தன. பாஞ்சாலர்கள் திருஷ்டத்துய்மன், சிகண்டி, திரௌபதியின் பிள்ளைகள் என்று தொடங்கி, உத்தரையின் கருவறைக்குள் இருந்த அபிமன்யுவின் குழந்தை வரையில் சகலரையும் கொன்றான் அஸ்வத் தாமன். இந்த 'நல்ல' சேதியைக் கேட்டே துரியோதனன் உயிரை விடுகிறான்.

இறந்த குழந்தைக்கு உயிர் கொடுத்த கிருஷ்ணன், அந்தக் குழந் தைக்குப் பரிட்சித்து என்று பெயர் இடுகிறார். பாண்டவர் மரபில் மிச்சம் இருந்த அந்தக் குழந்தையே அஸ்தினாபுரத்தின் அரசனாகப் பிரகடனம் செய்யப்படுகிறான்.

கிருஷ்ணன் கிருபரைப் பார்த்துச் சொல்கிறார்.

"ஆசாரியரே, என் சார்பாகவும் பாண்டவர் சார்பாகவும் ஒரு விண்ணப்பம்!"

"சொல் கிருஷ்ணா."

"பாண்டவர்க்கு ஆசாரியராக இருந்தது போல, இக்குழந்தை பரிட்சித்துக்கும் ஆசாரியராகவும், அமைச்சராகவும் இருந்து குரு தேசத்தைக் காப்பாற்றுவீராக..."

கிருபர் புதிய பணியை மனம் உவந்து ஏற்றுக்கொண்டார். தம் மிச்சமிருக்கும் வாழ்வுநாளை, இளவரசன் பரிட்சித்தின் சேவையில் கரைத்துக்கொள்கிறார். தர்மம் எது என்பதை, தம் வாழ்வால் வாழ்ந்து காட்டினார் கிருபர். அவர் தர்மம் பற்றி உபதேசித்தது இல்லை. தர்மஸ்தாபனம் என்பது, தர்மவான்களின் சுபாவத்தைப் பொறுத்ததாகவே எப்போதும் இருக்கிறது.

★

தர்ம தூதர் பலராமர்

வசுதேவரின் மனைவி ரோகிணியின் மைந்தர் பலராமர். வசுதேவரின் இன்னொரு மனைவி தேவகியின் குழந்தை கிருஷ்ணன். ஆக, பலராமர் என்றும் பலபத்ர தேவர் என்றும், பலதேவர் என்றும், சங்கர்ஷணர் என்றும் பல பெயர்களால் விளங்கிய அண்ணனுக்கும் கிருஷ்ணனுக்கும் நிலவிய சகோதரத்துவம் மிகவும் வித்தியாசமானதாக இருக்கிறது. கிருஷ்ணன், தம் அண்ணனின் மேல் வைத்த பாசம்; தேவதா விசுவாசம் என்கிறார் வியாசர். பலராமரின் வாக்கைத் தம் தந்தையின் வாக்காகவே கருதிக்கொள்பவர் கிருஷ்ணன். தம் சகோதரன் கிருஷ்ணனின் கௌரவத்துக்கு ஓர் ஊசிமுனை அளவு பங்கம் வரும் என்றால்கூட அதைத் தம் உயிர் கொடுத்தும் நிறுத்து பவர் பலராமர்.

ஆனால், அவர்களின் சகோதரத்துவத்தின் ரகசியம் (ரகசியம் என்றால் உண்மை என்று பொருள்) வேறு வகைப்பட்டது. பல ராமர், எதிலும் ஓரம்சாராத நடுநிலைப் போக்கைக் கடைப்பிடிப்பவர். அதீத பாசம், அதீத சினேகம், அதீத பற்றுதல் என்பதெல்லாம் பலராமர் அறியாதவை. மகாவீரரும் மகா ஞானியுமான அவருக்கு, நீதியும் தர்மமுமே முக்கியமானவை. மனித உறவுகள் அவருக்குப் பொருட்டே இல்லை. ஆனால், கிருஷ்ணனின் வாழ்க்கை தரிசனம் வேறு வகைப்பட்டது. அவர், அன்பு செலுத்துவோரைத் தம் ஐந்து விரல்களுக்குள் வைத்துக் காப்பாற்றுபவர். அர்ச்சுனத் தோழன் என்று தம்மை எப்போது பிரகடனப்படுத்திக்கொண்டாரோ, அந்தக் கணம் முதல், அவன் சரிகளை மட்டும் ஆராதித்து, உதவி, அவன் தவறு களை அலட்சியம் செய்தவர். இன்னும் சொன்னால், பாண்டவர் களின் குருசேத்திர யுத்தத்தின் வெற்றிக்குப் பின்னால் இருக்கும் சகல அறப்பிறழ்வையும், பெரும்பான்மை தர்ம விரோதங்களையும் தாமே முன்னின்று செய்தவர்; செய்யக்கூடியவர்.

கிருஷ்ணனின் இந்த மனோபாவத்துக்கான காரணம் எளிது. அவர்கள் 'நம்மவர்கள்'. அவர்களின் தவறுகள் மன்னிக்கப்பட வேண்டியவை. கிருஷ்ணன், நம்பிய 'பேரறம்' ஒன்றுக்காகச் சிற்றறங் கள் மீறப்படலாம். எவ்வகையாலும் அதர்மம் அழிய வேண்டும்.

மகாபாரதம், இந்த இரு சகோதரர்களின் கொள்கைப் பிணக்கை எந்த வகையிலும் மறைக்கவில்லை. தமக்குச் சரியென்று பட்ட ஒன்றை கிருஷ்ணன் உள்ளிட்ட யாதவர்கள் யாரும் விரும்பவில்லை என்றாலும், அதை அமல்படுத்த பலராமர் தயங்கியதில்லை. குடும்பம், யாதவ நாட்டு அரசியல், அஸ்தினாபுரத்து அரசியல் என்று எந்தப் பிரச்சனையிலும் பலராமரும் கிருஷ்ணனும் வேறு வேறு பாதையிலேயே பயணப்பட்டார்கள் என்றாலும், ஒரு கூரையின் கீழேயே அவர்கள் இனிமையாக உரையாடிக்கொண்டு வாழவும் செய்தார்கள்.

பலராமர் மிதிலையில் இரண்டாண்டுக் காலம் தங்க நேர்ந்தது. (கிருஷ்ணனோடு ஏற்பட்ட வருத்தம் காரணம்.) தனிமையில் இருந்தார் பலராமர். ஏரையும் கலப்பையையும் ஆயுதமாகக்கொண்ட பலராமர். கதா யுத்தத்தில் நிகரற்ற வீரர் என்ற புகழ் பரவி இருந்தது. இந்தச் சந்தர்ப்பத்தைப் பயன்படுத்திக்கொண்டான் துரியோதனன். பலராமரை அணுகித் தம்மை அவர் சிஷ்யனாக அமைத்துக்கொண்டான். அவன் காட்டிய பணிவு, கற்றலில் அவனுக்கு இருந்த ஆர்வம், ஓய்வு அறியாத உழைப்பு எல்லாம் பலராமரைக் கவர்ந்துவிட்டன. துவாரகை திரும்பிய பலராமர், தம் சகோதரி சுபத்ராவை துரியோதனனுக்குத் தருவது என்று முடிவு செய்தார். சிஷ்யன்பால் இருந்த அன்பு இந்த முடிவை நோக்கி அவரைத் தள்ளியது. ஆனால், கிருஷ்ணனுக்கோ தம் சகோதரியும் அர்ச்சுனனும் நேசத்தில் இருப்பது தெரியும். சுபத்ரைக்கு, மண்ணில் அர்ச்சுனன் ஒருவனே தகுதியானவன் என்று சொல்லிப் பார்க்கிறார் கிருஷ்ணன். 'நம் தங்கை, துரியோதனப் பேரரசன் மனைவியாக, அஸ்தினாபுரப் பேரரசியாக இருப்பது எப்படி? ஒரு கிராமத்தைவிடவும் சிறிய இந்திரப்பிரஸ்தத்தில் சுபத்ரா வாழ நான் அனுமதிக்க முடியாது' என்றார் பலராமர்.

கிருஷ்ணன், பலராமரை எதன் பொருட்டும் மறுப்பதில்லை. ஆனால், தாம் செய்ய நினைப்பதைச் செய்துகொண்டே போவார். ஒரு கட்டத்தில், தம்பி, தமக்கு எதிராக இருக்கிறான் என்று தெரிய வரும்போது பலராமர், தம்பியை ஏற்றுக்கொள்பவராக மாறி விடுவார். இதுவே பலராமரின் இறுதி மனோபாவம். ஒரு பக்கம், கிருஷ்ணன், தந்தை, தாய், தன் மனைவிகள் எல்லோரையும், சுபத்ராவை அர்ச்சுனனுக்குத் தரச் சம்மத அங்கீகாரத்தை உருவாக்கினார். ஒரு கட்டத்தில் சுபத்ராவை அர்ச்சுனன் கடத்திக்கொண்டு போகவும் அனுமதித்தார். கடத்தலுக்கு உதவ, தேரையும் குதிரைகளையும் கொடுத்த அண்ணன் அவர். அதுமட்டுமல்ல, பலராமரைக் குறித்து பயந்த அர்ச்சுனனிடம் கிருஷ்ணன் சொன்னார்: "அர்ச்சுனா, நீ செய்வது புதிதா என்ன? என் மனைவிகளில் பலரையும் அவர்கள் சம்மதத்துடன் கடத்திக் கொண்டு வந்தவன்தான். இப்போது உன் முறை!" என்றபடி சிரித்தார் கிருஷ்ணன்.

பிரபஞ்சன் ★ 177

பலராமர் அதிர்ந்தார். தங்கையை ஒருவன் கடத்துவதா? தம் ஏராயுதத்தையும் கலப்பையையும் ஏந்தி யுத்தத்துக்குத் தயாரானார். கிருஷ்ணன், அண்ணன் காலில் விழுந்தார். "நம் தங்கை அர்ச்சுன னைத் தேர்ந்துவிட்டாளே, என்ன பண்ண?" என்றார். இதற்குள், சாத்யகி, ஒரு உண்மையைச் சொன்னார்: "அர்ச்சுனன் தம்மைத் துரத்தும் யாதவர்களுடன் போர் செய்து கொண்டிருந்தபோது, நம் சுபத்ராதேவிதான் தேரை ஓட்டிக்கொண்டு சென்றாள்."

பலராமர், தம் ஆயுதத்தை நழுவவிட்டார்.

"சுபத்ராவா தேரை ஓட்டினாள்? சரி. அவர்கள் இரண்டு பேரை யும் அழைத்து வாருங்கள். நானே திருமணம் செய்து வைக்கிறேன்."

பலராமர் இப்படியானவர். அவரைத் துல்லியமாக அறிந்து கொள்ள இன்னுமொரு நிகழ்ச்சி.

பன்னிரண்டு ஆண்டுகள் காடுகளிலும், பதிமூன்றாவது ஆண்டு அஞ்ஞாத வாசத்திலும் வெற்றிகரமாக முடித்த பாண்டவர்கள், தமக் குரிய நாட்டைப் பெறும் விஷயமாக விராடன் அரண்மனையில் தம் நம்பிக்கைக்குகந்த பெரியோர்களுடன் அமர்ந்து விவாதிக்கிறார்கள். அபிமன்யு திருமணம் முடிந்த மறுநாள் காலை. விராடன், துருபதன் முன்னிலை. தந்தை வசுதேவருடன் பலராமரும் கிருஷ்ணரும் அமர் கிறார்கள். சாத்யகி மற்றும் தருமன் முதலான பாண்டவர்கள் அனை வரும் அமர்கிறார்கள். கிருஷ்ணன் உரையாடலைத் தொடங்கி வைக்கிறார்!

"துரியோதனன் முதலானவர்களால் பாண்டவர்கள் பதிமூன்று ஆண்டுகள் பட்ட கஷ்டங்கள் அரசர்களாகிய நீங்கள் அறிவீர்கள். தர்ம வழியில் அல்லாமல் இந்த உலகமே பெறும் வாய்ப்புக் கிடைத் தாலும் தருமர் அதைப் பெற மாட்டார் என்பதையும் நீங்கள் அறி வீர்கள். ஆகவே, துரியோதனனுக்கும் தருமருக்கும் எது நன்மை தருமோ அந்த வழியைத் தீர்மானியுங்கள். பாண்டவர்களாகிய தர்ம வான்கள் நினைத்தால், கௌரவர்களைக் கொல்வது என்பது ஒரு பெரிய விஷயம் இல்லை. எதையும் தர்மத்தின் வழியாக நீங்கள் தீர் மானியுங்கள். பாண்டவர்களுக்கு அவர்கள் தந்த சிரமங்கள், துன் பங்கள் ஆகியவற்றைக் கருத்தில்கொண்டு ஆலோசனை செய்யுங்கள்."

கிருஷ்ணனின் இந்தப் பேச்சு, ஆலோசனை எத்திக்கில் போக வேண்டும் என்பதைக் கோடி காட்டுகிறது. தாம் யார் பக்கம் இருக் கிறேன் என்பதையும் சொல்லிவிடுகிறது. அச்சபையில் கூடி இருக்கிற துருபத, விராட மற்றும் யாதவர்கள் அனைவருமே, பாண்டவர் பக்கம் தம் நிலைப்பாட்டை உறுதி செய்து அமர்ந்தவர்கள். இந்தச் சூழலை அறியாதவர் அல்லர் பலராமர். சூழலின் சூடு, குளிர்ச்சி

முதலான தட்ப வெப்பங்களால், தர்மம் பாதிக்கப்படக் கூடாது என்ற நிலைப்பாட்டை எடுத்தார் பலராமர். தம் தங்கையை மணந்த அர்ச் சுனன் முன், தம் தம்பி பாண்டவர் பக்கமே நிற்கிறார் என்பதை அறிந்த பின்னும் பலராமர், தம் கருத்துகளைக் கூறத் தொடங்குகிறார்.

"கிருஷ்ணனின் பேச்சு தர்மம், அர்த்தம் இரண்டும் கூடியது. துரியோதனனுக்கும் யுதிஷ்டிரருக்கும் இருவருக்குமே நன்மை தரக் கூடியது. குந்திபுத்திரர்கள், தமக்குரிய பாதி தேசத்தை அடைய விரும்பு கிறார்கள். துரியோதனன் அதைக் கொடுத்துவிட்டால் அவனும் நம்மோடு மகிழ்ச்சியோடிருக்கலாம். அவனும் அமைதி அடையலாம். பாண்டவர்களும் அமைதி அடைவார்கள். ஆகவே, பாண்டவர்கள் கோரிக்கையான பாதி ராஜ்யத்தைக் கொடுக்கும்படி ஒரு தூதுவனை அனுப்பிக் கேட்கச் சொல்லலாம். இதுவே முறை" என்ற பலராமர், மேலும் சொல்லலானார்:

"யுதிஷ்டிரர், சூதாட்டம் அறியாதவர். ஆனால், அதில் வல்ல வனான சகுனியுடன் ஆட எப்படிச் சம்மதிக்கலாம்? சூதாட்டத்தில் காய்கள் அனைத்தும் தமக்கு விரோதமாக விழுந்தபோதும், யுதிஷ்டிரர் ஏன் வெறியோடு தொடர்ந்து ஆடினார்? தவறு சகுனியுடையது அல்ல. யுதிஷ்டிரரே தவறு செய்தவர். சம்மதப்பட்டு ஆடித்தானே தம் நாட்டை இழந்தார். சகுனி மாயச்சூது ஆடுபவன் என்பதை உலகமே அறியும். இருந்தும், துரியோதனன், கர்ணன் ஆகியோரை விட்டுவிட்டு ஏன் சகுனியை அவர் தேர்வு செய்தார். ஆகவே, பாதி ராஜ்யத்தைப் பெற மிகவும் சமாதானமாகவும், மிகவும் மரியாதை யுடன் கூடிய சொற்களைக்கொண்டே துரியோதனனுடன் பேச வேண்டும்."

இத்துடன் நிறுத்தவில்லை பலராமர், துரியோதனன் என் அன்புக்குரிய சிஷ்யன் என்றுவேறு சொன்னார்.

அந்தச் சூழலில் பலராமரின் எதிரில் நின்று பேசாதவனான சாத்யகி மிகக் கடுமையாக பலராமர் பேச்சை விமர்சனம் செய் கிறான். அதையும் பொறுமையாகக் கேட்டுக்கொள்கிறார் பலராமர். சபையில் அவரவர் கருத்தை அவரவரும் பேச உரிமை இருக்கிற தல்லவா? கிருஷ்ணன், சகாதேவன் முதலான பலரும் பலராமரைக் கடுமையாக எதிர்க்கிறார்கள்.

உண்மை என்னவென்றால், பலராமருக்கு துரியோதனன் மேல் உள்ள அன்புக்கும் பாண்டவர்கள் மேல் உள்ள அன்புக்கும் பேதம் இல்லை. ஆனால், தர்மம் இருவருக்கும் அப்பாற்பட்டது என்பது அவர் கட்சியாக இருக்கிறது. "தம்பிகளையும் மனைவியையும் வைத்துச் சூதாடுகிற ஒரு மனிதரை, ஏன் யாரும் விமர்சிக்க மறுக் கிறீர்கள்?" என்பதே பலராமரின் வாதம். ஆனால், தருமருக்கு

ஆதரவான அந்தச் சூழலில் அப்படிப் பேசலாமா என்பதே கடைசி யாக விவாதம் வந்து நிற்கும் இடம். பலராமர், 'தர்மத்தை எந்தச் சூழலும் தடுக்க முடியாது' என்றும், 'சூழலுக்கும் மனிதர்க்கும் ஏற்ப தர்மம் தம் நிறத்தை மாற்றிக்கொள்ளக்கூடாது' என்றும் கருதுகிறார்.

இந்த பலராமர்தான் அபிமன்யு கொல்லப்பட்டமைக்காக மிகப் பெரும் துன்பத்தை அடைந்தார். அவர் பார்வையில் வளர்ந்தவன் அபிமன்யு. அவர் துன்பத்தை வியாசர் வந்து போக்க வேண்டி இருந்தது.

கிருஷ்ணன், முற்றும் முழுக்கவும் பாண்டவர் நிலைப்பாட்டை எடுத்தது, பலராமருக்கு உடன்பாடு இல்லை. என்றாலும் கௌரவர் பக்கம் யுத்தம் செய்யவும், அது கிருஷ்ணனுக்கு எதிராக அமையும் என்பதால், அவர் யுத்த காலத்துக்கும் முன்பேயே தீர்த்த யாத்திரை புறப்பட்டுச் சென்றார். வழியில் துரியோதனனுக்கும் பீமனுக்கும் கதா யுத்தம் நிகழ இருப்பதை நாரதர் மூலம் அறிகிறார். யுத்தம் பார்க்க பலராமர் வந்து அமர்ந்தார். துரியோதனன் மற்றும் பீமன் இருவருமே அவர் சிஷ்யர்கள்.

யுத்தம் தொடங்கியது. நேரம் செல்லச் செல்ல பீமன் சோர்ந்து கொண்டு வந்தான். அவன் தோல்வி, அவன் அருகில் வந்து கொண்டி ருந்தது. கௌரவர் – பாண்டவர் யுத்தமே, இந்த துரியோதன – பீம யுத்தத்தால் தீர்மானிக்கப்பட இருந்தது. கிருஷ்ணன், பீமன் பார்க்கத் துரியோதனன் தொடையைப் பிளந்து அவனைக் கொல்லக் குறிப்புக் காட்டினார். பீமன், துரியோதனன் தொடைகளில் அடித்து அவனை வீழ்த்தினான்.

பொங்கி எழுந்தார் ஆசான் பலராமர். தம் முன்னாலேயே நிகழ்ந்த அந்த தர்ம மீறலை அவரால் சகித்துக்கொள்ள முடிய வில்லை. பீமனிடம் சீறினார். "பீமா... இது என்ன இழிவு? தர்மயுத்தம் செய்ய அல்லவா நீ கற்றுக்கொடுக்கப்பட்டாய். எதிரியின் இடுப்புக்குக் கீழாகக் கதையை நீ எப்படிச் செலுத்தலாம்?" என்றவர், தரையில் துடித்துப் புரளும் துரியோதனனைக் காண்கிறார். அவர் சீற்றம் மீறுகிறது. பீமனைக் கொன்றுவிட முடிவு செய்கிறார். வழக்கம்போல கிருஷ்ணன் தலையிட்டு, பாஞ்சாலிக்கு அவமானம் நேர்ந்தபோது பீமன் செய்த சபதம் அது என்று சொல்லியும் பலராமர் மனம் சமாதானம் அடையவில்லை.

மனம் கசந்து, வந்துவிட்ட கலியுகத்தைச் சபித்தபடி அரங்கை விட்டு வெளியேறுகிறார் அவர்.

துவாரகையின் பழைய பெயர் குசஸ்தலை என்பது. கடலின் நடுவில் அந்த நகரத்தை உருவாக்கிய மன்னர் ரேவதர். அவருக்கு

நூறு புதல்வர்கள். மூத்தவர் ககுத்மி. அவர் புத்திரப் பேற்றுக்காக யாகம் செய்கையில் யாக குண்டத்தில் ஒரு பெண் குழந்தை தோன்றி யது. அக்குழந்தைக்கு ரேவதி என்று பெயரிட்டார் தந்தை. குழந்தை வளர்ந்தாள். யுவதியாகியபோது, அவளுக்கேற்ற கணவன் யாராக இருக்கும் என்று பிரம்மாவிடமே சென்று கேட்டார் ககுத்மி. கிருஷ்ண னுக்கு முன் பிறந்த பலராமனே உன் மகளின் கணவன் என்றார் பிரம்மா.

பலராமரின் மனைவியாக ரேவதியே அமைந்தார்.

யாதவர்கள், மது உண்ணும் வழக்கத்தைக்கொண்டவர்களாக இருந்துள்ளார்கள். யாதவ குலம் அழிந்ததே அவர்கள் அளவற்ற குடிமோகத்தால் என்றால் மிகை அல்ல. ஒருமுறை விசுவாமித்திரர் முதலான ரிஷிகள், துவாரகை வந்தபோது அவர்கள் பெருமை அறி யாத கிருஷ்ணனின் மகன்கள், கர்ப்பிணிவேடம் பூண்ட ஒரு ஆணை அவர்கள்முன் நிறுத்தி, ‘அந்தக் கர்ப்பிணிக்கு என்ன குழந்தை பிறக்கும்?’ என்றார்கள். ரிஷிகள், ‘இரும்புலக்கை பிறக்கும். அதனால் யாதவகுலம் அழியும்’ என்று சாபமிட்டார்கள். அது நடந்தது என்றா லும், அரசர் என்ற முறையில் பலராமர், தம் மக்கள் மது அருந்தக் கூடாது என்று சட்டம் கொண்டு வந்தார். அந்த உத்தரவு இப்படி இருந்தது:

“இன்று முதல் இந்த நகரில் விருஷ்ணி குலத்தினரும், அந்தகக் குலத்தினரும், நகரவாசிகளுமான அனைவரும், கள் முதலான போதை வஸ்துகளை பானம் செய்யக்கூடாது. செய்ததாக எங்களுக்குத் தெரிந் தால், அவன் தாம் செய்ததற்காகத் தம் உறவினர்களுடன் உயிரோடு சூலத்தில் ஏற வேண்டும்!”

இந்த உத்தரவில் கையெழுத்து இட்டவர்கள் பலராமர், கிருஷ்ணர் மற்றும் பப்ரு ஆகியோர்.

அனேகமாக எழுதப்பட்ட வரலாற்றில், மதுவிலக்கு என்பதை முதன் முதலில் அமல்படுத்தியவர்கள் பலராமரும் கிருஷ்ணருமாகவே இருக்க வேண்டும்!

பலராமர் யோகத்தில் அமர்ந்து தம் வாழ்க்கையை முடித்துக் கொண்டார். தம் தம்பி செய்த பலவற்றையும் அங்கீகாரம் செய்யாத அண்ணன் பலராமன். ஆனால், தம் தம்பியின் மேல் ஒரு தூசும் பழுதும் அண்டிவிடாமல் பாதுகாத்தவரும் பலராமர்தான். அன்பு ஒன்றை மட்டுமே தம் இலக்காகக்கொண்டவர் அவர். அன்பு எதைத் தான் மன்னிக்காது?

★

சகுந்தலை என்கிற ஞானி

புரூ வம்ச மன்னன் துஷ்யந்தன், அவன் மனைவி சகுந்தலை கதை; தென்னிந்திய மகாபாரதப் பிரதியில் வெகு காலத்துக்கு முன்னமேயே இணைக்கப்பட்டுவிட்டதாக ஆராய்ச்சியாளர்கள் சொல்கிறார்கள். அறிஞர் இராவதி கர்வே இப்படியான அபிப்ராயம் கொண்டவர். வியாசரின் சிஷ்ய மரபில் வந்த, குரு வம்சம் சார்ந்த ரிஷி ஒருவர் இந்தப் பணியைச் செய்திருக்கக்கூடும் என்று ஒரு கருத்து பரவலாக இருக்கிறது. கௌரவர், பாண்டவர் மற்றும் கிருஷ்ணன் பற்றிய கதை மகாபாரதம் என்றால், இதில் துஷ்யந்தன் கதை இருப்பின் நியாயம் சந்தேகத்துக்குரியதுதான். விஷய ரீதியாகக் கதைத் தொடர்பு இல்லையென்றாலும், உணர்வுரீதியான தொடர்பு இருக்கவே செய்கிறது. இல்லையென்றால், அறிஞர் மரபு அக்கதையை அங்கீகரித்திருக்க முடியாது. காளிதாசன் போன்ற மகாகவி, சகுந்தலையை முன் வைத்து சாகுந்தலம் (அபிஞான சாகுந்தலம்) என்கிற நாடகத்தைப் படைத்திருக்க முடியாது. ராஜ்ஜியத்தைத் தொலைத்துவிட்டு வனத்தில் இருந்த பாண்டவர்களுக்கு நள சரிதம் எத்தனை மனவலிமையைக் கொடுத்திருக்கும்? நள சரிதம் மகாபாரதத்துக்குத் தேவையில்லை என்று சொல்ல முடியுமா?

தர்மத்தின் இத்தனை வண்ணங்கள், போக்குகள், பிரயோகங்கள், மனிதர்களின் வகைகள் ஆகியவைகளைச் சொல்ல, இத்தனை கதைகள், அறம் உரைக்க வந்த அந்த முன்னோர்களுக்குத் தேவைப்பட்டிருக்கிறது. தர்மங்களை நிலைநிறுத்த இத்தனை பாடுகளை அவர்கள் படவேண்டி இருந்தது.

யாதியின் மகன் புகழ்பெற்ற புரூ. அவன் வம்சத்தில் வந்தவன் இலிலன். அவன் மனைவி ரதந்தரி. இவர்களுக்கு துஷ்யந்தன் பிறந்தான். மிகப் பிரசித்தி பெற்ற மன்னனாக இவன் இருந்தமைக்கு நிறைய தகவல்கள் கிடைக்கின்றன. நாலு சமுத்திரங்கள் சூழ்ந்த இந்த உலகத்தை வேறு யாரோடும் பகிர்ந்துகொள்ளாமல் தானே ஆண்டான் என்கிறார் வியாசர். அதோடு, வியாசர் சொல்லும் சில தகவல்கள் சிந்திக்கத்தக்கவை. அந்த அரசன் ஆளும்போது, “உழுவதையும் சுரங்கம் எடுப்பதையும் செய்பவனும் பாவம் செய்பவனும் யாரும் இருக்கவில்லை” என்கிறார் வியாசர்.

உழுவது ஒரு தொழிலாக, உணவுப் பணியாக இன்னும் ஆகாத ஒரு காலம் துஷ்யந்தனுடையது என்று தோன்றுகிறது. அதோடு மண்மாதாவைப் பிளக்கும் சுரங்கத் தொழிலும் தடைசெய்யப்பட்டிருக் கிறது. இவை இரண்டையுமே பாவம் என்று அன்றைய மக்கள் கருதியிருக்கிறார்கள். துஷ்யந்தன் காலத்துக்கும் வெகு முந்தைய காலத்தில் விவசாயம் பாவமான செயலாக இருந்தமையின் தொடர் நினைவாக இது இருக்கலாம். துஷ்யந்தன் தம் காலத்து சத்திரியர் களின் பொழுதுபோக்கு மற்றும் விளையாட்டுகளில் ஒன்றாக வேட்டையாடச் செல்கிறான். வேட்டையாடுவதற்குத் திடுமென மன்னர்கள் புறப்பட்டுப் போவதில்லை. அதற்கான சடங்குகள், சம்பிர தாயங்கள் இருந்தன.

எல்லாவற்றுக்கும் முன்பாக மக்கள் திரண்டு வந்து மன்னனிடம் 'காட்டு விலங்குகள் பல்கிப் பெருகி, மனித வாழ்க்கைக்குத் துன்பம் தருகின்றன' என்று விண்ணப்பம் செய்வார்கள். மக்கள் கோரிக் கைக்கு உட்பட்டு மன்னர்கள் வேட்டையாடப் புறப்படுவார்கள். துஷ்யந்தன் அப்படிப் புறப்படுகிறான். நிறைய விலங்குகளை அவனும் அவன் படைகளும் கொன்று புதைக்கிறார்கள். காட்டுக்குள் வெகு தூரம் செல்கிறான் துஷ்யந்தன். மான் ஒன்று எதிர்ப்பட, அதைத் துரத்திக்கொண்டு செல்கிறான் அவன். அந்த ஓட்டம் ஒரு வனத்துக்கு அவனைக் கொண்டு சேர்க்கிறது.

அந்த வனத்தில் பூவாமலும் காய்க்காமலும் ஒரு மரமும் இல்லை. முள்ளுள்ள ஒரு மரமும் இல்லை. வண்டு நிரம்பாத மரமுமில்லை. பட்சிகள் ஆரவாரிக்கப் பெற்றதும் புஷ்பங்களினால் மிக்க அலங்கார முள்ளதும் எல்லாக் காலங்களிலும் புஷ்பமுள்ளவையும் சுகமான நிழல் உள்ளவையுமான மரங்களினால் மறைக்கப்பட்டதும் மனத்தைக் கவர்வதுமாக இருந்தது அந்த வனம்.

கண்ணுவ முனிவரும் அவரால் வளர்க்கப்படும் சகுந்தலையும் வாழும் வனம் எத்தன்மையது என்று சொல்லி, நம்மைத் தயார் செய்கிறார் வியாசர். வனத்தைக் கண்டுகளித்தவாறு மாலினி நதிக் கரைக்கு வந்து சேர்ந்தான் துஷ்யந்தன். ரிக்வேதிகள் அங்கு அந்நதிக் கரையை அடுத்து யாகம் நடத்திக்கொண்டிருந்தார்கள். ரிக்வேத மந்திரங்களை அவன் கேட்கிறான். அந்த இடத்தில் கொடிய விலங்கு கள் தங்கள் சுபாவத்தை விட்டு அமைதியாக உலவின. துஷ்யந்தன் கண்ணுவ முனிவரின் ஆஸ்ரமத்தைக் காண்கிறான். தம் படைகளை விலக்கி வைத்துவிட்டு, தன்னந்தனியாக ஆஸ்ரமத்தை அணுகுகிறான் துஷ்யந்தன்.

ஆஸ்ரமத்துக்கு வெளியே யாரும் இல்லை. எனவே 'யார் இங்கே' என்று கூவுகிறான். சகுந்தலை வெளியே வருகிறாள். லட்சுமியே உருவம் கொண்டு வந்தவள் போலவும், ரிஷிவேஷம் தரித்த ஒரு

பெண், பர்ணசாலையிலிருந்து வெளிப்படுகிறாள். 'கருத்த கண்களுடையவள்' என்று வர்ணிக்கிறது பாரதம். அவனை நோக்கி, 'உமக்கு நல்வரவு' என்கிறாள் சகுந்தலை. அவனுக்கு ஆசனம் அளித்து, மரியாதை செய்து, அர்ச்சிய பாத்திரங்களால் பூஜித்து, ராஜாவின் நலத்தை விசாரித்து அதிதி சம்ஸ்காரம் செய்கிறாள் அவள். துஷ்யந்தன் தம்மை அறிமுகம் செய்துகொண்டு கண்ணுவ மகரிஷியை வணங்குவதற்கு நான் வந்திருக்கிறேன் என்று சொல்லி ரிஷி எங்குள்ளார் என்கிறான். 'என் பிதா உணவுக்குப் பழம் கொண்டு வரப் போயிருக்கிறார்' என்றவள், 'சற்று நேரம் இரும். வந்துவிடுவார்' என்று பதில் உரைக்கிறாள் சகுந்தலை.

இதற்குள் துஷ்யந்தன், சகுந்தலை மேல் காதல் வசப்பட்டுவிட்டான். அதையும் நேராகவே சொல்லவும் செய்கிறான். 'அழகியே... நீ யார்? எங்கிருந்து வந்தாய்? என் மனம் உன் வசப்பட்டுவிட்டது. நான் அடக்கமுள்ளவன். புரு வம்சத்தில் பிறந்தவன். எனக்கு சத்திரியப் பெண்ணைத் தவிர வேறு குலப் பெண்களிடம் மனம் பாவாது. ஆகவே, நீ யார் என்பதைச் சொல். உன்னை நான் விரும்புகிறேன். நீயும் என்னை விரும்புவாயாக. என்னைத் திருமணம் செய்துகொண்டு என் ராஜ்யத்துக்கு மகாராணியாக நீ ஆவாயாக...' என்கிறான் துஷ்யந்தன்.

சகுந்தலை, 'எனக்கு என் விஷயத்தில் சுதந்திரம் இல்லை. கண்ணுவர் எனக்குப் பிதாவும் எஜமானரும் ஆவார். அவரிடம் என் திருமணம் பற்றி நீரே பேசும்' என்று விடை சொல்கிறாள். துஷ்யந்தன் தனக்கிருந்த சந்தேகத்தை இப்போது கேட்கிறான்.

'கண்ணுவ ரிஷி ஒழுக்கத்தை உயிரினும் மேலாகக் கருதுபவர். அவர் எப்படி உன் தந்தையாவார்' என்ற துஷ்யந்தனுக்கு, பிரம்மச்சாரி ரிஷி எப்படி ஒரு பெண்ணுக்குத் தந்தையாக முடியும் என்று தம் மனத்தை அரிக்கும் விஷயத்தைக் கேட்டுவிடுகிறான். உலகம் தோன்றிய காலம் தொட்டு ஆண்களின் சந்தேகம் இதை ஒட்டித்தானே இருந்து வந்திருக்கிறது?

சகுந்தலை என்கிற ஞானி, மிகத் தெளிவாக உரைக்கிறாள்.

'முற்காலத்தில் விசுவாமித்ரர் கடும் தவம் இயற்றி, இந்திரனை நடுங்கச் செய்தார். பிறர் பெரும் தவம் செய்து, தம் இந்திர பதவியைப் பற்றிவிடுவார்களோ என்று நிரந்தரமான பயத்தை வைத்துக்கொண்டு வாழ்ந்த இந்திரன், மேனகையிடம் விசுவாமித்ரரின் தவத்தைக் கெடுக்கச் சொன்னான். மேனகை, பயந்தாலும் தேவராஜனுக்குக் கட்டுப்பட்டாள். இரண்டு கோரிக்கைகள் வேண்டினாள். 'ஒன்று, விசுவாமித்ரர் தன்னை எரிக்காமல் இருக்க வேண்டும். இரண்டு, நான் அவர் முன் இருக்கையில் வாயு என் மேலாடையைக் கலைத்துவிட வேண்டும். மன்மதன், அவருக்குக் காம உணர்வை ஊட்ட வேண்டும்.'

இந்திர சம்மதத்துடன், மேனகை விசுவாமித்ரரை அவருடைய பர்ணசாலையில் கண்டாள். மிகச் சுலபமாக அவள் எண்ணம் பலித் தது. நான் பிறந்தேன். சகுந்தலை என்கிற பட்சிகளின் சிறகால் நான் காப்பாற்றப்பட்டதால் நான் சகுந்தலை எனப்பட்டேன். கண்ணுவ முனிவர் என்னைக் கண்டு, அன்பால் என்னைக் கொண்டுவந்து வளர்த்தார். என் தாய் விண்ணுலகம் சென்றாள். தந்தை இழந்த தவத்தைப் பூர்த்தி செய்யப் போய் விட்டார். நான் இங்கே இப்படி...' என்கிறாள் சகுந்தலை.

துஷ்யந்தன், தன் காதலை வெளிப்படுத்துகிறான்.

'விசுவாமித்ரர், பிறப்பால் சத்திரியர். எனவே, நீ என்னை மணத் தல் தகும். என் ராஜ்யம் உனது. என் ஐச்வரியம் உனது. இப்போதே உன்னைக் காந்தர்வம் மணமுறையால் மணப்பேன்' என்று கட்டாயப்படுத்துகிறான் துஷ்யந்தன்.

காந்தர்வம் அல்லது யாழோர் கூட்டம் எனப்பட்ட மணமுறை, சடங்குகள் ஏற்படும் முன்பு உருவான திருமண முறை, ஒரு யுவனும் யுவதியும், தனிமையில் சந்தித்து, மனம் விரும்பிக் கூடும் மணத்துக்குக் காந்தர்வம் என்று பெயரிட்டு அங்கீகரித்து இருந்தார்கள் ஒரு காலத்து மக்கள். இதில் பொய்யும் வழுவும் புகுந்த பிறகு, பெரியோர்கள் சடங்குகள் ஏற்படுத்தி, திருமணங்களை முறைப்படுத்தினார்கள்.

சகுந்தலை ஆன மட்டும் தடுத்தாள். 'கண்ணுவ மகரிஷி வந்து, அவர் அனுமதி பெற்று என்னைத் திருமணம் செய்' என்று பல படியாகக் கேட்டுக்கொள்கிறாள்.

கடைசியில் மனமும் உடம்பும் வென்றன. துஷ்யந்தனிடம் ஒரே ஒரு கோரிக்கையை மட்டும் வைக்கிறாள் சகுந்தலை. 'உமக்குப் பிறகு எனக்குப் பிறக்கும் மகனே உம் நாட்டை ஆள வேண்டும்' என்கிறாள். காமத்தால், துஷ்யந்தன் மனம் மட்டுமல்ல, அவன் காதுகளும் அடைக்கப்பட்டிருந்தன. ஆனாலும் உடன்பட்டான்.

நாட்கள் நகர்ந்தன. துஷ்யந்தன் தம் அரச காரியங்களில் மூழ்கிச் சகுந்தலையை மறந்தே போனான். அவர்களின் காதல், பரதனின் பிறப்புடன் முடிகிறது. பிறந்த குழந்தையை மடியில் வைத்துக் கொண்டு கடந்த காலத்தை நினைத்துக்கொண்டு அசை போட்டாள் சகுந்தலை. மகாபாரதத்துப் பெண்கள் அனைவரும், பட்ட துன்பத் துக்குச் சகுந்தலையே முன்னுரையாக இருக்கிறாள். தந்தை விசுவாமித்ரர், தமக்குப் பிறந்த குழந்தை என்னவாயிற்று என்று கவலைப்பட்டதாகச் சுவடே இல்லை. தாய் மேனகைக்கும், இந்திர லோகத்துப் பணிகளுக்கிடையே குழந்தையை நினைக்க நேரம் இல்லை. வளர்ப்புத் தந்தை கண்ணுவர், சகுந்தலையின் துக்கம் காணச் சகியாது, அவளைக் குழந்தையோடு துஷ்யந்தனிடம் அனுப்பி வைக்கிறார்.

துஷ்யந்தன் முன் நின்று, சகுந்தலை, வெட்கமும் லேசான அவமானமும் சேர, 'இவன் உம் குழந்தை' என்கிறாள், பரதனைச் சுட்டிக் காட்டி. மன்னர் துஷ்யந்தன், 'நீ யார், உன்னை நான் அறியேன்' என்கிறான். 'உன்னை நான் கண்டதே இல்லை. எனக்கு எப்படி மகன் உருவானான்' என்கிறான். தம் சபையில் அரசர்கள், அமைச்சர்கள், தம் முதல் மனைவி முன்னிலையில், சகுந்தலையை மூன்று முறை 'விபச்சாரி' என்று பேசுகிறான். 'பணம் வேண்டுமளவும் வாங்கிக்கொள். அதுக்காகக் காதல் பொய் சொல்லாதே. இழிவானவளே' என்கிறான். ஒரு பெண்ணுக்கு இதைக் காட்டிலும் வேறு அவமானம் இல்லை. ஆனால், இதுபோன்ற பல நிகழ்ச்சிகள், மகாபாரதத்தில் தொடர்ந்து நிகழ்ந்துகொண்டே இருக்கிறது. இந்த வகை அவமானத்தைக் கணவர்கள்– அதிசூரக் கணவர்கள் – முன் பாகப் பாஞ்சாலி அடைந்தாள். பாஞ்சாலிக்கு நேர்ந்தது. குரு தேச வரலாற்றில், சந்திரகுல வரலாற்றில், முதல் முறை அல்ல என்பதை பாரதம் சகுந்தலை கதை மூலம் காட்டுகிறதோ என்று தோன்றுகிறது.

விசுவாமித்ரன் மகள், தம் மேல் பூசப்பட்ட விபச்சாரி என்ற பட்டத்தோடு, குழந்தையை அழைத்துக்கொண்டு வெளியேறுகிறாள். அரண்மனை வாயிலுக்கு வந்துவிடுகிறாள். இறைவனே அவள் உதவிக்கு வருகிறார். அசரீரி ஒலிக்கிறது. 'துஷ்யந்தனே, சகுந்தலை கற்புக்கரசி. பரதன் உன் மகன்' என்கிற அசரீரியால், துஷ்யந்தன் சகுந்தலையை ஏற்கிறான். குழந்தைக்கு இளவரசுப் பட்டம் சூட்டுகிறான். பரதன், நாடாண்டு தேசத்துக்கே பரததேசம் என்று பெயரை ஏற்படுத்துகிறான்.

மகாபாரதம், சகுந்தலையை மையம் இட்டே கதையை நகர்த்துகிறது மட்டும் அல்ல. மிகுந்த மனவலியோடு, கதையைச் சொல்கிறது. ஆனால், காளிதாச மகாகவிக்குக் கதையை நவரசமும் கொண்ட நாடகமாக ஆக்க வேண்டும். அதற்காகக் கதையில் பல இடங்களில் பல வண்ணங்களை உருவாக்குகிறார். துஷ்யந்தனுக்குச் சகுந்தலையின்பால் ஏற்படும் காதல், அதே சமயத்தில் சகுந்தலைக்கும் ஏற்படுகிறது என்கிறான் காளிதாசன். காளிதாசன், சிருங்காரத்தின் தலைவன் துஷ்யந்தன், கண்ணுவ முனிவரின் ஆசிரமத்துக்குள் பிரவேசிக்கிறான் என்று சொல்வதற்கு முன், ஒரு வண்டை நமக்கு அறிமுகப்படுத்துகிறான். அந்தத் தேன்வண்டு, பூக்கள் பலதையும் தேட்டம் இட்டுக்கொண்டே வந்தது, கடைசியில் ஒரு சிறந்த புஷ்பத்தில் அமர்ந்து ஆசை தீரத் தேன் குடிக்கிறது என்று ஒரு உருவகம் செய்கிறான். பின்னர், துஷ்யந்தன் சகுந்தலை காதல் நடைபெறுகிறது. துஷ்யந்தன் பற்றிய நினைவில் ஆழ்ந்த சகுந்தலை, அதிதியாக வந்து நிற்கும், கோபத்துக்குப் பெயர் பெற்ற துர்வாசரை வரவேற்கவில்லை. அதன் காரணமாகச் சினம் கொண்ட துர்வாசர், 'நீ யாரை மனத்தில்

எண்ணி, என்னை வரவேற்கவில்லையோ, அந்த மனிதன் உன்னை மறந்துபோய் உன்னைப் புறக்கணிக்கட்டும்' என்கிற சாபப் புனைவு காளிதாசனின் கைவண்ணம்.

காளிதாசனுக்கு சகுந்தலைக்கு நேர்ந்த அவமானம், அவனையும் புண்படுத்தியிருக்க வேண்டும். கவிகள், ஆயிரம் மனிதர்களின் இன்பத்தையும், பல்லாயிரம் மனிதர்களின் துன்பத்தையும் தம் மனத்தில் தேக்கி அனுபவிப்பவர்கள். சகுந்தலைக்கு ஒரு காட்சி அமைக்கிறார்.

துஷ்யந்தன் சகுந்தலையின் காலில் விழுகிறான். இவ்வாறு பேசுகிறான்:

'சுந்தரி! நான் உன்னைப் புறக்கணித்ததனால், உனக்கு உண்டான பெருந்துன்பத்துக்காக மிகவும் வருந்துகிறேன். அந்த நினைவுகளை உன் நெஞ்சில் இருந்து நீக்கிவிடு. நான், எனக்கே இன்னதென்று அறியப்படாத காரணத்தினால், மயக்கநிலையில், இருளில், அந்த காரத்தில் இருந்ததுபோல இருந்தேன். இருட்டில் இருந்தவன், ஒளி கொண்ட பொருள்களை இழந்தவன் ஆகிறான். குருடன் தம் தலையில் சூட்டப்பட்ட மலர் மாலையைக்கூட, பாம்பு என்று பயந்து, மலர்களை எடுத்துத் தூர வீசி எறிவது போல நான் இருந்தேன்' என்று சொல்லி மன்னிக்க வேண்டுகிறான். இவ்வாறாகக் காளிதாசனின் கருணை மனம் வெளிப்படுகிறது.

சகுந்தலை நாடகம் ஒரு நாடகமாக மிளிர்வதில் வெற்றி பெற்ற படைப்பு என்பதில் ஐயம் இல்லை. காளிதாசன் தீட்டிய அந்த ஓவியத்தின் வர்ணஜாலத்தில் பார்வையாளன் கண்கள் கட்டுப்பட்டு நிற்கின்றன என்பதிலும் ஐயம் இல்லை என்றாலும், சகுந்தலை என்ற மனுஷியின், துயரமும், மாசற்ற வெகுளித்தனமும், புறக்கணிப்பின் கனி தந்த அவமானமும், மகாபாரதம் தருகிற அளவுக்குக் காளிதாசன் படைப்பு தரவில்லை. மிக எளிய, சுருக்கமான பதிவுகளால் அந்தப் பெண்ணோடு ஒன்ற வைத்துவிடுகிறது மகாபாரதம்.

✦

வீரத்தின் திருவுரு அபிமன்யு

யுத்தம் எதன் காரணமாகத் தொடங்கப்பட்டாலும், அது முதலில் அழிப்பது அறங்களைத்தான். சகல அறவிழுமியங்களையும் சகல தர்மங்களையும் யுத்தம் அழித்துவிடுகிறது. உண்மையில், யுத்தத்தில் தோற்றவர்கள் மட்டுமல்ல, வென்றவர்களும் தங்கள் ஆத்மாவைத் தோற்றுவிடுகிறார்கள். அநீதியாளர்கள் என்று கருதப் படும் கௌரவர்கள் மட்டும் அல்ல, நீதியாளர்கள் என்று கருதப்படும் பாண்டவர்களும்கூட, அறம், நீதி, தர்மம் ஆகியவற்றை யுத்தத்தின் போது அழிக்கவே செய்தார்கள். தாங்கள் வெற்றி பெற்று மகுடம் சூட, தங்கள் குழந்தைகளை, தங்கள் வாரிசுகளைக்கூடப் பலி கொடுத்த மகாவீரர்களை யுத்த காலத்தில் நாம் சந்திக்கிறோம் என்பது அவர்களுக்கு நேர்ந்த மகா அவலம்.

போர் வெற்றி ஒன்றையே கருதி, அர்ச்சுனன் – உலூபியின் மகன் அரவான் பலி இடப்படுகிறான். அர்ச்சுனனை சக்தி ஆயுதத் தில் இருந்து காப்பாற்ற பீமனின் மகன் வீரன் கடோத்கஜன் பலியிடப் படுகிறான். இது கிருஷ்ணனின் லீலை. துரியோதனன், தம் தம்பிகள் அனைவரையும் இழந்து, தமக்குப்பின் குருதேசத்தை ஆள்வான் என்று அவன் நம்பிய மகன் இலக்குமனனைப் பலிகொடுத்தான். போருக்குத் துடித்த துரியோதனன், குலநாசம் ஏற்படக் காரணம் ஆனான். பாண்டவர்களோ, தங்கள் வாரிசுகள் அனைவரையும் – கருவில் இருந்த குழந்தை வரை – இழந்தார்கள். பிள்ளைகளைப் பலிகொடுத்த தந்தைமார்கள், ஒரு நாழிகை அழுதார்கள். பிறகு, அடுத்தவனைக் கொல்லப் புறப்பட்டார்கள். ஆனால், அந்தக் குழந்தை களைப் பெற்ற தாய்மார்களின் புத்திரசோகத்தை நினைப்பதற்கு யார் இருந்தார்கள்? இறந்தவர்களின் மனைவிமார்களின் கண்ணீரை யார்தான் துடைக்க முடியும்?

பலி கொடுக்கப்பட்ட சிறுவர்களில், மாவீரன் அபிமன்யுவும் ஒருவன். அவன் கொல்லப்படும்போது வயது 16. அவன் மனைவி உத்தரை, ஒரு குழந்தையைத் தம் வயிற்றுக்குள் சுமந்து கொண்டி ருந்தாள்.

விராட தேசத்தில் தம் அஞ்ஞாதவாசத்தைப் பாண்டவர்கள் வெற்றிகரமாக முடித்திருந்தார்கள். முடித்த மறுநாள், விராடதேசத்தின்

மேல் படையெடுத்து வந்த துரியோதனன், அத்தேசத்துப் பசு மந்தை களை முதலில் கவர்ந்தான். துரியோதனன் தனியாக வரவில்லை. துரோணர், கர்ணன் முதலானோர் உடன் வந்திருந்தார்கள். அந்தப் படைகளைத் தனியாக எதிர்த்து நின்று வென்று புறமுதுகிட்டு ஓடச் செய்தான் விராடன். அதன் பிறகே, தம்மிடம் நிமித்தம் கூறுபவராக இருந்தவர் தர்மர் என்பதையும், சமையல் பணி செய்தவன் பீமன் என்பதையும், அந்தப்புரத்தில் திருநங்கையாக இருந்து தம் மகள் உத்தரைக்கு இசை, நடன ஆசிரியையாக இருந்தவன் அர்ச்சுனன் என்பதையும், பசு மந்தை காத்தவன் நகுலன், குதிரைகளைப் போஷித்து வளர்த்தவன் சகாதேவன் என்பதையும் விராடன் அறிந்து, பயந்து போனான். இந்திரப்பிரஸ்தத்தின் மாமன்னர்களுக்குத் தாம் இழைத்த அபசாரம் அவனைச் சுட்டது. தம் தேசத்தையே தர்மருக்கு அளித்தான். அதோடு, தம் மகள் உத்தரையை அர்ச்சுனனுக்கு மணம் செய்து கொள்ள அளித்தான்.

அர்ச்சுனன், உத்தரையை மனைவியாக ஏற்க மறுத்துவிட்டான். விஜயனின் மகத்துவம் வெளிப்பட்ட அழகிய இடங்களில் இது முக்கிய மானது. அர்ச்சுனனும் கிருஷ்ணனும் நிறைய மனைவிமார்களைக் கொண்டவர்கள் என்றாலும், மனத்தில் காமம் அற்றவர்கள். பல்வேறு சந்தர்ப்பங்களில் அர்ச்சுனன் ஞானம் பொலிகிற மகாத்மாவாகவே தென்படுகிறான். விராடனைப் பார்த்து அர்ச்சுனன் சொன்னான்: "அரசே, தங்கள் அன்பு மிகப் பெரியது. உத்தரையை நான் ஏற்கிறேன். மனைவியாக அல்ல. அந்தப்புரத்தில், தோழியாக உத்தரையுடன் ஓராண்டுக் காலம் நான் வாசம் செய்த காலத்தில் அவளை நான் மகளாகவே கொண்டேன். அவளும் ஆசானாகிய என்னைத் தந்தை யாகவும் தாயாகவும் பாவித்து அன்பு செய்தாள். ஆசான்கள் எப் போதும் தந்தைகளே ஆவார்கள். சிஷ்யர்கள் மகன்களாகவும் மகள் களாகவும் கொள்ளப்படவேண்டியவர்கள். வேறு வகையாக உணர்வது அதர்மம். அதோடு பாவமும்கூட. ஆனால், உத்தரையை என் மருமகளாக ஏற்கிறேன். மன்னரே! வசுதேவருடைய சகோதரி யான சுபத்ராவின் புத்திரனும், தேவகுமாரன் போன்றவனும், கிருஷ்ணரால் நேசிக்கப்பட்டவனும், பலசாலியும், அஸ்திரங்களில் மிகுந்த தேர்ச்சியையுடையவனும் எனக்குப் புத்திரனுமான அபிமன்யு உமக்குத் தகுந்த மருமகனாவான். உத்தரைக்குச் சிறந்த கணவனு மாவான்." தந்தை மகனைப் பற்றி என்ன அருமையாகப் பேசுகிறான்!

விராடன் சொன்னான்:

"அர்ச்சுனனுக்குச் சம்பந்தியான எனக்கு எல்லா விருப்பங்களும் நிறைவேறிவிட்டன..!"

பகவான் வியாசர், அபிமன்யு – உத்தரை திருமணத்தை கருணாரசம் சொட்டச்சொட்ட எழுதுகிறார். படித்து நெகிழ்ந்து

அனுபவிக்க வேண்டிய பகுதிகள் அவை. அர்ச்சுனன் உத்தரையை மருமகளாக ஏற்றுக்கொண்டமையை இப்படி எழுதுகிறார்.

“அவளை மருமகளாக ஏற்றுக்கொண்டு தம்முடைய விரதத்தை வெளிப்படுத்தி, உலகத்தாருக்குத் தம்முடைய சீலத்தையும் சுத்தியையும் நல்லொழுக்கத்தையும் தெரிவித்து உலகத்தில் தம் பெருமையை விளங்கச் செய்து கிருதார்த்தனும், சுத்தனும் மனக் கவலை அற்ற சந்தோஷமுள்ளவனும் ஆனான்!

பாண்டவர்கள், விராடதேசத்து அழகிய பட்டணமான உபப்லாவ்யம் வந்து திருமண ஏற்பாடுகள் செய்யத் தொடங்கினார்கள். மாப்பிள்ளையும் அவன் தாயார் சுபத்ராவும் துவாரகையில் கிருஷ்ண ஆதரவில் இருந்தார்கள். அவர்களுக்குச் செய்தி அனுப்பப்பட்டது. கிருஷ்ண, பலராமருக்குப் பணிவுடன் அழைப்பு அனுப்பப்பட்டது. பலராமரை முன்னிட்டு, தாம் மிகவும் நேசித்த மருமகன் அபிமன்யு மற்றும் சகோதரி சுபத்ராவுடன் புறப்பட்டார். யாதவ வீரர்கள் அவர்களைத் தொடர்ந்தார்கள். தருமரை முன்கொண்டு பாண்டவர்கள் கிருஷ்ண, ராமரை வரவேற்றுப் பூஜித்தார்கள். பாஞ்சாலத்திலிருந்து சிகண்டியும் திருஷ்டத்துய்மனும் வந்து சேர்ந்தார்கள். காசிராஜன் தம் படைகளோடு வந்து சேர்ந்தான். கிருஷ்ணன், மருமகன் அபிமன்யுவுக்கு அன்பளிப்பாகப் பற்பல வஸ்திரங்கள், நவரத்தினங்களைப் பரிசாக அளித்தார்.

திருமணச் சடங்குகள் தொடங்கின.

விராடன், நீர் நிறைந்த பொற் குண்டிகையை எடுத்து, கரு நெய்தல் போன்ற கண்களை உடைய உத்தரையை அர்ச்சுனன் கைகளில் மருமகளாக அளித்துத் தாரைவார்த்தான். அபிமன்யு உத்தரையைப் பாணிக் கிரகணம் செய்துகொண்டான். தருமர் அவளை மருமகளாக அங்கீகரித்தார். துருபதன், விராடன், சிகண்டி, யுயுதானன், சைட்யன், திருஷ்டத்துய்மன், சாத்யகி என்ற ஏழு மகா வீரர்களும் விவாகத்தை நடத்தினார்கள். விராடன் தம் மகள் கையை எடுத்து அபிமன்யு கைகளில் அளித்தான். கிருஷ்ணன் முன்னிலையில் அர்ச்சுனன் திருமணத்தை முடித்து வைத்தான்.

அன்று மாலையே, பாண்டவர்கள், பாஞ்சாலர்கள், மத்ஸ்ய தேசத்தார், பலராமர், கிருஷ்ணன் ஆகியோர் அமர்ந்து, யுத்தம் பற்றிப் பேசத் தொடங்கினார்கள். சமாதானப் பேச்சு. பாதி தேசம். சாத்தியப்படவில்லை என்றால் யுத்தம். உரையாடலில் மிக உற்சாகமாகக் கலந்துகொண்டான் அபிமன்யு.

அபிமன்யுவுக்கு முன்ஜென்மக் கதை ஒன்று சொல்லப்படுகிறது. தேவர்கள், பூமிபாரம் தீர்க்கப் பூவுலகில் மகாவிஷ்ணுவோடு பிறப்பெடுக்க இருக்கிறார்கள். அப்போது தேவர்கள் சந்திரனோடு கலந்து பேசி அவன் மகன் வர்கசனைப் பூமிக்குத் தங்களுடன் அனுப்பக்

கேட்கிறார்கள். மகனிடம் பெரும் பாசம் கொண்ட சந்திரன் மனம் இசையவில்லை. தேவர்கள் வற்புறுத்துகிறார்கள். இது நாராயணனின் பணி என்பதை நினைவுபடுத்துகிறார்கள். வேறு வழியில்லாமல், ஒப்புக்கொள்கிறான் சந்திரன். ஆனால், 'பதினாறு ஆண்டுகள் மட்டுமே தம் மகன், மண்ணில் பிறப்பெடுத்து வாழ்வான். அப்புறம் அவன் என்னிடம் வந்துவிடுவான்' என்கிறான். தேவர்கள் ஒப்புக் கொள்கிறார்கள். அதன்படி அர்ச்சுனன் மகனாக, சுபத்ராவின் புத்திர னாகப் பிறப்பெடுக்கிறான் சந்திரன் மகன். அபிமன்யுவாகப் பிறந்த அவனே, பதினாறாவது ஆண்டில் சக்ரவியூகத்தில் சிக்கி, கொல்லப் பட்டு தந்தை சந்திரனிடம் வந்து சேர்கிறான். இக்கதையின் அர்த்தம், அபிமன்யு, சந்திரனின் அம்சம் என்பதும் சந்திரனின் அழகும் குளிர் மையும் கொண்டவன் என்பதுமாகும். அபி என்றால் பயம் அற்றவன். மன்யு என்றால் ஆண்களில் மேம்பட்டவன்.

தொடக்கத்தில், அர்ச்சுனனிடம் ஆயுதப் பயிற்சி பெற்றுக் கொண்ட அபிமன்யு, பின் பாண்டவர்கள் வனவாச காலத்தில் தம் மாமன் கிருஷ்ணனிடம் தாய் சுபத்ராவுடன் வந்து சேர்கிறான். கிருஷ்ணனின் மேற்பார்வையில் வளர்க்கப்பட்ட அபிமன்யு, கிருஷ்ண னின் மகன் பிரத்யும்னனிடம் தொடர்ந்து பயிற்சி பெற்றான். மிகக் கடுமையான பயிற்சியே அவனுக்கு அளிக்கப்பட்டதாகக் கிருஷ்ணனே பாண்டவர்களிடம் சொல்கிறார். மிகக் குறுகிய காலமே அபிமன்யு பயிற்சி பெற்றாலும் மிகச் சிறப்பாக வித்தையில் தேர்ந்தான்.

துவாரகையின் மக்களுக்கு, பிரத்யும்னனும் அபிமன்யுவும் பூமிக்கு வந்த இரண்டு சந்திரன்கள் என்று அபிப்ராயமாயிற்று. குடி மக்களிடம் விநயம், அரச காரியஸ்தர்களிடம் மரியாதை, பெண் களிடம் வணக்கம் என்று அபிமன்யு தம்மை நேர்பட வைத்துக் கொண்டிருந்தான். அதனால் நேசிக்கப்பட்டான்.

யுத்தம் தொடங்கியது. முதல் நாளே அர்ச்சுனன் உடன், அர்ச் சுனனின் நகல் போலும் ஒரு தேரில் ஆயுதங்களுடன் வந்து நின்றான் அபிமன்யு. முதல் நாளில், கோசல மன்னன் பிருகத்பாலனுடன் போரிட்டான். அர்ச்சுனன் பீஷ்மரிடம் போர் செய்தபோது, அவனுக்குத் துணையாக வந்து நின்ற அபிமன்யு பீஷ்மரின் கொடி மரத்தை உடைத்துப் பாட்டனாரை வியக்கச் செய்தான். இரண்டாம் நாள் போரில், துரியோதனன் மகன் இலக்குமனனை இலக்காகக் கொண்டு அவனுடன் போரைத் தொடங்கினான். தொடர்ந்து சில நாட்களில் இலக்குமனனை அவன் கொன்றான்.

அர்ச்சுனனே வந்திருக்கிறான் எனும்படியாகப் பராக்ரமத்தோடு போர் செய்த அபிமன்யு, மகத மற்றும் போஜ மன்னர்களைக் கொன் றான். துச்சாதனனை அடித்துத் தேரில் மயக்கமடையச் செய்தான். ஒரு கட்டத்தில் கர்ணன், அபிமன்யு எதிர்ப்படும் பாதையைத் தவிர்த்தான். அஸ்வத்தாமன் எனும் ஆசாரியர் துரோணரின் மகன்,

சகல அஸ்திரங்களும் கைவரப்பெற்ற வில்லாளி. வில்லைத் தாழ்த்திப் பிடித்து, அபிமன்யு போர் செய்யும் ஆற்றலை வேடிக்கை பார்த்துக் கொண்டு நின்றான்.

துரியோதனன் உண்மையில் பயந்துபோனான். பாண்டவர்கள் பக்கம் வெற்றி தேவதை நகர்ந்துவிடுவாள் என்பதைத் துல்லியமாக அறிந்தான். துரோணரிடம், சுடுசொற்களால் அவரைக் காயப்படுத்தி னான். "தாங்கள் எங்கள் பக்கம் அன்பை இழந்துவிட்டீர்கள். நேற்று தங்கள் வெகு அருகில் வந்த தருமரை உயிரோடு பிடித்து என்னிடம் தாங்கள் அளித்திருக்க வேண்டும். தங்கள் போர், என்னை மகிழ்ச்சி யடைய வைக்கவில்லை" என்றான். ஆசாரியர் மனம் தவித்தது. அவர் சொன்னார்:

"அர்ச்சுனனும் கிருஷ்ணனும் அருகில் இருக்கையில் நான் பாண்டவரை ஏதும் செய்ய முடியாது. அர்ச்சுனன் அறியாத போர் முறைகள் எதுவும் இல்லை. நீ, நாளை அர்ச்சுனனை வெகு தூரம் அழைத்துக்கொண்டு போய்விடு. அவன் தலைமறைவில், பாண்டவர் களின் மிகப்பெரும் வீரனை நாளை நான் கொல்வேன்" என்றார்.

துரோணர் சக்ரவியூகம் அமைத்தார். துரியோதனனும் கர்ண னும் நடுவே நின்றார்கள். பாண்டவர்களை வியூகத்தின் தலை வாசலில் நின்று துரோணர் பாண்டவப் படைகளை நாசம் செய்தார். சக்ர வியூகத்தை உடைத்து உள்ளே போகும் கலை, அர்ச்சுனனுக்கும் அபிமன்யுவுக்கும் மட்டுமே தெரியும். தருமர், பாண்டவர் சார்பாக அபிமன்யுவிடம், வியூகத்தை உடைக்கக் கேட்டார். "உங்கள் கட்டளையை ஏற்கிறேன் பெரியப்பா. எனக்கு அந்த வியூகத்தை உடைக்க முடியுமே தவிர, வெளியே வரும் வழி தெரியாது. அதை என் தந்தை கற்றுக் கொடுக்கவில்லை. எனக்கு ஆபத்து நேருமானால், வெளியே வர நீங்கள் உதவ வேண்டும்" என்றான். தருமர் உடன் பட்டார். "நானும் பீமனும், சிகண்டியும் சாத்யகியும் உன்னைத் தொடர்ந்து வந்து உன்னைக் காப்பாற்றுவோம்" என்றார். பீமன், "அபிமன்யு, நான் உன்னுடன் இருப்பேன்" என்றான்.

அபிமன்யு, வியூகத்தை உடைத்துக்கொண்டு உள்ளே புகுந்தான். கௌரவ சேனை மடமடவென்று சாய்ந்தது. கர்ணன், துச்சாதனன் எல்லோரும் அஸ்திரம் எய்யும் ஆற்றலற்றுப்போனார்கள். துரோணர், மலைபோல வியூகத்தின் வாசலில் நின்று யாரையும் உள்ளே வர அனுமதிக்கவில்லை.

துரியோதனன் தங்கையை மணந்த ஜயத்ரதன், தருமர், பீமன் முதலான யாரையும் வியூகத்தின் உள்ளே நுழையவிடாமல் பாராட்டத் தக்க யுத்தம் செய்தான். வியூகத்தில் சிக்கிக்கொண்ட அபிமன்யுவின் வில்லை, துரோணர் சொல்லியபடி, அபிமன்யுவுக்குப் பின்னால் நின்று கோழைத்தனமாக அறுத்தான். துரோணர், அவன் தேரின் குதிரை களைக் கொன்றார். கிருபர், அவன் தேரோட்டிகள் இரண்டு பேரையும் கொன்றார். மற்றவர்கள் அபிமன்யுவின் உடம்பை

அம்புகளால் துளைத்தார்கள். கர்ணன், அபிமன்யுவின் கவசத்தை அறுத்தான். அவன் கத்தியைத் துரோணர் வெட்டி வீழ்த்தினார். அனைத்தையும் இழந்த அபிமன்யு, தேர்ச் சக்கரத்தை எடுத்துப் போரிட்டான் அவன் கை வெட்டப்பட்டு விழுந்தது. ஒற்றைக் கையுடன் போரிட்டான். துச்சாதனன் மகன், கதாயுதத்தால் அபிமன்யுவின் தலையில் அடித்து வீழ்த்தினான்.

அபிமன்யு இறந்து விழுந்தான்.

தம்மை வெகுதூரம் அழைத்துச் சென்று யுத்தம் செய்த கௌரவ மகா ரதர்களை வென்று திரும்பிய அர்ச்சுனன், "என் மனம் ஏனோ கலங்குகிறது கிருஷ்ணா. தருமருக்கு ஏதேனும் ஆபத்து நேர்ந் திருக்குமோ..." என்றான். கிருஷ்ணன், "தருமரை யாரும் கொல்ல முடியாது" என்று மட்டும் சொன்னார்.

கொல்லப்பட்டது அபிமன்யுதான் என்றறிந்த அர்ச்சுனன், மயங்கி விழுந்தான். "தருமரும் பீமனும் இருந்துமா என் மகன் இறந்தான்" என்று அலறினான். "உலகம் போற்றும் வீரபுத்திரனை இழந்தேனே" என்று கதறித் துடித்தான். "அவன் அன்னை சுபத்ராவுக்கும், மனைவி, கர்ப்பவதி உத்தரைக்கும் என்ன பதில் சொல்வேன்? அவர்கள் முகத்தில் நான் எப்படி விழிப்பேன்?" என்று அழுதான்.

கிருஷ்ணன் ஆறுதல் சொன்னார்.

"அர்ச்சுனா! மனத்தைத் தேற்றிக்கொள். சத்திரியனின் மரணம், அவன் ஆயுதம் ஏந்தும்போதே தீர்மானிக்கப்பட்டுவிட்டது. ஆயுதம் தாங்கி, ஆயுதத்தால்தான் மடிவான். அபிமன்யு சொர்க்கம் புகுந்தான். இனி, வாழ்ந்துகொண்டிருக்கும் வீரர்களை வழி நடத்து. நாம் மரணத் தோடு ஒப்பந்தம் செய்துகொண்டுதானே பூமிக்கு வந்திருக்கிறோம்... எழு..."

அஸ்வத்தாமன் என்கிற மூர்க்கனால் அவன் எய்த பிரம்மாஸ் திரத்தால் உத்தரையின் கர்ப்பக் குழந்தை செத்தே பிறந்தது. கிருஷ்ணன் அக்குழந்தைக்கு உயிர் கொடுத்து, பரிட்சித் என்று பெயர் கொடுத்தார்.

16 ஆண்டுகள் மட்டுமே வாழ்ந்த அபிமன்யு, தம் தந்தையுடன் வெகு சில ஆண்டுகளே வாழ்ந்தான். அவன் மகன் பிறக்கும் முன்னே தந்தையை இழந்தான். தாய் சுபத்ரா, ஒரு ரிஷிபோல, வாழ்நாள் முழுக்க பேசாவிரதம் மேற்கொண்டு, பிள்ளையை நினைத்தே வாழ்வைக் கடத்தினாள். மனைவி உத்தரை கைக்குழந்தையோடு வைதவ்யம் பூண்டு அழுகையோடு வாழ்க்கையைச் செலவிட்டாள்.

யுத்தம், கோபத்தில் தொடங்குகிறது. துக்கத்தில் முடிகிறது. யுத்தம் வென்றவர்களைத் தோற்றவர்களாக்குகிறது. முடிவில் சூன்யத் தையே மிஞ்ச வைக்கிறது.

★

தெய்வங்கள் அருளும் சுதந்திரம்

ஜயத்ரதன், சிந்து தேசத்து அரசன். இன்றைய சிந்துவே அன்றைய சிந்து என்கிறார் பி.வி. ஜகதீச ஐயர் (1918). இமயத்தில் தோன்றி தேசத்தின் குறுக்கே பாயும் சிந்து நதியோடு, ஐராவதி நதியும் விபாசா நதியும் சேர்ந்து சிந்து தேசத்தை வளம் செய்தன. களிமண் பூமி. அதோடு, நீலகிரி என்ற மலைக்காட்டுப் பிரதேசத்தில் கொடிய விஷ ஜந்துகள் வாழ்கின்றன. மற்றும் ஜயத்ரதனும் வாழ்ந்தான். பலசாலி என்றும் சிவபக்தன் என்றும் அவனைக் கூறுகிறார் வியாசர் பெருமான்.

துரியோதனனின் தங்கை துச்சலையைத் திருமணம் செய்து கொண்டு, துரியோதனனின் அணுக்கத்தில் இருந்துகொண்டு, துரியோதனன் போலவே வாழ்ந்தான். தந்தை விருத்தட்சத்ரன். ஞான வானான தந்தை மகனின் தர்ம மீறல்களைச் சகிக்க முடியாது ஒரு கட்டத்தில் தேச ஆட்சியை மகன் ஜயத்ரதனிடமே ஒப்படைத்து விட்டு, தவம் இயற்றக் கானகம் சென்றான்.

என்றாலும் பிள்ளைப்பாசம்; மகனைச் சுற்றியே மனம் சுற்றியது. விட்டவனுக்குத்தானே வீடு. துறந்தவனுக்குத்தானே ஞானம். துரியோதனன், பாண்டவர்களைப் பகைத்து, ஒரு யுத்தத்துக்கு அடிகோலுகிறான் என்பதை அந்த முன்னாள் அரசன் உணர்ந்தான். யுத்த வெள்ளம் துரியோதனனை மட்டுமல்ல, தம் மகனையும் சேர்த்தே அடித்துப் போகும் என்பதை யூகித்தான். தெய்வங்களைப் பிரார்த்தித்து, “என் மகன் ஜயத்ரதனின் தலையை எவன் விழச் செய்கிறானோ அவன் தலை நூறு துண்டாக வெடித்துச் சிதறவேண்டும்” என்கிற வரத்தைப் பெற்றான். பிறகு, மகனைக் காப்பாற்றிவிட்ட நிம்மதியோடு தவம் செய்யத் தொடங்கினான்.

விருத்தட்சத்ரன் கேட்ட வரத்தைத் தந்த தெய்வம், பிறகு நகைத்த நகையின் சப்தத்தைக் கேட்கும் காது அவனுக்கு இல்லை.

பாண்டவர்களின் பகைவனாகவே தம்மை வளர்த்துக்கொண்டிருந்தான் ஜயத்ரதன். இது காரணமற்ற பகை. பாண்டவர்களின் மேல் பகை கொண்ட பலரும், குருசேத்திர யுத்தத்தில் துரியோதனன் பக்கம் நின்றனர். ஜயத்ரதன், கர்ணன், சகுனி, அஸ்வத்தாமன்,

போஜன், பூரிசிரவஸ், சிசுபாலன், ஜராசந்தன், சாலவன், சல்லியன் முதலான பலரும் பாஞ்சாலியின் சுயம்வரத்துக்கு வந்தவர்கள். போட்டியில் கலந்துகொண்டார்கள். அவமானகரமாகத் தோற்ற மன்னர்கள், போட்டியில் வென்ற அர்ச்சுனன் மேல் பகை கொண் டார்கள். பலர், அங்கேயே அர்ச்சுனன் மேல் போர் செய்ய வந்தார் கள். செய்தார்கள். பீமனும் மற்ற சகோதரர்களும் அவர்களை விரட்டி யடித்தார்கள். பகைக்குப் பத்துக் காரணங்கள் உள்ளன என்றாலும், சுயம்வரம் முக்கிய தோற்றுவாயாக அமைந்தது.

பாஞ்சாலியின் சுயம்வரத்தில் தோற்றுத் தலைகுனிந்தவன் ஜயத்ரதன். அவமானம் கொண்டு சென்றவன், மீண்டும் பாண்ட வர்கள் வனவாச நேரத்தில் வெளிப்படுகிறான்.

காம்யக வனத்தில், பாண்டவர்கள் ஆஸ்ரமம் அமைத்து வாழ்ந்து வரும் காலத்தில் ஒரு சமயம், சகோதரர்கள் ஐந்து பேரும் வேட்டைக்குப் புறப்பட்டார்கள். தனியாக இருந்த திரௌபதிக்கு புரோகிதர் கௌம்யர் காவலுக்கு இருந்தார். அப்போது தம் படைப் பரிவாரங்களுடன் ஜயத்ரதன், காம்யக வனத்துக்குள் பிரவேசித்துத் திரௌபதியை ஆஸ்ரமத்து வாயிலில் கண்டான். அவன், சால்வ தேசத்தை நோக்கித் திருமணம் செய்துகொள்ளும் நோக்கத்துடன் சென்றுகொண்டிருந்தான். திரௌபதியைப் பார்த்ததும் மணப்பெண் இங்கேயே கிடைத்துவிட்டாள் என்று நினைத்துக்கொண்டான். கடப்ப மரக் கிளையைப் பிடித்தபடி, வனச் சூழ்நிலையில், வெள்ளைப் பட்டு ஒன்றை உடுத்திக்கொண்டிருந்த திரௌபதியை அவள் யாரோ ஒரு அழகி என்று மட்டுமே நினைத்தான். ஆஸ்ரமத்துக்குள் பிர வேசித்த ஜயத்ரதனை யாரோ அதிதி என்று கௌரவமாக – தம் சுபாவப்படி– நினைத்த திரௌபதி, அவனைக் கனி கிழங்கு வகை களால் உபசரிக்கத்தொடங்கினாள். தான் பாண்டவப் பத்னி என்றும் சொன்னாள்.

(இந்த இடத்தில் வியாச அழகு ஒன்றைக் கண்டு செல்வோம். புதிதாக விருந்தினன் ஒருவன், தம் ஆஸ்ரமத்தை நோக்கி வருவது கண்டு, திரௌபதி, தம் வெண்பட்டு ஆடையை நன்கு இழுத்துப் போர்த்திக்கொண்டு, மனமகிழ்ச்சியுடன் விருந்தை வரவேற்றாள்...)

பாண்டவர் பத்னி என்று திரௌபதி சொன்னதும், 'வா... என் தேரில் ஏறு. சுகத்தை அடை. செல்வத்தை இழந்தவர்களும் ராஜ் யத்தை இழந்தவர்களும் தரித்திரர்களும் புத்தியற்றவர்களும் காட்டில் வசிப்பவர்களுமான பாண்டவர்களையா நீ பின்பற்றுவது. கற்றறிந்த ஸ்திரிகள் செல்வத்தை இழந்தவனைக் கணவனாகக் கருதுவதில்லை. செல்வம் உள்ளவனோடு சேர வேண்டும். செல்வத்துக்கு அழிவு வரும்போது, அவனிடம் வசிக்கக்கூடாது... எனக்கு நீ மனைவியாகி விடு. சுகத்தை அனுபவி. நீ என்னுடன் கூடி, சிந்து சௌவீர

தேசங்களில் ஆட்சி செய், என்கிறான். திரௌபதி அவனைப் பார்த்து, 'வெட்கமற்றவனே' என்றாள். தர்மம் உணர்த்தினாள். அவன் அவள் சேலையைப் பற்றி இழுத்தான். பெரிய கலவரத்துக்குப் பிறகு, வலுக் கட்டாயமாக அவளைத் தேரிலேற்றிக்கொண்டு ஓடினான் ஜயத்ரதன். விபரீதத்தை அறிந்த பாண்டவர்கள், ஜயத்ரதன் சென்ற பாதையில் பின் சென்று அவனைப் பிடித்தார்கள். ஜயத்ரதன் படை அழிக்கப் பட்டது. பெரும் போருக்குப் பிறகு, ஜயத்ரதனைக் கொன்றுவிடுவது என்று பீமனும் அர்ச்சுனனும் முடிவு செய்தார்கள். கூடாது என்றார் தருமர். 'துரியோதனன் சகோதரி, நம் சகோதரி. அவள் கணவர் கொல்லப்படக்கூடாது' என்றார். திரௌபதி, பெரும் கோபத்துடன், 'அவர் அப்படித்தான் பேசுவார். அவனைக் கொல்லுங்கள்' என்றாள். அவள் சொற்கள் என்று அம்பலம் ஏறியது? ஆனால், பீமன், தம் அர்த்த சந்திர பானத்தால், ஜயத்ரதன் தலையில் ஐந்து குடுமிகள் வைத்து அவனை அவமானம் செய்தான். 'பாண்டவர்களுக்கு நான் அடிமை' என்று சொல்லச் சொல்லித் துரத்தினார்கள் ஜயத்ரதனை.

அவமானம், வெட்கத்துடன் ஜயத்ரதன் கங்காத்வாரம் போய்ச் சேர்ந்தான். மகாதேவரைச் சரணடைந்து பெருந்தவம் புரிந்தான். தவத்தில் மகிழ்ந்த சிவன், நீ என்ன விரும்புகிறாய் என்றார். 'பாண்ட வர்கள் ஐவரையும் நான் யுத்தத்தில் வெல்ல வேண்டும்' என்றான் ஜயத்ரதன். 'அது முடியாது. அர்ச்சுனனை நீ வெல்ல முடியாது. நான் அவனுக்குப் பாசுபத அஸ்திரம் தந்துள்ளேன். மற்ற பாண்ட வரை, ஒருமுறை நீ வெல்லலாம்' என்றுவிட்டார் சிவன்.

வருத்தமுடன் திரும்பினான் ஜயத்ரதன். வெல்லலாம் என்று தான் சிவன் சொன்னார். கொல்லலாம் எனவில்லை. தவம் அர்த்தம் இழந்ததை எண்ணி மீண்டான் அவன். சிவன், தமக்குள் சிரித்துக் கொண்டார்.

இப்போதும் தெய்வத்தின் நகைப்பை அவன் கேட்கவில்லை.

அழிவைத் தவம் இருந்து அழைப்பது போல, பாரத வர்ஷத்து மன்னர்கள் குருசேத்திர யுத்தத்துக்கு முனைந்தார்கள். ஐம்பத்தாறு தேசத்து மன்னர்களும், இருபெரும் அணிகளில், சிலர் துரியோதனன் பக்கமும், சிலர் பாண்டவர் பக்கமுமாகச் சேர்ந்தார்கள். படை எண்ணிக்கை ஒரு பலம் என்று கொண்டால், கௌரவர் பக்கம், பெரும்படை திரண்டது. பாண்டவர்கள், கிருஷ்ணனே தங்கள் பலம் என்று சரியாகவே தீர்மானித்தார்கள். யுத்தத்தின் முதல் நாளே, வீரர்கள் உக்ரமாகப் போரிட்டார்கள். கௌரவர் படை தமக்கு பீஷ்மரை சேனாதிபதியாகக்கொண்டு யுத்தம் நிகழ்த்தியது. பதிமூன்று, பதினான்காம் நாள் யுத்தம் மிகப்பெரிய திருப்புமுனையாக இருந்தது. அபிமன்யு மரணமும் அதைத் தொடர்ந்து ஜயத்ரதனும் கொல்லப் படும் நிகழ்ச்சியும் நடந்தேறியது.

துரியோதனன் புதிய முடிவுக்கு வந்திருந்தான். யுத்தத்தில் தம் பக்கத்து அழிவும், பாண்டவர்களின் பேராற்றலும் அவனுக்குப் புதிய யோசனைகளைத் தந்திருந்தன. அவன் துரோணரிடம், தருமரை உயிருடன் பிடித்துக் கொடுங்கள் என்று கேட்டான். மீண்டும் அவரைப் பகடை ஆட அழைத்து, மீண்டும் அவரைத் தோற்கச் செய்து, மீண்டும் வனவாசத்துக்கு அனுப்பிவிடலாம் என்பது அவன் எண்ணம். அது மிகவும் சிரமம் என்றார் துரோணர். அர்ச்சுனன், தருமரின் அருகிலேயே இருக்கிறான். அவன் கவனத்தைத் திருப்பினால் ஒழிய, என்னால் தருமரைப் பிடிக்க முடியாது என்றார் துரோணர். துரியோதனன் அது பற்றி யோசிக்கத் தொடங்கினான்.

கிருஷ்ணனுக்கு வேறு சிந்தனைகள். அர்ச்சுனன், தாத்தா என்ற காரணத்தால், பீஷ்மரையும், ஆசான் என்ற காரணத்தால் துரோணரையும் கொல்லத் தயங்குவது யுத்தத்தை இழுத்தடிப்பதாக இருக்கும், முடிவுக்கு வருவதும் சாத்தியம் இல்லை என்று அவர் நினைத்தார். அர்ச்சுனன், பீமன் இருவருக்கும், தனிப்பட்ட கோபத்தையும் வஞ்சத்தையும் ஏற்படுத்தி, அவை மூலம் அந்த இரண்டு பேர் உயிர்களையும் மாய்க்க வேண்டும் என்று திட்டமிட்டார் அவர். சாத்யகியும் பூரி சிரவசும் தங்கள் குலப்பகையை குருசேத்திரத்துக்குள் தீர்த்துக்கொண்டார்கள். அதுபோல, அர்ச்சுனனுக்கும் தனிப்பட்ட கோபத்தை உருவாக்க வேண்டும்.

பெரிய அறம் தழைக்கச் சின்னச் சின்ன தர்ம வழுக்கள் தவிர்க்க முடியாதவை. ஏனெனில் கலியுகம் பிறக்க இருக்கிறது. பிறந்தும் விட்டது.

கிருஷ்ணன், அர்ச்சுனனைப் போருக்கு அழைத்துக்கொண்டே இருக்கும் சம்சப்தகர்களை நோக்கித் தம் ரதத்தைத் திருப்பினார். சம்சப்தகர்கள் என்பவர்கள், மகா ரதிகர்களான பதினாலாயிரம் பேர்கள். அவர்களோடு வெகு தூரம் சென்று அர்ச்சுனன் போர் செய்யும்படியாயிற்று. அதாவது, துரோணர் பத்மவியூகம் அல்லது சக்கரவியூகம் அமைத்த இடத்திலிருந்து வெகுதூரம். சக்கரவியூகம் என்பது, உள்ளே புக இடம் இல்லாதபடி மூடப்பட்ட பகுதி. அதற்குள் இருந்து யுத்தம் செய்வது. உள்ளிருப்பவர்கள் சுலபமாகவும் பாது காப்பாகவும் இருந்துகொள்வார்கள். வெளியே இருப்பவர்கள், சக்கரத்தை உடைத்துக்கொண்டு உள்புகுந்தே போர் செய்ய வேண்டும்.

பாண்டவர் பக்கத்தில் சக்கரவியூகத்தை உடைக்கும் வித்தை தெரிந்தவர்கள், ஒருவன் அர்ச்சுனனும் மற்றவன் அபிமன்யுவும். அர்ச்சுனன், பதினாலாயிரம் வீரர்களுடன் யுத்தத்தில் இருந்தான். தருமர், அபிமன்யுவிடம், சக்கரத்தை உடைத்துக்கொண்டு உள்ளே புகு என்று வேண்டுகோள் விடுத்தார். அபிமன்யு அதை ஏற்றுக் கொண்டு புறப்பட்டான். அதற்கு முன், தமக்கு சக்கரவியூகத்தை

உடைக்க முடியுமே அன்றி, பிறகு மூடப்பட்ட சக்கரத்தைப் பிளக்க முடியாது என்றான். தானும் பீமனும் அதைச் செய்து உன்னைக் காப்பாற்றுவோம் என்றார் தருமர். அபிமன்யு, சக்கரத்தை உடைத்துக் கொண்டு யுத்த பூமிக்குள் பிரவேசித்தான். துரோணர் சக்கரத்தின் அனைத்து வழிகளையும் மூடிவிட்டார். சிக்கிக்கொண்டான் அபிமன்யு என்றாலும், துரியோதனன், கர்ணன், துச்சாதனன், அஸ்வத்தாமன் முதலான பலவீரர்களையும் புறமுதுகிட்டு ஓடும்படி செய்தான் அவன். துரோணர், தம்மை மறந்து இப்படிச் சொன்னார். 'வீரத்தில் அர்ச்சுனனுக்கும் அபிமன்யுவுக்கும் வித்தியாசம் இல்லை. இவன் மகத்தானவன்' என்றவர், தொடர்ந்து 'இவனைக் கொல்வதே சரி' என்றும் சொன்னார். ஆறு மகாரதர்கள் ஒன்று கூடி, அவனைச் சுற்றி வளைத்தார்கள். வில்லை இழந்து, தேரை இழந்து, தரையில் இருந்த அவன் கொல்லப்படுகிறான்.

ஜயத்ரதன், சக்கரவியூகத்தின் வாயிலில் நின்று, தருமருடனும் பீமனுடனும் போர் செய்து அவர்களை சக்கரத்தை உடைக்கவிடாமல் செய்தான். சிவனிடம் அவன் பெற்ற வரத்தை இந்தச் சந்தர்ப்பத்தில் அவன் பயன்படுத்தினான். பராக்கிரமத்துடன் அவன் செய்த போரை எல்லோருமே பாராட்டினார்கள். தருமரும் பீமனும் துடித்தார்கள். அபிமன்யுவின் மரண ஓலம் அவர்களுக்குக் கேட்டது. ஆனால், ஜயத்ரதன் அவர்களை அனுமதிக்கவில்லை.

அர்ச்சுனன், 'மறுநாள் அஸ்தமனம் ஆவதற்குள் ஜயத்ரதனைக் கொல்வேன். இல்லையென்றால், நான் தீயில் பாய்ந்து தற்கொலை செய்துகொள்வேன்' என்று சபதம் இட்டான். துரோணர் மகிழ்ந்தார். ஜயத்ரதனை மாலை வரை காப்பாற்றிவிட்டால், அர்ச்சுனன் இறந்து விடுவான் என்பது அவர் மகிழ்ச்சிக்குக் காரணம். அர்ச்சுனனுக்கு, ஜயத்ரதனைக் கொன்றே தீர வேண்டிய சொந்தக் கோபம் முன் நின்றது. துரோணர், யாரும் உடைக்காத பாதுகாப்பை ஜயத்ரத னுக்குத் தந்தார். அர்ச்சுனனைப் பல வீரர்கள் மாறி மாறி வந்து போர் செய்கிற பாவனையில் பல இடங்களுக்கு இழுத்துச் சென்றார் கள். மாலை வரை, அவன் ஜயத்ரதனைச் சந்திக்கவே முடியவில்லை. சூரியன் மறைந்து மாலையும் வந்தது. அர்ச்சுனன் தீ வளர்க்க உத்தரவிட்டான்.

கௌரவர் தரப்பில், மகிழ்ச்சி ஆரவாரம் எழுந்தது. கிருஷ்ணன் அவனிடம் சொன்னார்:

'அர்ச்சுனா... சூரியன் மறையவில்லை. நான் மறைத்து வைத் திருக்கிறேன். கௌரவர் கூட்டத்தில் ஜயத்ரதன் சிரிக்கும் ஓசையைக் கவனமாகக் கேட்டு அம்பெய்திக் கொன்றுவிடு அவனை. ஆனால், அவன் தலை, தூரத்தில் தவம் செய்து கொண்டிருக்கும் ஜயத்ரதன்

தந்தையின் மடியில் போய் விழுமாறு உன் அஸ்திரத்தை எய்துவிடு' என்றார்.

அது அப்படியே நிகழ்ந்தது. ஜயத்ரதன் சிரிக்கும் சப்தத்தைக் கொண்டே, அத்திக்கில் அம்பெய்து அவனைக் கொன்றான் அர்ச்சுனன்.

தம் மடியில் வந்து விழுந்த தலையைக் கண்டு பதறியவாறு, ஜயத்ரதன் தந்தை, எழுந்து நின்று, தலையைத் தரையில் விழும்படி செய்தார். "என் மகன் தலையை யார் தரையில் விழும்படி செய்கிறார் களோ அவர் தலை வெடித்துச் சிதறட்டும்" என்று அவர் பெற்ற வரம் இப்படியாகச் செயல்பட்டது. தந்தை தலை சிதறியது.

தெய்வங்கள் மீண்டும் சிரித்துக்கொண்டார்கள்.

ஏன் தெய்வங்கள், அசுரர்களுக்கும் தர்மம் மீறிய மனிதர்களுக் கும், தர்மம் மீறிய கோரிக்கைக்கும் செவி சாய்த்து வரம் அருள் கிறார்கள் என்பது ஒரு சமயம் என்னை உறுத்திய கேள்வியாக இருந்தது. பிறகே புரிந்தது. தெய்வங்கள், கோரிக்கையின் தன்மையைக் கவனிப்பதில்லை. மாறாக, கோரிக்கையாளர்கள், தவம் செய்த வர்களின் தவத்தின் உண்மைத் தன்மையை, அதன் அடர்த்தியை, அதன் உக்கிரத்தை மட்டுமே கணக்கில் எடுத்துக்கொள்கிறார்கள். வரத்தைச் செயல்படுத்தியவர்கள், பெறுகிற பாவ புண்ணியங்களுக்கு, தவம் செய்தவர்களே பொறுப்பாளிகளாகிறார்கள். அந்தச் சுதந்திரத் தைத் தெய்வங்கள் அருள்கின்றன. வரம் முறையாகச் செயல்பட்டு மழையாக இருந்தால் உயிர்கள் செழிக்கும். தீயாக இருந்தால் உயிர்கள் கருகும். இதுவே தெய்வங்களின் நியதி.

'நன்னூல்' தந்த பவணந்தி முனிவரின் இலக்கணத்தில் ஒரு சூத்திரம். 'மக்கள், நரகர், தேவர் உயர்திணை' என்பது அச்சூத்திரத் தின் முதல் பகுதி. உயர்திணை எது என்று சொல்ல வந்த முனிவர், ஏன் மக்களை முதலில் வைத்தார்? தேவரை அல்லவா முதலில் கொள்ள வேண்டும். ஏன் என்றால், மக்களுக்குத்தான் பாவம், புண்ணியம் செய்கிற சுதந்திரம் இருக்கிறது. நரகர், பாவம் செய்து நரகத்திலும், தேவர் புண்ணியம் செய்து தெய்வ லோகத்திலும் சேர்ந்தவர்கள் ஆயிற்றே! அவர்களுக்கு இனி ஏது சுதந்திரம்?

பவணந்தியைப் படித்த பிறகுதான், வியாசரைப் புரிந்துகொள்ள முடிந்தது. வியாசரைப் புரிந்துகொண்ட பிறகுதான், தெய்வநியதி களைப் புரிந்துகொள்ள முடிந்தது.

✶

சமர்ப்பண வீரன்!

அர்ச்சுனனை முன்னிட்டு, பாண்டவர்களின் நன்மைக்காக கிருஷ்ணன் எவ்வாறு தம்மை சமர்ப்பணம் செய்துகொண்டாரோ, அதில் எள்ளளவும் குறையாது தம்மை கிருஷ்ணருக்கு சமர்ப்பணம் செய்துகொண்டவன் சாத்யகி. கிருஷ்ணனுடன் அர்ச்சுனன் எல்லாச் சமயத்திலும் இல்லை. வனவாச காலமும், தீர்த்த யாத்திரை காலமும் அவன் அவருடன் இல்லை. ஆனால், சாத்யகியோ, கிருஷ்ணன் இருந்த ஆயர்பாடியிலும், பின்னர் மதுராவிலும், அஸ்தினாபுரத்திலும், யுத்த பூமியிலும் அவரின் உயிருள்ள நிழலாக இருந்து, அவர் நினைத்ததை எல்லாம், நினைத்து முடிக்கு முன்னே செய்து முடித்தவன்.

யுத்த பூமியில், சாத்யகி செய்த அருஞ்செயலை, அற்புதமான போர் ஆற்றலை கிருஷ்ணன் அர்ச்சுனனுக்குச் சொல்கிறார். காலை தொடங்கி மதியம் வரைக்கும் சாத்யகி செய்த பயங்கர யுத்தத்தை வில்லைக் கீழே வைத்துவிட்டு அர்ச்சுனன் கவனிக்கிறான். கிருஷ்ணன், குதிரை வார்களை விட்டுவிட்டு வேடிக்கை பார்க்கிறார். இது என்றைக்கு நடந்தது என்பது முக்கியம். அன்று மாலை ஆவதற்குள் அர்ச்சுனன், ஜெயத்ரதனைக் கொல்ல வேண்டும். இல்லையெனில் பிரதிக்ஞையின்படி சாக வேண்டும். அந்தப் பெரிய கடமைகூட அர்ச்சுனனுக்கும் கிருஷ்ணனுக்கும் மறந்துவிட்டது. மறக்கச் செய்தது, சாத்யகியின் சாகசம்.

'அர்ச்சுனா! இதோ சாத்யகி உன்னை நோக்கி வந்து கொண்டிருக்கிறான். இவன் உனக்குச் சிஷ்யனும், நண்பனுமாய் இருக்கிறான். சத்திய வீரனும் புருஷ சிரேஷ்டனுமான இந்த சாத்யகி, எல்லா யுத்த வீரர்களையும் துரும்பாக எண்ணி ஜெயித்துவிட்டான். உனக்கு பிராணனைக் காட்டிலும் அதிகப் பிரியனான இந்த சாத்யகி, துரோண ரையும், கிருதவர்மாவையும் பாணங்களால் பீடித்தான். இவனுக்குச் சமமான போர்வீரன் ஒருவன்கூட கௌரவ சேனையில் கிடையாது..!'

இது கிருஷ்ணனின் புகழ் மொழி.

கிருஷ்ணன் பிறந்த குலத்தில், விருஷ்ணி குலத்தில் பிறந்தவன் சாத்யகி. அவன் வம்சாவளி இப்படிச் செல்கிறது: 'பிரம்மன், அத்ரி,

சந்திரன், புதன், புரூரவஸ், ஆயுஸ், நகுஷன், யயாதி, யது என்று வளர்ந்து, யயாதியின் மகன் யதுவின் பெயரால் யது அல்லது யாதவ வம்சம் பெருகிற்று. வம்ச பரம்பரையில் மிகப்பெரும் ஆற்றல் உள்ள ஒருவன் பெயரால் வம்சம் அறியப்படும் முறையை ரிஷிகள் உருவாக்கி இருந்தார்கள். இராவணனைப் புறம்கண்ட கார்த்த வீரியார்ச்சுனன், மது என்று வளர்ந்த மரபில் விருஷ்ணி வருகிறான். அவன் பெயராலேயே, விருஷ்ண குலத்தவராகக் கிருஷ்ணனும் அவர் உயிர் நிழல் என்று அறியப்படும் சூரவம்ச சேனாதிபதி சாத்யகியும் அறியப்படுகிறார்கள். விருஷ்ணி மரபில் மாபெரும் வீரன் என்று அறியப்படும் சினி வருகிறார். சினியின் மகன் சத்யகன். சத்யகன் மகன் சாத்யகி. இவன் மற்றொரு பெயர் யுயுதானன்.

சினி ஒரு பெரும் காரியம் செய்தார். தேவாபர், (தேவகர்) தம் மகள் தேவகிக்கு சுயம்வரம் நடத்தினார். சுயம்வரத்துக்கு வந்திருந்த அத்தனை மன்னர்கள் முன், தேவகியைப் பற்றி தம் ரதத்தில் ஏற்றிக் கொண்டு புறப்பட்டார் சினி. வந்திருந்த மன்னர்கள் அவருடன் போர் செய்ய எழுந்தபோது, அத்தனை மன்னர்களையும் தன்னந் தனியாக நின்று வென்றார் சினி. அந்தப் போரில், மிகப் பெரிய பலவான் சோமதத்தனைச் சந்திக்க வேண்டியிருந்தது சினிக்கு.

குரு வம்சத்தைச் சேர்ந்த மன்னன் சோமதத்தன். அவன், தம் பிள்ளைகளுடன் தேவகி சுயம்வரத்துக்கு வந்திருந்தான். தம் கண் முன்னால், தேவகி அபகரிக்கப்பட்டது தம் சொந்த அவமானமாக எடுத்துக்கொண்டான் அவன். சினியோடு கோரமான யுத்தத்தைச் செய்தான். இறுதியில், சோமதத்தனைத் தரையில் தள்ளி, உருட்டிக் கத்தியைக் கையில் எடுத்துக்கொண்டு கொல்லப்போன சினி, காலால் அவனை உதைத்து, 'உன்னை மன்னித்தேன், ஓடிப்போ' என்றுவிட்டுத் தேவகியுடன் புறப்பட்டான். நேராக சூரசேன மன்னரிடம் வந்து, தேவகியை ஒப்படைத்து, வசுதேவருக்கு மணம் செய்வித்தான். வசுதேவர் – தேவகிக்குக் கிருஷ்ணன் பிறந்தார்.

ஆக, சாத்யகிக்கு மூன்று தலைமுறைக்கு முன்னரே, அவன் பாட்டன் சினி தொடங்கியே கிருஷ்ண வம்சப் பணியில் சாத்யகி யின் குடும்பம் இருந்துள்ளது.

பரதவர்ஷத்து மன்னர்கள் அனைவர் முன்னிலும், தாம் மண்ணில் உருட்டப்பட்டு, காலால் உதைபட்டது காரணமாகத் தலைகுனிவு கொண்ட சோமதத்தன், சிவபெருமானைக் குறித்துத் தவம் செய்து, அவரை நேரில் கண்டான். 'என்னை அவமானம் செய்த பரம்பரையை என் மகன் பிரதி அவமானம் செய்ய வேண்டும்' என்று வரம் பெற்றான். இந்த வரபலம், குருசேத்திர யுத்தத்தில் நிறைவேறியது.

யாதவர்கள் தங்கள் தேசமாக மதுரையை அடையும் முன்பாக, ராம அவதாரத்தில் அவர் நடந்த தண்ட காரண்யம், சித்திரக்

கூடத்தை உள்ளடக்கிய மாகிஷ்மதியில் வாழ்ந்தார்கள். அக்காலத்தில் யமுனைப் பிரதேசம், அதன் வனங்கள், மது என்கிற அரக்கன் வசிப் பிடமாக இருந்தது. ராமரின் தம்பி, சத்ருக்கனன், திக்விஜயத்தின் போது, மது அரக்கனைக் கொண்டு தம் தலைநகரை ஸ்தாபித்தார். மதுவனம், அவரால் மதுராபுரி ஆயிற்று. சத்ருக்கனனின் இரண்டு தலைமுறை வாரிசுகள் மதுரையில் வசித்தார்கள். அதன் பிறகே, யாதவர்கள், மதுரைக்குள் பிரவேசித்தார்கள். கிருஷ்ணனும் அங்கே பிறந்தார்.

ராமனின் இடம் கிருஷ்ணருக்குத்தானே!

பல்வேறு குலங்களாகவும் வம்சமாகவும் பிரிந்து கிடந்த யாத வர்கள், சின்னச் சின்ன பிரதேசங்களில் ஆட்சி செலுத்திக்கொண்டு அரசர்கள் என்றும் தங்களை அழைத்துக்கொண்டார்கள். மதுரை யைத் தலைமை இடமாகக்கொண்டு அதன் முதல் மன்னர், சூரசேனர் தம் தர்ம அரசை அங்கே நிறுவினார். அந்தச் சூரசேனருக்குச் சேனாதி பதியாகவும், அறம் உரைக்கும் அமைச்சராகவும் இருந்தவன் சாத்யகி. தந்தை சூரசேனருக்கு முன் ஏவலாளர் போலத் தம்மை நிறுத்திக் கொண்ட கிருஷ்ணன், பலராமரோடு தம்மையும் இணைத்துக் கொண்டு, கிருஷ்ணனின் இன்னொரு உருவமாக வாழ்க்கையை அமைத்துக்கொண்டவன் சாத்யகி. சூரசேனருக்குப் பிறகு, அரசுப் பொறுப்பை ஏற்றுக்கொண்ட உக்ரசேனரிடமும் அவர்கள் அவ்வாறே வாழ்ந்தார்கள். உக்ரசேனரின் மகன் கம்சனைக் கொன்றவர் கிருஷ்ணன். இந்தக் கொலையை, ஒரு அரசு நீதியாக எடுத்துக் கொண்டார் உக்ரசேனர்.

அர்ச்சுனன், கபட சந்நியாசியாக துவாரகைக்குள் பிரவேசித்த போது, அவனை உடனடியாகக் கண்டுகொண்டவர்கள் இருவர். ஒருவர் கிருஷ்ணர். மற்றவன் சாத்யகி. மட்டுமல்லாமல், அர்ச்சுனனின் நோக்கத்தையும் சரியாக உணர்ந்துகொண்டவன் சாத்யகி. அர்ச்சுனன், தங்கை சுபத்ரா ஆகியோர் காதலை ஆதரித்தார் கிருஷ்ணன். தம் ஆசான் அர்ச்சுனன் காதலை சிஷ்யன் சாத்யகி, மனசுக்குள் சிரித்தபடி கவனித்தபடியும் அதற்கான சந்தர்ப்பச் சூழலை உருவாக்கியும் தந்தான் சாத்யகி. ஒரு கட்டத்தில், கிருஷ்ணன், அந்தக் காதலர்கள் உடன் போக்குக்கும் உதவினார். தேரும் ஆயுதமும் அர்ச்சுனனுக்குக் கொடுக்க நினைத்தார் கிருஷ்ணன். தேரையும், தேர்ந்தெடுத்த குதிரைகளையும், மந்திர சக்தி மிக்க ஆயுதங்களையும் தந்து, கிருஷ்ணன் திட்டம் நிறை வேற்றினார் சாத்யகி. அர்ச்சுனன் சுபத்ரையைத் தம் தேரில் ஏற்றிக் கொண்டு புறப்படுகையில், கிருஷ்ணனின் திட்டம் தெரியாத யாதவ வீரர்கள் தாக்குதல் செய்து, தம்பதியரைத் தடுக்க முனைகையில், பொய் யுத்தம் செய்வது போல நடித்தான் சாத்யகி. என்றுமே குறி தவறாத வில்வீரன், அர்ச்சுன சிஷ்யன், தம் அம்புகளை வானத்தின் மேல் விட்டு விளையாட்டுக் காட்டிக்கொண்டிருந்தான். விஷயம்

அறிய வந்த பலராமர், அர்ச்சுனன் மேல் யுத்த ஏற்பாடுகளில் முனைந்தபோது, சாத்யகியின் ஒரு சொல்லே தடுத்து நிறுத்தியது.

"பெரியவர் சற்று நிதானிக்க வேண்டும். அர்ச்சுனன் மேல் நாங்கள் போர் செய்தபோது அவருடைய தேரை ஓட்டிக்கொண்டு சென்றவள் நம் தங்கை சுபத்ராவேதான். அவள், அர்ச்சுனனைத் தம் பர்த்தாவாக ஏற்றுக்கொண்டபின் நாம் என்ன செய்யக்கூடும். தவிரவும், அர்ச்சுனர், நம் தகுதிக்குச் சற்றும் குறைந்தவர் அல்லவே! தம் தந்தையின் தங்கை குந்திதேவியாரின் பிள்ளை அல்லவோ அர்ச்சுனர். வில் ஏந்தியவர்களில் அவரை நிகர்த்த வீரன் மூவுலகில் இருக்கிறார்களா? பெரியவர் அமைதி அடைய வேண்டும்!"

பலராமரின் ஏர் தாழ்ந்தது.

"என்ன... சுபத்ரா தேரைச் செலுத்தினாளா?" என்றவர், கிருஷ்ணனைப் பார்த்து, "கிருஷ்ணா... இதற்கு உன் ஆசிர்வாதம் உண்டா" என்றார்.

கிருஷ்ணன் தலைகுனிந்து, "அண்ணா... மன்னியுங்கள். குழந்தை களைத் தாங்கள் ஆசிர்வதிக்க வேண்டும்" என்றதும், பலராமர் குளிர்ந்துபோனார். குணமெனும் குன்றேறி நின்ற பெரியவர்கள் கோபம் பனி போலக் கரைவது அல்லவா! கரைந்தது. மகிழ்ச்சியில் சிரித்துக்கொண்டார்.

"அப்படியா..? சுபத்ரா, சரியான மணமகனைத்தான் தெரிவு செய்திருக்கிறாள். நம் தங்கை அல்லவா, கிருஷ்ணா? சாத்யகி, நீயே உடனே சென்று, குழந்தைகளை அழைத்து வா. அவர்களுக்கு நானே திருமணம் செய்து வைக்கிறேன்" என்றார் பலராமர்.

சூரசேனர், பலராமர், கிருஷ்ணன் சார்பாக, சுபத்ராவுக்குப் பல ஒட்டகப் பொதியில் சீர்வரிசை எடுத்துச் சென்றான் சாத்யகி.

கிருஷ்ணன் பங்குகொண்ட யுத்தம் அனைத்திலும் பங்கு கொண்டவன் சாத்யகி. பாணாசுர யுத்தத்தில் இருந்து அனைத்திலும் கிருஷ்ணனின் உடல் கவசமாகவும், மன ஊக்கியாகவும் இருந்தான் சாத்யகி. குருசேத்திர யுத்தம் நிகழ்ந்தே தீர வேண்டும் என்ற கருத்து சாத்யகிக்கு இருந்தது. பீமனும் சாத்யகியும் நிகர்த்த கருத்துடையவர் களாக இருந்தார்கள். விராட அரண்மனையில், ஆலோசனை நடந்த போது பலராமர், "சற்று யோசியுங்கள்... தருமர் இஷ்டப்பட்டுத்தானே சூதாட்டக் காயை உருட்டினார்" என்றபோது, அவரைக் கடுமையாக எதிர்த்துப் பேசியவன் அவன். கிருஷ்ணர் ஒரு கட்டத்தில் கௌரவரிடம் தூது போகப் புறப்பட்டபோது, அவரைத் தனியாகச் சந்தித்து "போருக்கு அழைப்பு கொடுத்துவிட்டு வாருங்கள். சகல தர்மங் களையும் விட்டவர்கள் கௌரவர்கள். தனிமனித தர்மம், சமூக

பிரபஞ்சன் ★ 203

தர்மம், சத்திரிய தர்மம், சாஸ்வத தர்மம் என்று எதையும் உதாசீனப் படுத்திய அவர்களை ஆயுதம் மூலம் மட்டும்தான் அறிவுறுத்த வேண்டும்...” என்றான் சாத்யகி. அதுதான் நடக்கப் போகிறது என்பதை கிருஷ்ணனும் அறிவார்.

யுத்த களத்தில் விதி, சாத்யகியையும் பூரிச்ரவஸையும் சந்திக்க வைத்தது. மூன்று தலைமுறைகளுக்கு முன்னர், குருகுலத்தைச் சேர்ந்த சோமதத்தனை சாத்யகியின் பாட்டன் சினி, காலால் உதைத்து அவமானம் செய்ததையும், அதனால் சோமதத்தன் சிவனைப் பிரார்த்தித்துத் தம் மகன், சினியின் பரம்பரையை வெல்ல வேண்டும் என்ற வரம் பெற்றதையும் நினைவில் கொள்ள வேண்டும். அந்த சோமதத்தனின் இரண்டாவது மகனும், சில வரத்தை ஸ்தாபனம் செய்யப் பிறந்தவனான பூரிச்ரவஸ் கௌரவர் பக்கம், சாத்யகியை நேருக்கு நேராகச் சந்தித்தான்.

“சாத்யகி... பழியைத் தீர்த்துக்கொள்ள வந்திருக்கிறேன். தயாராக இருக்கிறாயா? என் தந்தை சோமதத்தனுக்கு நேர்ந்த அவமானம், இன்றோடு முடியப் போகிறது. என் தந்தை பட்ட அவமானத்தை நீ பெற வேண்டும். சரியா?”

சாத்யகி சிரித்தான்.

“வீரர்கள் சும்மா பேசிக்கொண்டிருப்பதில்லை. ஆயுதம் பேசட்டும். பெரியவரே” மூத்தவனும் பெரிய வீரனும் ஆன பூரிச்ர வசுக்கும் சாத்யகிக்கும் யுத்தம் தொடங்கியது. குருசேத்திர யுத்தத்தில் மிகப் பெரிய கோரயுத்தம் என்று சொல்லத்தக்க போர்கள் மொத்தம் இருபது என்கிறார்கள் ஆராய்ச்சியாளர்கள். அதில் ஒன்று பூரிச்ரவஸ்–சாத்யகியின் போர். சாத்யகி, அன்றைய பதினாலாம் போர் தொடங்கிய காலை தொடங்கி, சூரியன் உச்சிக்கு வரும் வரைக்கும் பல நூறு பேர்களை வென்று, லேசாகக் களைத்துப்போன உடம் போடுதான் பூரிச்ரவசைக் காண நேர்ந்தது. அதோடு, பூரிச்ரவஸ் சாத்யகிக்கு அழைப்பும் விடுத்துவிட்டான். யுத்த அழைப்பை ஏற்க மறுப்பவன் சத்திரியன் அல்லவே!

பூரிச்ரவஸ் சாத்யகி யுத்தம் தொடங்கியது.

(பாரதத்தை மூன்று பகுதியாகப் பிரித்துக்கொண்டால், ஒன்று கௌரவ, பாண்டவர் வாழ்க்கை. இரண்டாவது யுத்தம். மூன்றாவது ஞான போதனைகள். இதில் யுத்தம் பற்றி. அது வில், கத்தி, கதை, ஆயுதம் அற்ற உடல் போர் என்று எந்த வகைகளையும் பற்றி வியாசர் சொல்லும் போர் வர்ணனை, நுணுக்கங்கள் வியப்பூட்டுவன. ரிஷிக்கு வாய்த்த அபார போர் ஞானம், ஈடற்றது. வியாசர் சர்வஞானஸ்தர் என்பதை எவர்தான் மறுக்க முடியும்?)

இப்போது பூரிச்ரவஸ் கத்தியை எடுத்துக்கொண்டான். வில்லில் அர்ச்சுனன் போல், வாளில் பூரிச்ரவஸ். யுத்தம் பல மணி நேரம்

சென்றது. ஒரு கட்டத்தில் சாத்யகி, ஆயுதம் இழந்து நின்றான். பூரிச்ரவஸ் கையால் அடிபட்டுப் பூமியில் விழுந்து கிடந்தான் சாத்யகி. அவனை மீண்டும் மீண்டும் தூக்கித் தரையில் அடித்தான் பூரிச்ரவஸ். அவனைத் தரையில் இழுத்துப் போர்க்களத்தைச் சுற்றி வந்தான். தம் காலால் சாத்யகியை உதைத்துத் தம் பிறவி நோக்கத்தை நிறைவேற்றினான். பிறகு, தம் கத்தியால், சாத்யகியைக் கொல்ல நினைத்து வாளை எடுத்தான்.

கிருஷ்ணன் இதைக் கவனித்தார். அர்ச்சுனன் கவனத்தை ஈர்த்தார்.

"அர்ச்சுனா... சாத்யகி உன் பொருட்டு இந்த யுத்தத்துக்கு வந்தவன். உன் சிஷ்யன். என் ஆத்மா. அவனைக் காப்பாற்றுவது உன் கடமை" என்றார்.

அர்ச்சுனன், ஓங்கி நின்ற கத்தியோடு சேர்ந்த பூரிச்ரவசின் வலது கையை, தம் அம்பால் வெட்டி வீழ்த்தினான். துண்டு பட்ட கையை, அர்ச்சுனன் முன் இடது கையால் எடுத்துப் போட்ட பூரிச்ரவஸ், "அர்ச்சுனா... நீ பெரிய வீரன். தனுர் சாஸ்திரம் அறிந்தவன் ஆயிற்றே... நான் மற்றொரு வீரனுடன் சண்டை செய்கிறபோது, போர் தர்மம் மீறிச் செயல்பட்டு என்னைத் தாக்கலாமா" என்றான். அர்ச்சுனன் பதிலாக, "இந்தப் போர் தர்மம் அபிமன்யுவுக்குப் பொருந் தாதா, பெரியவரே. நீங்கள் அதிரதர்கள் ஆறு பேர், அவனுக்கு முன்னும் பின்னும் இருந்தல்லவா போர் செய்தீர்கள். அப்போது உங்கள் தர்மம் எங்கு போயிற்று?" என்றான். அவர்கள் பேசிக்கொண்டி ருக்கும்போதே, சாத்யகி, பூரிச்ரவஸைத் தம் வாளால் வெட்டிக் கொன்றான்.

அடுத்து, பாண்டவர் பக்கம் இருந்தே, சாத்யகி செய்தது தவறு என்ற கருத்து எழுந்தது. திருஷ்டத்துய்மன், சாத்யகியை இகழ்ந்தான்.

"போரே ஒரு அற மீறல்தான். அதற்குள் எது அறம், அறமீறல், அறப்பிறழ்வு? உங்களுக்குள் இருக்கும் உள்முரணைக் களைந்து அடுத்த கடமைக்குள் செல்லுங்கள்" என்றார் கிருஷ்ணன்.

மது போதை மற்றும் விசுவாமித்ரர் சாபம் காரணமாக, யாதவ வம்சமே அழிந்தது. சாத்யகியும் இறந்தான்.

தோழமை என்பது, கேள்விக்குட்படுத்தா அன்பும் புரிதலும் மட்டுமே என்பதைச் சாத்யகி தம் வாழ்வால் உணர்த்தினான். கிருஷ்ணனை ஊசியாகவும், தம்மை நூலாகவும் அமைத்துக் கொண்டவன், யாதவச் சாத்யகி. சமர்ப்பணம் என்கிற சொல்லுக்கு ஒரு உயிர் உதாரணமாக வாழ்ந்து அமைதி அடைந்தவன் சாத்யகி.

★

தந்தையைக் கொன்ற மகன்!

நாரதரே அந்த ஏற்பாட்டைச் செய்திருந்தார். திரௌபதி, பாண்டவர் ஒவ்வொருவருடனும் ஓராண்டு காலம் இருப்பது. திரௌபதியும் அச்சமயம் அவளோடு கணவனாக இருக்கும் பாண்டவனும் தனித்திருக்கும் அந்தக் கிருகத்தில் மற்றவன் பிரவேசிக்கக் கூடாது. பிரவேசிக்கிறவன், ஓராண்டு வனவாசம் செய்து திரும்ப வேண்டும்.

அர்ச்சுனனுக்கு இது விஷயமாகச் சங்கடம் ஏற்பட்டது. தர்ம சங்கடம். தர்ம சிந்தனையாளர்க்கே ஏற்படும் தர்மசங்கடம். ஒரு முதிய பிராமணன், அர்ச்சுனனிடம் வந்து, "ராஜன்... என் பசுவைத் திருடர்கள் கவர்ந்து செல்கிறார்கள். என் பசுவை மீட்டுக் கொடும்" என்றான். அர்ச்சுனன் உடன் புறப்பட்டான். ஆனால், அவன் காண்டீபமும் மற்றும் உள்ள ஆயுதங்களும் வீட்டுக்குள் இருந்தன. வீட்டுக்குள் தருமர், திரௌபதியுடன் ஏகாந்தமாக இருந்தார். ஒரு பக்கம் அரசக் கடமை. மறுபக்கம், நாரதர் வகுத்த நியதி. ஓராண்டு வனவாசத்தை ஏற்பது என்ற முடிவுடன், அர்ச்சுனன், வீட்டுக்குள் புகுந்து, ஆயுதம் எடுத்துக்கொண்டு போய்த் திருடர்களிடம் இருந்து பசுவை மீட்டுப் பிராமணனிடம் தந்து வனவாசம் செய்யத் தருமரிடம் உத்தரவு பெற வந்து நின்றான்.

"நீ செய்தது, நம் சத்திரியக் கடமை, நீ செய்யாமல் இருந்தால்தான் தவறு. ஆகவே, நீ வனவாசம் செல்லத் தேவை இல்லை" என்றார் தருமர். அர்ச்சுனன் சொன்னான்:

"அண்ணா... சட்டம், நீதி, நியமம் இவற்றை நாமே மீறுதல் நியாயம் அன்று. தருமர், பட்சபாதம் கொண்டார் என்ற அவப் பெயர் தங்களுக்கு ஏற்பட நான் சம்மதிக்க மாட்டேன்" என்றபடி, வனவாசம் புறப்பட்டான் தர்மாத்மாவான அர்ச்சுனன்.

அது பிராமண அழைப்பு மட்டுமல்ல... அர்ச்சுனன் வாழ்க்கையை அடர்த்தி செய்ய இருக்கும் காலத்தின் அழைப்பு.

கங்கோத்பத்தி வந்தடைந்த அர்ச்சுனன், கங்கையில் ஸ்நானம் செய்ய இறங்கினான். செய்து கரையேறுகையில் அவன் நீருக்குள் இழுக்கப்படுவதை உணர்ந்தான். அவன் மேல் காமமுற்ற நாக

கன்னிகை உலூபியே அவனை நீருக்குள் இழுத்தவள். நாகலோகம் சென்ற அர்ச்சுனனிடம் உலூபி தம் பிறப்பு வரலாற்றைச் சொல்கிறாள்.

"ஐராவத நாககுலத்தைச் சேர்ந்த கௌரவ்யனுடைய புத்திரி நான். உன் மேல் நான் காதல் கொண்டுவிட்டேன். எனக்கு நீ ஆத்ம தானம் செய்ய வேண்டும்" ஆத்மதானம் என்கிற அழகிய சொல்லைக் கவனம் செய்கிறார் வியாசர். கணவன் தம் மனைவிக்குத் தரும் உன்னதப் பரிவர்த்தனை அது. "வனவாசத்தின் போது, நான் பிரம்மச் சாரியாக இருக்க வேண்டும் என்பது விதியாயிற்று. என்னைச் சத்தியம் மீறச் செய்யலாமா" என்கிறான் அர்ச்சுனன். ஆனால், அர்ச்சுன னுக்குக் காமம் கண்களிலும், விருப்பம் நாகலோகத்துக் காற்றிலும் கமழ்ந்ததை உலூபி புரிந்துகொள்ளாமலா இருப்பாள். மிக அழகாகப் பதில் உருவாக்குகிறாள் உலூபி. 'அர்ச்சுனா... நீ என்னை மறுக்கிறாய் என்று வைத்துக் கொள். மறுக்க மாட்டாய் என்று தெரியும். சும்மா பேச்சுக்குச் சொல்கிறேன். மறுத்தால், நான் செத்துப் போவேன். அதனால் உனக்குக் கொலைப்பழி நேரும். பிரம்மச்சாரி பிரதிக் ஞையை மீறி அதனால் நேரும் பாவத்தை விடவும், பெரிய பாவ மல்லவா என்னை நீ கொல்வது. ஆகவே சின்னதை மீறி, பெரியதை அடையேன்."

அர்ச்சுனன் அடைந்தான். மாபெரும் வீரனும் மகத்தான தியாகியு மான, எதிர்காலத்தில் களப்பலி ஆகப்போகும் மகன் அரவான் (இராவான்), அர்ச்சுனன் பெற்ற பேறுகளில் ஒருவன்.

ஓரிரவு மட்டும் உலூபியோடு தங்கி இருந்த அர்ச்சுனன் புறப் படுகிறான். அவனை முதலில் மூழ்கிய அதே இடத்துக்குக் கொண்டு வந்து சேர்த்த உலூபி, 'எந்த ஜலத்திலும், எந்த ஜலத்தில் வாழும் ஜீவராசிகளாலும்' அவனுக்கு இடர் வராத வரம் தந்து விடை கொடுத்து அனுப்புகிறாள்.

அர்ச்சுனன் பயணம் தொடர்கிறது. அவன் செல்லும் இடங்கள் தோறும் முல்லைக் காடுகள் கண் விழிக்கின்றன. தேன்கூடுகள் உடைந்து பாதைகள் தேன் சேறாகிக் கிடக்கின்றன. இமயச் சாரலில் இருந்த பல சேத்திரங்களுக்குச் செல்கிறான். பல்வேறு நதிகளில் நீராடு கிறான். கலிங்க தேசம் கடந்து, கோதாவரியில் படிந்து, கடற்கரையின் ஓரமாக நடந்து மணலூர்புரம் என்றும் மணலூர் என்றும் வழங்கும் பட்டணம் போய்ச் சேர்கிறான். அது, சித்திரவாகனன் என்பவனால் ஆளப்பட்டது. அப்போது, அரசன் மகள் சித்ராங்கதை என்கிற பெண்ணை அவன் காண்கிறான். அவள் தன்னிச்சைப்படி தெருக் களில் சஞ்சரித்துக்கொண்டு இயல்பாகத் திரிந்தாள். அவளைக் கண்டு மோகம் கொண்டான் அர்ச்சுனன். அரசனிடம் சென்று, தாம் குந்திபுத்திரன் எனவும், அர்ச்சுனபாண்டவன் எனவும் அறிமுகம்

செய்துகொண்டு, சித்ராங்கதையை எனக்குத் திருமணத்தில் கொடு என்றான். பாண்டவர் வம்சத்துக்குப் பெண் தர இசைந்த சித்ராங்கதன், தம் குலமரபைச் சொன்னான். என் முன்னோனான பிரபஞ்சனன் என்னும் அரசன், குழந்தை வரம் வேண்டி சிவனிடம் தவம் நேர்ந்தான். சிவன் 'உன் குலத்தில் வரும் அரசர்கள் ஒரு பிள்ளையை மட்டுமே அடைவார்கள்' என்று வரம் தந்தார். அந்தப்படி, பிரபஞ்சனன் முதலாக என் தந்தை வரை ஒரு மகன் பிறந்து நாடாண்டான். எனக்கோ, சித்ராங்கதை என்ற பெண் மட்டும் பிறந்தாள். அவளை ஆணாக பாவித்து வளர்த்தேன். உனக்கு என் மகளைத் தருகிறேன். உங்களுக்குப் பிறக்கும், ஆண் குழந்தையைப் புத்ரிகா தர்மம் என்கிற விதிப்படி என்னுடனேயே இருந்து என் சந்ததியை விருத்தி பண்ணுகிறவனாக இருக்க வேண்டும். சம்மதம் என்றால், சித்ராங்கதையை மணந்துகொள்" என்கிறான்.

(சொந்தப் பெண்ணுக்குப் பிறக்கும் புத்திரனை அவள் தந்தை தமக்குப் புத்திரனாக எடுத்துக்கொள்கிறது என்கிற உடன்படிக்கை யோடு கன்னிகாதானம் செய்கிறானோ, அவளுக்குப் 'புத்திரிகை' என்றும் பிள்ளைக்குப் 'புத்திரிகாபுத்திரன்' என்றும் பெயர் வரும்.)

அர்ச்சுனன் இசைந்து, சித்ராங்கதையை மணந்துகொண்டு, அங்கேயே மூன்று மாதம் தங்கினான். அவர்களுக்குப் பப்ருவாகனன் பிறக்கிறான். குழந்தையை மாமனாருக்குப் புத்திரிகாபுத்திரனாகக் கொடுத்துவிட்டுத் தம் பயணத்தைத் தொடர்ந்தான்.

பாரதத்தில், குழந்தைவளர்ப்பு தாய்களுக்கான பொறுப்பாக இருக்கிறது. திரௌபதிக்குப் பிறந்த, ஐந்து பாண்டவர்களின் ஐந்து குழந்தைகளைத் திரௌபதி வளர்த்தாள். எனினும் குழந்தை வளர்ந்த விஷயங்கள் அறியக் கூடவில்லை. அபிமன்யு தாய்மாமன் கிருஷ்ணன் வீட்டில் வளர்ந்தான். பீமபுத்திரன் கடோத்கஜன் தாய் இடிம்பையாலும், அர்ச்சுனபுத்திரர்கள் அரவான் உலூபியாலும், பப்ருவாகனன் தாய்வீட்டிலுமே வளர்க்கப்படுகிறார்கள் என்றாலும், குருசேத்திர யுத்தம் அறிவிக்கப்பட்டதும், பிள்ளைகள் அழைக்கப் படாமலும், சிலபோது அழைக்கப்பட்டும் வந்து உயிரைத் தருகிறார்கள்.

பப்ருவாகனன், மீண்டும் அரங்கத்துக்கு வருவது, தருமரின் அசுவமேத யாகத்தின்போது. தருமரை அசுவமேத யாகம் செய்யும் படி வியாசரும் கிருஷ்ணனும் ஊக்குகிறார்கள். தருமர், யாகக் குதிரையை நடக்கவிட்டு அதன்பின் அர்ச்சுனன் ஆயுதங்களுடனும் படைகளோடும் புறப்பட்டான். அசுவமேத யாகக் குதிரை, எந்த எந்தப் பிரதேசத்துக்குள் நுழைகிறதோ, அந்தப் பிரதேசத்து மன்னர்கள் ஒன்று பாண்டவர்களின் மேலாண்மையை ஏற்க வேண்டும். ஏற்றால்,

தகுந்த தட்சணை அளித்து விடைதர வேண்டும். பாண்டவர்களின் அதிகாரத்தை ஏற்காத மன்னர்கள் யுத்தம் செய்வார்கள். நட்பு காரணமாக, குதிரையை வரவேற்று, தட்சணை அளித்து, விடை தருபவர்களும் உண்டு. இலங்கைக்குச் சென்ற யாகக் குதிரையை விபீஷணன் வரவேற்று, பொருளீந்தது பதிவுசெய்யப்பட்டிருக்கிறது.

மணலூர்ப்புரத்துக்கு வந்து சேர்ந்தது யாகக் குதிரை. தந்தை அர்ச்சுனன் வந்திருப்பது கண்டு, மகன் பப்ருவாகனன் வரவேற்க வந்தான். "அப்பா... என் ராஜ்யத்துக்கு எழுந்தருளுங்கள். என் ராஜ்யம், தங்கள் வருகையைக் கொண்டாடக் காத்துக்கொண்டிருக் கிறது" என்றான். அர்ச்சுனனுக்கோ, தம் மகன் போர் ஆற்றலை உலகுக்கு அறிவிக்கும் சந்தர்ப்பமாகச் சூழலை மாற்ற ஆசை வந்தது. அன்பை மறைத்துக்கொண்டு, அவர் பேசினார்.

"மணலூர் வேந்தனே... நான் உன் தந்தையாக இங்கு வரவில்லை. மகாராஜா தருமரின் சேனாதிபதியாக வந்திருக்கிறேன். என்னை வரவேற்பது உன் வீரத்துக்கு அழகன்று. வீரனாக இருந்தால் என்னுடன் போரிடு."

பப்ருவாகனனுக்குச் சங்கடம். தந்தையுடன் எப்படிப் போரிடு வது. அதோடு தம் வீரம் குறித்துத் தந்தை பேசியதையும் அவன் ரசிக்கவில்லை. சரியாக அந்த நேரம், பூமியைப் பிளந்து கொண்டு உலூபி தோன்றினாள். " 'பப்ரு' நான் உன் பெரியம்மா என்பதை நீ அறிவாய். அர்ச்சுனன் உன்னுடன் போரிட விரும்புகிறார். சத்திரிய தர்மத்தை மதி. போருக்கு அழைப்பு வந்தால் அதை ஏற்பதே சத்திரிய நியதி. அதை நீ மீறினால் உன் தந்தையே அதை விரும்ப மாட்டார். போரிடு" என்று ஊக்கினாள் உலூபி.

போர் நடந்தது.

தொடக்கத்தில் ஒரு விளையாட்டுப் போலவே, தம் மகன் அம்புகளை எதிர்கொண்டான் அர்ச்சுனன். பப்ருவும் மிதமாகவே தம் போரைச் செய்தான். போகப் போகப் போர் வன்மை கொண்டது. தந்தை மகன் என்பது மாறி, அன்பும் பாசமுமே அவர்களை இணைத் தாலும் மனித மனம், அது மறைத்து வைத்திருக்கும் ரகசியக் கிடங்கி லிருந்து குரோதத்தை வெளிப்படுத்தவே செய்தது. அவர்கள் தனி மனிதரானார்கள். விரோதிகளும் ஆனார்கள். அவர்கள் யுத்தத்தில் அனல் மூண்டது. பப்ருவாகனன் உடம்பில், கவசம் அற்ற இடங்களில் எல்லாம், குருதி வழிந்தது. அம்புபட்ட இடங்கள் காந்தியது. பப்ருவும் மூர்க்கம் கொண்டான். பகைவர் மேல், அவர்கள் அழிய வேண்டும் என்று வைத்திருக்கும் பாணங்களை அர்ச்சுனன் மேல் ஏவத் தொடங் கினான்.

பிரபஞ்சன் ★ 209

தன் மகன் பப்ருவின் யுத்தத் தேர்ச்சியைக் கண்டு வியந்து கொண்டிருந்த அர்ச்சுனன் திடுக்கிட்டான். யுத்தம் செல்லக்கூடாத திக்கில் பிரவேசித்தது கண்டு, தொடரவும் முடியாமல், பின்வாங்கவும் கூடாமல் திகைத்து நின்ற வேளையில் பப்ருவின் சக்திமிக்க பானம் ஒன்று அவன் மார்பை ஊடுருவியது.

அர்ச்சுனன் செத்து வீழ்ந்தான்.

நடந்த விபரீதத்தை உணர்ந்த பப்ரு அழுது அலறி, தாங்க முடியாத துக்கத்தால் மயங்கி விழுந்தான். பப்ருவின் தாய் சித்திராங் கதை போர்க்களத்துக்கு வந்து கணவனும் மகனும் மண்ணில் சரிந்தது கண்டு துக்கித்துப் புலம்பத் தொடங்கினாள். பிரக்ஞை தெளிந்த பப்ரு, தந்தையைக் கொன்ற குற்ற மனோபாவத்தால் உந்தப்பட்டு உண்ணாவிரதம் இருந்து உயிரை மாய்த்துக்கொள்ள முனைந்தான். சித்ராங்கதையும் உலூபியைக் கடிந்து பேசினாள்.

எல்லாவற்றையும் கண்டு நகைத்துக்கொண்டே நின்ற உலூபி, பப்ருவாகனனைப் பார்த்து, "மைந்தனே.. இந்த சஞ்சீவன மணியை உன் தந்தை மார்பில் வை. அவர் இறக்கவில்லை. அவர் இறக்க மாட்டார்" என்றாள். பப்ரு, அந்த மணியை அர்ச்சுனன் மார்பில் வைத்தான். உறங்கி எழுபவன் போல அர்ச்சுனன் எழுந்து நின்றான். தம் மனைவிகளைப் போர்க்களத்தில் கண்ட அர்ச்சுனன், 'இவர்கள் ஏன் இங்கு வந்தார்கள்' என்கிறான். உலூபி பேசலானாள்.

"அர்ச்சுனரே... உம் மகன் வீரத்தை நீர் காணவேண்டி விரும்பி னீர்கள். ஆகவே பப்ருவை நான் தூண்டினேன். உம் மேல் சாபம் இருந்தது. பீஷ்மரை நீர் சிகண்டியை முன்னிறுத்தி, பின்னிருந்து ஆயுதம் இல்லாத அவரைக் கொன்றீர். அந்த யுத்தத்தை வானத்தி லிருந்து பார்த்த, பீஷ்மரின் தாய் கங்கை, முறையற்ற யுத்தம் செய்த நீர் உம் மகனால் கொல்லப்பட வேண்டும் என்றும், இறந்தபின் நரகம் போகவும் சாபமிட்டாள். இதை அறிய நேர்ந்த நான், என் தந்தையிடம் கங்கையைச் சந்தித்து சாப விமோசனம் கேட்கச் சொன்னேன். மனம் இறங்கிய தாய் கங்கை, 'அர்ச்சுனன் மகனால் அடிக்கப்பட்டு சரிந்ததும் சாபம் விமோசனம் பெறும்' என்றாள். அதன்படி நீர் நரகம் போவதைத் தவிர்த்தேன். அத்தோடு எங்கள் நாககன்னிகையரிடம் இருந்த சஞ்சீவன மணியால் உம் மரண வாதையைப் போக்கினேன்" என்றாள்.

மனைவியால் உயிர் பெற்ற அர்ச்சுனன், மகிழ்ந்தான். பப்ரு வாகனனாகிய தம் வீரமகனை அணைத்து வாழ்த்தினான். வரும் சித்ரா பவுர்ணமி அன்று நடக்க இருக்கும் அசுவமேத யாகத்துக்கு வருகை தர பப்ருவுக்கும், தம் இரு மனைவியருக்கும் அழைப்பு விடுத்தான். புறப்பட்டான்.

பப்ருவாகனன், தந்தையிடம் தம் பட்டணத்தில் ஒருநாளாவது தங்கிப் போக வேண்டினான்.

"இல்லை மகனே, அசுவமேத யாகக் குதிரையோடு செல்கிறவன், ஊருக்குள் பிரவேசிக்கக்கூடாது. யாக காலத்தில் சந்திப்போம். அவசியம், தாய்களோடு வருகை புரி. என் வீர மகனைப் பெருமை யோடு உலகுக்கு அறிமுகம் செய்யும் மகிழ்ச்சியை எனக்குக் கொடு."

அர்ச்சுனனின் பயணம் தொடர்ந்தது. வெகு நீண்ட காலத் துக்குப் பிறகு பார்க்க நேர்ந்த தந்தையைப் பிரமையோடு பார்த்தபடி நின்றான் பப்ருவாகனன்.

தவறுகளுக்காக, அத்தவறுகளைச் செய்தவர்கள் பெற்ற தண்ட னைகளும் வியாசரால் அவ்வப்போது சொல்லப்பட்டுக்கொண்டே இருக்கிறது. இது முக்கிய செய்தி. பீஷ்மர் கொல்லப்பட்ட முறை தவறு என்பதில் இரு வேறு கருத்து இருக்க முடியாது. ஆயுதம் தரிக்காதபோது, பீஷ்மரை சிகண்டியும் அவன்பின் அர்ச்சுனனும் பாணம் எய்து கொன்றார்கள். அர்ச்சுனன் செய்த தவறு இது. அத் தவறும் கங்கை மூலம் சாபமாக மாறித் தண்டிக்கப்பட்டு விடுகிறது. அர்ச்சுனன் என்கிற சாய்க்கப்பட முடியாத வீரனும், அவன் மகனால் சாய்க்கப்படுகிறான் என்பது தர்மத்தின் செய்தியாகச் சொல்லப்படுகிறது வியாசரால்.

பாண்டவர்களின் தவறுகளுக்குப் பின்னால் இருந்த, அச் சமயங்களில் ஆதரித்த, கிருஷ்ணனுக்கும் தண்டனை அளிக்கப்படு கிறது. காந்தாரியின் சாபத்தை மனமுவந்து ஏற்றுக்கொள்கிறார் கிருஷ்ணன். தம் மகன் சாம்பனுக்கு விசுவாமித்ரர், நாரதர் முதலான ரிஷிகளால், அளிக்கப்பட்ட சாபத்தையும் மனம் உவந்து ஏற்கிறார். இந்த ரிஷிகள், பின்னால் கிருஷ்ணனிடம் இதுபற்றிச் சொன்னபோது, சாபவிமோசனம் கேட்கவில்லை கிருஷ்ணன். "அது அவ்வாறே நடக்கட்டும்" என்றார் அவர்.

சாபங்கள் நிறைவேற, அவற்றுக்கான சூழலையும் உருவாக்கு கிறார் கிருஷ்ணன். அச்சாபங்களுக்குத் தம்மை மனநிறைவோடு ஒப்புக்கொடுக்கிறார் அவர்.

தாமே சாபங்களை ஏற்பதன் மூலம், ஒரு முன்மாதிரியாகவும் ஆகிறார் கிருஷ்ணன். எப்பேர்ப்பட்ட ஆத்மா, அவர்?

✶

காணாமல் போன கிருஷ்ணன் மகன்!

கிருஷ்ணனின் எட்டு மனைவியரில் முதலாவதாகச் சொல்லப்படுபவர் ருக்மிணி. கிருஷ்ணனுக்கும் ருக்மிணிக்கும் பிறந்த முதல் மகன் பிரத்யும்னன்.

விதர்ப நாட்டு அரசன் பீஷ்மகன், நீதிமான். அவன் ஐந்து மகன்களும் ஒரு மகளும் பெற்றான். மகன்களில் மூத்தவன் ருக்மி. மகள் ருக்மிணி. பேரழகி என்றும் 'ருசிரானா' என்றும் புகழப் பட்டவள். (ருசிரானா – தாமரை போல முகமலர்ச்சி கொண்டவள்.) அரண்மனைக்கு வந்து போகும் ரிஷிகள், சாதுக்கள் மூலம் கிருஷ்ண னைப் பற்றி அறிந்தாள். அவர்கள் சொன்ன கிருஷ்ண மகிமை கேட்டு ருக்மிணி கிருஷ்ணன் மேல் நேயம் கொண்டாள். அந்தச் சாதுக்கள், ரிஷிகள் கிருஷ்ணனைச் சந்தித்து ருக்மிணியின் பிரேமையைச் சொல்லி அவர் மனதிலும் நட்பை வளர்த்தார்கள். ஒருவரை ஒருவர் சந்திக் காமலேயே மனதளவில் தம்பதிகள் ஆயினர். ருக்மிணியின் கிருஷ்ண நேயம் அறிந்த தந்தை, தாய், சுற்றம், அவளைக் கிருஷ்ணனுக்கே மணம் செய்தளிப்பது என்று முடிவு செய்திருந்தார்கள். ஆனால், அசுரத் தன்மை கொண்ட ருக்மியோ, சிசுபாலனுக்குத் தங்கையை மணம்செய்விக்க ஏற்பாடுகள் செய்தான். மணமேடையில், ருக்மிணி யின் வேண்டுகோளுக்குச் சம்மதித்த கிருஷ்ணன் அவளைக் கடத்திக் கொண்டு சென்று மணம் செய்துகொண்டார்.

கிருஷ்ணன், ருக்மிணிக்காக விசுவகர்மாவால் மாளிகை எழுப்பி னார். 'அதன் ஸ்தூபியில் பொன்வேயப் பெற்று, மகேந்திர பர்வதம் போல அம்மாளிகை ஜ்வலித்தது' என்கிறார் நம் மகாகவி. கிருஷ்ண அன்பின் புறவடிவம் அது என்பதே பொன் ஒளி என்பவற்றின் அர்த்தம்.

ருக்மிணி தமக்குக் குழந்தை வேண்டும் என விரும்பினாள். கிருஷ்ணன் அவள் ஆசையை ஏற்றுக்கொண்டார். சிவனால் எரிக்கப் பட்ட மன்மதன், ருக்மிணியின் மகனாக, பிரத்யும்னன் என்ற பெயரில் பிறப்பான் என்று சிவனால் அறிந்தார் கிருஷ்ணன். அவ்வாறே பிரத்யும்னன் பிறந்தான்.

பிரத்யும்னன் பிறப்புக்கு முன்னமே, அவனுக்குப் பகைவர்கள் இருந்தார்கள். முன்னர் நடந்த தேவாசுர யுத்தத்தின்போது, அசுரர் தலைவனாக தேவர்களை எதிர்த்த சம்பரன், கிருஷ்ணனின் மகனால் கொல்லப்படுவான் என்ற ஒரு சாபம் இருந்தது. இதைச் சம்பரன் அறிவான். குழந்தைப் பிறப்பை எதிர்பார்த்துக்கொண்டிருந்தான். கிருஷ்ணன் பிறப்பில் நிகழ்ந்தது போல, அவர் கம்சனை எதிர் கொண்டது போல, பிரத்யும்னன் சம்பரனை எதிர்கொண்டான். சம்பரன், ருக்மிணியின் மாளிகையையே சுற்றி யார் கண்களிலும் விழாதபடி அலைந்துகொண்டிருந்தான்.

சிவனால் எரிக்கப்பட்ட மன்மதனின் மனைவி ரதி, மகா தேவியைக் குறித்துத் தவம் செய்தாள். மகாதேவி தோன்றி, "உன் கணவன் பிரத்யும்னனாக மறு அவதாரம் எடுத்திருக்கிறான். உன் பிறப்பை ஒழித்து, பிரத்யும்னன் பிறப்பின் நோக்கத்துக்கு ஏற்ப உன் வாழ்க்கையை அமைத்துக்கொண்டு, உன் கணவனையும் அடைவா யாக" என்று வரம் அருள்கிறார். ரதி, தம் பிறப்பை ஒழித்துக்கொண்டு, மாயாவதி என்ற பெயருடன், அசுரன் சம்பரனின் சமையல்காரியாகத் தன்னை அமைத்துக்கொள்கிறாள். (மாயாவதி, சம்பரனின் மனைவி யாக வாழ்ந்தாள் என்பதும் ஒரு பாடம். அதைவிடவும், சமையல் பணியில் இருந்தாள் என்பதே பொருந்துகிறது.)

தமக்கு எதிரியாகத் தம்மைக் கொல்ல என்றே பிறந்திருக்கிற பிரத்யும்னனுக்காக அலைந்துகொண்டிருந்த சம்பரன், கிருஷ்ணன் இல்லாத, ருக்மிணியும் இல்லாத ஒரு பொழுதில், பிரத்யும்னன் பிறந்த பத்தாம் நாள், அக்குழந்தையைத் தூக்கிக்கொண்டு வந்தான். சம்பரன், அக்குழந்தையைக் கடலில் எறிந்தான். அந்தக் கடலில் இருந்த பெரிய மீன் ஒன்று குழந்தையை விழுங்கியது. அந்த மீனை மீனவர்கள் வலைக்குள் அகப்படுத்திக்கொண்டார்கள். பெரிய மற்றும் விசேஷமான பொருள், அரசைச் சார்ந்தது என்ற விதியின் காரண மாக அந்தப் பெரிய மீனை அரசன் சம்பரனிடமே வந்து தந்தார் கள். சம்பரன், தம் சமையல்காரனிடம் அம்மீனைக் கொடுத்துச் சமைக்கச் சொன்னான்.

சமையல்காரனும், சமையல் பெண்ணாகிய மாயாவதியும் அந்த மீனை அறுக்கும்போது, அதன் வயிற்றில் குழந்தை இருக்கக் கண் டார்கள். அக்குழந்தையை மாயாவதி ரகசியமாக வளர்த்து வந்தாள். நாரதர் மாயாவதியைச் சந்தித்து, 'அக்குழந்தை பிரத்யும்னன் என்கிற முற்பிறவி மன்மதன் என்பதும், சம்பரன் அவனால் கொல்லப்பட இருக்கிறான் என்பதும், சம்பரன் மாயயுத்தம் செய்வான்; ஆகவே அந்த வித்தையை பிரத்யும்னன் கற்றுக்கொள்ள ஏற்பாடுகள் செய்' என்பதுமான ரகசியங்களைச் சொல்லிச் சென்றார். 'மிக அழகன்'

என்று பிரத்யும்னனைச் சொல்கிறார் மகாகவி. அவன் மன்மதன் மறுபிறப்பு. மன்மதன், பெண் ஆண் நேயத்துக்கான தெய்வன். நேயம் அழகாகத்தானே இருக்க முடியும். அதோடு, கிருஷ்ணனின் ருக்மிணி யின் குழந்தை வேறு எப்படி இருக்கும்!

“குழந்தை காணாமல் போனது, துவாரகையில் பெருத்த சோகத்தை உற்பத்தி செய்தது. ருக்மிணி, மயங்கி விழுந்தவள், மயக்கம் தேறப் பதினாறு ஆண்டுகள் பிடித்தன” என்கிறார் ஒரு உரையாசிரி யர். கிருஷ்ணன் அரண்மனைக்குள் களவா! இது எப்படிச் சாத்தியம் என்கிறார்கள் புராணப் பிரசங்கிகள். அவர்களே பதிலும் சொல் கிறார்கள்! கள்வர்களிலேயே பெரிய கள்வன் அவனே அல்லவா? அவன் ஒளித்து வைத்துக்கொண்டு விளையாட்டுக் காட்டுகிறான்.

பதினாறு ஆண்டுகள் பிரத்யும்னனைப் பெரும் வீரனாக வளர்த்து எடுத்தன. பிரத்யும்னன், சராசரிக் குழந்தைகள் போல வளரவில்லை என்றும் மிக விரைவான வளர்ச்சி பெற்றான் என்றும் கவிகள் சொல்கிறார்கள். ஒரு சரியான பருவத்தில், பிரத்யும்னனுக்கு அவன் பிறப்பின் நோக்கத்தை வெளிப்படுத்துகிறாள் மாயாவதி. தான் ரதி என்றும், அவன் மன்மதன் என்றும், அவனால் கொல்லப்பட சம்பரன் காத்திருக்கிறான் என்ற விவரத்தைச் சொல்கிறாள். மாய யுத்தத்துக்கு அவனைத் தயார் செய்கிறாள். மாயத்துக்கு எதிரான மகாமாய வித்தையை ரதியாகிய மாயாவதி, பிரத்யும்னனுக்குச் சொல்கிறாள்.

பிரத்யும்னன், சம்பரனுடன் யுத்தம் செய்யப் புறப்படுகிறான். சம்பராசுரனின் கோட்டைக்கு மேல் பறந்த சிங்கக் கொடியை வெட்டி வீழ்த்துகிறான். அசுரனும் போருக்கு வருகிறான். ராட்சசர்கள், நாகர்கள், பிசாசுகள், கந்தவர்கள் முதலானவர்களிடம் தான் கற்ற மாய அஸ்திரப் பிரயோகங்களைச் செய்கிறான் அசுரன். காற்று, தீ, வெள்ளம் என்று பல பல பொய் உருக்களை உருவாக்கிப் பிரத் யும்னன் முன் அனுப்புகிறான். அவற்றை எதிர்கொண்டு வீழ்த்து கிறான். அதன்பின், விலங்குகள், சிங்கம், புலி முதலானவை அவன் முன் வருகின்றன. அவற்றைச் செயல்பட முடியாத பிரதிமைகளாக மாற்றுகிறான் பிரத்யும்னன். ஒரு கட்டத்தில் தோல்வியில் தளர்ச்சியுற்ற சம்பராசுரனின் தலையை வெட்டி வீழ்த்துகிறான் பிரத்யும்னன்.

பதினாறு ஆண்டுகளுக்குப் பிறகு, ஒரு நாள் குழந்தையாகத் தம் பிள்ளையைக் காணத் துடித்த தாய் ருக்மிணிக்கு முன் பிரத் யும்னன் தம் மனைவி மாயாவதியுடன் வந்து நின்றான். அக்காட்சி மிக அழகான வர்ணனைகள் கொண்டு மிளிர்கிறது. ருக்மிணியின் உடம்பிலும், புற உலகத்திலும் நன்னிமித்தங்கள் தோன்றுகின்றன. தம்முன் வந்து நிற்கும் இளைஞன், கிருஷ்ணனின் சாயலிலும், தெய்வ

ரூபத்திலும் பெரும் அழகனாக விளங்குகின்றவனைக் கண்ட ருக்மிணி யின் ஸ்தனங்களில் பால் சுரந்தது. அவனிடம் இருந்து பிள்ளை என்கிற பிரகாசம் அவளை வந்து எட்டியது. குழந்தை காணாமல் போன காலம் தொட்டு, இரண்டு, நான்கு, எட்டு, பத்து என்று வயதுடைய குழந்தைகளைப் பார்க்கும்போதெல்லாம் என் பிள்ளை யும் இந்த வயதில் இப்படித்தான் இருப்பான் என்று தமக்குத்தாமே சொல்லிக்கொண்டு, அழுதும் வாழ்ந்துவந்த ருக்மிணி, 'இவன் என் மகன்தான்' என்று நிச்சயம் கொண்டாள்.

நாரதர் தோன்றி இவன் பிரத்யும்னன் என்று சொல்ல வேண்டிய அவசியம் ஏற்படவில்லை. அதற்குமுன், அவனைக் கண்ட டைந்துவிட்டாள் ருக்மிணி. மனைவியின் அங்க அசைவையும், அவள் பாவனைகளையும், இறுதியாக வந்து சேர்ந்த தீர்மானத்தையும் தொடர்ந்து அவதானித்துக்கொண்டிருந்தார் கிருஷ்ணன். ஆயிரம் பசுக்கள் கொண்ட மந்தையில், கன்றுகள் உள்ள மந்தையில், தம் கன்றைப் பசு அடையாளம் கண்டுவிடும் என்றார் கிருஷ்ணன். ருக்மிணி தம் பிள்ளையைத் தழுவிக்கொண்டு கண்ணீர் உகுத்தாள். இன்பத்தில் சாய்வதும், துன்பத்தில் உறைவதும் அற்ற நிதர்சனப் பிரக்ஞையாளனான கிருஷ்ணன், தம் குழந்தையிடம் சொன்ன முதல் வாசகம் இப்படி அமைந்தது (தஞ்சாவூர் அரண்மனையில் நிகழ்ந்த ஒரு மராட்டிய நாடகத்தின் காட்சி இது):

"வா மகனே. வா என் மருமகள் மாயா. அசுரனை வென்று வெற்றி வீரனாகத் திரும்புகிறாய். உன்னை அடைந்த நாளினும், இன்றே நான் மகிழ்ச்சியடைகிறேன். ஜனனத்தின் நோக்கத்தை, அதை அடைந்தவர்கள் ஆராய்ந்துகொண்டே இருக்க வேண்டும் என்பது பிரம்மவிதி. நீ குழந்தைப் பருவத்திலே அதை அறிந்து, செயலாற்றியும் வந்திருக்கிறாய். இதுதான் நீ எனக்குச் செய்த நன்றி."

பிரத்யும்னன் என்ற சொல்லுக்கு 'பிரளய காலத்து அழியாத ஒளி' என்பது போன்ற விளக்கம் சொல்கிறார்கள், பௌராணிகர் கள். தந்தை கிருஷ்ணனிடம் வந்து அடைந்த பிறகு அவரிடம் போர்ப் பயிற்சியும் தத்துவப் பயிற்சியும் பெற்றான் அவன். தந்தையின் ஆத்மா வாக இருந்த சாத்யகியிடம் தந்தையின் பாசத்தையும் போர்ப் பயிற்சி யையும் உணர்ந்தான். அடிக்கடி சந்திக்க நேர்ந்த அர்ச்சுனனிடம் யுத்தக் கலை பற்றியும் வினவி அறிந்துகொண்டிருந்தான் அவன். கிருஷ்ண காரியங்களிலும் தம்மை அர்ப்பணித்துக்கொண்டும், துவாரகை அரசில் தம்மைப் பொருத்திக்கொண்டும் வாழ்ந்தான்.

ருக்மிணியின் அண்ணன் ருக்மி, முன்னர் கிருஷ்ணனைப் பகைத்து, தம் சகோதரியைக் கிருஷ்ணனுக்குத் தர மறுத்து சிசுபால னுக்கு மணம் செய்விக்க இருந்தவனைப் போர் செய்து அவமானம்

செய்திருந்தார் கிருஷ்ணன். இதை அறிவான் பிரத்யும்னன். இப்போது பிரத்யும்னனுக்கு ஒரு சந்தர்ப்பம் வாய்த்தது. ருக்மியின் மகள் ருக்மாவதி. அவளுக்கு ருக்மி சுயம்வரம் நிச்சயித்தான். பல தேசத்து அரசரும் கூடி இருந்த சுயம்வரத்துக்கு, பிரத்யும்னன் சென்றான். தங்கையின் மேல் அதீத பாசம் உள்ள, தங்கையின் கணவரை மட்டும் பகைத்த ருக்மி, தம் மருமகனை வரவேற்றான். ருக்மாவதி, அத்தனை தேசத்து அரசர் முன்பாக, பிரத்யும்னனுக்கு மாலையிட்டாள். ஏமாந்த அரசர்கள் யுத்தம் செய்தார்கள். யுத்தத்தில் அனைவரையும் வீழ்த்திய பிரத்யும்னன், தம் மாமன் மகளை, ருக்மியே முன் நின்று திருமணம் செய்விக்க, மணந்துகொண்டு துவாரகை திரும்பினான். துவாரகையின் வாயிலில் கிருஷ்ணன் அவர்களை வரவேற்க நின்றார்.

(ருக்மிணிக்குப் பத்து மகன்கள். ஒரு மகள். அந்தப் பெண்ணைக் கிருதவர்மன் மகன் பலி என்பவன் மணந்துகொண்டான்.)

வஜ்ரநாபன் என்ற அசுரன் மகள் பிரபாவதியை அடுத்து மணந்துகொண்டான் பிரத்யும்னன்.

கிருஷ்ணனின் மாலைக் காலம் சோகம் நிறைந்ததாக இருக்கிறது. கிருஷ்ணன் போன்ற மகத்தான மனிதனுக்கு இது எப்படி நிகழ்ந்தது என்பது எப்போதும் விந்தையாகவே இருக்கிறது. இரண்டு சாபங் களைக் கிருஷ்ணன் பெற்றார். ஒன்று காந்தாரியின் சாபம். காந்தாரியை மறுத்து, அவள் சாபத்திலிருந்து அவர் விடுதலை பெற்றி ருக்க முடியும். அப்படி ஒரு ரிஷி, அவரைச் சபித்தபோது, தம் பக்கத்து நியாயங்களைச் சொன்னவர்தான் கிருஷ்ணன். காந்தாரி என்ற பெண்மணி, தம் நூறு பிள்ளைகளையும் போர்க்களத்தில் இழந்தவள், சாபமிடும்போது அதை ஏற்றுக்கொண்டது கிருஷ்ணனின் மரியாதை யைப் பெருக்கவே செய்கிறது. பெரிய அறம், பெரிய தர்மம் வெல்ல சிறிய தர்மங்கள் பலியாக்கப்பட்டன.

யுத்த களத்தில் பாண்டவர் பக்கம் இருந்து, தாம் சொன்ன பொய்கள், தாம் செய்த தவறுகள் ஆகியவற்றுக்குத் தம்மைத் தண்டிக்க யாரும் இல்லாததால், காந்தாரி சாபத்தைக் கிருஷ்ணன் ஏற்றார் என்பதுதான் தத்துவம். இரண்டாவது, தம் மகன் சாம்பன் காரணமாக அவர் பெற்ற சாபம். பிரத்யும்னனின் சிற்றன்னை, கிருஷ்ணன் மனைவி ஜாம்பவதியின் மகன் சாம்பன். துவாரகைக்கு வருகை புரிந்த விசுவாமித்ரர், கண்வர் மற்றும் நாரதர் முன்பாக வந்து, விளையாட்டுத்தனமாகப் பெண் வேடம் தரித்து எனக்கு என்ன குழந்தை பிறக்கும்?' என்று கேட்டான். அவர்கள், அவமானம் செய்யப் பட்டவர்களாக, 'உனக்கு இரும்புலக்கை பிறக்கும்' என்றார்கள். பிறந்தது. அதனால் குல நாசம் ஏற்படும் என்றார்கள். ஏற்பட்டது.

சாபம் இட்ட ரிஷிகள், கிருஷ்ணனிடம் சாப விமோசனம் சொல்ல வந்தார்கள். கிருஷ்ணன் அதை மறுத்துவிட்டார். "கட்டுப் பாடற்ற, ஒழுக்கம் இல்லாத, போதையில் தம்மை மறக்கும் ஒரு இனம் அழிவது சரி" என்றார். 'அந்தச் சாகப்போகும் இனமனிதர்களுக்குள் தம் மகனே இருந்தாலும் அவனும் சாகட்டும்' என்று பதில் சொன்னார் கிருஷ்ணன்.

அப்படித்தான் நிகழ்ந்தது.

போதையின் கிரக்கத்தில், சாத்யகி கிருதவர்மனை கேலி செய்தான். பலராமர், கிருஷ்ணன் தடுத்தும் கிருதவர்மனை நோக்கி ஓடி, 'உறக்கத்தில் இருந்த உபபாண்டவர்களைக் கொன்ற கோழை நீ?' என்று சொல்லி அவனைக் கத்தியால் வெட்டிக் கொன்றான், சாத்யகி. சாத்யகியைக் கொல்ல, போதையில் இருந்த ஒரு கூட்டம் ஓடிவந்தது. அந்தக் குழப்பத்தில் கிருஷ்ணன் மகன் பிரத்யும்னனும் கூட்டத்தால் கொல்லப்படுகிறான்.

கிருஷ்ணன் கண் பார்வையில் அனைத்தும் நிகழ்ந்தன.

ருக்மிணி, மகன் பிரத்யும்னன் இருவரின் அழகு, மீண்டும் மீண்டும் வர்ணிக்கப்படுகிறது. ஏன்? எந்த அழகு, இது? எது அழகு? மனத்தின் அழகு.

கிருஷ்ணன் என்ற அழகுப் பொருளை மனத்தில் கொண்டவள் ருக்மிணி. ஆகவே அவள் அழகியாகிறாள். தாய் ருக்மிணியையும் தந்தை அழகனையும் மனத்தில் கொள்கிறான் பிரத்யும்னன். ஆகவே அவன் அழகன். மன்மதன், காதல் அல்லது நேயத்தை மனத்தில் கொண்டவன். ஆகவே அவன் அழகன்.

ஆண்டாள், 'ஏரார்ந்த கண்ணி யசோதை இளம் சிங்கம்' என்கிறாள். ஏர் என்றால் அழகு. ஆர்தல் என்றால் வளர்தல். யசோதைக்கு அழகு வளர்ந்துகொண்டே இருக்கிறது என்பது இதன் பொருள். எப்படி? 'கண்ணனாகிய அழகு வளர வளர, அதைக் கண்டுகொண்டே இருந்த யசோதையின் கண்கள் அழகு மிக்கன' என்கிறாள் ஆண்டாள்.

மனம் அழகுடையதாக இருத்தலே அழகு என்பதன் பொருள்.

★

பகையால் அழிந்த யாதவத் தளபதி

கிருஷ்ணன் ஒரு வகையில் கிருதவர்மனின் பெயரன். யாதவ குலப் பெருமக்களில் ஒருவரான கிருதிகர்க்கு நான்கு பிள்ளைகள். தேவபாகர், கததன்வன், கிருதவர்மன், சூரன் ஆகியோரே அவர்கள். சூரன் என்கிற சூரசேனர் மனைவி மாரிசை மூலம் பத்துப் பிள்ளை களை அடைந்தார். அவர்களில் ஒருவர் வசுதேவர். இந்த வசுதேவரின் மகனாகக் கிருஷ்ணன் பிறக்கிறார். ஆக, கிருஷ்ணனின் பிதாமகரின் தம்பியாவார் கிருதவர்மன்.

கிருதவர்மன், கிருஷ்ணர் மேல் அளவிலாத வாஞ்சையும் அன்பும் கொண்டவராகத்தான் இருந்தான் என்றாலும், மனித மனக் குகைக்குள் மறைந்திருந்து, சமயம் பார்த்து வெளிப்படும் பொறாமை, ஆணவம், சிறுமை போன்ற குணங்களின் கொள்கலமாக இருந்தான் கிருதவர்மன். கடைசியில் வந்து சேர்ந்த குருசேத்திர யுத்தம், இரு வரையும் முற்றாகப் பிரித்தது.

கிருஷ்ணனுக்கும் கிருதவர்மனுக்கும் இருந்த உறவின் நெருக்கம், பெரிது. கிருஷ்ணனை மிக அதிகமாகச் சொந்தம் கொண்டாடிய மனைவி ருக்மிணிக்குப் பத்துப் பிள்ளைகள். ஒரு பெண். பெண் சாருமதியை கிருதவர்மனின் மகன் பலி திருமணம் செய்து கொண் டான் என்றாலும், கிருதவர்மன் மனத்தில் கிருஷ்ணப் பகைஞனாகவே இருந்தான்.

பாரதம் கிருதவர்மாவைப் பெரிய வீரனாகவே சொல்கிறது. வில் பயிற்சியில் மிகுந்த திறமைசாலி என்று அக்கால வீரர்களால் அவன் புகழப்பட்டான். மன்னர் உக்ரசேனரின் படைகளுக்குச் சேனாதிபதியாகவும் அவன் இருந்தான். கிருஷ்ணன், வாழ்நாளில் மிகுந்த அவமானத்துக்குள்ளான அவலத்துக்கு அவன் முக்கிய காரணனாக இருந்தான். செல்வத்தின் மீதான பெருவிருப்பம் மனிதர் களை நரகத்தின் கதவைத் தட்டவே வழிநடத்தும் என்பதுக்கு கிருதவர்மன் ஒரு நல்ல உதாரணம்.

துவாரகையில், சத்ராஜித், மிகப் பெரிய சூரிய உபாசகன். அவன் ஆராதனையும் திடபக்தியும் சூரியனையே அவன் நண்பனாக்கியது.

அவன் அன்பில் கட்டுப்பட்ட சூரியபகவான், அவனுக்கு சியமந்தக மணி என்ற தெய்வச் சக்தி கொண்ட மணியைப் பரிசளித்தார். அந்த மணி, பூஜிக்கப்படும் இடத்தில் இயற்கைக் குறை, பிணி போன்றவை அண்டாது. அதோடு அந்த மணி, நாள்தோறும் எட்டு மணங்கு பொன் தரும். இதனால், சத்ராஜித், துவாரகையில் பேசும் பொருளானான். தம் மாளிகையின் வாயிலில் பெரும் யாசகர் கூட்டத்தைக் கூட்டி அவர்களுக்குப் பொன் பிச்சை அளித்துத் தம் படாடோபத்தைக் காட்டிக்கொண்டான். இது தர்மம் அல்ல, மற்றும் சூரிய தேவனுக்குச் செய்யும் அபசாரம். மட்டும் அல்லாமல், பெறற்கரிய வெகுமதி, பூமிக்குக் கீழும் மேலும் ஒருவருக்குக் கிடைத்தால் அது அரசுக்கு என்கிற துவாரகை அரசின் சட்டமும் இருந்தது. அரசரின் பிரதிநிதியான கிருஷ்ணன், சத்ராஜித்தைக் கண்டு, மணியைப் பொக்கிஷத்தில் சேர்க்கச் சொன்னார். சத்ராஜித் மறுத்துவிட்டார். 'சரி. விளைவை நீரே அனுபவிப்பீராக' என்றுவிட்டு கிருஷ்ணன் திரும்பினார். சூரிய பூசையை மறந்து, மணியைப் பொன் கறக்கும் செல்வப் பசுவாக மட்டுமாக சத்ராஜித் எண்ணினான். அவன் தம்பி பிரசேனன், வேட்டைக்குப் போகிறவன், அம்மணியை அலங்காரமாகக் கழுத்தில் கட்டிக்கொண்டு புறப்பட்டிருக்கிறான். வேட்டையின் இரத்தம், விலங்குவதை இரண்டும் அபூர்வ மணிக்கு உவக்காது என்பதை அவன் மறந்தான். சென்றவன் மீளவில்லை.

சத்ராஜித் ஒரு கதையை உருவாக்கி உலவவிட்டான். 'சியமந்தக மணியை கிருஷ்ணன் கேட்டார். நான் மறுத்தேன். அதனால் என் தம்பியைக் கொன்று அம்மணியை எடுத்துக்கொண்டார்.' இதை துவாரகை வாசிகள் நம்பவும் பேசவும் தலைப்பட்டார்கள். அதை விடவும் மோசமாக, ருக்மிணி கிருஷ்ணனிடம் கேட்டாள். 'உங்களுக்கு எத்தனை மணி வேண்டுமானாலும் நான் தரமாட்டேனா, எதற்கு உங்களுக்குச் சியமந்தக மணி' என்றதும்தான் கிருஷ்ணன், மணியைத் தேடுவது தம் பொறுப்பு என்பதை உணர்ந்தார்.

சுமார் நாற்பதாண்டுக் காலம், மொத்தம் பதினேழு முறை ஜராசந்தன் படையெடுப்பில் இருந்து தங்களைக் காப்பாற்றிய, கடலுக்கு மத்தியில் பாதுகாப்பான துவாரகையை உருவாக்கித் தந்து வாழ வைக்கும் தலைவனைக்கூட மக்கள் சுலபமாக சந்தேகிக்கிறார்களே என்று நினைத்தார் கிருஷ்ணன். அழுக்குகள் அண்டாது நெருப்பு வளையத்துக்குள் நின்று, தராசுத் தட்டிலேயே உறங்கி எழுந்து, கறை படியாக் கரங்களை விரித்துக் காட்டினாலும் மக்கள் மன்னர்களை வேறுவிதமாகவே காண ஆசைப்படுகிறார்கள் என்று நினைத்துக் கொண்டு, இரண்டு நம்பகமான சாட்சிகளை அழைத்துக்கொண்டு புறப்பட்டார் கிருஷ்ணன். தொடர்ந்த தேடலில், மணியை

பிரபஞ்சன் ★ 219

அணிந்துகொண்டு சென்றவனைச் சிங்கம் அடித்துக் கொன்றது என்பதையும், மணியை உணவுப் பொருள் என்று எடுத்துச் சென்ற சிங்கத்தை, ஒரு கரடி கொன்று மணியைக் கைப்பற்றியது என்பதையும் அறிந்த கிருஷ்ணன் கரடிக் குகையில் ஜாம்பவான் இருந்ததைக் கண்டு, மணியையும் பெற்று, ஜாம்பவான் மகள் ஜாம்பவதியையும் மணந்து திரும்பினார். உக்ரசேனரின் அரசவையில் சத்ராஜித்தை அழைத்து உலகம் காண மணியை அவனிடம் தந்தார் கிருஷ்ணன். அவமானத் தோடு மணியை எடுத்துச் சென்றான் சத்ராஜித்.

ஆனால், சூரியமணி இனிமேல்தான் தம் பணியை ஆற்றவே தொடங்க இருந்தது.

கிருஷ்ணனுக்கு அபவாதம் செய்தது சத்ராஜித்துக்கு மன அவஸ்தையைத் தந்தது. அவன் தம் மகள் சத்யபாமாவை கிருஷ்ண னுக்குத் தந்து மணியையும் மணவரிசையாகத் தந்து, தம் மனசைக் காப்பாற்ற முயற்சி செய்தான். கிருஷ்ணன் சத்யபாமாவைத் திருமணம் செய்துகொண்டார். ஆனால், மணியை மறுத்துவிட்டார்.

பாண்டவர்கள், அரக்கு மாளிகையில் இறந்துவிட்டார்கள் என்று வந்த தகவல் பற்றி அறிய பலராமனும் கிருஷ்ணனும் அஸ்தினாபுரம் சென்றிருந்தார்கள். இதை அறிந்த கிருதவர்மன் மற்றும் கிருஷ்ணனின் சித்தப்பாவான அக்ரூரரும், தம் உறவினனான சததன்வாவிடம் சென் றார்கள். சததன்வா, சத்யபாமாவைத் திருமணம் செய்ய விரும்பிக் காத்திருந்தான்.

கிருதவர்மனுக்கு என்ன வந்தது? வேறு என்ன? பொறாமையும், அதன் காரணமாக வந்த பதற்றமும். கிருஷ்ணன் வளர்பிறை போல வளர்ந்து பெருகுவதை, அவன் தம் துயரமாக உணர்ந்தான். கிருஷ்ணன் மாமனாருக்குத் தரும் துன்பம், கிருஷ்ணனுக்கும்தானே?

கிருதவர்மன், சததன்வாவிடம் சொன்னான். அக்ரூரர் ஆதர வுடன்.

‘இதுவே தக்க நேரம். நீ சத்யபாமாவை விரும்பியது, அவள் அப்பனிடம் இருக்கும் மணிக்குத்தானே. பெண்தான் கிடைக்க வில்லை. மணியையாவது சத்ராஜித்திடம் இருந்து கைப்பற்றிவிடேன். கிருஷ்ணன் ஊரில் இல்லாத நேரம். இதுவே சரியான நேரம்!’

சததன்வா, அன்று இரவே, சத்ராஜித் உறங்கும் நேரம் பார்த்து அவனைக் கொன்று மணியை எடுத்துக்கொண்டு திரும்பினான். திரும்பியவன், அக்ரூரரைக் கண்டு விஷயத்தைச் சொன்னான். அக்ரூரர், திருடத்தானே சொன்னேன். கொல்லச் சொல்லவில்லையே என்று தம்மை விடுவித்துக்கொண்டார். பயந்து போன சததன்வா,

கிருதவர்மனிடம் சென்றான். 'மாமனார் கொலைக்குப் பழிவாங்காமல் விட மாட்டான் கிருஷ்ணன். என்னை விடு. நான் உனக்கு உதவ மாட்டேன்' என்று விலகிக்கொண்டான் கிருதவர்மன். அற்ப சிநேகம் என்றால் என்ன என்பதை அறிந்துகொண்டான் சததன்வா.

தந்தை மறைவு தெரிந்தவுடன், சத்யபாமா, ஒரு தேர்ந்த தேர்ப் பாகன் உதவியுடன் அஸ்தினாபுரம் போய்ச் சேர்ந்து, கிருஷ்ணன் காலில் வீழ்ந்து அழுதாள்.

'சததன்வாவைக் கொன்ற பிறகே, கிருஷ்ணன், சத்ராஜித் இறுதிச் சடங்கைச் செய்வான்' என்று அறைகூவல் விட்டார், பலராமன். சததன்வா, விதர்ப்ப தேசம் நோக்கிக் குதிரையில் போகிறான் என்று அறிந்து கிருஷ்ண பலராமர் அவனைத் துரத்திச் சென்றார்கள். வெகு தூரம் சென்ற பிறகு சததன்வாவின் குதிரை செத்து விழுந்தது. அவன் ஓடத்தொடங்கினான். "காட்டுக்குள் தேர் போக முடியாது. அண்ணா, தாங்கள் தேரில் இருங்கள். தாங்கள் ஓட வேண்டாம். நான் ஓடி அவனைப் பிடிக்கிறேன்" என்ற கிருஷ்ணன், அப்படியே ஓடி, சததன் மாவைக் கொன்று, சோதனை போடும்போது தெரிந்தது.

மணி அவனிடம் இல்லை.

கிருஷ்ணன் திரும்பி, பலராமனிடம், 'மணி கிடைக்கவில்லை' என்றார்.

பலராமர், தம்பியைத் தம் ஆத்மாவுக்குள் வைத்து அடை காத்தவர், தம்பி செய்தது எல்லாம் சரி என்பவர், அவன் தப்பே செய்தாலும் நான் அவன் பக்கம்தான் என்றவர், தம்பிமேல், உதிர்ந்த முடி விழுந்தாலும், தன் மேல் மலை புரண்டதாக எண்ணுபவர், சந்தேகப்பட்டார், கிருஷ்ணன் திருடன்தானே?

"நீ புறப்படு... நான் மிதிலை மன்னனைப் பார்க்க வேண்டும்" என்றபடி கிருஷ்ணன் முகத்தைப் பாராமல் சென்றுவிட்டார்.

சியமந்தக மணியில் இருந்து சூரியன் சிரித்துக்கொண்டான். செல்வம் என்னவெல்லாம் செய்கிறது... அல்லது செய்யாது?

சில வருஷங்களுக்குப் பிறகு, அக்ரூரர் புகழ் பரவத் தொடங்கியது. அவர் கால்வைத்த இடம் மழை. நோய் நொடி இல்லை. கிருஷ்ணன் புரிந்துகொண்டார். அக்ரூரரை மரியாதையுடன் துவாரகைக்கு வரவழைத்தார். கிருஷ்ணனிடம் அவர் சொன்னார்:

'சததன்வா ஓடிப் போகும்போது, மணியை என்னிடம் கொடுத்து விட்டுப் போனான். இதோ மணி.'

கிருஷ்ணன் மறுத்துவிட்டார்.

'அது உங்களிடமே இருக்கட்டும். மணி, இதுவரை மூன்று மனிதர்களையும் ஒரு சிங்கத்தையும் கொன்றிருக்கிறது. என் அண்ணன் சந்தேகம் தீர்ந்தால் போதும். நான் வேண்டுவது அது மட்டும்தான்.'

பலராமர் வாழ்வில் முதல் முறையாக அழுதார்.

யது குலத்தவர்களான யாதவர்கள், பல வம்சங்களாகப் பிரிந்து கிடந்தார்கள். தாஷார்ஹவம்சம், போஜர், விருஷ்ணி, அந்தகர், சாத்வதர், சூரசேனர், குக்குரர், கௌந்தர் முதலாகப் பல வம்சங்கள். சின்னச் சின்ன அரசர்களாக அவர்கள் இருந்தார்கள். வீரத்தின் பெயரால், செல்வத்தின் பெயரால், மானம் என்பதன் பெயரால், எந்தச் சின்ன வேறுபாட்டுக்கும் தமக்குள் பகைத்துக் கிடந்தார்கள். பகை, குடும்பப் பகை, வம்சப் பகை, பல தலைமுறைப் பகை என்று அவர்கள் பிரிந்து கிடந்தார்கள். அவர்களை ஒற்றுமைப்படுத்த கிருஷ்ணன் எடுத்த அனைத்து முயற்சிகளும் தோற்றன.

குருசேத்திர யுத்தம் தொடங்கும்போது, துரியோதனன், கிருஷ்ணனிடம் உதவி கேட்டு வந்தான். 'நான் அல்லது என் படை, எது வேண்டும் உனக்கு' என்றார் கிருஷ்ணன். 'உங்கள் படையைக் கொடுங்கள்' என்று கேட்டான் துரியோதனன். யாதவப் படைப் பிரிவின் சேனாதிபதி என்ற முறையில் கிருதவர்மன், துரியோதனன் பக்கம் போர் செய்தான்.

கிருஷ்ணன் அர்ச்சுனனிடம், "நீ ஆயுதம் ஏந்தாத என்னைப் பெற்றதால் என்ன பெற்றாய்" என்றார்.

"கிருஷ்ணா... உன் ஆத்மாவைப் பெற்றேன். உன்னைப் பெற்ற பிறகு, வேறு பெற என்ன இருக்கிறது உலகில்? உன்னை விலக்கிய பிறகு வேறு என்ன மிஞ்சி இருக்கிறது சொல்."

பதினெட்டு நாள் நடந்த போரில், முதல் நாளே, சாத்யகியைத் தேடி வந்து போர் செய்தான் கிருதவர்மன். குலப்பகை அங்கேயும் செயல்பட்டது. கிருஷ்ணனின் மகன் சாம்பன், முனிவர்களின் சாபத்தைப் பெற்று குலநாசத்துக்குக் காரணமாக இருந்தான்.

சிறுவன் அபிமன்யு, சக்கர வியூகத்தில் சிக்கிக்கொண்டபோது, அவனைக் கொன்ற முக்கிய சக்தியாக இருந்தவன் கிருதவர்மன். அபிமன்யுவின் தேர்க் குதிரையைக் கொன்றவன் அவன். அதனால் அவன் தரையில் நின்று போர் செய்ய வேண்டிய நிலை ஏற்பட்டது. யுத்தத்தின் கடைசி நாள், அழிவு, மூன்று பேர்களின் கைகளால் நிகழ்ந்தது. அஸ்வத்தாமன், கிருபர், கிருதவர்மன் ஆகிய அந்த மூன்று பேரே, மாபெரும் கொலைகளைச் செய்து என்றும் நீங்காத இழிவைப் பெற்றார்கள்.

யுத்தம் மனிதர்களை மட்டும் கொல்லுவதில்லை. மனித ஆத்மாவை அது கொன்றுவிடுகிறது. மனத்தின் ஈரம் சுத்தமாக வற்றிப் போகச் செய்துவிடுகிறது, யுத்தம். யுத்தம் முடிந்த பிறகும் கூட, மனிதர் மனத்தில்; யுத்தத்தில் சம்பந்தப்பட்டவர் மற்றும் பார்வை யாளர் மனத்தில் நிகழ்ந்துகொண்டே இருக்கிறது. யுத்தம், பல தலை முறைகளுக்கும் பிறகுகூட அதன் அழிவுகளைச் செய்து கொண்டிருக் கிறது. கிருதவர்மனே அதற்குச் சிறந்த உதாரணம்.

பாண்டவர்களின் பிள்ளைகள் ஐவர் உறங்கிய கூடாரத்துக்குத் தீ வைத்து அவர்களைக் கொல்லத் துணை போனவன் கிருதவர்மன். எல்லாம் முடிந்த பிறகு, அஸ்வத்தாமன், புல்லால் ஆன ஆடை அணிந்து, ஆற்றங்கரையில் நடக்கத் தொடங்கினான். கிருபர், பாது காப்பான இடம் தேடி உறங்கத் தொடங்கினார். கிருதவர்மன், துரியோதனன் இறந்த செய்தியை திருதராஷ்டிரனிடம் அறிவித்து விட்டு, துவாரகை திரும்பினான். திரும்பியவன், தம் பழைய சேனாதிபதி பதவியைத் தொடர்ந்தான்.

யுத்தம் முடிந்து பல நாட்கள் சென்றன.

துவாரகையைக் கடல் மூழ்கடிக்கப் போவதை கிருஷ்ணர் அறிந்தார். சிறுவர்கள், பெண்கள், வயோதிகர்கள் கங்கோத்தார சேத் திரத்துக்கு அனுப்பப்பட்டார்கள். ஆண்கள், பலராமர், கிருஷ்ணன் தலைமையில் சரஸ்வதி நதிக்கரையில் இருக்கும் பிரபாச தீர்த்தம் சென்றார்கள். அளவற்ற அத்துமீறல்கள் நிகழலாயின. மது தாராள மாக வழங்கப்பட்டது.

யுத்தம், யாதவ வீரர்கள் மனத்தில் தொடர்ந்தது. கௌரவர் பக்கம், உயிரோடு மிஞ்சி இருந்த கிருதவர்மனும், பாண்டவர் பக்கம் போரிட்ட சாத்யகியும் தங்கள் இதயத்துப் போரை இங்கேயும் தொடர்ந்தார்கள். தம் சொந்த மக்களால் அந்த இரு வீரர்களும் கொல்லப்படுகிறார்கள். கொல்லப்பட்டவர்களில் கிருஷ்ணன் பிள்ளை களும் அடக்கம். பிரபாச தீர்த்தம் சென்ற அத்தனை பேரும் ராம, கிருஷ்ணன் தவிர மற்றவர்கள் கொல்லப்படுகிறார்கள்.

வாழ்நாளில் பெரும் பொழுது கிருஷ்ணனுக்கு விரோதமாகவே வாழ்ந்தான் கிருதவர்மன். ஆனால், கிருஷ்ணன் அவனைப் பகைக்க வில்லை. பகை எப்போதும் அதை மனத்தில் வைத்துப் போஷிப்ப வரையே கொல்கிறது என்பதுக்கு கிருதவர்மனே நல்ல உதாரணம். மற்றும் அதீதப் பண ஆசை கொண்டவர்களுக்குப் பணமே எமனா கிறது என்பதுக்கும் அவன் வாழ்க்கை பாடமாகிறது.

✶

தர்மம் அறிந்த ஜராசந்தன்

ஜராசந்தன், ஓர் அசுரன். கிருஷ்ணனுக்கு வாழ்நாள் பகைவன். கிருஷ்ணன் வழிகாட்டுதலில் பீமனால் கொல்லப்பட்டவன் என்பதற்கும் மேலாகப் பலரும் அறியவில்லை. ஜராசந்தன் நமக்குக் கற்றுக் கொடுக்க மேலான பல தர்மங்களை வைத்திருந்தான் என்பது வியப்பளிக்கிறது.

ராட்சசியாகிய ஜரை, மனிதர்களை நேசிக்கிறவளாக இருந்தாள். ஜரை மற்றும் அவள் குழந்தைகளை ஓவியமாகவும் சிற்பமாகவும் வீட்டுக்கு முன் வைத்து வழிபட்டு வந்தால், இதர துர்தெய்வங்கள் துன்பம் தராது என்கிற நம்பிக்கை அக்காலத்தில் இருந்து வந்தது. அதற்கேற்ப, மகத மன்னன் பிருகத்ரதன், ஜரையைப் பூசித்து வந்தான். அவன் காலத்தில் அவன் மாபெரும் வீரனாக, மூன்று லட்சம் அக்ரௌனி படைபலம் கொண்டவனாக இருந்தான். இருந்தும் தமக்குப் பிறகு ஆட்சிக்கு வர குழந்தை இல்லை என்ற கவலை அவனுக்கு ஏற்பட்டது. காசி இளவரசிகளாகிய இருவரை அவன் மணந்திருந்தான். அவர்களுடன் வனம் சென்று தவம் செய்யப் புறப்பட்டான். காட்டில், கௌதம ரிஷியின் மகனும் ரிஷியுமான சந்தகௌசிகரைச் சந்தித்துத் தம் துக்கத்தைச் சொல்கிறான். ரிஷி அப்போது ஒரு மாமரத்தின் கீழ் அமர்ந்திருந்தார். அவர் மடியில் ஒரு மாம்பழம் வீழ்ந்தது. அதை அவர் மந்திரித்து, 'இதை இளவரசி உண்ணட்டும்' என்று தந்தார். நாடு திரும்பிய அரசன், அந்த மாங்கனியை இரண்டாக வெட்டி இரு மனைவியர்க்கும் தந்தான். இரு ராணிகளும் கர்ப்பம் தரித்துக் குழந்தை ஈன்றனர். குழந்தை இரு பாதியாக, ஒரு பாதி ஒருத்திக்கும், மறுபாதி இன்னொருத்திக்கும் பிறந்தது. பயந்து போன அரசிகள் அக்குழந்தையைக் குப்பையில் எறிந்தார்கள்.

தம் பக்தனாகிய அரசன் பிருகத்ரதனுக்கு உதவ எண்ணம் கொண்டிருந்த ஜரை, ஓடிவந்து குழந்தையின் பகுதிகளை ஒன்று சேர்க்க, குழந்தை முழுக் குழந்தையாகி அழுதது. மகத மன்னன் மகிழ்ந்து, அரக்கிப் பெயராலேயே ஜராசந்தன் என்று பெயரிட்டான். தந்தைக்குப் பிறகு ஜராசந்தன் மகத மன்னனானான்.

இன்றைய பீகாரை உள்ளடக்கிய தேசம், அக்கால மகதம் என்கிறார் ஜகதீச ஐயர். சித்ரகூட மலையும், பல்குனி நதியும் முக்கிய மானவை. புராணங்களில் இடம்பெறும் உருபிலவம் எனும் ஸ்தலம், இன்றைய புத்த கயா என்றும், கிரிவ்ரஜம் என்பது ராஜ்கிர் என்றும் அந்த அறிஞர் கூறுகிறார்.

பெரும் பலசாலியும் அசுர புத்தியும் கொண்டவனான ஜரா சந்தன், ஒரு சமயம் திக்விஜயம் புறப்பட்டான். அவன் படைகளுள் குவாலயாபீடம் என்ற பெயரில் அறுநூறு யானைபலம் கொண்ட ராட்சஸ யானை ஒன்று இருந்தது. யமுனை நதி ஓரம் அவன் வீடு அமைத்து ஓய்வு எடுத்தான். அப்போது அக் குவாலயா பீட யானை கட்டை அவிழ்த்துக்கொண்டு தெருவில் ஓடியது. மதுரா நகரவாசிகள் அஞ்சி விலகினார்கள். மக்களின் அபயக் குரலைக் கேட்ட கம்சன் தெருவுக்கு வந்து, யானையின் துதிக்கையைப் பற்றி ஒரு பசுங்கன்றை இழுத்துச் செல்வது போலச் சென்று ஜராசந்தன் முன் நின்று, "யானையை ஒழுங்காகக் கட்டுக்குள் வையுங்கள். மறுமுறை தெருவுக்கு வந்தால் அதை மீண்டும் நீர் பார்க்க முடியாது, உயிருடன்" என்றுவிட்டுத் திரும்பினான்.

ஜராசந்தன் வியந்து போனான். உண்மையில் தம் மகள்கள் அஸ்தி, பிராப்தி ஆகியோர்க்கு மணமகன் தேடியே புறப்பட்டிருந் தான் ஜராசந்தன். மறுநாளே, உக்ரசேனரிடம் தம் வேதியர் மூலம் தேங்காய் கொடுத்து அனுப்பினான். திருமணச் சேதி சொல்லப் போகும்போது தேங்காயோடு செல்வது அக்கால (இக்கால) மரபு. தந்தை உக்ரசேனர் சம்மதிக்க, திருமணம் நடந்தது.

கிருஷ்ணன் என்கிற, தேவகியின் எட்டாவது மகனால்தான் தமக்கு மரணம் என்பதை அவன் அறிவான். கிருஷ்ணனுக்கு முன் பிறந்த ஆறு குழந்தைகளை மரண பயத்தாலேயே கொன்றான். ஏழாம் புதல்வர் பலராமர் தப்பித்தார். எட்டாவது கிருஷ்ணர், கம்சன் பார்வையிலிருந்து மறைத்தே வளர்க்கப்பட்டார். அவரையும் கொல்ல வஞ்சகமாக ஆயுத பூஜை நடத்தி கிருஷ்ணனை வரவழைத்தான் கம்சன். தொடர்ந்த நிகழ்ச்சிகளில், கம்சன் கிருஷ்ணனால் கொல்லப் பட்டான். கம்சனின் மனைவிகள் அஸ்தியும் பிராப்தியும் தந்தை ஜராசந்தனிடம் கண்ணீரோடு சென்று முறையிட்டார்கள்.

ஜராசந்தன் மதுராவின் மேல் படையெடுத்தான். கிருஷ்ணரைக் கொல்வது என்பது அவன் நோக்கம். மிகக் கடுமையாக நடந்த போரில், ஒரு கட்டத்தில் ஜராசந்தனின் தலைமுடியைப் பற்றி அவனைக் கொல்லப் போனார் பலராமர். வாள் அவன் கழுத்தை நெருங்கும்போது, அசரீரி அவரைத் தடுத்தது. "வீரரே, ஜராசந்தனைக் கொல்ல வேண்டாம். அவன் முடிவு, வேறு ஒருவரால் ஏற்பட இருக்கிறது. நீர் அதைச் செய்ய வேண்டாம்" என்ற அசரீரியின் குரலுக்கு, ராம – கிருஷ்ணர் இருவருமே மரியாதை செய்தார்கள்.

ராம – கிருஷ்ணரின் கருணையில் வாழ விரும்பவில்லை ஜராசந்தன். ஆண்டு தோறும் மழைக்காலம் முடிந்ததும் அவன் படையெடுப்பு நிகழும். வழக்கம் போல அவன் மன்னிக்கப்படுவான். அவனது படை வீரர்கள், யானைகள், குதிரைகள் முதலியன கொல்லப்படும். அவனுடன் வந்த நட்பு அரசர்கள் பலரும் கொல்லப் படுவார்கள். என்றாலும், தொடர்ந்து வந்து கொண்டிருந்தான் அவன். இவ்வாறு பதினெட்டு முறை அவன் போர் தொடுத்தான். ஜராசந்தன் படையெடுப்பு நிகழ்ந்தபோது, கிருஷ்ணன் படைக்கலங்களைப் போர்க்களத்தில் போட்டுவிட்டு ஓடிப் போனார். அதனால் கிருஷ்ண னுக்கு ரணசோரன் என்ற அவப்பெயர் ஏற்பட்டது. ரணசோரன் என்றால் போரில் ஆயுதங்களைப் போட்டுவிட்டு ஓடிப் போகிறவன் என்று பொருள்.

ஜராசந்தன், ராம – கிருஷ்ணன் போரில், பதினெட்டு முறையும் ஜராசந்தன் வென்றான் என்று சில பாகவதர்களும் பக்தர்களும் கூறுகிறார்கள். இல்லை, ராம – கிருஷ்ணர்களே தோற்றார்கள் என்று வேறு பாடல்களும் அறிஞர்களும் கூறுகிறார்கள். கதைச் சம்பவங்கள், சூழ்நிலைகளைக் கவனிக்கும் போது, ராம – கிருஷ்ணர்கள் தோற் றார்கள் என்பதற்கும், அல்லது போரைத் தவிர்த்தார்கள் என்பதற்கும் கூடுதலாக ஆதாரங்கள் கிடைக்கின்றன.

ஜராசந்தனுக்கு நிகரான பலம், ராம-கிருஷ்ணருக்கு இல்லை என்றும் சொல்ல முடியாது. முதல்முறை, பலராமர் அவனைக் கொல்ல இருந்ததை அசரீரி காப்பாற்றியது. அடுத்தடுத்து நிகழ்ந்த போர்களைத் தவிர்த்தும் நழுவியும் ஜராசந்தனின் வாழ்நாளைத் தள்ளிப்போட்டமைக்கும் வேறு காரணங்கள் இருக்க வேண்டும்.

தருமர் ராஜசூய யாகம் செய்ய விரும்புகிறார். சொர்க்கத்தில் இருக்கும் பாண்டு மன்னரே, தம் மூத்த மகன் ராஜசூயம் செய்வதை விரும்புகிறார் என்று நாரதர் மூலம் செய்தி சொல்லி அனுப்புகிறார். தருமர், உள் மனத்தில் அதை விரும்புகிறார். என்றாலும், கிருஷ்ண னைக் கலந்து யோசிக்கிறார். கிருஷ்ணன், தருமரின் யோசனையை அல்லது ஆசையை அங்கீகரிக்கிறார். என்றாலும், ஒரு தடை இருக்கிறது என்கிறார் கிருஷ்ணன்.

ராஜசூயம் என்பது, உலக மன்னர்கள், அடக்கத்தாலோ, அச்சத் தாலோ, அன்பினாலோ, அந்த யாகத்தை நடத்த இருக்கிற ராஜனை அங்கீகாரம் செய்வது என்பதாம். பெரும்பாலான மன்னர்கள், யாகம் செய்யும் மன்னனை அங்கீகரிக்கவே செய்வார்கள். அந்த யாகத்துக்கு வந்திருந்து கௌரவிக்கவும் செய்வார்கள். அதிலும் பாண்டவ முதல்வனும் தர்மாத்மாவான தருமன் யாகத்தைத் தடுக்க யாருக்கு மனம் வரும்.

"ஒருவன் மட்டும் உன்னை அங்கீகரிக்க மாட்டான். உலகிலேயே தான் ஒருவன் மட்டுமே மன்னன், மற்றவர்கள் அற்பர்கள் என்பவன் அவன்" என்றார் கிருஷ்ணன்.

"யாரவன்" என்றான் பீமன்.

"ஜராசந்தன்" என்றான் கிருஷ்ணன்.

"அவனை நான் கொல்வேன்" என்றான் பீமன்.

"அவன் உன் பிறவிப்பகைவனாயிற்றே" என்றார் தருமர்.

"அவன் என் எதிரிதான். அவன் கொல்லப்பட வேண்டியது, என் பகையால் அல்ல. உலக மன்னர்கள் தொண்ணூற்று எட்டுப் பேரைச் சிறைப்பிடித்து வைத்திருக்கிறான். சிவபக்தனாகிய அவன், தம் கடவுளான சிவனுக்கு அந்த 98 பேரையும் பலி கொடுக்க உத்தேசித்து இருக்கிறான். அதைத் தடுக்கவே அவனைக் கொன்று மன்னர்களை விடுவிக்க எண்ணுகிறேன்!"

கிருஷ்ணன் எல்லாவற்றையும் தெளிவுபடுத்தி விட்டார்.

ஜராசந்தன் அழிவுக்கு ஒரு சமூக தர்மத்தைக் கண்டுபிடித்து விட்டார் கிருஷ்ணன்.

கிருஷ்ணன், பீமன், அர்ச்சுனன் மூவரும் மகத தேசத்துக்குப் புறப்பட்டார்கள். 'பாரத வர்ஷத்து மன்னர்களிலேயே பலமும் ஆற்றலும் கொண்ட ஜராசந்தன் பாண்டவர்களால் ஒழிக்கப்படுகிறான் என்றால் அதன்பின் எந்த மன்னன் தருமரின் யாகத்தை மறிப்பான்?' இது அர்ச்சுனன் எண்ணமாக இருந்தது. ஜராசந்தன் போன்ற மகா பலசாலியைக் கொல்வதனால் தமக்குக் கிடைக்க இருக்கும் புகழை எண்ணிப் பரவசம் அடைந்தான் பீமன். மன்னர்களைச் சிறைப் பிடித்து நரபலி கொடுக்கிற அரக்கன் கொல்லப்படுகிறான் என்பதும், குலப்பகை தீர்வது என்பதும், தருமருக்குத் தடைநீங்கும் என்பதும் கிருஷ்ணரின் எண்ணமாக இருந்தது.

மகத ராஜ்யம் வந்து சேர்ந்த மூவரும், ஜராசந்தன் அரண் மனைக்குச் சென்றார்கள். போகும் முன்பு, தங்களை பிராமணர்களாக வேடம் புனைந்துகொண்டார்கள். பிராமணர்களைக் கண்டதும் அரண்மனை வாயில் காப்போர் அவர்களை அரண்மனைக்குள் புக அனுமதித்தார்கள். என்றாலும், வாயில் வழியாக அவர்கள் புகவில்லை. தம் இருப்பிடத்துக்கு வெளியே கூடி இருந்த அந்தணர் களுக்கு தானம் வழங்கிக்கொண்டிருந்தான் ஜராசந்தன். இந்த மூன்று புது பிராமணர்கள் வந்ததை அவன் கவனித்தான். தம் பணியைத் தொடர்ந்துகொண்டிருந்தான்.

பிரபஞ்சன் ★ 227

ஜராசந்தனைக் கவிகள் பாராட்டியிருக்கிறார்கள். வேதக் கல்வி நிரம்பப் பெற்றவன் என்றும், வேதம் வழுவாதவன் என்றும், அந்தணர்களைப் பற்றி வாழ்பவன் என்றும் அவன் குறிப்பிடப்படுகிறான். அதோடு யார் எது கேட்டாலும் கொடுப்பவன், தானவீரன் என்றும் புகழ்பெற்றவன். வந்த அதிதிகளை வரவேற்றான். அவன் சொன்னான்:

"என் அரண்மனை வாயில் கதவுகள் எப்போதும் அந்தணர்களுக்குத் திறந்தே இருக்கின்றன. என்றாலும், நீங்கள் மூன்று பேரும் மதில் ஏறிக் குதித்து வந்திருக்கிறீர்கள். ஏன்?"

"நண்பர்கள், உறவுகள், பெரியோர்கள் திறந்த கதவுகள் வழி வரலாம். நாங்கள் அந்த முறையில் வரவில்லை" என்றார் கிருஷ்ணன்.

"நல்லது. நீங்கள் விரும்பியது என்ன? எது கேட்டாலும் நான் தரத் தயாராக இருக்கிறேன். இது என் விரதம்."

கிருஷ்ணன் மட்டுமே பேசினார்:

"இவர்கள் பேசா நோன்பு மேற்கொண்டிருக்கிறார்கள். இன்று இரவு, நீங்கள் தனியாக வருவதானால், அவர்கள் விரதமும் முடியும். அவர்கள் தங்கள் தேவையை உம்மிடம் சொல்வார்கள். மற்றவர் முன் சொல்ல முடியாத விஷயம்!"

ஜராசந்தன் சிரித்தான். அதற்குள் அவன் அவர்களை ஓரளவு புரிந்துகொண்டான். அவர்கள் பிராமணர்கள் இல்லை. கைவிரல்கள், வில்லின் நாண் ஏற்றிக் காய்த்திருந்தது. தோள், அம்பறாத்தூணி அழுத்தித் தடயம் ஏற்றியிருந்தது. நின்றமுறை, பேசும்முறை எல்லாம் சத்தியர்களுடையதாக இருந்தன.

"நீங்கள் யாராக இருந்தாலும், பிராமண வேஷத்தில் வந்திருக்கிறீர்கள். அதனால் உங்களுக்குக் கட்டுப்படுகிறேன். இரவு நடுநிசியில் நான் வருகிறேன்."

இடையில், அதிதிகள் உண்பதற்குத் தேனும் பழங்களும் உணவு வகையும் தரப்பட்டன. அவற்றை அதிதிகள் உண்ணவில்லை.

வந்த ஜராசந்தன், "ஏன் உணவை நீங்கள் ஏற்கவில்லை?" என்றான்.

"பகைவர் வீட்டில் நாங்கள் உண்பதில்லை."

ஜராசந்தன் சிரித்தான்.

"நீங்கள் யார்?"

கிருஷ்ணன் சொன்னார்:

"நான் கிருஷ்ணன். இவன் அர்ச்சுனன். அவர் பீமன். குந்தி புத்திரர்கள். தருமரின் சகோதரர்கள். நாங்கள் உம்முடன் யுத்தம் செய்ய வந்திருக்கிறோம். நீங்கள் விரும்பும் ஒருவரிடம் யுத்தம் செய்யலாம்."

சினமும் நகையும் ஜராசந்தனிடம் தோன்றின.

"நல்லது. உங்கள் கோரிக்கையை ஏற்கிறேன். கிருஷ்ணா... நீ என்னிடம் பதினெட்டு முறை தோற்று ஓடியவன். அதோடு சிறுவன். நீ எனக்குச் சரிசமானம் இல்லை. அர்ச்சுனன் வீரன். ஆனால், என்னை விடவும் சிறியவன். அவனும் சரி இல்லை. பீமன், பெரிய கதாவீரன். எனக்குச் சமமான பலம் உள்ளவன். அவனிடம் நான் யுத்தம் செய்கிறேன்."

ஜராசந்தன், அடுத்து செய்த காரியம் சிறந்தவை. தம் மகன் சகாதேவனை அழைத்துச் சொன்னான்:

"மகனே... நான் பீமனுடன் யுத்தம் செய்யப் போகிறேன். ஊருக்கு வெளியே அதற்கான இடம் ஏற்பாடு செய். யுத்தம் எவ்வளவு நாழிகை நீண்டாலும், எத்தனை நாட்கள் நீண்டாலும், மகத ராஜ்யத்தில் எங்கும் எனக்கோ, அவர்களுக்கோ எந்தப் பிரச்சனையும் தரக்கூடாது. எனக்கு என்ன உணவு தருகிறீர்களோ, அந்தத் தரத்தில் அவர்களுக்கும் உணவு தரப்படவேண்டும். படுக்கை வசதிகள் எனக்கு எப்படியோ அப்படியே நம் அதிதிகளுக்குத் தரப்பட வேண்டும். எந்தக் குறையும் அவர்களுக்கு இருக்கக்கூடாது."

இளவரசன் அப்படியே செய்தான்.

காலை தொடங்கி இரவு வரை ஜராசந்தனும் பீமனும் யுத்தம் செய்தார்கள். இரவு ஒன்றாக அமர்ந்து சினேகத்தோடு உணவு உண்டார்கள். உறங்கினார்கள். மறுநாள் யுத்தம் தொடர்ந்தது.

இப்படி இருபத்தெட்டு நாட்கள் அவர்கள் யுத்தம் செய்தார்கள். கடைசியில் கிருஷ்ணன் யோசனைப்படி ஜராசந்தன் உடலைக் கிழித்து, மாற்றிப் போட்டான் பீமன்.

கிருஷ்ணன், சிறையிலிருந்த அரசர்களை விடுதலை செய்தான். ராஜசூய யாகத்துக்கு அவர்களுக்கு அழைப்பு விடுத்தான் பீமன். ஜராசந்தன் மகனுக்குக் கிருஷ்ணனே முடிசூட்டினார்.

தருமர், தம் யாகத்தை வெற்றிகரமாக முடித்தார்.

★

காமக் கடும்புனலாடிய யயாதி!

ஐம்பத்தாறு தேசங்கள் என்று பாரத தேசத்தின் உள் தேசங்களைக் குறிப்பது மரபு. சூரிய குலமும் சந்திர குலமும் இவற்றை ஆண்டிருக்கின்றன. இவ்விரு குலத்துப் பேரரசர்களில் முக்கிய மானவர்களாக இஷ்வாகு, சகரன், பகீரதன், ராமன், நளன், நகுஷன், விக்கிரமாதித்யன் முதலியவர்களைக் குறிப்பிடுகிறார்கள் ஆய் வாளர்கள். இந்த வரிசையில் வருபவன் யயாதி. சக்ரவர்த்தி நகுஷனுக்குப் பிரியம்வதை மூலம் பிறந்தவன்.

யயாதி, நளன், சத்தியவான் சாவித்ரி முதலாக சுமார் நூற்றுக்கும் மேலாகச் சிறிய, பெரிய கதைகள் பாரதத்தில் உள்ளன. இவை கிளைக் கதைகள் என்று பொதுவாக வழங்கப்பட்டாலும், இவை பாரதத்துக்கு அவசியமான, தேவைப்படும் கதைகளே ஆகும். வியாசர் வெறும் கதைசொல்லி அல்லர். மாறாக தர்மம் சொன்னவர். வெறும் கௌரவர், பாண்டவர்கள் கதையைச் சொல்வது அவர் நோக்கம் அன்று. தனிமனித தர்மம், அதாவது ஸ்வதர்மம், சமூக தர்மம், நிரந்தரமான சாஸ்வத தர்மம் ஆகியவற்றைச் சொல்லவே, கதை என்கிற கலை உருவத்தை எடுத்தவர். இரு தர்மங்கள் முன் நிற்கையில், எதை எடுத்துக்கொள்வது என்பதுக்காகவும், எது அச்சமயத்துக்குகந்த மேலான தர்மம் என்பதுக்காகவும், முந்தையோர் எச்சமயத்தில் எவ்வகை தர்மத்தைக் கைக்கொண்டு முன்னுதாரணம் செய்தார்கள் என்பதுக்காகவுமே அவர் நூறு கதைகளைச் சொல்ல நேர்ந்தது.

யயாதியின் வழித்தோன்றல்களே கௌரவர்களும் பாண்டவர் களும். மட்டுமல்ல, கிருஷ்ணர், பலராமன் உள்ளிட்ட யாதவ வம்சமும். ஆகவே, அவன் இரு பெரும் குலத்து மூலவன். பீஷ்மன் முதல் பாண்டவர் வரை பல்வேறு மகாபாரதப் பாத்திரங்களும் யயாதியின் வாழ்க்கை அனுபவத்திலிருந்தே தம் வாழ்க்கையை வகுத்துக் கொண்டார்கள். அந்த வகையில், யயாதியின் கதை, கற்க வேண்டிய கதை.

மூன்று உலகிலும் யார் ஆட்சி அதிகாரம் செலுத்துவது என்பதில் தேவர்களுக்கும் அசுரர்களுக்கும் யுத்தம் மூண்டது. தேவர்களுக்கு

பிருகஸ்பதி புரோகிதர். அசுரர்களுக்கு பிராமணரிஷியான சுக்ரர் புரோகிதர். பிருகஸ்பதிக்குத் தெரியாத இறந்தவர்களை உயிர்ப்பிக்கும் சஞ்சீவினி வித்தை சுக்ரருக்குத் தெரியும். இதன் காரணமாக சுக்ரர் பெரும் புகழ்பெற்றிருந்தார். அசுர மன்னன், விருஷபர்வன் சுக்ரரைத் தம் குலகுருவாகக்கொண்டு அவரைப் பாதுகாத்து வந்தான்.

ஒரு நாள் சுக்ரர் மகள் தேவயானியும், மன்னன் மகள் சர்மிஷ் டையும், இன்னும் தோழிகள் பலரோடு நதியாடச் சென்றார்கள். ஆடைகளைக் கரையில் வைத்துவிட்டு நதியில் படிந்தார்கள். அப்போது பெரும் காற்று அடித்து ஆடைகளைப் பறக்கச் செய்தது. குளித்துக்கொண்டிருந்த பெண்கள் ஓடிவந்து, தங்கள் ஆடைகளை எடுத்து அணிந்தார்கள். மன்னன் மகள் சர்மிஷ்டை அவசரத்தில் தெரியாமல் ரிஷி மகள் தேவயானியின் ஆடையை எடுத்து அணிந்து நின்றாள். கோபம் வந்துவிட்டது தேவயானிக்கு.

“என் தந்தையின் சிஷ்யனான அசுரன் மகளே, நன்னடத்தை இல்லாதவளே, பிறர் ஆடையைக் கட்டிக்கொள்ளும் இழிவானவளே” என்றாள்.

அசுரன் மகள் சர்மிஷ்டை பதிலுக்குச் சொல்கிறாள்: “எப்போதும், நின்றாலும் அமர்ந்தாலும் படுக்கையிலும் உன் தந்தை சுக்ரர், என் தந்தை மன்னரைத் துதிக்கிறார். என் தந்தையிடம் யாசகம் வாங்கிப் பிழைக்கும் யாசகன் மகளே! யாசகியே! நான் தானம் கொடுப்ப வனின் மகள். நீ எனக்குச் சமமல்ல!” என்றாள்.

இருவருமே, இச் சண்டை மற்றும் சொற்களால் தங்கள் தகுதியை வெளிப்படுத்திக்கொண்டார்கள். கோபம் அடங்காத சர்மிஷ்டை, தேவயானியை ஒரு பாழ்கிணற்றில் தள்ளிவிட்டு, அவள் செத்துப் போனாள் என்று நினைத்து நிம்மதி அடைந்து அரண்மனைக்குத் திரும்பினாள்.

காட்டுக்கு வேட்டையாட வந்த இளவரசன் யயாதி, தாகத்தால் தவித்து நீர் தேடி அக்கிணற்றுக்கு வந்து சேர்ந்தான். கிணற்றில் ஒரு பெண் இருப்பதைக் கண்டு ஆச்சரியம் அடைந்தான். “நீ யார்” என்றான். “அசுரகுரு சுக்ராச்சாரியார் மகள் தேவயானி” என்று தம்மைச் சொன்னாள்.

“தங்கள் வலதுகையைத் தாரும். அதைப் பற்றி நான் மேலேறி வருகிறேன்” என்றாள். “சக்தி, சாந்தி, கீர்த்தி உள்ளவன் என்று காணப் படுகிறாய் நீ. எனக்கு உதவுவதற்குத் தகுதி உள்ளவன் நீ” என்கிறாள். மேலும், உதவி கேட்கும்போதுகூட, தேவயானி பயன்படுத்தும் சொற்கள் இவை. வியாசர், கிணற்றுக்குள் கிடக்கும் அவளை ‘அக்னி ஜுவாலை’ என்று வர்ணிக்கிறார். அணுகினால் சுடுபவள்.

யயாதியின் கையைப் பிடித்து மேலேறி வந்தவள் அவனைப் பார்த்து, "என் வலதுகையைப் பிடித்து உதவினாய். நீ என் கணவன். இப்போதே என்னை அழைத்துக்கொண்டு போகலாம்" என்றாள் தேவயானி.

பயந்துபோனான் யயாதி. "நீ பிராமணப் பெண். நான் சத்திரியன். நகுஷன் மகன் யயாதி. எல்லா உலகமும் அறிந்த சுக்ராச் சாரியார் மகளை அவர் அறியாமல் நான் மணப்பது பாவம்."

"சரிதான். என் தந்தை முன்னின்று நம் திருமணத்தை நடத்துவார். அதை நான் செய்வேன். இப்போது நீ போகலாம். நீதான் என் பதி."

குளிக்கப் போனவள் திரும்பாமை கண்டு தேடி வந்தார் சுக்ரர்.

"நான் விருஷபர்வாவின் தேசத்துக்குள் நுழைய மாட்டேன். சர்மிஷ்டை என்னைக் கொல்லத் துணிந்தாள். அதுகூட மன்னிக்கலாம். நீங்கள் அவள் தந்தையிடம் இச்சகம் பேசி யாசகம் வாங்குபவரா? அவள் சொல்லுகிறாள்."

இச்சொற்கள் அந்த அந்தணர்க்குச் சினத்தை மூட்டியது.

சுக்ரர், மன்னன் விருஷபர்வாவிடம், "அப்படியா" என்றார். மன்னன் அவர் கால்களில் விழுந்தான்.

"இந்தத் தேசம், என் செல்வக் கருவூலம், என் மக்கள் எல்லாம் தங்கள் அடிமைகள்."

"இதை என் மகளிடம் சொல். அவள் சம்மதித்தால் மட்டுமே நான் உன் நாட்டுக்குள் புகுவேன்" என்றார் சுக்ரர், முடிவாக.

சினம், சேர்ந்தாரைக் கொல்லி. ஒரு செடியைப் பற்றிக் காட்டை அழிக்கும். இங்கு சினம் எல்லாரையும் அழித்தது. மன்னன் தேவயானியின் காலில் விழுந்தான்.

"என் அசுர குலம், சுக்ராச்சாரியாரின் சஞ்சீவினி வித்தையால் மட்டுமே உயிர் பிழைக்கிறது. குருவும் நீயும் ஊரை விட்டுப் போனால், நான், என் மக்கள் எல்லோரும் கடலில் விழுந்து மாய்வோம்" என்றான் மன்னன்.

தேவயானி சொன்னாள்:

"அவ்வனமாகில், உன் மகள் சர்மிஷ்டை எனக்கு அடிமையாக வேண்டும். ஆயிரம் அடிமைகளோடு அவள் எனக்குச் சேவை செய்ய வேண்டும்."

குலத்தின் வாழ்வுக்காக மன்னன் அதை ஏற்றான். கோபத்தை அடக்காது தேவயானியைக் கொல்ல முனைந்த சர்மிஷ்டை, அவள் அடிமையானாள்.

கோபத்தைக் குதிரையாக உருவகிக்கிறார் வியாசர். குதிரையைச் செலுத்துபவன் மட்டும் அல்லன் சாரதி என்பவன். குதிரையை அடக்குபவனே சாரதி. சொன்னது போலவே, தந்தை முன் யயாதியை மணந்தாள் தேவயானி. தம் ஆயிரம் அடிமைகளோடு (தாசிகள் என்கிறது பாரதம்), சர்மிஷ்டையும் ஓர் அடிமையாக யயாதியின் தேசம் வந்தாள் தேவயானி.

தேவயானி–யயாதியின் இனிய இல்லறத்தின் விளைவாக, முதல் மகன் யது பிறக்கிறான். (இவன் வம்சமே யாதவர்கள்.)

ஒரு நாள் விதி கூட்டுவிக்கத் தனிமையில் யயாதி சர்மிஷ்டையைச் சந்திக்க நேர்கிறது. அவன் சர்மிஷ்டையை நேசிப்பவன்தான். சர்மிஷ்டை, தம்மை ஏற்றுக்கொள்ள வேண்டுகிறாள். தேவயானியுடன் அவள் இருந்தபோதே, சர்மிஷ்டை மீது அவனுக்கு ஈடுபாடு ஏற்பட்டது. யயாதி பட்டம் ஏற்ற பிறகு, மும்முறை பறை அறிவித்து, "யார் எது கேட்டாலும் நான் தருவேன். இது என் பிரதிக்ஞை" என்று சொல்லியிருந்தான். இதை நினைவுபடுத்தினாள் சர்மிஷ்டை. தம்மையும் மணந்து தாயாகும் வாய்ப்பை (தேவயானி போல) அருள வேண்டுகிறாள். தோழியாகிய தேவயானியின் சகா என்ற முறையில் தம்மையும் மணக்க அவனுக்கு உரிமை உண்டு என்கிறாள். மன்னன், மனைவியின் தாசியைக் கூடலாம் என்பது நியதி.

யயாதிக்கு மறுப்பில்லை. ஆனால், தேவயானி திருமணத்தின் போது, சுக்ரர், வெளிப்படையாக அவனிடம் சொன்னது பயமுறுத்தியது: "சர்மிஷ்டையையும் கௌரவமாக நடத்து. அவள் மன்னன் மகள். விதிவசத்தால், அடிமையாகி இருக்கிறாள். ஆனால், அவளுடன் உறங்கக் கூடாது. தனிமையில் சந்திக்கக் கூடாது. உறவும் கூடாது" என்று சுக்ரர் – மன்னர்களின் மனங்களை முன்கூட்டியே அறிந்து வைத்திருந்த முனிவர் ஆகையால் – கடுமையாகச் சொன்னது நினைவுக்கு வந்து தொந்தரவு செய்தது.

எனினும் உணர்ச்சியே வென்றது. சர்மிஷ்டை மூன்று பிள்ளை களுக்கும் தேவயானி இரண்டு குழந்தைகளுக்கும் தாயானார்கள். ஒரு வசந்தகாலத்தில் வனத்தில் போஜனம் செய்ய வந்திருந்த தேவயானி அருகில் சர்மிஷ்டையின் மூன்று குழந்தைகள் வந்து விளையாடுவதைப் பார்க்க நேர்கிறது. குழந்தைகளின் அங்க லட்சணங்கள் அவளுக்கு உண்மையை விளக்கின. குழந்தைகளை அருகில் அழைத்து "யார்?" என்றாள். "நாங்கள் யயாதியின் மக்கள்" என்றன குழந்தைகள். மறைக்க எதுவும் இல்லாதவர்களே குழந்தைகள்.

பிரபஞ்சன் ★ 233

தேவயானி நெருப்பாக எரிந்தாள்! 'எனக்கு இரண்டு குழந்தைகள். அவளுக்கு மட்டும் மூன்றா' என்பதே அவள் கோபத்தின் அடிப்படை. தந்தையிடம் ஓடினாள். சுக்ரர், நெருப்பாக எரிந்தார். "யயாதிக்கு மூப்பும் முதுமையும், தளர்ச்சியும் வந்தடையட்டும். பெண்ணுடன் திளைக்க முயலாத இயலாமை அவனைச் சேரட்டும்" என்று சபித்தார். ரிஷி, யயாதியைச் சபிப்பதாக எண்ணி, தம் மகளின் வாழ்க்கையையும் சேர்த்துச் சபித்தார். மிக உயரத்தில் இருப்பவர்கள் சரிந்தால், பெரும் பள்ளத்தில் விழுவார்கள். யயாதி சாபவிமோசனம் கேட்டான். "உன் பிள்ளைகளில் யாராவது உன் முதுமையைத் தற்காலிகமாகச் சுமக்கலாம். நீ விரும்பும் வரையிலும் அவன் இளமையைத் துய்க்கலாம். பிறகு முதுமையை அவனுக்குத் தரலாம். உனக்கு உதவும் மகனே, மன்னனாகும் தகுதி பெற்றவன் ஆவான்" என்பது சாப விமோசனம்.

யயாதி வாழ்க்கையைக் காமமாகவும், உயிரை உடலாகவும் நம்பினான். முதுமை, காமக் கடும்புனலைக் கடக்க உதவாது என்று நினைத்தான். இன்னும் பெண் சுகம் மட்டுமே தம்மை இயக்கும் ஜீவன் என்று தீர்மானிக்கிறான்.

ஆசை வெட்கம் அறியாது மட்டுமல்ல, விவேகத்தையும் அது மாய்க்கும். தம் பிள்ளையாகிய மூத்தவன் யதுவை அழைத்தான். "என் முதுமையை ஏற்றுக்கொண்டு உன் இளமையைக் கொடு மகனே. ஆயிரம் ஆண்டுகளுக்குப் பிறகு, உன் இளமையைத் திருப்பித் தருகிறேன். பெண் ஆசை என்னை வினைப்பயன் போலத் துரத்துகிறது" என்றான். யது மறுத்தான். "இளம் பெண்கள் என்னைக் கண்டு சிரிப்பார்களே" என்று தந்தையைப் பார்த்துச் சிரித்தான் யது. அடுத்த மூன்று மகன்களும் அப்படியே மறுத்தார்கள். காமக் கடும் தீ சுடச்சுட, தந்தை மகன்களைச் சபித்தான். கடைசி மகன் புரூ, மகிழ்ச்சியாகத் தந்தைக்கு உதவ முன் வந்தான். ஆயிரம் ஆண்டுகள் இளமையைத் துய்த்த யயாதி, தம் மகன் புரூவை அழைத்தான். "காமம் உடலைப் பற்றி, உயிரை எரித்து, ஆத்மாவை அழிக்கும் என்பதைத் தெரிந்துகொண்டேன். இன்னுமொரு ஆயிரம் ஆண்டுகள் ஆனாலும் என் காமம் தணியாது. போதும். உன் இளமையை நீ பெற்றுக்கொள். என் ஆணையை ஏற்றுத் தியாகம் புரிந்த மகன் நீயே ஆதலால், என் ராஜ்யத்தை நீயே அடைவாயாக. என்னை ஏளனம் செய்த யதுவும் அவன் வம்சத்தில் வருகிற மூத்த மகன்கள் யாரும் அரசப் பட்டம் ஏற்க மாட்டார்கள். இதுவே என் சாபம்" என்றான். யதுவின் பரம்பரையில் பலராமர் உள்ளிட்ட மூத்தவர் எவரும் மன்னர்கள் ஆகவில்லை. தேவகர், உக்ரசேனர் சகோதரர்கள் மூத்தவர் தேவகர். அவர் அரசாள முடியவில்லை.

இளையவன் கம்சன். அந்த விதியை மீறினான். கிருஷ்ணனால் அழிந்தான்.

புரூவின் வம்சமே, கௌரவ, பாண்டவர்கள். அஸ்தினாபுரத்து ஆட்சி அதிகாரம், யுத்தத்தால் மட்டுமே நிர்மாணிக்கப்படுகிறது.

தம் இரண்டு மனைவிகளுடன் வனம் சென்றான் யயாதி. கோரத் தவம் செய்தான். நெருப்புக்கிடையில் நின்று, அன்ன ஆகாரம் இன்றிப் பல ஆயிரம் ஆண்டுகள் தவம் செய்தான் யயாதி. முடிவில் சொர்க்கம் அடைந்தான்.

இந்திரன் முன்னால், அக்னி, வருணன், வாயு, எமன் முதலான தெய்வங்களுக்கு நிகராக, ரிஷிகளின் சரியாசனத்தில் யயாதி வீற்றிருந்தான். இந்திரன் அவனிடம் நட்புக் குரலில் கேட்கிறான்: "தவ ஞானியே, மனிதர்கள் மத்தியில் உன் போல் கடுந்தவம் செய்தவர் வெகு சிலரே. நீயே சொல். உனக்கு நிகரான தவச் செல்வர்கள் என்று யாரை நீ மதிக்கிறாய்" என்ற இந்திரன் வார்த்தையைக் கேட்ட யயாதிக்கு, கர்வமும் ஆணவமும் மீண்டும் துளிர்த்தது. தம்மைச் சுற்றி அமர்ந்திருக்கும் தேவர்களையும் ரிஷிகளையும் மிக அலட்சியமாகப் பார்த்தான் யயாதி. 'விரியன் பாம்புகள், சொர்க்கம் போனாலும் விஷத்தைப் பூமியில் வைத்துவிட்டுப் போகாது' என்றார் ஒரு கவி. யயாதி, விஷம் கொண்டவன் இல்லைதான் என்றாலும், காமக் குரோதங்களைச் சாப்பாட்டு மூட்டையாகக் கட்டிக்கொண்டு சொர்க்கம் போனான் யயாதி. பெண் மட்டுமே காமம் இல்லை.

யயாதி இந்திரன் உள்ளிட்ட தேவசபையை அலட்சியமாகப் பார்த்து, "எனக்கு நிகரானவர் எவரும் இல்லை" என்றான்.

திகைத்துப் போயிற்று தேவசபை. இந்திரன் வெடித்தான்.

"ஆணவம், அகங்காரம், தற்பெருமை இவற்றை இன்னுமா சுமந்து திரிகிறாய்? யயாதி! உன் கடும் தவம் இன்னும் உன்னைச் சமப்படுத்திச் சாந்தம் தரவில்லையே! உன் தவம் வீணாயிற்று. நீ சொர்க்கவாசியாக இருக்கும் தகுதியை இழந்துவிட்டாய். பூமிக்குச் செல்."

அகந்தைத் திரை அகன்றது யயாதிக்கு.

"தவறு செய்துவிட்டேன். மண்ணில் விழுந்தாலும், மாதவர்கள் மத்தியில் விழ அருள வேண்டும்" என்று வேண்டிக்கொண்டான். பாரதத்தின் மிகுந்த அவலமான கதைப்பகுதி ஒன்று இனிமேல் விரிகிறது. பலரும் அறியாத, மகாபாரதப் பெண்களிலேயே மிகுந்த அவமானத்துக்குள்ளான, யயாதியின் ஒரு மகளான மாதவி தந்தையின் உதவிக்கு வருகிறாள்.

யயாதி, தம் மகள் மாதவி வழிப் பிள்ளைகளின் புண்ணியங் களை யாசகமாகப் பெற்று, சொர்க்கம் அடைகிறான். எனக்கு நிகர் யாரும் இல்லை என்றவன் தம் பேரர்களின் புண்ணியங்களைப் பிச்சை ஏற்கிறான்.

பீஷ்மனுக்கு முன்னால் சத்தியவதி ஒரு நிபந்தனை வைக்கிறாள். 'தமக்குப் பிறக்கும் பிள்ளைக்கே அரச பதவி கிடைக்க வேண்டும்' என்கிறாள். பீஷ்மனுக்கு உடனே நினைவுக்கு வருபவர்கள் யயாதியும் புரூவும். தந்தைக்காக எந்தத் தியாகத்தைத்தான் செய்யக்கூடாது? இளமையைத் தானம் கொடுத்த புரூவைப் பின்பற்றி, தம் ராஜ்யத் தையும் மணவாழ்க்கையையும் பெண் இன்பத்தையும் துறந்தான் பீஷ்மன்.

யயாதியின் சாபம் பெற்ற யது, மதுரைக்கு வருகிறான். மதுரையை அப்போது, நாகர்கள் ஆண்டுகொண்டிருந்தார்கள். நாக இளவரசிகளை மணந்துகொண்ட யது, மதுரையைப் பெறுகிறான். கிருஷ்ணன் பிறக்கும் வரை, மதுரை யது வம்ச நகரமாகவே இருந்தது. யதுவும் அரசனாக முடியவில்லை. ஏனெனில் மதுரை, ஒரு குழுவால் ஆளப்பட்ட குடியரசு நாடாக இருந்தது.

யயாதியின் சாபம் மேலும் தொடர்ந்துகொண்டிருந்தது. புரூவின் வம்சத்துக் கடைசி வாரிசு துரியோதனன், அரசன் இல்லை. திருதராஷ்டிரன்கூட மன்னனில்லை. பாண்டுவின் இடத்தில் அமர வைக்கப்பட்ட பிரதிநிதியே ஆவான்.

குந்திக்கு நேர்ந்த அவலமும், பாஞ்சாலி பணயப்பொருள் ஆன தீமையும், யயாதியின் மகள் மாதவியிலிருந்து தொடங்குகிறது.

தனிமனிதனால் அதிகபட்சத் தீமை என்ற தத்துவம் யயாதியில் தொடங்குகிறது. ஒரு தனிமனிதன் வரம்பு மீறலில் அவன் வம்சமே துன்பங்களை அறுவடை செய்கிறது. அவன் காலத்துச் சமூகத்துக்கே தீமையைச் செய்தான் யயாதி.

✶

மன்னிக்கும் அருள்கொண்ட மாதவி

மகரிஷி விசுவாமித்ரரின் மகன் காலவன். தந்தையையே குருவாகக்கொண்டு கல்வி கற்றான். 'என்னிடம் கற்றது போதும். அனுபவத்திடமும், நெறிபிறழாத வாழ்க்கையிடமிருந்தும் இனிக் கற்றுக் கொள்' என்றார் ரிஷி. 'தந்தையே, தாங்கள் எனக்கு குருவாகவும் இருந்துள்ளீர்கள். குருதட்சணை கொடுக்காமல் என் கல்வி எப்படிப் பூர்த்தியாகும். தட்சணை என்று ஏதேனும் உத்திரவிடுங்கள்' என்று கேட்டுக்கொண்டான் காலவன். குருவோ, 'தட்சணை வேண்டாம். கொடுத்ததாகப் பாவித்துக்கொள்கிறேன்' என்றார். மீண்டும், 'ஏதாவது கேளுங்கள்' என்றான் மகன். 'வேண்டாம், புறப்படு' என்றார் ரிஷி. மீண்டும் மீண்டும் கேட்டான் காலவன். இதை அத்துமீறலாகக் கருதினார் குரு. தவிரவும் இவன் என்ன எனக்குக் கொடுப்பது என்றும் நினைத்தார். சினம் துர்வாசருக்கு மட்டும்தானா? விசுவா மித்ரருக்கும்தான். 'சரி... அப்படியானால், எண்ணூறு வெள்ளைக் குதிரைகள். சகல லட்சணங்களும் கொண்ட குதிரைகள். காதுகளில் ஒன்று மட்டும் கறுப்பாக இருக்க வேண்டும். கொண்டுவா' என்று ஆணை இட்டார் குரு.

சிக்கிக்கொண்டான் காலவன். பெரியோர் சன்னிதியில் வார்த் தைகளை வடிகட்டிப் பேச வேண்டும் என்று அப்போது உணர்ந் தான், அவன். 'யார் எது கேட்டாலும் தருவேன்' என்று ஒரு நாளைக்கு மூன்று முறை பறை அறைந்து அறிவிக்கிற வள்ளல் யயாதியின் நினைவு வந்தது. நேராக அவனிடம் சென்றான். 'சக்ரவர்த்தியே, எனக்கு என் குருநாதர் மகரிஷி விசுவாமித்ரருக்குக் குருதட்சணையாக அளிக்க எண்ணூறு குதிரைகள், வெண்ணிறமும் ராஜலட்சணமும், ஒரு காது மட்டும் கறுத்துள்ளதாகவும் வேண்டும்' என்று கேட்டான் காலவன்.

'மகரிஷிக்கு தானம் தரும் புண்ணியம் என்னிடம் இல்லை' என்றவன், சற்று யோசித்தான். 'எனக்கு மகள் ஒருத்தி உண்டு. பெயர் மாதவி. அவளைத் தருகிறேன். மற்ற மன்னர்களை அணுகி, மாதவியைத் தந்து, பிரதியாகக் குதிரையைப் பெற்றுக்கொள்.'

பிரபஞ்சன் ★ 237

காலவன் ஒப்புக்கொண்டான். தந்தை ஆணை இது என்ப தாலும், தந்தையின் வளர்ப்பில் இருப்பதால் அவர் வார்த்தைக்குக் கட்டுப்பட வேண்டுமே என்பதாலும், மாதவி காலவனுடன் சென்றாள்.

மாதவி, யயாதியின் ஒரே மகள். ஐந்து ஆண் பிள்ளைகளுக்குப் பிறகு பிறந்தவள். சின்னஞ்சிறு வயது முதல் கொண்டே, கட்டுப் பாடும் பணிவும், இறைச் சிந்தனையிலும் வளர்க்கப்பட்டவள். தெய்வப் பெண்ணுக்கு நிகரான ஒளி உள்ளவள். மற்றும் சாஸ்திரம் அறிந்தவள் என்கிறார் வியாசர். காலவனுடன் மாதவி புறப்படுகிறாள்.

கறுப்புக் காதுள்ள, வெள்ளைக் குதிரைகள் உடையவன் என்று பெயர் பெற்ற அயோத்தி அரசன் அரியசுவன் முன்னால் கொண்டு போய் நிறுத்தப்பட்டாள் மாதவி. அரியசுவன் இப்படி அவளை எடைபோடுகிறான்: உன்னதமாக இருக்கவேண்டிய ஆறு அவயவங் களில் உன்னதமாக இருக்கிறாள். சூட்சுமமாக இருக்க வேண்டிய ஐந்தும் சூட்சுமமாக இருக்கின்றன. மூன்று அவயவங்கள் கம்பீரமாக இருக்கின்றன. சிவந்து இருக்க வேண்டிய ஐந்து உறுப்புகளும் சிவந் துள்ளன.

சபை நடுவே தம்மை விலைகூறும் காலவனைப் பார்த்துக் கொண்டே நின்றாள் மாதவி.

காலவன் சொன்னான். ‘இவளை மனைவியாக்கிக் கொள். சுங்கம் (மணமகன், மணமகள் வீட்டுக்குத் தரும் பொருள்) கொடுத்து எடுத்துக் கொள். மனைவியாகக் கொள்.’ எண்ணூறு குதிரைகள் எனத் தொடங்கி, தம் விலையைக் காலவன் சொன்னான். அரசன், ‘என்னிடம் நீர் கேட்கும் அந்தவகைக் குதிரைகள் இருநூறு மட்டுமே இருக்கின்றன. அவற்றை நீர் எடுத்துக்கொள்ளலாம். இவள் எனக்கு, ஒரு குழந்தையை உண்டு பண்ணும் கால அளவுக்கு என்னிடம் இருக்கட்டும்.’

காலவன் ஒப்புக்கொண்டான். மன்னன் மாதவியை வாங்கிக் கொண்டான். ஒரு குழந்தை பிறந்தது. காலவன் வந்து, அரசனிடம், ‘குதிரைகள் உன்னிடமே இருக்கட்டும். பிறகு வந்து வாங்கிக்கொள் கிறேன்’ என்று சொல்லிவிட்டு, மீதி அறுநூறு குதிரைகளைத் தேடிப் புறப்பட்டான்.

மாதவி பின்தொடர்ந்தாள்.

காசி தேசத்து அரசன் திவோதாசன், தன் சபையில் நிறுத்தப் பட்ட மாதவியைக் கண்டான். ‘என்னிடம் தாங்கள் கேட்ட மாதிரி யான குதிரைகள் இருநூறு இருக்கின்றன. அவற்றை எடுத்துக் கொள் ளுங்கள். இந்த மாதவியிடம் நான் ஒரு இளவரசனைப் பெற்றுக் கொள்கிறேன்.’

மாதவி அவனுடன் ஓர் ஆண்டு வாழ்ந்தாள். இருந்தாள். பிரதர்த்தனன் என்ற குழந்தை பிறந்ததும் மாதவியையும் குதிரை களையும் தந்தான்.

அடுத்து போஜ நகரத்து அரசன் உசீதரனிடம் சென்றான் காலவன். உசீதரனிடம், 'இந்தப் பெண்ணை மனைவியாகக்கொண்டு ஒரு குழந்தையைப் பெற்றுக் கொள். எனக்குத் தேவை...' என்று தம் தேவைகளைச் சொன்னான். உசீதரன், "எனக்குக் குழந்தை இல்லை. அதை இவளிடம் அடைவேன்" என்று சொல்லி ஓர் ஆண்டு, ஒரு குழந்தை, இருநூறு குதிரைகள் என்றான். காலவன் ஒப்புக் கொண்டான்.

'புண்யம் செய்தவன் பாக்கியத்தை அடைவது போல அவளை (மாதவி) அடைந்து, மலைக் குகைகளிலும் நதிக்கரைகளிலும் பூந்தோட்டங்களிலும் வனங்களிலும், அழகான மாடிகளிலும், சாளரங்களோடு கூடிய விமானங்களிலும் கூடி இன்பம் துய்த்தான்' என்கிறது பாரதம். சிபி என்ற மகன் பிறந்தான்.

காலவன் வந்து மாதவியை வாங்கிக்கொண்டு சென்றான்.

காலம் அதிகம் சென்றதாலும், குருதட்சணை கொடுபடாது, கல்வி குறைபாடுடையதாக ஆகிவிடும் என்ற அச்சத்தாலும், மாதவியை அழைத்துக்கொண்டு விசுவாமித்திரர் முன் போய் நின்றான்.

"யயாதி அளித்த அவன் மகள் மாதவியைக்கொண்டு அறுநூறு குதிரைகளை வாங்கிவிட்டேன். மீதி இருநூறு குதிரைகளுக்குப் பதிலாக இவளைத் தாங்களே பெற்றுக்கொண்டு அருள வேண்டும்" என்றான் காலவன்.

மகரிஷி விசுவாமித்ரர் சொன்னார். மாதவியைப் பார்த்துவிட்டுச் சொன்னார்.

"ஓ... காலவா. இந்த விஷயத்துக்காக நீ முன்னமே ஏன் இவளை எனக்குக் கொடுக்கவில்லை. எனக்கே, குலத்தை விருத்தி செய்கின்ற நான்கு புத்திரர்கள் உண்டாவார்களே!" ஒரு புத்திரனாகிற பயனுக் காக உன்னுடைய கன்னிகையை ஏற்றுக்கொள்கிறேன். நீ பெற்ற அறுநூறு குதிரைகளும் என் ஆஸ்ரமத்தை அடைந்து எங்கும் திரியட்டும்."

விசுவாமித்ரன் அவளுடன் கூடி அஷ்டகன் என்ற புத்திரனைப் பெற்றான்.

காலவன், மாதவியை அழைத்துக்கொண்டு வந்து, தந்தை யயாதியிடம் சேர்த்தான்.

“குதிரைகள் கிடைத்தனவா... தட்சணை பூர்த்தியானதுதானே?” என்று வினவினான் யயாதி.

“எல்லாம் சுபமாகவே முடிந்தன.”

மன்னன் என்ற முறையில், மகரிஷி விசுவாமித்ரருக்குத் தம்மால் ஆனதைச் செய்ய முடிந்ததில் மகிழ்ந்தான். தமக்கு ரிஷியின் அருளால், புண்ணியம் கூடும் என்றும் நம்பினான். மக்களால் அதிகம் விரும்பப் பெற்ற மாதவிக்குத் திருமணம் செய்விக்க வேண்டும் என்று யோசித்தான். தம் அமைச்சர் குழுவைக் கூட்டிக் கலந்தாலோசித்தான்.

பயனாக, தம் மகன்கள் புரூ, யது இருவரையும் ஒரு ரதத்தில் ஏற்றி, நடுவில் மாலையோடு மகள் மாதவியை நிற்க வைத்து கங்கையும் யமுனையும் கூடும் பிரதேசத்தில் ஊர்வலம் போகச் செய்தான். ரிஷிகள், வானவர்கள், கந்தர்வர்கள், மன்னர்கள், மலை உலகத் தலைவர்கள், ஆற்றங்கரை ஊர்த் தலைவர்கள் என எல்லோர் முன்னிலையிலும் தேர் நகர்ந்து சென்றது. கையில் மாலையுடன், நின்றவள் நின்றபடியே இருந்தாள். ஒரு மனிதரும், ஒரு தெய்வமும், ஒரு வானவரும் அவளைக் கவரவில்லை. வனப்பகுதியில் பிரவேசித்த போது, கூட்டம் கூட்டமாக மேய்ந்துகொண்டிருந்த மான்களை அவள் பார்த்தாள். பார்த்தபடியே இருந்தாள்.

யாரையும் தேர்வு செய்யாமல் திரும்பி வந்த மகள் மாதவியிடம் யயாதி கேட்டான்:

“ஏன் யாரையுமே தேர்ந்தெடுக்கவில்லை?”

மாதவி முதல் முறையாகத் தந்தையிடம் தம் கருத்தை வாய் விட்டுச் சொன்னாள்:

“எனக்குத் திருமண வாழ்க்கை வேண்டாம். எனக்குப் பிடிக்கவில்லை.”

“என்ன செய்யப் போகிறாய்?”

“வனம் செல்லப்போகிறேன். தவம் செய்யப்போகிறேன்.”

மிகுந்த யோசனைக்குப் பிறகு, யயாதி சொன்னான்.

“உன் விருப்பம். தெய்வங்கள் உனக்குத் துணை செய்யட்டும்.” மாதவி, வனம் சென்றாள்.

யயாதியின் காலத்தில் மன்னர்கள் அழைக்கப்பட்டு, செய்யப் பட்ட திருமணங்கள் வழக்கத்தில் இல்லை. பெண்கள், மணமகன் களைத் தேடிச் சென்று மாலை சூட்டி வாழத் தொடங்கி இருக் கிறார்கள். அதுபோல, மணவாழ்க்கையை விரும்பாத பெண்கள், தவம் மேற்கொள்ளவும் அனுமதிக்கப்பட்டிருக்கிறார்கள்.

இளவரசி மாதவி, வனத்தில் சஞ்சாரம் செய்து கொண்டிருந்தாள். காட்டில் இருந்த ரிஷிகள், பிரம்மச்சாரிகள் அவள் வளர்ச்சியைக் கண்டுகொண்டிருந்தார்கள். ஆடையைத் துறந்தாள். பதிலுக்கு மான் தோலில் ஆன ஏதோ ஒன்றைச் சுற்றிக்கொண்டாள். ஆகாரம் என்பது எப்போதோ என்றாயிற்று. மாதவி எங்கு சென்றாலும் ஒரு மான் கூட்டம் அவளைத் தொடர்ந்து வந்து கொண்டிருந்தது. மான் கூட்டத்துக்குள் தம்மைப் பொருத்திக்கொண்டாள். அவ்வப்போது, தந்தை யயாதிக்குத் தகவல்கள் வந்துகொண்டிருந்தன, துறவி என்கிற நிலைக்குச் சென்றதாக. மிருகவிரதம் என்கிற விரதத்தை மேற்கொண்டு அலைவதாகவும் தகவல் வந்தது. மான்களுடன், மான் தோல் போர்த்தி மான் போல் புல் பூண்டுகள் தின்று, ஆறு, ஓடை நீர் குடித்துத் தவம் மேற்கொண்டதாகவும் தகவல் கிடைத்தன. தன்னை மானாகவே மாற்றிக்கொண்டு இருந்தாள் மாதவி.

யயாதி, தம் உடம்பை விட்டுச் சொர்க்கம் சென்றான். பிரம்ம லோகத்தில் பல காலம் சொர்க்க வாழ்க்கை வாழ்ந்தான். தேவமாதர்களின் கூட்டத்தில் தம்மைக் கரைத்துக்கொண்டான். தேவ பானங்கள் உண்டு, பூந்தோட்டங்களில் பல காலம் திளைத்தான். கடைசியாக இந்திரலோகம் வந்து, ரிஷிகள், மாமுனிவர்கள் சேர்ந்த சபையில் நிரந்தரமாக இருந்தான். அவனது புண்ணியம் காரணமாக மிக மரியாதையுடன் நடத்தப்பட்டுக் கௌரவம் அனுபவித்தான். ஒருமுறை, மூவுலகிலும் இருக்கும் புண்ணியவான்கள் பற்றிய பேச்சு வந்தது. பலப்பல புண்ணிய ஆத்மாக்கள் பற்றிய உரையாடல் நிகழ்ந்தது. இந்திரன், யயாதியைப் பார்த்து, 'உன் அபிப்பிராயம் என்ன' என்றான். இதழில் நகையும் அலட்சியமும் தோன்ற, ஆணவம் என்று சொல்லத்தக்க தொனியில் யயாதி சொன்னான்:

"தெய்வங்கள், ரிஷிகள், வானவர்கள், கந்தர்வர்கள், மாமுனிவர்கள், மனிதர்கள் மத்தியில், எனக்கு நிகரான புண்ணியம் செய்தவன் மூன்று உலகிலும் இல்லை" என்றான் யயாதி.

நகுஷனின் மகன் பேசும் பேச்சை உலகம் கேட்டது. அகத்தியர் முதலான ஒன்பது ரிஷிகள் பல்லக்கைச் சுமந்து வர, புதிதாக இந்திர பதவி அடைந்திருந்த யயாதியின் தந்தை நகுஷன், இந்திராணியைச் சந்திக்கச் செல்லும் தவிப்பில், பதற்றத்தில், தம்மைச் சுமந்த ரிஷிகளிடம் 'சர்ப்ப' 'சர்ப்ப' என்று கட்டளை இட்டான். சர்ப்ப என்ற பதத்துக்கு சீக்கிரம் என்று பொருள். பாம்பு என்றும் பொருள். ரிஷிகள் 'அப்படியே ஆவாயாக' என்றனர். தேவேந்திர பதவியிலிருந்து சறுக்கினான் நகுஷன். இந்தப் பழைய கதை நினைவுக்கு வந்தது.

இந்திரன் நகைத்தபடி சொன்னான்.

"தந்தையின் ஆணவத்துக்கு மகனாகப் பிறந்தவன் நீ. உன்னையே கர்வித்து, உன்னையே ஊதிப் பெருக்கி, உன்னையே வியந்துகொண்டு, அதனாலேயே, நீ உன் புண்ணியம் அனைத்தையும் தொலைத்தாய். புண்ணியம் அற்றவன், இந்த உலகத்தில் இருக்கத் தகுதி இல்லாதவன். நீ பூலோகத்தில் விழு! இனி, தற்பெருமை பேசாதே."

தம் பிழையை உணர்ந்தான், யயாதி.

"விழுந்தாலும் உத்தமர் மத்தியில் விழ அருள் செய், இந்திரா"

நான்கு ரிஷிகள் யாகம் செய்யும் இடத்தை நோக்கி விழுந்தான் யயாதி. 'சூரியன் தரையில் விழுவது போலச் சரியும் நீ யார்' என்று யயாதியைக் கண்டு அந்த நான்கு ரிஷிகளில் இளையவனான அஷ்டகன் கேட்டான்.

"நான் யயாதி. தற்பெருமை என்கிற பாவம் செய்து, புண்ணியங் களை இழந்தவன். நகுஷன் மகன்."

"ஓ..."

அஷ்டகன், தம் முன் தலைகீழே விழும் யயாதி தம் மாதாமகர் என்பதை அறிந்தான். (மாதாமகர் – தாய்வழிப் பாட்டான்).

அஷ்டகனுக்கும் யயாதிக்கும் ஆத்மிக சம்பாஷணை தொடங் கியது. (மிகச் சிறப்பான பகுதி அது. முழுவதையும் வாசிப்பது நல்லது).

"சுவர்க்கத்தின் திறவுகோல்கள் எவை?" அஷ்டகன்.

"தவம், தானம், புலனடக்கம், மனத்தை வெல்லுதல், நாணம், உள்ளும் புறமும் பூத்து இருத்தல், உயிர்க் கருணை ஆகியவை உன்னைச் சொர்க்கம் சேர்ப்பவை." (இது வாரியார் மொழிபெயர்ப்பு).

"பிரம்மச்சரியம் என்றால் என்ன?"

"பணிவும் புலனடக்கமும் ஊக்கமும் ஓய்வறியாத படிப்பும் பிரம்மச்சாரியின் கடமை மற்றும் வாழ்க்கை நெறி."

"இல்லறம் என்பது அறத்தால் வந்த பொருளைக்கொண்டு வாழ்தலும், விருந்து ஓம்பலும்."

"வானப்பிரஸ்தம் என்பது, வனத்தில் வாழ்ந்து, எந்த உயிர்க்கும் தீமை புரியாது மனத்தை இறைவனிடம் சேர்த்து வாழ்தல்."

"சந்யாசம் என்பது, விட்டு விடுதலை ஆதல். எதுவும் இல்லாது, தனித்து சஞ்சாரம் செய்தல். நீ உன்னோடு மட்டும் வாழ்தல்."

அந்த நான்கு ரிஷிகுமாரர்கள் மாதவியின் புத்திரர்கள். அப் போது, மாதவி, தம் மான் கூட்டம் பின் தொடர, மான் தோல்

உடுத்தி, சடாதாரிணியாக அங்கு வந்து சேர்ந்தாள். தந்தைக்கு நமஸ்காரம் செய்தாள் மாதவி.

'இவர்கள் என் புத்திரர்கள்' என்று தந்தைக்கு அறிமுகம் செய்து வைத்தாள். பிறகு, குழந்தைகளைப் பார்த்துச் சொன்னாள்.

"குழந்தைகளே! இவர் மகாத்மா. தெய்வ சபையில் இருக்க வேண்டியவர். எப்படியோ, விழுந்துவிட்டார். நாம் நம் புண்ணியங் களை இவருக்குத் தந்து, மீண்டும் தெய்வலோகம் அனுப்புவோம்."

குழந்தைகளாகிய ராஜ ரிஷிகள் மறுத்தார்கள்.

"அம்மா, உன்னைப் பண்டமாகத் தானம் தந்து, நாடுகள் தோறும் விலை பேசி விற்கச் செய்த இந்த மனிதர்க்கா, புண்ணி யத்தைத் தருவது? உன் கௌரவத்தைச் சிதைத்தவருக்காக எதைக் கொடுப்பதும் பாவம். அவர் உபதேசம் செய்தார். அதற்கு உணவும் நீரும் தரலாம்" என்றார்கள் பிள்ளைகள்.

சோகம் நிரம்பிய சொற்களில் மாதவி சொன்னாள்.

"அவர் என் தந்தை. தந்தையாக அப்படிச் செய்தார். மகளாக, நான் செய்ய வேண்டியதை நான் செய்கிறேன். தந்தையே! என் புண்ணியம் அனைத்தையும் உங்களுக்குத் தாரை வார்க்கிறேன். தாங்கள் சொர்க்கம் செல்லுங்கள்."

அப்படியே நடந்தது. சொர்க்க விமானத்தில் வானம் செல்லும் தந்தையையே பார்த்துக்கொண்டு மண்ணில் நின்றாள் மாதவி. குழந்தைகள் அகன்று சென்றார்கள். இப்போது, அவள் அவளுடன் மட்டுமே இருந்தாள்.

இரண்டு விளைவுகள் நிகழவே, மாதவி கதை சொல்லப் படுகிறது.

மன்னிப்பின் மகத்துவம். இதை கௌரவர்களும் பாண்டவர் களுமே கடைப்பிடிக்கவில்லை. மாதவி மறக்கப்பட்டாள்.

மாதவிக்குப் பிறகு, அவளால், 'பெண்கள் பிதிர் காரியம் செய்யலாம்' என்கிற வழக்கம் ஏற்பட்டது.

★

வரலாறு கண்ட போராளி சாவித்திரி

பாரத காலத்துக்கு முன்பிருந்தே புகழ்பெற்றிருந்த மத்ர தேசத்து மன்னன் அச்வபதி. அரசி மாலதி. தர்மவான் என்று புகழ் பெற்றவரும் பொறுமை, சத்தியம், புலனடக்கம் கொண்டவருமான அச்வபதியும் மாலதியும் முதுமை அடைந்தனர். தங்களுக்குக் குழந்தை இல்லாமையால், வனம் சென்று பதினெட்டு ஆண்டுகள் சாவித்திரி தேவி குறித்துத் தவம் செய்தார். யாக நெருப்பில் தோன்றிய சாவித்திரி தேவி, குழந்தை வரம் நல்கினாள். பிறந்த பெண் குழந்தைக்குத் தெய்வத்தின் பெயரையே வைக்கிறார்கள் பெற்றோர்கள். ஒரு தேவகுமாரி போல வளர்ந்து நின்றாள் சாவித்திரி.

அகமும் புறமுமாக அழகு கொண்ட சாவித்திரியை மணக்க எந்தத் தேசத்து இளவரசனும் வரவில்லையே என்ற கவலை அச்வபதிக்கு.

ஒரு நாள் மகளை அழைத்த அச்வபதி, "மகளே... உன்னைப் பெண் கேட்டு எவனும் வரக் காணேன். அரசர்களின் எதிர்பார்ப்புக்கு மேலாக இருக்கிறாய் நீ. எனவே, மூத்த அமைச்சர்கள் பாதுகாப்புடன் நீயே பல பிரதேசத்துக்கும் சென்று, உனக்குப் பிடித்த மணமகனைத் தேர்வு செய்துகொண்டு திரும்பு. உன் விருப்பப்படியே அவனையே மணம் செய்விக்கிறேன்" என்றார். மன்னர்களை வரவழைத்து நடத்தும் சுயம்வரத் திருமண முறை தோன்றாத காலம் அது.

மணமகனைத் தேடிப் புறப்பட்டாள் சாவித்திரி. வனம், பட்டணம், ஊர்களைச் சுற்றி வந்து சேர்ந்தாள். தந்தையைப் பார்க்கச் சென்றாள். அப்போது தந்தையுடன் நாரத முனிவரும் இருந்தார். இருவரையும் வணங்கி நின்றாள்.

"யார் அம்மா உன் மனம் கவர்ந்தவன்?"

"சத்தியவான் என்பது அவன் பெயர். சால்வதேசத்து அரசன், பிரசித்தி பெற்ற ராஜரிஷி த்யுமத்சேனன் மகன். எதிரி மன்னர்கள் அவர் நாட்டைப் பிடித்து அவரையும் அவர் மனைவியையும் காட்டுக்கு அனுப்பிவிட்டார்கள். அதோடு மன்னர் கண்களும் குருடாகிவிட்டன. தந்தை, தாய்க்குத் துணையாக இருந்துகொண்டு வாழ்கிறார் சத்தியவான். தந்தையின் கண்கள் அவர்."

"சத்தியவானா?" என்றார் நாரதர்.

தந்தை முனிவரிடம், "சத்தியவான் பற்றிச் சொல்லுங்கள். சரியான வரன்தானா?" என்று கேட்டார்.

"தானம் செய்கிறவன். அந்தணர்களின் பக்தன். சத்தியகாமி. அழகன். புலனடக்கம் உள்ளவன். நட்பு கொள்பவன். இழிவுகளில் வெட்கமுடையவன். ஓவியன். சிற்பி. குதிரைகளையே அதிகம் வரைபவன். ஆனால்..."

"சொல்லுங்கள்."

"சரியாக, இன்று தொடங்கி ஓர் ஆண்டு முடிவதற்குள் மரணம் அடையப்போகிறவன்."

அதிர்ச்சி அடைந்தார் அச்வபதி. மகளிடம், 'வேறு மண மகனைப் பாரம்மா' என்றார். சாவித்திரி மறுத்துவிட்டாள். "நான் நேசித்தது நேசித்ததுதான். அவர்தான் என் கணவர். என் முடிவு மாறாதது" என்றாள் தெளிவும் தீவிரமுமாக.

நாரதர் சொன்னார்.

"அச்வபதி, உன் மகள் சாவித்திரி அறிவும் ஞானமும் நிரம்பிய வள். அவள் மன உறுதியும் தைரியமும் விடாமுயற்சியும் உடையவள். தம்மையும் தம்மைச் சார்ந்தவர்களையும் பாதுகாப்பதில் வல்லமை கொண்டவள். அவள் எண்ணப்படியே சத்தியவானை மணக் கட்டும்."

அப்படியே நடந்தது.

காட்டில், சத்தியவான் சாவித்திரி இல்லறம் தொடங்கியது. சாவித்திரியின் மனஉளைச்சலும் தொடங்கியது. சத்தியவான் தம் மரண நாளை அறியாமல், மகிழ்ச்சியோடு இருந்தான். அந்த மகிழ்ச்சி யைக் குலைக்காமல், அதே நேரம், ஒவ்வொரு கணமும் 'அந்த' நாளை எப்படி எதிர்கொள்வது என்கிற மனஅழுத்தத்தில் இருந்தாள் அவள். தம்மை இரண்டு முகம் கொண்டவளாக ஆக்கிக்கொண்டாள் அவள் என்கிறார் வியாச கவி. ஒரு முகம், கணவனுக்குக் காட்டும் மகிழ் முகம். மற்றது, தம் மனதைக் குடையும் சஞ்சல முகம்.

அடுத்த நான்காம் நாள் மரண நாள் என்பதைக் கணக்கிட்டுக் கொண்டாள். மூன்று பகல்களும் இரவுகளும், மரணத்தை வெல்லும் நோன்பை நோற்கத் தொடங்கினாள். அதை நின்றுகொண்டே நிகழ்த்த வேண்டும் என்பது நியதி. மூன்று பகலும் மூன்று இரவுகளும் நின்றபடி, உணவு உண்ணாமல், உறக்கம் இல்லாமல், மிருத்யு மந்திரங் களை தியானித்துக்கொண்டிருந்தாள்.

காரணம் அறியாமல் கணவனும் மாமனாரும் மாமியாரும் சாவித்திரியின் சோர்ந்த தேகம் கண்டு கவலை அடைந்தார்கள்.

நான்காம் நாள், சத்தியவான் காட்டுக்குக் கனி பறிக்கவும், விறகுக்காகவும் கோடாலியோடு புறப்படுகையில் தானும் புறப் பட்டாள் அவள். காட்டுக்கு எப்பொழுதும் வராதவள் அன்று வந்தமையை மகிழ்ச்சியாக எதிர்கொண்டான் சத்தியவான். காட்டின் அழகை அவளுக்குச் சுட்டிக்காட்டிக்கொண்டு விளையாட்டுப் பிள்ளை போல அலைந்தான் அவன். சாவித்திரி, தம் மகிழ்ச்சி முகத்தைக் காட்டிக்கொண்டும், பதில் பேசிக்கொண்டும், மனதுக்குள் விசாரத்துடன் இருந்தாள். விறகு வெட்டிக்கொண்டிருந்தவன், வியர்வை பெருகி, தள்ளாடியபடி, "எனக்குக் கடுமையான தலைவலி தொடங்கி இருக்கிறது, சாவித்திரி. தலையை யாரோ ஆயுதம் கொண்டு தாக்குவது போல இருக்கிறது" என்றான்.

சாவித்திரி, அவன் தலை தம் மடியில் இருக்குமாறு படுக்க வைத்தாள். அவன் ஆழ்ந்த உறக்கத்துக்குள் ஆழ்ந்தான். மரணம் நேரப் போவது உறுதியாயிற்று.

அப்போது, சற்று தூரத்தில், தலையில் மகுடமும், சூரியன் போன்ற ஒளியும், சிவந்த கண்களையும், சியாம வண்ண உடம்பும், கையில் பாசமும் கொண்ட தேவன் போல ஒருவன் நிற்பதை சாவித்திரி கண்டாள். கணவனைத் தரையில் படுக்க வைத்துவிட்டு அவன் முன் போய் நின்று, கைகுவித்து வணங்கி, நடுங்கும் உள்ளத் தோடு துயரக் குரலில் பேசினாள்.

"தாங்கள் ஒரு தேவ புருஷன் என்று தெரிகிறது. தங்கள் சரீரம், மனிதர்களுடையது போல் இல்லை. தாங்கள் விரும்பினால் தாங்கள் யார் என்பதையும் என்ன விரும்புகிறீர்கள் என்பதையும் அருள்கூர்ந்து உரையுங்கள்."

"சாவித்திரி, நீ தபஸ்வினி, சீலமும் துணிவும் கொண்டவள். அதனால் உன்னுடன் நான் பேச முடிகிறது. நான் யமராஜன். உன் கணவன் ஆயுள் முடிந்துவிட்டது. அவனைக் கட்டி அழைத்துச் செல்லவே நான் வந்திருக்கிறேன்."

"பகவானே... மனிதர்களை அழைத்துச் செல்லத் தங்கள் தூது வர்கள்தானே வருவார்கள். தாங்களே வருகை புரிய என்ன அவசியம் என்பதை அறிந்துகொள்ள முடியுமா?"

"உன் கணவன் தர்மாத்மா. குணக்கடல். ஆகவே என் தூதர் மூலம் அழைத்துச் செல்ல உகந்தவன் அல்லன். அதனால் நானே வந்தேன்" என்றவன், சத்தியவான் உடலிலிருந்து, கட்டைவிரல் அளவு இருந்த ஜீவனை வெளியேற்றினான். உயிர் வெளியேறியதால், சத்தியவான் மூச்சு நின்றது. உடல் கருத்தது.

ஜீவனைக் கட்டி எடுத்துக்கொண்டு, தென்திசை நோக்கிப் பயணப்பட்டான் யமன். சாவித்திரி யமனைப் பின்தொடர்ந்தாள். யமன் அவளைப் பார்த்து, "சாவித்திரி, நீ திரும்பிச் செல். கணவரின்

இறுதிச் சடங்கைச் செய். இறுதிக் கடன் ஆற்றி, கடன் அற்றவனாக்கு. கணவன் பின்னால், நீ எதுவரை வரவேண்டுமோ, அந்த எல்லை முடிந்துவிட்டது" என்று கனிவோடு சொன்னான்.

"சுவாமி, கணவன் எங்கு செல்கிறானோ, அவனைப் பின்பற்றுவது என் கடமை. அது என் தர்மம். தவம், குருபக்தி, பதிபிரேமை, விரதம், அதோடு தங்கள் அருளால், என் நடை தடைபடாது. நண்பருடன் ஏழடி நடந்தால் நட்பு ஸ்திரப்படும் என்பார்கள். தங்களுடன் நடந்ததால், தாங்களும் என் சினேகிதராகிறீர்கள். அந்த உரிமையில் பேசுகிறேன். புலனடக்கம் இல்லாதவர்கள் காட்டில் தர்மங்கள், குருகுலவாசம், தவம் செய்ய முடியாது. புலன் வென்றவர்கள் இதைச் செய்ய வல்லவர்கள். மகாத்மாக்கள், விவேகத்தால் தர்மத்தை அறிகிறார்கள். தர்மம் அனைத்தையும் அறிந்தவர் என்பதால்தானே தாங்கள் யமதர்மன் என்று அழைக்கப்படுகிறீர்கள்."

"புகழுள்ளவளே, குழந்தாய் சாவித்திரி. சுரம், அட்சரம் பிசகாமல் நீ பேசும் பேச்சு, எனக்கு மகிழ்ச்சி தருகிறது. சத்தியவான் உயிரைத் தவிர, வேறு ஏதாவது வரம் கேள்."

"பகவானே! என் மாமனார், நாட்டிலிருந்து துரத்தப்பட்டுக் காட்டில் வசிக்கிறார். அவருக்குக் கண்கள் இல்லை. அவருக்குக் கண்கள் தந்து, பலமும் இளமையும் ஒளியும் கொண்டவராய் அவருக்கு அருள்புரியுங்கள்."

"புரிந்தேன். இந்நேரம் அவர் கண்களையும் வலிமையையும் பெற்று விட்டார். நீ நோன்பாலும் வழி நடையாலும் களைத்து விட்டாய். போ மகளே."

"சுவாமிக்கு அருகில் எனக்கேது களைப்பு. எப்படிச் சிரமம் வரும். என் கணவருடன் தொடர்வதுதானே என் தர்மம். உம்போல் பெரியவர்கள் உறவு எனக்குப் பெரும் புண்ணியம் தரும். அவர்களோடு நட்புண்டாவது மாபெரும் புண்ணியம் தரும். தர்மவான்களின் அருகில் இருப்பது எப்போதும் மிகுந்த பலனைத் தரும். தங்கள் அருகில் நான்."

"அறிஞர்களுக்கும் உன் பேச்சு, அறிவைத் தரும். ஞானவான்களின் பேச்சு அது. பெண்ணே! இன்னும் ஒரு வரம் தருகிறேன். சத்தியவான் உயிரைத் தவிர. வேறு கேள்..."

"என் மாமனார் த்யுமத்சேனன், இழந்த தம் நாட்டை மீண்டும் பெற வேண்டும்."

"அவர் தம் நாட்டை அடைந்துவிட்டார். வெகுதூரம் நடக்கிறாய். சிரமம் வேண்டாம். திரும்பு குழந்தாய்."

"தேவர் பிரானே, மக்களை அவரவர்க்கு ஏற்ப நியமம் செய்து தாங்களே அவர்களை வழிநடத்துகிறீர்கள். ஆகவேதான் தாங்கள் யமன் என்று புகழப்படுகிறீர்கள். மனம் வாக்கு காயத்தால்

எவ்வுயிர்க்கும் தீங்கு செய்யாமை, இரக்கம், தானம் செய்தலே சாதுக்கள் தர்மம். மனிதர்கள் அற்ப வயதுடையவர்கள். அவர்கள் சக்தியின்மை பிரசித்தம். தங்களைப் போன்ற மகாத்மாக்களே எங்களைப் போல சரண் அடைபவர்களுக்கு இரக்கம் செய்கிறீர்கள். ஆகவே, என் மேல் இரக்கம் காட்டுங்கள்."

"கல்யாணி, தாகம் கொண்டவர்க்குக் கிடைத்த நீர் மாதிரி, உன் சொற்கள் எனக்கு சுகம் தருகிறது. ஏதேனும் வரம் கேள். கணவன் உயிரைத் தவிர."

"சுவாமி. என் தந்தை புதல்வன் அற்றவர். அவருக்கு நூறு புதல்வர்கள் அருள வேண்டும்."

"தந்தேன் வரம். நீ வெகு தூரம் வந்துவிட்டாய். திரும்பிப் போ, மகளே."

"சுவாமி, மனிதர் அனைவர்க்கும் தாங்கள் தர்மப்படி சமமாக நடந்துகொள்கிறீர்கள். ஆகவே நீர் தர்மராஜர். மக்கள் மக்களை நம்புவதில்லை. தர்மவான்களிடம் நம்பிக்கை தோன்றுகிறது. தர்ம வான்களிடம் நல்ல எண்ணம் உள்ளது."

"உன் போல் யார் பேசியும் நான் கேட்டதில்லை. வித்வாம்சினி! நான் திருப்தி அடைந்தேன். இன்னும் ஒரு வரம் கேள், கணவன் உயிரைத் தவிர."

"சத்தியவானுக்கும் எனக்கும் பராக்கிரமம் உள்ள நூறு புதல் வர்கள் உண்டாக அருள் வேண்டும்."

"உனக்கு நூறு புதல்வர்கள் கிடைப்பார்கள்."

"தர்மவான்கள் ஒருபோதும் கவலை, துன்பம் அடைவதில்லை. தர்மவான்கள் பிரசாதம் ஒருபோதும் வீணாவதில்லை."

"சாவித்திரி, உன் மேல் எனக்குப் பக்தி அதிகரிக்கிறது. உவமை இல்லாத ஒரு வரம் கேள்."

"தர்மதேவதையே, தாம்பத்யம் இன்றிக் குழந்தைகள் ஏது? சத்தியவானைத் தவிர வேறு யாருடன் புத்திரப் பயன் காண முடியும்? சத்தியவான் உயிரைத் தந்து, என் உயிரையும் காப்பாற்றுங்கள்."

சாவித்திரி தம் கணவனுக்கு உயிரைத் தந்தாள்.

இந்திய மண்ணில் மரணம் பற்றியும் மரணத்துக்குப் பிறகான வாழ்க்கை பற்றியும் ரிஷிகள் சிந்தித்தபடியே இருக்கிறார்கள். இந்திய தத்துவத்தின் ஆதி சிந்தனையாளர்கள், உபநிஷத்தில் மரணம் பற்றிப் பேசியிருக்கிறார்கள். ஜடர் இயற்றிய கடோபநிஷத், இதை விவாதிக் கிறது.

வாஜசிரவஸ் என்ற மன்னர், ‘விசுவஜித் யாகம்’ செய்கிறார். உலகையே வெற்றிகொள்கிற யாகம் அது. யாக முடிவில், கிழப் பசுக்களை தானம் செய்கிறார். புல் தின்ன முடியாத, நடக்க முடி யாத, பால் தராத பசுக்கள். தமக்கு விருப்பமானதைக் கொடுப்பதே தானம். அப்பா செய்கிற மோசத்தை மகன் நிசிகேதஸ் பார்க்கிறான். அப்பாவிடம் சென்று, “என்னை யாருக்குத் தரப் போகிறீர்கள்” என்று மூன்று முறை கேட்டான். “உன்னை யமனுக்குத் தரப் போகிறேன்” என்றார் கோபமுற்ற தந்தை.

நிசிகேதஸ், யமனைச் சந்தித்து மரணம், ஆன்மா, சொர்க்கம் பற்றியெல்லாம் உரையாடுகிறான். உடம்பு அழிகிறது. ஆன்மா அழி வதில்லை என்பதே உபநிஷத முடிவு.

ஸ்ரீ அரவிந்தர், சாவித்திரி என்ற, ஆங்கில மொழியிலேயே மிகப் பெரிய காவியத்தைச் செய்தார். உருவகங்களால் ஆன காவியம் அது. 24,000 அடிகள் கொண்டது அது. அதில் சாவித்திரி, தம் யோக சாதனைகள் மூலம் ஆன்மாவை, தம்மைத் தேடிச் செல்வதான பாதையை நிறுவுகிறார் என்கிறார்கள் ஆய்வாளர்கள்.

ஒரு முக்கிய விஷயம். பாரத, ராமாயணப் பாத்திரங்கள் பலவற்றை மறுவாசிப்பு செய்யும் படைப்புகள் இந்திய மொழிகளில் நிறையவே உள்ளன. சீதை, அகல்யை, கர்ணன், திரௌபதி என்பது போலப் பல பாத்திரங்கள் புது வாழ்க்கையைப் பேசின. ஆனால், சாவித்திரியை மையமாகக்கொண்ட மறுவாசிப்பு பெரும்பாலும் இல்லை. காரணம், சாவித்திரியின் அந்த விடாமுயற்சி புதிய கதவு களைத் திறக்கவில்லை. அவள் முன் மகாகவிகள் ஸ்தம்பித்து நின்றார்கள்.

தம் தேர்வின் மீது முழு நம்பிக்கை. அதை அடையும் அச்ச மின்மை, ஞானத்தின் மேல் கட்டிய செயலூக்கம், எந்த இடரையும் துச்சமாகக் கண்டு மோதும் போர்க்குணம் இவைகளால் ஆனவள் சாவித்திரி. சுயசிந்தனை, சுயசெயல், சுயலட்சியம் ஆகியவைகளின் உருவம் அந்தப் பெண்மணி.

பாரதம் ஏன் இந்தப் பெண்களை வியந்து பாராட்ட வேண்டும்? இந்தக் கேள்வியின் நிழலில்தான் வியாச மகாகவியின் மனம், அதன் பாராட்டு தங்கி இருக்கிறது என்பதையும், வாழ்க்கையின் துடிப்பை நவீன காலத்திலும் அது தக்கவைத்துக்கொண்டிருக்கும் பாங்கை உணர முடிகிறது.

ஆணின் வெற்றிக்குப் பின் சாவித்திரி இல்லை. வெற்றியே அவள்தான்.

✶

தீரம் மிகுந்த தமயந்தி

தமயந்தி, நளன் கதை, இந்தியாவின் அனைத்து மொழி களிலும் சொல்லப்பட்டிருப்பது, இதன் சிறப்பு கருதியாகும். ஹர்ஷ கவி, 'நைஷதம்' என்ற பெயரில் வடமொழியில் காவியமாகச் செய் திருக்கிறார். அதன் பிறகு, புகழேந்தி 'நளவெண்பா' என்ற பெயரில் அக்கதையை, கவிதையின் உச்சம் என்று சொல்லும்படி வெண்பாவில் இயற்றினார். வெண்பாவில் புகழேந்தி என்ற நிரந்தரப் புகழை அவர் நியாயமாகவே பெற்றார். அவருக்குப் பிறகு, அதிவீர ராம பாண்டியன் என்ற தென்காசி மன்னன் 'நைடதக் கதை'யை விருத்தமாகப் பாடினார்.

விதர்ப்ப தேசத்து மன்னன் பீமன். நற்குணங்கள் நிறைந்தவன். ஜனகர்போல ராஜரிஷி. பிள்ளை இல்லாத குறை அவருக்கு. தமனர் என்ற ரிஷி அருளால், தமயந்தி பிறந்தாள். தமனர் பெயரைக்கொண்டு அமைந்த பெயர் இது. தமயந்தி அழகு என்று சொல்லப்படும் உடல் நலன், அறிவு, ஒளி, குணம் முதலானவை கொண்டவள். அவள் இனிய சுபாவம் உலகப் புகழ்பெற்றது. நாடு விட்டு நாடு செல்லும் துறவிகள், வணிகர்கள் மூலம் தமயந்தி பற்றி நளன் கேள்விப்பட்டான். நளன் நிஷத தேசத்து மன்னன். மகாவீரன், நற்குணன். மற்றும் மகா அழகும் கொண்டவன். ஒருநாள் மாலை, அவன், தம் பூங்காவில் உலவிக்கொண்டிருந்தபோது தெய்வ லோக அன்னப் பறவை ஒன்றைக் கண்டான். அவன் மகிழ்ந்து அப்பறவையோடு நட்பு கொண் டாடினான். 'அன்னமே, அஞ்சாதே. சிரம பரிகாரம் செய்துகொள். நீ உண்ணவும் அருந்தவும் ஆவன செய்கிறேன்' என்று உபசரித்தான். புகழேந்தி அழகிய கற்பனை செய்திருக்கிறார். 'அன்னமே. உன் நடையையும், எங்கள் தேசத்து மயில்களாகிய பெண்களின் நடை யையும் ஒப்பிட்டுப் பார்த்து எது அழகியது என்பதைப் பார்க்கவே உன்னைப் பிடித்தேன்' என்றானாம் நளன்.

அன்னம் நளனின் அன்பையும் விருந்தோம்பும் பண்பையும் கண்டு மகிழ்ந்து, "நளனே, உனக்கு நான் ஒரு உபகாரம் செய்யப் போகிறேன். உனக்குத் தகுந்த மணமகள் விதர்ப்ப தேச இளவரசி தமயந்தியே. அவளிடம் உன் பெருமையைப் பேசி, உன்னை அவள்

மனத்தில் விதைக்கிறேன். காதல் பெருகச் செய்கிறேன்" என்றுவிட்டுப் பறந்தது அன்னம்.

நளன் மனத்திலும் தமயந்தி நிறைந்தாள். காதல் வித்து செடியாக அல்ல, விருட்சமாக வளர்ந்தது. தமயந்தியை அவன் பார்த்ததும் இல்லை, பேசியதும் இல்லை. அவன் தனக்குள் ஒரு அழகை வரைந்து கொண்டான். அதை ஆராதிக்கத் தொடங்கினான். அங்கே, தமயந்தி யிடம் அன்னம் பேசிக்கொண்டிருந்தது. "நிஷத தேச அரசன் நளன் இருக்கிறானே. அவன் சக்ரவர்த்தி என்பது எல்லோருக்கும் தெரியும். ஆனால், அவன் எளிமையை, உதவும் பண்பை, நட்பு செய்யும் நயத்தை, ஒவ்வொரு அசைவிலும் வெளிப்படும் நடன நளினம், பார்க்கக் கொடுத்து வைத்தவர்கள் மட்டுமே அறிவார்கள். என்னையே எடுத்துக் கொள். கேவலம் ஒரு பறவை. என்னையே 'நண்பனே' என்றான்."

அவ்வளவுதான். நளனைப் பற்றிய தீ தமயந்தியையும் பற்றியது. அவள் வளை நெகிழ்ந்தது. மேனி பசலை பூண்டது. இதன் அர்த்தம் என்ன என்பதைத் தந்தை பீமன் அறிவான். உடனே சுயம்வரத்துக்கு ஏற்பாடு செய்தான். சுயம்வரச் செய்தி கேட்டு நளன் மகிழ்ச்சியுடன் புறப்பட்டான். அதே சமயம், தேவ சபையில் நாரதர் தமயந்தியின் பேரெழிலை வர்ணித்துக்கொண்டிருந்தார். "தேவ மாதர்கள், கந்தர்வக் கலைப் பெண்கள் யாரும் தமயந்தியின் அழகுக்கு அருகில் கூட வர மாட்டார்கள்" என்று ஒரு பெரிய வலையை விரித்தார். நான்கு தேவர்கள் சிக்கினார்கள். இந்திரன், அக்னி, வருணன், எமன் ஆகியோரே அவர்கள். நளன் எதிரே போய் நின்றார்கள். தம்மினும் ஒளி மிகுந்த மனிதனைப் பார்க்க, தேவர்கள் வியப்பு கொண்டார்கள். "எங்கு செல்கிறாய்" என்றார்கள். "தமயந்தியின் சுயம்வரத்துக்கு" என்றான் நளன். "உன்னால் எங்களுக்கு ஒரு உதவி ஆக வேண்டுமே" என்ற தேவர்களிடம், "உதவி என்று யார் கோரினாலும் செய்வது என் பிரதிக்ஞை" என்றான் நளன்.

தேவர்கள் வைத்த கோரிக்கை வித்தியாசமானது. "தமயந்தியிடம் சென்று, சுயம்வரத்துக்குத் தேவர்கள் வந்திருக்கிறார்கள். நால்வரில் ஒருவரை அவள் தேர்ந்தெடுக்கலாம் என்று எங்கள் தூதனாக நீ போய்ச் சொல்லி வா" என்றார்கள் தேவர்கள். நளன், முதலில் தயங்கி னான். சங்கடப்பட்டான். எனினும், செய்கிறேன் என்று வாக்குக் கொடுத்தாயிற்று. செய்வதே தர்மம் என்று முடிவுக்கு வந்த நளன், தமயந்தி முன் போய் நின்று, 'நான் நளன்' என்றான். மனதுக்குள் வைத்துப் போஷித்த காதலன் முன் நிற்கிறான். நாணமும் மகிழ்ச்சியும் கொண்ட அவள், 'இது சரி இல்லையே' என்றும் நினைத்தாளாம். (இது பாலகிருஷ்ண சாஸ்திரிகள் அனுபவம்). 'சுயம்வர மண்டபத்தில்

சந்திக்க வேண்டியவர், இப்படித் தனிமையில் வந்து நிற்பது கௌரவமாக இல்லையே!' என்று நினைத்தாள்.

"தமயந்தி, நான் தேவர்களின் தூதுவன்" என்றான் நளன். "தேவர்களே உன்னை விரும்பி வந்துள்ளார்கள். நோயும் நொடியும் முதுமையும் மரணமும் விதியாகக்கொண்ட மனிதரைவிடவும் தேவ வாழ்வு உயர்ந்தது. யோசித்து முடிவை எடு" என்றான் காதலன். தமயந்தி, நகைத்தபடி, "நான் முன்னமே முடிவெடுத்துவிட்டேன்" என்றாள். தெளிவும், முடிவெடுத்தபின் அதில் தீவிரமும், எதனாலும் பின் திரும்பிப் பாராத தீர்க்கமும் கொண்ட திட சிந்தைக்காரி தமயந்தி.

சுயம்வர மண்டபத்தில் ஐந்து நளன்கள் அமர்ந்திருந்தார்கள். தேவர்கள், நளன் உருவெடுத்து, என்ன செய்யப்போகிறாள் இவள் என்று நினைத்து அந்தப் பரீட்சையை அவளுக்குச் செய்தார்கள். தமயந்தி சுலபமாக அதில் தேறினாள். 'கால் தரையில் பாவாமல் இருப்பதும், கண் இமையாதிருப்பதும் தேவ லட்சணம்' என்பதை அந்தப் புத்திசாலிப்பெண் அறிவாள். மிகச் சுலபமாக அந்தப் பரீட்சையில் வென்று நளனுக்கு மாலை இட்டாள். தேவர்கள் மண மக்களை வாழ்த்திச் சென்றார்கள்.

தேர்ந்தவனுக்கே மாலை இட்ட தமயந்தியின் புத்திசாலித் தனத்தை வியந்தபடி தேவர்கள் தங்கள் உலகம் திரும்பும்போது கலிபுருஷன் (சனி) நேரில் வருவதைக் கவனித்தார்கள். "எங்கிருந்து வருகிறீர்கள்" என்றான் கலி. சொன்னார்கள். கலிக்குக் கோபம் ஏற்படுகிறது. "போயும் போயும் ஒரு மனிதனிடம் தோற்றுவிட்டு வருகிறீர்களே..." என்றான் கலி. இது முதல் நளன் கதை, தேவ – மனிதப் போராக மாறுகிறது.

"நளன் சாமானிய மனிதன் இல்லை. நம்மினும் மேலானவன். அவன் மனைவி கணவனை விடவும் மேம்பட்டவள்.'

'நளன், சக்ரவர்த்தி. அதனால் தர்மங்களைக் காக்கும் வாய்ப்புப் பெற்றவன். அவன் செல்வத்தை அழித்துவிட்டால்? வறுமையும் ஏழ்மையும் மனித உயர்வைச் சிதைக்கும். நான் நளனை பரீட்சை செய்கிறேன். தமயந்தியையும்கூட.'

பத்தாண்டுகள் இனிய காதல் வாழ்க்கை வாழ்ந்த நளன் – தமயந்தி, இரு குழந்தைகளுக்குப் பெற்றோர் ஆயினர். கலி, காத்துக் கொண்டே இருந்தான். மனிதர்கள் தவறிழைப்பவர்கள்தானே? அது தானே அவர்கள் பலம். ஞானம், திருத்திக்கொண்டவர்க்குக் கிடைக்கும் வரம் அல்லவா? ஒரு மாலை, தம் கால்களைச் சரியாகக் கழுவாமல், பூஜைக்கு அமர்ந்தான் நளன். கலி அவனைப் பிடித்தான்.

நளன் சகோதரன் புஷ்கரன். அவனிடம் கலி ஒப்பந்தம் செய்து கொள்கிறான். புஷ்கரன், நளனைச் சூதாட்டத்துக்கு அழைத்தான். "இது தவறு" என்றாள் தமயந்தி, "வேண்டாம் சூது" என்றாள் அவள். மனைவியின் அறிவை எந்தக் கணவன் மதிக்கிறான்? புஷ்கரன் சூதுக் காய்களில் சனி புகுந்தான். நளன் தோற்றான். நாடு, நகரம், செல்வம், அதிகாரம் அனைத்தையும், தம் மேல்வஸ்திரத்தையும் வைத்து இழந்தான். வெறும் இடுப்பு வேட்டியோடு நாட்டைவிட்டு வெளியேறினான். தமயந்தி அவனைத் தொடர்ந்து நடந்தாள். மூன்று நாட்கள் அவர்கள் காட்டுக்குள் அலைந்தார்கள். பசி, தாகம், உறக்கமின்மையும் அவர்களை வாட்டியது. 'நளன், தமயந்திக்கு உதவு பவர்கள் கொலைத் தண்டனைக்கு உள்ளாவார்கள்' என்று முரசறைந் தான் புஷ்கரன். சகோதரன், நளன் நண்பர்கள் அவனைக் கைவிட் டார்கள்.

மூன்றாம் இரவு. ஒரு பாழடைந்த கட்டடத்தில் காட்டில் அவர்கள் வந்து அமர்ந்தார்கள். பசி, தாகம், களைப்பால் தின்னப் பட்ட மன்னன் மகளை, அரசியை வருத்தமுடன் பார்த்தான் நளன்.

"தமயந்தி... இந்த வழியாகச் சென்றால், விதர்ப்ப தேசம் வரும்."

அதாவது, தந்தை வீட்டுக்குச் செல்லலாமே என்றான்.

"நளா, நான் எந்த வழியாகச் செல்வது என்பதை முன்னமே தேர்ந்தெடுத்துவிட்டேன். ஒரு மனிதனுக்கு நேரும் இழப்புகளில் பெரிய இழப்பு, அவனது துணை இழப்புதான். எதுவும் இல்லாமல், நீ மட்டுமே உன்னுடன் இருக்கையில், நான் என் சௌகர்யம் கருதி தந்தை நாட்டுக்குச் செல்வது என்ன நியாயம்? எனக்கென்று மனமும், அம் மனத்தில் சில முடிவுகளும் உள்ளன. அதை மாற்ற முயற்சி செய்யாதே."

நளன் முன் ஒரு பறவை காணப்பட்டது. அதைப் பிடிக்க, தம் இடுப்பு வேட்டியை அவிழ்த்து அதன் மேல் போர்த்தினான். பறவை என்ற உருவில் வந்த சனி, வேட்டியோடு பறந்தான். அம்மணத்திலும் அவமானத்திலும் கூசிப் போனான் நளன். அவன் இரண்டு கூறுகள் கொண்ட மனிதனானான். ஒரு கூறு, மனைவியை நேசித்தது. மற்ற கூறு, அவளைப் புறக்கணிக்கச் சொன்னது. தமயந்தி, உறங்கிக் கொண்டிருந்தாள். உறக்கம் என்பதல்ல. மயக்கம். நளன், அவள் ஆடையில் பாதியைக் கிழித்து அதை அணிந்துகொண்டு புறப்பட்டு விட்டான்.

'காதலியைக் காரிருளில் கானகத்தே கைவிட்ட பாதகன் என்று தன்னைத்தானே நொந்துகொண்டான் நளன்' என்கிறார் புகழேந்தி.

உண்மையில் தமயந்தியின் துயரம் இப்போதுதான் தொடங்கியது. கணவனைக் காணாமல் காட்டில், இருட்டில் அலைந்து திரிந்தாள். அழுதாள். அரற்றினாள். 'வாழ்நாள் முழுக்க உன்னைப் பிரியேன், பிரிந்தால் உயிர் தரியேன் என்றீரே, இப்போது என்னைப் புறக்கணிக்க நான் செய்த குற்றம்தான் என்ன?' என்று அரற்றினாள்.

சில நாட்கள் சென்ற பிறகு, ஒரு மலைப்பாம்பு அவளைக் கவ்வியது. அவளைக் காப்பாற்றினான் ஒரு வேடன். காப்பாற்றிய தற்குக் கூலியாக அவளையே கேட்டான் அவன். தப்பித்து, ஒரு வணிகர் மற்றும் அந்தணர் கூட்டத்துடன் சேதி நகரம் சென்று சேர்ந்தாள் தமயந்தி.

ஒற்றை ஆடையுடன் அழுக்கும் அவலமும் கொண்ட தமயந்தி, தெருவில் நடந்து சென்றபோது, 'பைத்தியப் பிச்சைக்காரி' என்று நினைத்து அவள் மேல் கல் எறிந்து பின்தொடர்ந்தார்கள் சிறுவர்கள். கூசிப்போன தமயந்தி அழுதுகொண்டு தெருவில் ஓடினாள். சேதி நாட்டு அரசி, மாளிகையில் நின்றவள், தமயந்தியைப் பார்த்து, அவள் நிலைமைக்கு இறங்கி, அவளைத் தம்மிடம் அழைத்துவரச் சொல்லிச் சேடியை அனுப்பினாள். சேடியுடன் வந்த தமயந்தி, தம் அவலக் கதையை நளன் பெயரைச் சொல்லாமல் மாற்றிச் சொன்னாள். கணவனைத் தேடுவது தம் பொறுப்பு என்று அடைக்கலம் கொடுத்த அரசி, தம் அரண்மனையில் வைத்துக்கொண்டாள். தமயந்தி, அவளிடம், "நான் தங்களுக்குக் குற்றேவல் செய்வேன். ஆனால், எச்சில் உணவைச் சாப்பிட மாட்டேன். ஆண்களுடன் பேச மாட்டேன். என் கணவனைத் தேட அந்தணர்களை நான் நியமித்துக்கொள்வேன்" என்ற நிபந்தனையை அரசி ஏற்றாள். தமயந்தி, எட்டுத் திக்குகளுக்கும் நளனைத் தேட ஆட்களை அனுப்பினாள்.

நளன், கார்கோடகன் என்ற பெயரால் தீண்டப்பெற்று, தம் உருவ அழகை இழந்தான். அயோத்திக்குச் சென்று மன்னன் ருது வர்ணன் என்பவனிடம் குதிரைப்பாகனாவும் சமையல்காரனாகவும் பணியில் அமர்ந்தான். தமயந்தியின் தந்தை பீமன், மகளையும் மரு மகனையும் தேடும் முயற்சிகளை மேற்கொண்டிருந்தான். அப்படி அனுப்பப்பட்ட சுதேவன் என்பவன் தமயந்தியைக் கண்டுபிடித்தான். அவள் விதர்ப்ப அரசன் மகள் என்ற உண்மை வெளிப்பட்டது. சேதி அரசி தமயந்தியை விதர்ப்ப தேசத்துக்கு அனுப்பி வைத்தாள். தம் நாடடைந்த பிறகும், நளனைத் தேடும் முயற்சியைக் கைவிட வில்லை தமயந்தி.

பல நாடுகளுக்கும் சென்று கூட்டம் இருக்கும் இடங்களில் எல்லாம், 'காதலியைக் காரிருளில் கானகத்தில் ஒற்றை ஆடையுடன்

கைவிட்டு வந்த காதலன் யார். அவள் அவனைத் தேடிக்கொண்டிருக்கிறாள்' என்று அந்தணர்களைச் சொல்லச் சொன்னாள். யார் பதில் சொல்கிறார்களோ, அவர்களைக் கண்டு, கொண்டு வரச் சொல்லி அனுப்பினாள். பர்ணாதன் என்ற அந்தணன் நளனைக் கண்டுபிடித்தான். நளன் அயோத்தியில் இருக்கும் சங்கதியைத் தமயந்தி அறிய நேர்ந்தது. நளனை எப்படி விதர்ப்ப தேசத்துக்கு வரவழைப்பது? அவன் சுதந்திரன் இல்லை. பாகன், மன்னன் ருது வர்ணனின் சேவகன். ருதுவர்ணனை வரவழைக்கும் அந்த உபாயத்தைத் தமயந்தி கண்டுபிடித்தாள். ருதுவர்ணன் வந்தால், பாகனும் வரத்தானே வேண்டும்?

கணவன் கைவிட்ட பின், அவனைத் தேடும் முயற்சியில் தோற்ற பின், தமயந்திக்கு இரண்டாம் சுயம்வரம் நிகழ இருக்கிறது. அதுவும் மறுநாள் சூரியோதயத்தில். உடனே புறப்படும்படி ருதுவர்ணன் காதுக்குச் செய்தி சென்றது. சுயம்வரத்தில் கலந்து கொள்ள மன்னர்கள் எப்போதும் தயாராக இருந்தார்கள். வேறு முக்கிய வேலையும் அவர்களுக்கும் இல்லைதானே? ருதுவர்ணன் புறப்பட்டான். "ஒரு பகலுக்குள் நூறு காத தூரமுள்ள விதர்ப்பத்துக்குக் கொண்டு சேர்க்க என்னால் முடியும்" என்றான் நளன். "நான் அசுவசாஸ்திரம் கற்றவன்" என்றும் சொன்னான். ரதத்தை எடுத்தான் நளன். அது ஓடவில்லை. பறந்தது. வழியில் ருதுவர்ணன் ஓர் இடத்தில் ரதத்தை நிறுத்தச் சொல்லி, அருகில் இருந்த மரத்தில் எத்தனை கிளைகள், எத்தனை பழங்கள், எத்தனை இலைகள் என்று ஒரு கணக்கைச் சொன்னான். வியந்த நளன், அந்த வித்தையைத் தமக்குக் கற்றுக் கொடுக்கச் சொன்னான். மன்னன், அசுவ சாஸ்திரத்தை நளனிடம் கற்றுக்கொண்டு, பதிலுக்குத் தம் கலையை அவனுக்கு உபதேசித்தான். இந்த வித்தையின் மூலம், சூதுக் காய்களில் பிறர் சூது புக முடியாது. நளன் ஒரு சூதாடி என்றும் அறியப்பட்டவன். புதிய கலையைக் கற்ற பிறகு நளனிடம் இருந்த சனி அவனை விட்டு அகன்றான்.

சனி என்பது, புத்தி மாறாட்டம், நல்லதை விட்டுத் தீயதின் பக்கம் சிந்திப்பதும், தவறாக முடிவு செய்தலும், தவறை அமல்படுத்துவதும் சனி. கலி என்பது துன்பம். மனிதன், புதிதாகக் கலையை, கல்வியை, ஞானத்தைப் பெறும்போது கலி அகலும் என்பது சாத்திரம். நளன், ருதுவர்ணனிடம் இருந்து கற்ற கலை, அவனை விடுதலை செய்தது.

தமயந்தி நளனை அடையாளம் கண்டாள். சுயம்வரம் என்பது தம் கற்பனைதான் என்று நளனைச் சமாதானம் செய்தாள். மன்னனான நளன், மீண்டும் தம் தம்பி புஷ்கரனுடன் சூதாடி, தம் நாட்டையும் அதிகாரத்தையும் அடைந்தான். தமயந்தி, பேரரசி ஆனாள்.

நாடிழந்து, மனைவியை வைத்துச் சூதாடி மானம் இழந்த தருமனை மிகக் கடுமையாகப் பேசுகிறான் பீமன். அவர்கள், காட்டில் வாழ்ந்த நேரம் அது. அர்ச்சுனன், அஸ்திரம் தேடிக் கயிலைக்குச் சென்றிருந்தான். அர்ச்சுனன் பிரிவும், பீமனின் கடுமையும் தருமனை மிகவும் துன்பம் செய்தன. அப்போது ரிஷி பிருகதச்வர் அங்கு வந்தார். (சில பாடம் வியாசர் வந்தார் என்றும் சொல்கின்றன.) பிருகதச்வரிடம், 'என்னைவிடவும் துரதிருஷ்டசாலி உலகில் இருந்தானா, இருக்கிறானா' என்று கேட்டான் தருமன். ரிஷி, அவனுக்கு நளன் தமயந்தி கதையைச் சொல்கிறார்.

"உனக்காவது மனைவி உடன் இருக்கிறாள். தம்பிகள் இருக் கிறார்கள். எதுவும் அற்ற நளன் பற்றி யோசி. காட்டில் ஒற்றை ஆடையுடன் விடப்பட்ட மன்னன் மகளும், சக்ரவர்த்தி நளனின் மனைவியும் ஆன அந்தப் பெண்ணின் துயரத்தையும்விடவா உன் துன்பம் பெரிது" என்கிறார் ரிஷி. தருமன், தான்தான் துன்பமிகுதி கொண்டவன் என்று நினைக்கிறான். அவனுடனேயே உயிரைச் சுமந்துகொண்டிருந்த திரௌபதியைப் பற்றி யோசிக்க யாருக்கு நேரம் இருந்தது, மனம் இருந்தது?

★

அதர்மத்துக்கும் தர்மத்துக்கும் மத்தியில் சல்யன்!

பரத கண்டத்தின் மிகப் பழைய தேசங்களில் ஒன்று மத்ர தேசம். சாவித்திரி கணவன் சத்தியவான் ஆண்ட தேசம் இது. பாண்டு, குந்தியைத் திருமணம் செய்து கொண்டு, திரும்பிய சில நாளில், பீஷ்மர் மத்ர தேசத்துக்குச் சென்றார். அப்போது மத்ராவை ஆண்டவன் சல்யன். மிகப் பெரிய வீரன் என்று அந்நாளில் புகழ் பெற்றவன். பீஷ்மரை எதிர்கொண்டழைத்து பூஜித்த சல்யன், 'நான் தங்களுக்கு என்ன காரியம், பணிவிடை செய்யக்கூடும்' என்றான். பீஷ்மர், 'நான் பாண்டு மன்னனுக்கு உன் சகோதரியும், சீலமுள்ள வளாகவும் புகழுள்ளவளாகவும் இருக்கிற மாத்ரியைப் பெண் கேட்டு வந்திருக்கிறேன். நமக்கு நீயும், உனக்கு நாமும் சம்பந்த விஷயத்தில் தகுதியுள்ளவர்கள். என்னை முறைப்படி அங்கீகரிக்க வேண்டுகிறேன்' என்றார்.

பீஷ்மர் அவர் தகுதிக்கு ஏற்பப் பேசினார். சல்யன், 'எனக்கு உம்மைவிடவும் மேலான சம்பந்தி யார் இருக்க முடியும். எம் குல வழக்கப்படி, பொன், பொருள், பசுக்களைப் பெற்றுக்கொண்டே பெண்களைக் கொடுப்போம்' என்று பதில் சொன்னான். இது ஆர்ஷம் என்கிற விவாக முறை. அக்காலத்தில் (இன்றைய பஞ்சாபைச் சேர்ந்த) மத்ர தேசத்தில் இவ்வகைத் திருமணமுறை வழக்கத்தில் இருந்துள்ளது. பீஷ்மர், கொண்டு சென்ற பொற்கட்டிகள், ரத்னங்கள் மற்றும் நாணயங்களையும் சல்யனுக்குத் தந்து மாத்ரியைப் பெற்றுக் குருதேசம் திரும்பிப் பாண்டுவுக்குத் திருமணம் செய்து வைத்தார்.

சல்யன், இப்படியாகத்தான் பாரதத்தில் அறிமுகம் பெறுகிறான்.

இரண்டாவதாகச் சல்யன், திரௌபதியின் சுயம்வரத்தில் கலந்துகொண்டவனாகக் காண்கிறான். தம் இரண்டு மகன்களோடு, கலந்துகொண்டு, போட்டி விதியான வில்லைத் தூக்கி நிறுத்தி, நாண் ஏற்றி எந்திர லட்சியத்தை அடித்து வீழ்த்த முடியாமல் மயங்கித் தலைகவிழ்ந்துகொண்டு செல்கிறான். தலை கவிழ்ந்து சென்றவர்கள் பட்டியலில், கர்ணனும் துரியோதனனும்கூட இருந்தார்கள். பிராமண வேஷத்தில் இருந்த அர்ச்சுனன், போட்டியில் வென்று, திரௌபதி யால் மணக்கப்படுகிறான்.

எந்த தேசத்தின் ராஜகுமாரிக்குச் சுயம்வரம் என்றாலும், லஜ்ஜை இல்லாமல் கலந்துகொள்ளும், இளைய, மற்றும் வயதான மன்னர்கள், தோற்றாலும் தோல்வியைக் கௌரவமாக ஏற்றுக்கொள்ளும் மனம் கொண்டவர்கள் இல்லை.

வென்றவன் அர்ச்சுனன் என்பதை அறியாமல், கர்ணன் அவனுடன் மோதும்போது, சல்யன், தம்பியைப் பாதுகாக்க வந்து நின்ற பீமனுடன் தனியனாகப் போர் செய்து, இரண்டாவது தோல்வி யைத் தழுவுகிறான். இரட்டை அவமானங்களுடன் ஊர்திரும்பு கிறான், தம் மகன்களுடன்.

சல்யனின் அடுத்த பரிணாமம், அவன் தம் தங்கை மகன் நகுலனைச் சந்திக்கும்போது நிகழ்கிறது. இந்திரப்பிரஸ்தம் என்ற ஊரைப் புதிதாக நிறுவி தருமன் ராஜசூய யாகம் செய்தபோது அது நடந்தது. ராஜசூய யாகம் செய்தவன், சாம்ராட் ஆகிறான். சாம்ராட் என்பதுக்கு அர்த்தம், உலகை வென்றவன் என்பது மட்டுமல்ல; பிற தேச மன்னர்களின் அங்கீகாரத்தையும் அன்பையும் நட்பையும் பெற்றவன் என்பதாகும். தருமன் தகுதியுள்ளவன் என்றே பல மன்னர்களும் கருதி, அன்பளிப்புகள் வழங்கினார்கள். மன்னர்களின் அங்கீகாரம் பெறும்பொருட்டு இளைய பாண்டவர்கள் திக்குகள் தோறும் சென்றார்கள். நகுலன், மத்ர தேசம் வந்து சேர்ந்தான். தம் தங்கை மகனை மிக அன்புடன் வரவேற்றான் சல்யன். அன்பளிப்புகள் தந்தான். தருமனின் யாகம் சிறப்புடன் நிறைவேறத் தம் ஆசிகளையும் வழங்கினான். இது சல்யனின் இயல்பல்ல. தருமனின் மேலாதிக் கத்தை நான் ஏன் ஒப்புக்கொள்ளவேண்டும் என்று கேட்பதுதான் அவன் சுபாவம். காலம், அவனையும் கனியச் செய்துகொண்டி ருந்தது. காய், கனியாகும் தானே?

சல்யனை பரத கண்டத்து அரசர்களில் முதன்மைக்குரிய வனாகக் கருதும் போக்கினர் இருந்தார்கள். ராஜசூய யாகம் முடியும் தருணத்தில், தருமன் பீஷ்மரின் யோசனையின்படி கிருஷ்ணனுக்கு முதல் மரியாதை செய்தான். சபையில் இதை எதிர்த்தான், சிசுபாலன். கிருஷ்ணனைவிடவும் மகிமை உள்ள அரசர்கள் பலர் இருக்கிறார்கள் என்பது சிசுபாலன் கருத்து. யார் பூஜிக்கப்படலாம் என்று அவன் ஒரு பட்டியல் வைத்திருந்தான். அந்தப் பட்டியலில் முதலாவதாக இருந்தது, சல்யனின் பெயர். தாய் மாமன் என்ற முறையிலும், சக மன்னன் என்ற முறையிலும் சாம்ராட் யுதிஷ்டிரனுக்கு மிகச் சிறந்த வாள் ஒன்றையும், தங்கத்தால் ஆன பாத்திரங்களையும் பரிசாக அளித்துத் தன் நாடு திரும்பினான் சல்யன்.

பாரத காலத்து அரசர்களின் மிகப் பெரிய விளையாட்டாகவும், சகல துன்பங்களுக்கும் அடிப்படையாகவும் இருந்தது சூது. சூதுக் காய்களில் தங்கள் வாழ்வின் கனிகளை இழந்தவர்கள் பலர். உதாரணம் நளன். அவன் பாதையில் வந்து சேர்ந்தான் தருமன். அஸ்தினாபுரத்தில் நடந்த மாயச் சூதில் சூதாட்டத்தையே, ஏற்கெனவே சூதுகவ்விய ஆட்டமாக இருந்த அந்த வினை பொருந்திய விளையாட்டை மேலும் மாயங்களும் தந்திரங்களும் செய்து கபட மாக்கி வைத்திருந்தான் சகுனி. துரியோதனன் பக்கமாக சகுனி ஆட அமர்கையில், விளையாடத் தெரியாத, ஆனால், விளையாடும் ஆர்வம் மட்டுமே கொண்ட தருமன் நியாயமாக கிருஷ்ணனை அமர்த்தியிருக்க வேண்டும். தமக்கான பிரதிநிதியாக, ஒரு பொழுதுக் குள் தருமன் அனைத்தையும் இழந்து அடிமையாவதைக் கண்களில் நீர் பெருகப் பார்த்துக்கொண்டிருந்தவர்களில் ஒருவனாக சல்யன் இருந்தான்.

மகாபாரத குருசேத்திர யுத்தம் நேரும் என்பதை முதலில் அறிந்த வர்கள் நால்வர். பாண்டு மறைவுக்குப் பிறகு, ஆதரவு இன்றி அஸ்தினாபுரத்துக்குப் பாண்டவர்கள் வந்து சேர்ந்ததை விரும்பாத வர்கள் இருவர். ஒருவன் திருதராஷ்டிரன். மற்றவன் துரியோதனன். இருவருக்கும் ஒரே காரணம்தான். அரசுக்கு உரியவன் தருமன். அவன் அரசுரிமையை எவரும் கேள்வி எழுப்ப முடியாது. பீஷ்மர் அனுமதிக்க மாட்டார். திருதராஷ்டிர அரசனின் பதவி நாட்கள் எண்ணப்படுவதை அந்தக் கண்ணில்லாதவன் (கண்=அறிவு மற்றும் ஞானம்) அறிந்தே இருந்தான். தந்தை பதவி இழந்தால் மகன் துரியோதனன் என்ன ஆவான்? துரியோதனன் பீமனைக் கொல்ல முனைந்தது, பலமுறை முயன்றது, திருதராஷ்டிரன் அறிவான். இவை களை அவன் ஆதரிக்கவில்லை என்று சொல்வதற்கில்லை.

இந்தப் பகை, யுத்தமாக வளரும் என்பதை பீஷ்மர் அறிவார். அவரைவிடவும் அதிகமாக விதுரர் அறிவார். பீஷ்மர், அஸ்தினாபுர அரசவையில் செல்வாக்கு இழந்திருந்தார். அறம், தர்மம் என்ற பெயரில் பீஷ்மர், தம் பக்கம் நிற்க மாட்டார் என்பதை திருதராஷ் டிரன் அறிவான். ஆகவே அவர் மரியாதையைக் குறைத்திருந்தான். விதுரரின் பிறப்பு காரணமாக அவர் சொல் அம்பலம் ஏறுவதில்லை. துரோணர் அறிவார். ஆனால், அவர் அரசு சம்பளக்காரர். இதை அவரே ஒப்புக்கொள்கிறார். கிருபர் அறிவார். அவர் துரோணரின் வழி ஒழுகுபவர்.

பகை வித்து வளர்ந்து விருட்சமாகும். அந்தக் காலம் வரும் போது, கௌரவர்களுக்குப் பாடம் புகட்டுவோம், தர்மவானாகிய குந்தி மற்றும் மாத்ரி புத்திரர்கள் பக்கமாய் நின்று ஆயுதத்தால்

பதில் சொல்வோம் என்று காத்திருந்தவன் ஒருவன் இருந்தான். அவன் சல்யன்.

தருமன், யுத்தத்தில் தம்மோடு தம்பக்கம் இருந்து போரிட, பன்னாட்டு அரசர்களுக்கும் அழைப்பு விடுத்தான். இருவருக்கு மிக முக்கிய அழைப்பு அனுப்பினான். முதலில் தாய் மாமன் சல்யனுக்கு, அடுத்தவன் சம்பந்தி விராடனுக்கு.

அழைப்பு வந்ததும் உடனடியாகத் தம் மாபெரும் படையோடு புறப்பட்டான் சல்யன். பாண்டவர்களுக்குச் சூதாட்ட சபையில் நேர்ந்த அவமானம், காடுகளில் அவர்கள் பட்ட துன்பம் எல்லாம் நினைவுக்கு வந்தன. எல்லாவற்றுக்கும் கணக்குத் தீர்க்க அவன் மன தளவில் தயாரானான். அவன் படை ஒன்றரை யோசனை தூரம் நீண்டிருந்தது என்கிறது பாரதம். சுமார் பதினைந்து கல் தூரம் என்று கொள்ளலாம். தம் படைவீரர்கள் வெயில், பசி, தாகத்தால் சோர்வு அடைந்துவிடக்கூடாது என்று கவலைப்பட்டான் அவன். மகிழ்ச்சி தரும் விதமாக, பலப்பல இடங்களில், சல்யனுக்கும் அவன் படை வீரர்களுக்கும் அருமையான உணவு வழங்கப்பட்டது. ஓடைகள், மற்றும் தண்ணீர்ப் பந்தல்கள் அவர்களின் தாகத்தைப் போக்கின. பெரிய மண்டபங்களில் அவர்கள் தங்க நிழல் ஏற்பாடு களும், வரிசையாக நாட்டப்பட்டும், இயற்கையாகவும் அமைந்த மரநிழல்கள் சல்யனுக்கு மிகுந்த திருப்தியைத் தந்தன. அரசர்களுக்குக் கிடைக்கும் அரண்மனைச் சாப்பாடு அவனுக்கு மிகவும் கிளர்ச்சியைத் தந்துவிட்டது. மத்ர தேசாதிபதியும் தாய் மாமனுமான தமக்கு தருமன் செய்த ஏற்பாடுகள் அற்புதம் என்று எண்ணமிட்டபடி, ஏற்பாடுகளைக் கவனிக்கும் அமைச்சர்களையும் அதிகாரிகளையும் தம்முன் அழைத்தான். அவர்கள் அவன் முன் வந்து நின்றார்கள். அவர் களுடன் துரியோதனனும் கை குவித்து நின்றான்.

"துரியோதனா... உன் ஏற்பாடா இவை?"

"ஆமாம்... மாதுலரே. சக்ரவர்த்திகளுக்கு ஏதேனும் குறை இருக்குமானால், இச்சிறுவனை மன்னியுங்கள்" என்றபடி சல்யனின் பாதம் பணிந்தான் துரியோதனன்.

"குறையா அத்தனையும் அற்புதம் அல்லவா? என்மேல் உனக் கிருக்கும் பக்தி என்னைத் திகைக்க வைக்கிறது. உனக்கு ஏதேனும் வரம் தர என் மனம் அவாவுகிறது. கேள். என்ன வேண்டுமானாலும் கேள்."

துரியோதனன் தந்திரம் பலித்தது.

"மாமா... பாண்டவர்களைப் போல எனக்கும் தாங்கள் தாய் மாமன்தானே. அதனால், மகானுபாவரும், யுத்தத்தில் யாராலும்

வெற்றி கொள்ளப்பட முடியாதவருமான, மகாரதரான, யுத்தத்தில் இந்திரனாலும் வெல்லப்பட முடியாதவருமான, பரசுராமருக்கு நிகரான, சிவபெருமானின் அருளைப் பூரணமாகப் பெற்ற, விஸ்வஜித் சல்ய சக்ரவர்த்தி என் பக்கம் நின்று யுத்தம் செய்ய வரம் தர வேண்டும்!"

துரியோதனன், வார்த்தைகளால் வெட்டிய பெரும் பள்ளத்தில் தலைக்குப்புற விழுந்தான் சல்யன்.

முகத்துதியில் விழுந்துவிடுகிற பலவீனம் அவனுக்கு இருந்தது. ஆனால், அது மட்டும் இல்லை சல்யன். அவன் மனோ தர்மம் அவனை அப்படியே துரியோதனனைப் பின்பற்றிச் செல்ல அனுமதிக்க வில்லை. நேராக தருமனும் அவன் சகோதரர்களும் தங்கி இருந்த விராட நகரமான உபப்லாவ்யத்தில் பிரவேசிக்கிறான். தருமன், பீமன், அர்ச்சுனன், நகுல சகாதேவர்கள், திரௌபதி, சுபத்ரை, அபிமன்யு என்று எல்லோரும் அவனைப் பணிகிறார்கள். சல்யன் அவர்களை ஆசிகூறி வாழ்த்துகிறான். தருமனிடம் சொல்கிறான். 'மன்னர்களில் சிறந்தவனே! தெய்வ அருளால், வனவாசத்தை, அஞ்ஞாதவாசத்தை முடித்து, இங்கு இருந்தபடியே யுத்த ஏற்பாடுகளையும் சிறப்பாகச் செய்திருக்கிறாய். உன் புத்தி எப்போதும் சத்யம், தவம், தானத்தில் நிலைபெற்றிருக்கிறது. உன்னை இந்த நிலைமைக்கு ஆக்கிய உன் பகைவர்களை நீ அழிப்பாய். உன் தேசத்தை நீ பெறுவாய் என்று சொன்னவன், பின்னர், தான் துரியோதனனால் வஞ்சிக்கப்பட்டதைச் சொல்லி, 'நான் துரியோதனன் பக்கம் இருப்பதாக வரம் அளித்து விட்டேன்' என்பதையும் துக்கம் தோய்ந்த குரலில் சொல்கிறான். ஒரு தருமன் இப்படிச் சொல்ல, இன்னொரு தருமன் அதை இயல்பாக எடுத்துக்கொள்கிறான்.

"நீர் மனமகிழ்ந்து துரியோதனனுக்கு வரம் அளித்தது சரிதான். அவ்வாறே செய்யுங்கள். அதுதான் முறை" என்ற தருமன், அடுத்து ஒரு வீரன் சொல்லக்கூடாத, வீரனிடம் சொல்லக்கூடாத, யுத்த தருமம் அல்லாத ஒரு கோரிக்கையைச் சல்யனிடம் வைக்கிறான்.

"மாதுலரே... நீர் கிருஷ்ண வாசுதேவருக்கு நிகரானவர். அர்ச்சுனனுக்குக் கிருஷ்ணன் சாரத்யம் செய்ய இருப்பது போல, நீர் கர்ணனுக்குச் சாரத்யம் செய்யப்போவது எனக்கு உணர முடியும். அவ்வாறு, கர்ணனுக்கு நீர் தேர் ஓட்டும்போது அர்ச்சுனனைக் காப் பாற்ற வேண்டும். எங்களுக்கே வெற்றி ஏற்படும்படி கர்ணனின் பராக்ரமத்தைப் பங்கம் செய்ய வேண்டும். அவன் மனதைரியத்தைக் குலைக்க வேண்டும். இது என் பணிவான விண்ணப்பம்."

சல்யன், இந்த அதர்மத்தைச் செய்ய உடன்பட்டான். "கர்ண னின் கர்வத்தை அடக்குவேன். அவன் பராக்ரமத்தை அபகரிப்பேன்.

எளிதில் கொல்லப்படக்கூடியவனாக ஆக்கி விடுவேன்" என்று உறுதி சொன்னான் சல்யன்.

அப்படியே நடந்தது. சுயமோகியும் தற்பெருமைக்காரனுமான கர்ணன், சல்யனிடம், "என்னை அர்ச்சுனன் அருகே கொண்டு போய் நிறுத்து. அவனை இன்றே கொல்வேன். இந்திரன், வருணன், யமன் முதலியோர் சேர்ந்து வந்து அவனைக் காப்பாற்ற வந்தாலும், அவர்கள் அனைவரையும் நான் கொல்வேன். அப்புறம் அர்ச்சுனனைக் கொல்வேன்" என்று மீண்டும் நான்காவது முறையாகக் கர்ணன் சொன்னபோது எரிச்சல் கொண்டு, அவனும் நான்காவது முறையாகப் பதில் சொன்னான்.

"தெரியுமே உன் வீரம். விராட தேசத்து மாடுபிடிச் சண்டையின் போது, நீ அர்ச்சுனனிடம் தோற்று, பந்தயத்தில் ஓடுபவன் போல் ஓடியது உலகமே அறியுமே. கந்தர்வன் துரியோதனனையும் உன்னையும் கட்டி எடுத்தபோது, உன்னைக் காப்பாற்றியது அர்ச்சுனன். நாக்கை வில்லாக்காதே. வார்த்தைகளை அம்புகளாக்காதே. அசல் வீரன் என்று என்றைக்கு மாறப்போகிறாய்!" என்று சொன்னவன் அழகான கதை ஒன்றைச் சொல்கிறான்.

எச்சில் சோற்றை உண்டு கொழுத்த காக்கை ஒன்று, அன்னப் பட்சியிடம் போட்டி போட்டது. என்போல் கடலைக் கடந்து பறக்க முடியுமா? அன்னமும் காக்கையும் பறக்கத் தொடங்கின. சற்று நேரத்துக்குள்ளாகச் சோர்ந்துபோன காகம், கடலில் விழுந்தது. அன்னமே காக்கையைக் காப்பாற்றிக் கரை சேர்த்தது. (அழகான இந்த முழுக் கதையையும் கர்ண பர்வத்தில் வாசகர்கள் படித்து ரசிக்கலாம்) "கர்ணா, நீ துரியோதனன் எச்சிலைத் தின்ற காக்கை. அர்ச்சுன அன்னத்திடம் போட்டி போடாதே..." என்று சொல்லி, கர்ணனின் கௌரவ உணர்வை மங்கச் செய்தான் சல்யன்.

துரியோதனனுக்குக் கொடுத்த வாக்கை நிறைவேற்றவும் தவறவில்லை சல்யன். யுத்தத்தின் முதல்நாளே தருமனுடன்தான் கடுமையாகப் போர் செய்தான். தம் தங்கை புத்திரர்கள் நகுல சகாதேவர்களுடனும் போர் செய்தான். விராட தேச இளவரசர்கள் இருவரையும் கொன்றான் அவன். பீமனுடனும் மோதித் தோற்றான். அவன் பராக்ரமம் எதையும் அவன் ஒளித்துக்கொள்ளவில்லை. தம் மனத்துக்கு வஞ்சகம் செய்யாமல் அவன் கௌரவர் பக்கத்து வீரனாக இருந்தான்.

கர்ணன் மரணத்துக்குப் பிறகு, துரியோதனன், அவனை கௌரவர் சேனாதிபதியாக நியமித்தான். சல்யன் போர் தொடர்ந்தது. மீண்டும் மீண்டும் தருமனைத் தேடி வந்து அவனுடனேயே

போர் செய்தான். கௌரவர் தலைவனான தான், பாண்டவர் தலைவனுடன்தான் போர் செய்வது கௌரவம் என்று நினைத்திருப்பான் சல்யன். கடைசியாக தருமனால் சல்யன் கொல்லப்பட்டான். மகிழ்ச்சியுடன்தான் சல்யன் இறந்திருக்க வேண்டும்.

இரண்டு முக்கிய மனிதக் குறைகளைச் சுட்டுகிறார் வியாசர். ஒன்று தற்பெருமை. மற்றது முகத்துதியில் மயங்குதல். தற்பெருமை, தாழ்வு மனப்பான்மையாலும், அச்சத்தாலும் ஏற்படுவது, முகத்துதிக்கு மயங்குதல் மூடத்தனத்தால் விளைவது. இரண்டுமே மனிதர்களை அழிவுக்குக் கொண்டு சேர்க்கும் பாழ்ப்பாதைகள். இந்த இரண்டு பலவீனங்களாலும் சிதைந்தவர்கள் கர்ணனும் சல்யனும்.

★

தன்னை வென்ற தருமன்

பாரததேசத்தில் துறவிகளுக்கு ஏன் இத்தனை மரியாதை? துறவிகள் எல்லோராலும் வணங்கப்படுவது ஏன்? இவை முக்கிய மான கேள்விகள். பெண்ணை வெறுத்தவனும், மண்ணை வெறுத்த வனும், பொன்னை வெறுத்தவனும் துறவியாதல் சாத்தியமா என்றால் ஒருபோதும் இல்லை. வெறுப்பில் வெறுப்புதான் விளையுமே தவிர, துறவு என்கிற ஞானம் விளையாது. ஒருவன் துறவியாதல் எப்போது சாத்தியம்? தம் நிலம், தம் ஆஸ்தி, தம் பெண்டு பிள்ளைகள் என்கிற குறுவட்டத்துக்குள் தம்மை நிறுத்திக்கொள்ள விரும்பாத ஒரு பேரருளாளன், உலகம் யாவையும் நேசிக்க மேற்சொன்ன அவை தடையாக இருக்கக்கூடாது என்பதால், அவற்றைத் துறக்கிறான். உலகத்து அனைத்து ஜீவராசிகளையும் நேசிக்கும் மனோபாவம், கட்டற்று நேசிக்கும் மனோபாவம் யாருக்கு லபிக்கிறதோ அவர்களே துறவிகள்.

தருமனைக்கொண்டு ஓர் அற்புத நாடகத்தையே கட்டி எழுப்பு கிறார் வியாசர். சூழ்நிலையை அர்ச்சுனன்தான் உருவாக்குகிறான். பலராமனும் கிருஷ்ணனும் தங்கள் உடம்பைப் போட்டுவிட்டுச் சென்ற பின், அவர்களுக்கான இறுதிச் சடங்கை அர்ச்சுனன் செய்து முடிக்கிறான். துவாரகையின் பெண்களையும் மற்றவர்களையும் தம் அஸ்தினாபுரத்துக்கு அழைத்துக்கொண்டு வருகிறான். வழியில் கள்ளர்கூட்டம் அவனைச் சுற்றிக்கொண்டு பெண்களை அபகரிக் கிறார்கள். தம் அனுபவத்தை தருமனிடம் விவரிக்கிறான் அர்ச்சுனன்.

“என்னால் பாதுகாக்கப்பட்ட பெண்களை அற்பத் திருடர்கள் எடுத்துச் செல்வதா? நான் காண்டீபத்தை எடுத்தேன். ஒரு குழந்தை யைப் போல, என்னால் தூக்கி என் தோளில் வளர்க்கப்பட்ட என் காண்டீபத்தை என்னால் அன்று தூக்கி நிறுத்த முடியவில்லை. சிரமப்பட்டு நிறுத்தி, நாண் ஏற்றினேன். என்னால் நாண் கயிற்றை முடிக்க முடியவில்லை. வாழ்வில் என்றுமே அனுபவித்தறியாத பலவீனம் என்னை ஆட்கொண்டது. நான் அசக்தனாகிவிட்டேன். கேவலம் திருடர்களை வெல்ல முடியாதவனா அர்ச்சுனன்? தரையில் விழுந்து அழுதேன். கதறி அழுதேன். இனி என் இருப்பு அவசியம் இல்லை என்பதை உணர்ந்தேன். வியாசரின் குடிலுக்குச் சென்றேன்.

ஏன் இவ்வாறு நிகழ வேண்டும் என்றேன்? கருணையே உருவான அந்த ஆத்மா சொன்னார்:

"கிருஷ்ணன் வந்த காரியம் நிறைவேறிவிட்டது. சென்றுவிட்டார். நீயும் உன் சகோதரர்களும் செய்ய வேண்டியதைச் செய்து முடித்து விட்டீர்கள். உங்களுக்கும் செல்வதற்குக் காலம் வந்துவிட்டது. பலமும் புத்தியும் தேஜசும், வரப் போவதை அறியும் ஞானமும், செல்வம் உண்டாகும் காலங்களில் வருகின்றன. செல்வம் நசிக்கும் காலத்தில் நசிக்கின்றன. உங்களுக்குக் காரணமான இவை, காலத்தை மூலமாகக் கொண்டவை. காலமே அவற்றை நசிக்கவும் செய்கிறது. மிகுந்த பலசாலி, ஒரு காலத்தில் துர்பலன் ஆவதும், பிரபுவாக இருப்பவன் பிறகு ஏவலன் ஆவதும் காலத்தின் விளையாட்டே. அந்தக் காலம் காரணமாகவே உன் அஸ்திரங்கள் வந்த காரியத்தைச் செய்தது. பிறகு சென்றது. இதுவே, நீங்கள் நற்கதி அடையும் காலம். வாழ்வை முழுமையடையச் செய்யுங்கள்!"

தருமன் துறப்பது என்று முடிவு செய்தான். அவன் மனம் கசந்து துயருற்றது. கிருஷ்ணன் எப்படி இறக்க முடியும் என்றது அவன் மனம். பிறந்தார். ஆகவே இறந்தார் என்றது அறிவு. அவன் அர்ச்சுனனிடம் சொன்னான்: "காலம் எல்லாப் பிராணிகளையும் பக்குவம் அடையச் செய்கிறது. ஆகவே நான் காலபாசத்துக்கு ஆட்பட்டு மரிப்பதை அங்கீகரிக்கிறேன். நீங்கள் யோசித்து முடி வெடுங்கள்!"

அர்ச்சுனன், பீமன், நகுல சகாதேவர்கள் எல்லோரும் தருமன் முடிவை அங்கீகரித்தார்கள்.

பாண்டவ வம்சத்துக் கொழுந்து பரிட்சித்துக்கு முடி சூட்டினார்கள். திருதராஷ்டிரன் மகன் யுயுத்சு மன்னனின் தலைமை அமைச்சன் ஆனான். கிருபாசாரியர் பாதுகாவலன் ஆனார். தருமன், தம் செல்வம், ஆடைகள், உடைமைகள் அனைத்தையும் தானம் செய்தான். சகோதரர்கள் மரவுரியோடும், திரௌபதியும் மரவுரியோடும் அரண்மனையைவிட்டுப் புறப்பட்டார்கள். அவர்களை ஒரு நாய் தொடர்ந்தது. அர்ச்சுனன் அப்போதும் காண்டீபத்தைச் சுமந்து வந்தான். அவர்கள் எதிரில் அக்னி வந்து நின்று, "அர்ச்சுனா... நான் கொடுத்த காண்டீபமும், ஆயிரம் அஸ்திரமும் இனிமேல் உனக்கெதுக்கு? அவற்றைக் கடலில் எறிந்துவிடு" என்றான், "கிருஷ்ணன் கைச் சக்கரமே மறைந்துவிட்டபின், காண்டீபம் எது கருதி" என்றான். உயிரை விடுவது போல, அர்ச்சுனன் வில்லைப் போட்டுத் தம் அகத்தை இழந்தான்.

மேரு மலையை அவர்கள் கடந்து சென்றபோது, முதலில் திரௌபதி மூர்ச்சை அடைந்து தரையில் சரிந்தாள். அவளை

எப்போதும் நேசித்தவனும், அவள் அவமானம் துடைக்கவே யுத்தத்தை விரும்பியவனுமான பீமன் தருமனிடம் கேட்டான்:

"திரௌபதி வீழ்ந்து போக அவள் செய்த குற்றம்தான் என்ன?"

"பீமனே... இவள் நம் ஐவரையும் சமமாக நேசிக்கக் கடமைப் பட்டவள். ஆனால், அர்ச்சுனனை மிக அதிகமாக நேசித்தாள். அதன் பலனை இப்போது அனுபவிக்கிறாள்" என்றான் நிஷ்டூரமான மன துடன் தருமன். வாழ்நாள் முழுதும் தருமன் என்ற ஆணை உறுத்திய பிரச்சனை இதுதான். விழுந்த மனைவியைத் திரும்பிக்கூடப் பார்க்க வில்லை அவன்.

அதன்பின் சற்று துரத்தில் சகாதேவன் விழுந்தான்.

"இவன் தன்னை மாபெரும் பண்டிதனாக நினைத்துக்கொண்டு, மற்ற அறிஞர்களைத் தமக்குச் சமமாக நினைக்கவில்லை. அதனால் விழுந்தான்."

அடுத்து நகுலன் விழுந்தான்.

"இவன் தன் அழகைக் குறித்துக் கர்வம் கொண்டான். அதனால் விழுந்தான்" என்றான் தருமன்.

அடுத்து, தம்பியரும், மனைவியும் விழுந்த சோகம் வாட்ட அர்ச்சுனனும் விழுந்தான்.

"மகாத்மா அர்ச்சுனன் விழுந்தான்" என்று அலறினான் பீமன்.

சர்வசாதாரணமாகத் தருமன், "தாம் ஒருவனாகவே எல்லாப் பகைவர்களையும் எதிர்த்து அழிப்பேன் என்று ஆணவம் பேசியவன். அதோடு, எல்லா வில்லாளிகளையும் அவமதித்தான். அதனால் வீழ்ந்தான்" என்று அலட்சியமாகச் சொன்னான்.

பீமனும் வீழ்ந்தான்.

"தருமரே, நான் என்ன காரணத்தால் விழுந்தேன்?" என்றான் பீமன்.

"மிகவும் அதிகமாக உணவை உண்டவன் நீ. உன் பலத்தால், மற்றவனை மதியாமல், தற்புகழ்ச்சி செய்துகொண்டாய்" என்றான் தருமன். மனைவியை வைத்துச் சூதாடியதும், மனைவியையும் சகோதரர்களையும் மிகப்பெரும் துன்பத்துக்குள்ளாக்கியதும் தருமனுக்கு ஏனோ மறந்து போய்விட்டது.

இந்திரன், ரதத்துடன் வந்து தருமன்முன் நின்றான்.

"யுதிஷ்டிரரே... ரதத்தில் ஏறும். சொர்க்கம் போகலாம்" என்றழைத்தான் இந்திரன்.

“என் சகோதரர்கள் வீழ்ந்து விட்டார்கள். எங்கள் மனைவியும் இறந்துபோனாள். அவர்களும் வருவதானால் நான் சொர்க்கம் வருவேன். இல்லையெனில் இல்லை” என்றான் அவன்.

“அவர்கள் சொர்க்கத்தில் இருக்கிறார்கள். அங்கே அவர்களை நீ பார்க்கலாம்.”

தருமன், நாயுடன் ரதத்தில் ஏறினான்.

“யுதிஷ்டிரா, நாய்க்குச் சொர்க்கத்தில் இடம் இல்லை. எனக்கு நிகரான தேவத்தன்மையை நீர் அடைந்திருக்கிறாய். சொர்க்க சுகங்களை அடையப் போகிற நீர், நாய்க்கு இரங்குவதென்ன? நாயை விட்டுவிடும். அதனால் இம்சை என்பது இல்லை.”

“நான் என் சுகத்தை விரும்பி, நாயை விடமாட்டேன். பயந்தவன், பக்தன், துன்பமுற்றவன், அடைக்கலமாக வந்தவன் இவர்களை என் உயிரைக்கொடுத்து நான் காக்க பிரதிக்ஞை எடுத்தவன். நாய்க்கு அனுமதி என்றால், எனக்கும் சொர்க்கம். இல்லையென்றால் எனக்குச் சொர்க்கம் இல்லை.”

நாயாக வந்த தருமதேவன், தம் சுய உருவம் கொண்டான்.

“இது உனக்கு வைத்த சோதனை. அதில் நீ வெற்றி பெற்று விட்டாய்” என்றபடி தருமனைச் சொர்க்கத்தில் சேர்த்தார்.

“என் சகோதரர்கள் எங்கே? எங்கள் மனைவி எங்கே? அவர்கள் இருக்கும் உலகத்துக்கு என்னை அழைத்துச் செல்லுங்கள்” என்று இந்திரனிடம் கேட்டான் தருமன்.

“தருமனே, உன் புண்ணிய, தர்மங்களால் எக்காலத்திலும் வேறு மனிதன் அடைய முடியாத ஸ்தானத்தை நீ பெற்றாய். உன் சகோதரர்களும் மனைவியும் இந்த இடத்தைப் பெறும் சித்தி பெறவில்லை. இன்னும் உன்னை மானுட சுபாவம் தொடக்கூடாது. தேவர்களையும் சித்தர்களையும் பார். மனிதப் பாசத்தை நீக்கிக்கொள்.”

தருமன் தெளிவாகச் சொன்னான்:

“என் சகோதரர்களும் மனைவியும், எங்கள் பிள்ளைகளும் எந்த இடத்தில் இருக்கிறார்களோ அதுவே என் இடம். அதை நீர் கொடுத்தால் சரி. இல்லையெனில் எந்த இடமும் எனக்குத் தேவை இல்லை.”

இந்திரன், தருமனை இப்போது த்ரிவிஷ்டபம் என்னும் சொர்க்க அடுக்குக்கு அழைத்துச் சென்று நிறுத்தினான். அங்கே, பொன்மயமான சிம்மாசனத்தில், தகத்தக எனும் தேஜஸோடு, தேவர்கள் புடை சூழ அமர்ந்திருந்த துரியோதனனைக் கண்டான் தருமன். ‘துரியோதனன் பொன்மயமான பிரசன்னம், தருமனின் மனத்தில்

பொறாமை, கோபம், வெறுப்பு என்று அனைத்து உணர்ச்சிகளையும் ஏற்படுத்தியது' என்கிறார் வியாசர்.

"இந்தப் பேராசைக்காரனும் அறிவற்றவனுமான துரியோதனன் இருக்கும் உலகில் நான் இருக்க விரும்பவில்லை. என் மனைவிக்கு அவமானம் செய்தவனும், எங்களைக் காட்டுக்குத் துரத்தியவனுமான இவனுடன் நான் வாழமாட்டேன்" என்று கடுமையாகச் சொன்னான் தருமன்.

நாரதர் சிரித்துக்கொண்டு சொன்னார்:

"துரியோதனன் அசல் சத்திரியன், அச்சமற்றவன். எதைச் செய் தானோ, அதைச் செய்த பிறகு, செய்ததை நினைத்து வருந்தியதும் இல்லை, பின்வாங்கியதும் இல்லை அவன். வீரன். ஆகவே, அவனுக்கு இந்த நிலை. பழையவற்றை நினைத்துக்கொண்டு கலங்காதே."

"நாரதரே... தர்மம் அறியாதவன், உலக அழிவுக்குக் காரணமான பாவி துரியோதனன். அவனுக்கு இந்த உலகம் என்றால், என் சகோதரர்களாகிய சத்யசந்தர்களுக்கு என்ன உலகம்?"

தேவர்கள் தருமனை நரகத்துக்கு அழைத்துச் சென்றார்கள்.

கண்ணைக் குருடாக்கும் கடும் இருட்டு. பயங்கரமானது. முடிக் கொத்துகள் காற்றில் பறக்க, பாவத்தின் வாசனையோடு கூடியதும், மாமிசமும் ரத்தமும் கலந்த நாற்றம் காற்றில் மிதக்க, கரடிகள், காட்டு ஈக்கள் காணப்படுவதும் பிணங்களால் சூழப்பட்டதும், எலும்புகள், பூச்சி புழுக்களால் சூழப்பட்டதுமான பிரதேசத்துக்கு வந்தார்கள். எங்கும் வெட்டப்பட்ட மனித உடம்புகள் காணப்பட்டன. நெருப்பின் நடுவில் இருப்பது போன்ற வெப்பம் வீசியது.

"என் சகோதரர்கள், மனைவி எங்கே?"

"தருமரே... சற்று நேரம் இங்கே இரும். நீர் இருந்ததால் எங்கள் நரகவாதனை குறைகிறது" என்றது ஒரு குரல். அந்தக் குரல் அவருக்கு அறிமுகமானதாக இருந்தது.

"யார்..?"

"நான் கர்ணன். நான் பீமசேனன், நான் அர்ச்சுனன், நான் நகுலன், நான் சகாதேவன், நான் திருஷ்டத்துய்மன், நான் திரௌபதி, நாங்கள் திரௌபதியின் புத்திரர்கள்" என்றன, வேதனையில் நனைந்த பல குரல்கள்.

துடித்துப்போகிறான் தருமன். இப்போதும் துரியோதனனின் சொர்க்கப் பெருமையை அவனால் மறக்க முடியவில்லை.

“என்ன புண்ணியம் செய்து அந்தப் பாவி அந்த மேலான நிலையை அடைந்தான்? மகாத்மா கர்ணனும் திரெளபதியும் என்ன பாவம் செய்து இந்த நரக கதியை அடைந்தார்கள்?”

தருமனுக்கு தர்மத்தின் மேலேயே அவ நம்பிக்கை தோன்றியது. ‘தர்மவழி நடப்பது வீண்’ என்று சினத்துடன் கூறினான்.

“நான் இங்கேயே இருக்கிறேன்” என்றான் உறுதியாக.

இந்திரனும் தேவர்களும் தருமன் முன் தோன்றினார்கள். இந்திரன் சொன்னான்:

“எல்லா அரசர்களும் நரகத்தைப் பார்க்க வேண்டும். எவன் முன்னால் சொர்க்கத்தை அனுபவிக்கிறானோ அவன் பின் நரகத்தையும் அனுபவிக்க வேண்டும். தருமா, நீ புண்ணியம் செய்தவன் என்றாலும், உன் குரு துரோணர் கொல்லப்படத் துணை போனவன் நீ! ஆகவே, உனக்கு இந்த நரக வாசம். உன் சகோதரர்கள், மனைவி எல்லோர்க்கும் சொர்க்கப் பிரவேசம் நடத்தப்பட்டுவிட்டது. நரகத்தில் நின்றுகொண்டும், சகோதரர்களுடன்தான் இருப்பேன் என்று சொன்ன உன் நீதி உனக்குச் சொர்க்கத்தைக் கொடுக்கிறது...”

கங்கையில் மூழ்கி எழுந்தான் தருமன். மனித சரீரத்தை விட்டான். சுத்த உடம்பும், பகை, வருத்தம் அற்ற மனதையும் அடைந்தான். திருதராஷ்டிர குமாரர்கள் இருக்கும் இடத்துக்குச் சென்றான்.

இந்திரன் தருமனிடம் சொன்னான்:

“உன்னால் சொர்க்கம் ஜயிக்கப்பட்டது.”

தருமன் உண்மையான துறவியும் ஆனான்.

உண்மையில் மகாபாரதம், குருசேத்திர யுத்தம் முடிந்தபோதே முடிந்துவிட்டது. அத்துடன் பாரதத்தை வியாசர் முடித்திருந்தால், அந்தப் படைப்புக்கு இத்தனை மகிமை இருக்க முடியாது. தருமன், யுத்தத்தில் ஜயித்தது, ஒரு விஷயமே இல்லை. அவன் தம்மை ஜயித்ததே, பாரதம். பகையும் கோபமும் இன்றி அன்பு ஒன்றையே நிரப்பிக்கொண்டு துரியோதனனுடன் அவன் கலந்துகொண்ட போதுதான் தருமன், உண்மையான தருமன் ஆகிறான். வியாசர் தம் மாபெரும் சிருஷ்டிக்கு ‘ஜயம்’ என்று பெயர் வைத்தமைக்கு இதுவே உள் அர்த்தம். ‘உலகை வெல்வது அல்ல, வெற்றி. உன்னை வெற்றி கொள்’ என்கிறார் வியாசர்.

வியாசர் மாதிரி ஒரு துறவியை உலகம் சந்தித்திருக்க முடியாது.

✶

இந்திரன் எனும் தேவர் தலைவன்!

இந்திரன் குறித்த ஏராளமான கதைகளை பாரதம் பொதிந்து வைத்திருக்கிறது. சில கதைகள், இந்திரன் என்ற தேவர்களின் தலைவனுக்குக் கௌரவம் தருவதாக இல்லை; மட்டுமல்லாமல், இழுக்குத் தருவதாகவும் இருக்கிறது. அவைகளை நான் தவிர்த்து விடுகிறேன். மகாபாரத மாந்தர்கள் பாத்திர ஆய்வுக்குத் தேவையானவைகளை மட்டும் நாம் பார்ப்போம்.

பிரம்மனின் மானச புத்திரர் மரீசியின் மகனும் ரிஷியுமான காசியபரின் மகன் இந்திரன். காசியபரின் மனைவி அதிதி. அவர்களுக்குப் பன்னிரண்டு பிள்ளைகள் ஆதித்யர்கள் எனப்பட்டனர். அவர்களின் 33 பிள்ளைகளில் இந்திரனே மூத்த புதல்வன். நூறு அசுவமேதயாகம் செய்து, இந்திர பதம் பெற்றான். கிழக்குத் திக்குக்கு அவன் பாலகன்:

இந்திரனின் ராசதானியின் பெயர் அமராவதி. ஆயுதம் வச்சிரம். தேவி இந்திராணி. வாகனம் ஐராவதம் எனும் யானை. மற்றும் உச்சைசிரவம் என்கிற வெள்ளைக் குதிரையும். அவன் சபை சுதர்மை. சாரதி மாதவி. செல்வம் கற்பகத்தரு. குமரன் ஜயந்தன். பானம் அமிர்தம். விரும்பி அருந்துவது சோமபானம். வைத்தியர்கள், அச்வனி தேவர்கள் மற்றும் தன்வந்திரி. அவன் அப்சரஸ்கள் ஊர்வசி, திலோத்தமை.

இந்திரன் வேதகாலத்துத் தேவன். வேதத்தில் கடவுளர்கள், கடவுள் சக்தி படைத்தவர்கள் தேவர்கள் என்று அழைக்கப்படுகிறார்கள். கடவுள் என்ற வழக்கு அப்போது இல்லை. பிரம்மன், சிவன், விஷ்ணு ஆகியோர் பின்னாள் கடவுளர்களாக உருவாகிறார்கள்.

குழந்தைப்பேற்றுக்குக் குந்தி சிவனையோ, விஷ்ணுவையோ, பிரம்மனையோ ஏன் அழைக்கவில்லை? பாரத காலத்தில் இந்திரன் தலைமையிலான, அக்னியும் யமனும் வருணனுமே முக்கியமானவர்கள். ஆகவே யமனை, வாயுவை அழைக்கிறார் குந்தி. அவர்களும் உடன் வருகிறார்கள். குந்தியும் பாண்டுவும் ஓராண்டு தவம் செய்த

பிறகே இந்திரன் தோன்றக் காரணம், அவனே பெரிய தேவன் என்பதால்.

இந்திராணி பாற்கடலில் தோன்றியவள் என்கிறது ஒரு கதை. இந்திரனை விரும்பி மணம் கொண்டவள். இந்திரன் பதவி, யாக புண்ணியத்தின் பலனாக வருவதால், மண்ணில் மிகு புண்ணியர் களின் தவத்தைக் கெடுத்து அவர்களுக்குத் தன் பதவி போய்ச் சேர மாட்டாமல், செய்பவனாக அவன் இருந்தான். அப்படி யாரேனும் தப்பி, இந்திரப் பதவிக்குத் தகுதியானவராகத் தம்மை ஆக்கிக் கொள்வார் எனில், அவர்களுக்கு இந்திராணி வசப்படுவாள் என்கிற ஐதிகம் இருந்துள்ளது. இந்த இரண்டு விஷயங்களும் எப்போதும் பெரும் பதற்றத்தை இந்திரனிடம் ஏற்படுத்தியிருக்கின்றன. நகுஷன், பெரும் யாகசாலி. அவன் இந்திரபதம் பெற்று அமராவதி சென்று, இந்திராணியை அடைய விரும்பிக் கேட்டான். இந்திராணி, இந்திரனை நேசிக்கிறவள் ஆகையால், நகுஷனை மறுத்தாள். அவள் சாபம் ஏற்று, பாம்பாகப் பூமியில் புரளச் செய்தாள். நகுஷப் பாம்பு, யுதிஷ்டிரனைப் பிடித்து, அதன் மூலம் சாபவிமோசனம் பெறுகிறான்.

அர்ச்சுனன், இந்திரனின் அம்சம் கொண்டு பிறந்தவன் என்றாலும், உரிய நேரத்தில் அர்ச்சுனனுக்கு விரோதமாக இந்திரன் நடந்துகொள்வது ஆச்சரியம் தரவே செய்கிறது. குருதேசம் பாகப் பிரிவினை செய்யப்படுகிறது. திருதராஷ்டிரன் வளமான பிரதேசங் களைத் தம் மக்களுக்கு வைத்துக்கொண்டு, காடும் பாறையுமான காண்டவ வனத்தைப் பாண்டவர்களுக்குப் பிரித்துக்கொடுக்கிறான். திருதராஷ்டிரன் ஆடிய இந்த முதல் சூதைப் பாண்டவர்கள், கிருஷ்ணன் ஆலோசனையின் பேரில் ஏற்றுக்கொள்கிறார்கள். அக்னி, அவர்களுக்கு உதவ முன்வருகிறான். ஒரு வேதியர் உருவில் உணவு கேட்டு அவர்களை அணுகுகிறான். அக்காலத்தில் சக்ரவர்த்தி ஸ்வேதகி, யாகங்களைத் தொடர்ந்து செய்துகொண்டிருந்தான். அக்னி, அந்த யாக உணவை அளவுக்கு மேல் புசித்துவிட்டு, நோய் பெறு கிறான். நோய்க்கு மருந்தாக வனத்து மரம், செடி கொடி முதலான பசுமைகளைப் புசித்தால் நல்லது. உதவுங்கள் என்கிறான் அக்னி.

கிருஷ்ணனும் அர்ச்சுனனும் சம்மதிக்கிறார்கள். ஆனால், தருமன் உடன்படவில்லை. காட்டை அழித்துதான் நகரம் உண்டாக வேண்டுமா என்பது தருமன் கருத்தாக இருந்தது. கடைசியில் கிருஷ்ணன் எண்ணமே வென்றது.

வனத்தில் உள்ள அனைத்து மரங்களையும், ஈ, எறும்பு முதல் யானைகள் புலிகள் வரை, பாம்புகள் முதல் பறவைகள் வரை, அனைத்தையும் ஒன்றுவிடாமல் பட்சிக்கும்படி சொல்கிறார் கிருஷ்ணன்.

"ஏன் அப்படி? பறவைகளையும் பாம்புகளையும்கூட அழிக்க வேண்டுமா?" என்று கேட்கிறான் அர்ச்சுனன்.

"அப்படித்தான். பறவைகளும் பாம்புகளும், நாளை நிலத்துக்குச் சொந்தம் கொண்டாடக் கூடாதல்லவா" என்கிறார் கிருஷ்ணன். வனத்தின் விளிம்பில் பீமனும் மற்ற சகோதரர்களும் நின்று தப்பிக்கும் விலங்குகளைக் கொன்றார்கள்.

அன்று தொடங்கி, பாம்பு வம்சத்துக்கும் அதாவது நாகர்கள் குலத்துக்கும் பாண்டவர்களுக்கும் மூன்று தலைமுறைப் பகை உருவாகிறது. அக்னி, காட்டைப் பற்றி எரித்துக்கொண்டிருக்கையில், காட்டில் குடும்பத்தோடு வாழ்ந்த தட்சகன் என்கிற பாம்பரசன், இந்திரனைக் கூவி அழைத்துத் தனக்கு உதவ வேண்டுகிறான். இந்திரன் மழையைப் பொழிவித்து நெருப்பை அணைக்கிறான். கிருஷ்ணன் அறிவுரையின்படி, அர்ச்சுனன் தன் மந்திர அம்புகளால் வானத்தை மூடி, நெருப்பு எரிய வைக்கிறான்.

அக்னி, தன் நோய் நீங்கி மகிழ்கிறான். தன் நன்றிக்கு அடையாளமாக, அர்ச்சுனனுக்கு, அம்பறாத்தூணி, காண்டீப வில், அனுமக் கொடி ரதம் முதலியவைகளை வருணனிடம் இருந்து பெற்றுத் தருகிறான். கிருஷ்ணனுக்கு, ஆயிரம் ஆரங்கள் கொண்ட சக்ர ஆயுதத்தை அக்னி அன்பளிப்புச் செய்கிறான்.

சரி, இக்கதை, நமக்கு இரண்டு சந்தேகங்களை எழுப்புகின்றன. தம் மகன் அர்ச்சுனன், ஒரு தேசத்தைத் தனக்கென்று உருவாக்கிக் கொண்டிருக்கும் பெரு முயற்சியில், தந்தை இந்திரன் ஏன் இடையூறு செய்யவேண்டும். தட்சகன் என்கிற நண்பனின் நலம், அர்ச்சுனன் என்கிற மகனின் உயர்வு இந்த இரண்டையும் இந்திரன் ஏன் எதிர் எதிராக வைக்க வேண்டும்? இருவருக்குமான நலத் தீர்வைக் கிருஷ்ணனே செய்திருக்க முடியும். இதன் பொருள் என்ன?

கிருஷ்ண அர்ச்சுனர்களை யார் என்று தெரியாமல் இந்திரன் பகை நடவடிக்கையை எடுத்தான் என்கிறது ஒரு பாடம். இது சாத்தியம் இல்லை. இவர்களை இந்திரன் அறியாதவன் என்பது தவறு. அறிந்தவனே ஆவான். பின் ஏன் இந்த நடவடிக்கை? பாக வதம் ஒரு வெளிச்சம் தருகிறது. கிருஷ்ணன் மேல் தேவராஜனுக்கு இருந்த பகையே அதன் காரணம்.

யாதவ மக்கள் செய்து வந்த இந்திர பூஜையை மாற்றி கிரி(மலை) பூஜையை அறிமுகப்படுத்தியிருக்கிறார் கிருஷ்ணன். மலையே பசுக்களுக்குப் புல் தருகிறது. பசுவே நமக்கு வாழ்வு தருகிறது. இதில் இந்திரன் எங்கே வந்தான். பழைமையான சுலோகங்களில் இந்திரன் பெயர் இல்லை. நாம் கிரியைத் தொழுவோம் என்கிற ஒரு புதிய

கருத்தை அறிமுகம் செய்கிறார் கிருஷ்ணன். ஒருவகையான இயற்கை வணக்க முறை என்று நாம் இதைப் புரிந்துகொள்ளலாம். இந்திரன் இதை எதிர்த்தான். கடுமையான புயல் மழையைப் பொழிவித்து, மக்களைத் துன்புறுத்தினான். கிருஷ்ணன், மக்களைக் காப்பாற்றிய தோடு, மலை வணக்கத்தையே தொடர்ச்சியாக அமல்படுத்தி இருக் கிறார். இந்தப் பகையே காண்டவ வன எரிப்பின் போதும் செயல் பட்டிருக்க வேண்டும் என்பது ஆய்வாளர்கள் கருத்தாக இருக்கிறது. மேலும் ஒரு ஆய்வு. வேதக்கடவுள்கள், கடவுள் என்று அறியப்படாது, சிவ, விஷ்ணு, பிரம்மன் ஆகியோரே கடவுளர்கள் என்று அறியப்படும் சிந்தனையும் உருவாக்கிய காலம் என்றும் அதைக் கருதலாம் என்கிறார்கள் ஆய்வு அறிஞர்கள்.

இந்திரன், இன்னுமொரு பகையையும் எதிர்கொள்ள வேண்டி இருந்தது. தன் அம்சம் என்பதால் அர்ச்சுனனைக் காப்பாற்ற வேண்டிய கடப்பாடு அவனுக்கு இருந்தது. அதோடு, கர்ணன் தம் அம்சம் என்பதால் அவனைக் காப்பாற்ற முனைந்திருக்கும் சூரியனை யும் அவன் எதிர்கொள்ள வேண்டி இருந்தது.

ஒரு வேதியர் வேஷத்தில் கர்ணனை அணுகி, அவன் உயிர்ப் பாதுகாப்பாக இருந்த கவச குண்டலங்களை யாசித்துப் பெற்றான். கர்ணன், வந்திருப்பவன் தேவர்தலைவன் என்று அறிந்தே தானம் செய்தான். பதிலாகச் சக்தி ஆயுதத்தை கர்ணனுக்குத் தந்து மீண் டான். மட்டுமல்லாமல், பரசுராமரிடம் பிராமணன் என்று சொல்லி ஆயுதம் கற்றுக்கொண்டிருந்த கர்ணனுக்குத் தீமையும் செய்தான். கர்ணன் மடியில் தலைவைத்துப் படுத்திருந்த பரசுராமர், தம்மை ஏதோ நனைப்பதை அறிந்து விழித்தார். அது கர்ணனின் ரத்தம். வண்டாக வந்து கர்ணன் தொடையைத் துளைத்து ரத்தம் பெருகச் செய்தவன் இந்திரன். சத்திரியனின் சகிப்புத்தன்மை இது என்று உண்மை அறிந்த பரசுராமர், தம் ஆயுதக் கல்வி தேவைப்படும் நேரத் தில் மறந்துபோகும் என்று சபித்தார். இப்படியாக முதலில் கவச குண்டலங்களைக் கவர்ந்தும், அடுத்து கர்ணனின் ஆயுதக் கல்வியை மறித்தும், அர்ச்சுனன் வெற்றியைச் சுலபமாக்கினான் அவன்.

இந்திரன், அர்ச்சுனன் மேல் கொண்ட இடையறாத அக்கறை முக்கியமானது. சிவனிடம் இருந்து அஸ்திரம் பெறப் போன அர்ச் சுனனைத் தம் அமராவதிக்கு அழைத்து வந்து, ஒரு கந்தர்வன் மூலம், அவனுக்கு இசையும் நாட்டியமும் கற்பித்தது, இந்திரனின் உச்சமான இரண்டு காரியங்களில் ஒன்று. பின்னால் விராட தேசத்தில் பாண்ட வர்கள் மறைந்து வாழ்ந்தபோது, அர்ச்சுனனுக்கு இசை நாட்டிய அறிவு பயன்பட்டது. அமராவதியில் இருந்த ஊர்வசி என்கிற நாட்டிய இசைக் கலைப் பெண் அர்ச்சுனனை நேசித்துத் தம்மை

அடைந்துகொள்ளும்படி வேண்டுகிறாள். அர்ச்சுனன் மறுத்து விடுகிறான்.

அதற்கு அர்ச்சுனன் சொன்ன காரணம் நியாயமானது. தர்மம் சார்ந்தது. தேவர்களின் தலைவன் அன்பினால் பராமரிக்கப்படும் ஊர்வசியைத் தான் அடைவது, தந்தைக்கு விரோதமானது என்கிறான் அவன். கோபம் கொண்ட ஊர்வசி அவனைச் சபிக் கிறாள். அவனை, அலியாகச் சபிக்கிறாள். அந்தச் சாபத்தை இந்திரனே மாற்றி அமைக்கிறான். அவசியப்படுகிறபோது, அலித் தன்மையை அவன் பெறலாம் என்று சாபத்தை வரமாக மாற்று கிறான். இது, அர்ச்சுனனுக்குப் பெரும் நன்மை செய்தது. பிருகன்ன ளையான அர்ச்சுனன், விராடர் மகள் உத்தரைக்கு நடன ஆசிரிய னாக அமைந்து தம் ஓராண்டு அஞ்ஞாதவாசத்தைப் பூர்த்தி செய் கிறான். இந்திரன் செய்த உதவிகளில் இது முக்கியமானது.

மற்றுமொன்றால் அர்ச்சுனனின் உயிரைக் காக்கிறான் இந்திரன். அபிமன்யு கொல்லப்பட்டது அறியாமல், அர்ச்சுனன் தம் பாசறைக்குத் திரும்பிக்கொண்டிருக்கிறான். அப்போது ஒரு வேதியன், தீ வளர்த்துத் தற்கொலை செய்துகொள்ளப் போகிறான். அவனைத் தடுக்கிறான். வேதியன், தம் மகன் இறந்த சோகம் தாளாமல்தான் தற்கொலை செய்கிறேன் என்கிறான். உயிர்களின் இயல்பை எடுத் துரைக்கிறான் அர்ச்சுனன். வேதியன், 'உனக்குப் பிரிவுத் துயர் நேர்ந் தால் நீ என்ன செய்வாய்' என்று கேட்கையில் நான் அதை இயல்பாக எடுத்துக்கொள்வேன் என்கிறான். சத்தியம் பேசுகிறாயா என்கிறான் வேதியன். சத்தியம் என்கிறான் அர்ச்சுனன்.

அடுத்த சில மணியில் அர்ச்சுனன், அபிமன்யுவைப் பார்க்கிறான், இறந்த மகனை. தற்கொலைக்கு முயல்வது என்று சோகத்தின் எல்லையில் நின்று அர்ச்சுனன் முடிவு செய்கையில், வேதியனுக்குக் கொடுத்த சத்தியம் அவனைத் தடுத்து நிறுத்துகிறது. வேதியனாக வந்து, அர்ச்சுனனைக் காத்தது இந்திரன்தான். இதன் பயனாய் நிகழ்ந் தது ஜெயத்ரதன் வதம். திரௌபதியை வனத்திலிருந்து அபகரித்துச் சென்ற அவனுக்குப் பதிலை அப்படி நிறைவேற்றினான் அவன்.

ஒரு சுவாரசியமான தகவல். தேவ்தத் பட்நாயக் இதைச் சொல்லியிருக்கிறார். விஷ்ணு, ராமனாக வந்தபோது, அவர் சுக்ரீவன் பக்கம் நிற்கிறார். சுக்ரீவன் சூரியனின் மகன். சுக்ரீவனுக்கு ஆதரவாக வாலியைக் கொல்கிறார். வாலி, இந்திரன் மகன். கிருஷ்ண அவதாரத்தில், அவர் அர்ச்சுனன் பக்கம் நிற்கிறார். அர்ச்சுனன், இப்போது இந்திரன் மகன். கர்ணன், சூரியனின் மகன். ராமாயண வாலியும், மகாபாரதக் கர்ணனும் வஞ்சமாக, முதுகில் அஸ்திரம்

விட்டுக் கொல்லப்படுகிறார்கள். இரண்டு தலைமுறைப் பகை, இப்படியாகத் தீர்க்கப்படுகிறது.

காண்டவ வனம் எரிக்கப்படும்போது, தட்சகன் தப்பித்து விடுகிறான். அவன் மகன் வால் எரிந்துபோகிறது. அந்த மகனே, கர்ணனிடம் நாகாஸ்திரத்தில் ஒளிந்துகொண்டிருந்தான். கர்ணன், அர்ச்சுனனின் மார்புக்குக் குறிவைப்பதற்குப் பதிலாகத் தலைக்குக் குறிவைக்கிறான். கிருஷ்ணனால் காப்பாற்றப்படுகிறான் அர்ச்சுனன். குந்திக்குக் கொடுத்த வாக்குக்கு ஏற்பக் கர்ணன், நாகாஸ்திரத்தை இரண்டாம் முறை ஏவவில்லை. தட்சகன் பழிக்குப் பழி எண்ணம் நிறைவேறவில்லை. ஜனமேஜெயன் செய்த சர்ப்பயாகத்தின்போது, தட்சகனின் உதவிக்கு வந்து, அவன் உயிர் காப்பாற்றப்பட உதவியைச் செய்கிறான் இந்திரன். அர்ச்சுனன், அபிமன்யு, பரிட்சித்து, ஜனமேஜெயன் என்று தொடர்கிற பழிப்படலம், (கடைசியாக தட்சகன் எண்ணம்) நிறைவேறாமல் போகிறது.

இந்திரன் ஒரு கட்டத்தில், இன்பத் தேட்டம் குறைந்து, ஆன்மிகத்தில் அதிக நாட்டம் கொள்கிறான். அவனை அப்படியே விட்டிருக்கலாம். பிருகஸ்பதி, தேவர்களின் குரு என்ற முறையில், அவன் கருத்தோட்டத்தைக் குலைத்து, அவனை மீண்டும் பழைய நிலைக்குக் கொண்டு வருகிறார். அந்த மாற்றம் இந்திரனுக்கு மரியாதை தருவதாக அமையவில்லை. என்றாலும், அவன் மனம் சமநிலையை அடையாமலும் இல்லை. தமயந்தியின் அழகைக் கேள்விப்பட்டு அவளை மணந்துகொள்ள முயல்கிறான். தம்மை விடவும் நளனே தகுதியுடையவன் என்பதை அவன் புரிந்துகொண்டு, அதோடு நளனை வாழ்த்தவும் செய்கிறான்.

தேவனாக இருந்தால் என்ன, மனிதனாக இருந்தால் என்ன, மனம் பண்படப் பண்படத்தான் அவன் நிலைபேறு அடைகிறான். அகலிகையிலிருந்து நகர்ந்து தமயந்தி வரை அவனது பயணம் – இந்திரனின் பயணம் – சாரம் உள்ளதாக இருக்கிறது.

★

யட்சன் கேள்விகள், தருமன் பதில்கள்!

பதினெட்டுப் பர்வாக்களைக் கொண்ட மகாபாரதத்தில் ஐந்து விஷயங்கள், பல நோக்கங்களை முன்னிட்டுப் போற்றப்படு கின்றன. அகக்கண்ணும் அற்ற திருதராஷ்டிரனுக்கு சநத்சுஜாதர் எனும் முனிவர் உபதேசித்தது ஒன்று. கிருஷ்ணன் அர்ச்சுனனுக்கு உபதேசித்தது இரண்டு. பீஷ்மர் உபதேசித்த விஷ்ணு சகஸ்ரநாமம் மூன்று. ஞானி விதுரரின் விதுரநீதி, நான்கு.

தருமதேவதை, தருமனாகிய யுதிஷ்டிரனுடன் நிகழ்த்திய உரை யாடல் ஐந்து. முக்கியமான தத்துவ ஆராய்ச்சிகளை வினா விடை வடிவில் விளக்குவது இந்திய அறிவு மரபு. தருமதேவதைக்கும் தருமனுக்கும் நிகழ்ந்த சம்வாதத்தை யட்சப் பிரச்னம் என்பார்கள். யட்ச வடிவம் கொண்டு தருமதேவன் வருகிறான் என்பதால் யட்சப் பிரச்னம்.

பாண்டவர்கள் பன்னிரண்டு ஆண்டுக் கால வனவாசத்தை முடித்து, பதின்மூன்றாவது ஆண்டு, அஞ்ஞாதவாசத்துக்குத் தயார் ஆகிக்கொண்டிருக்கும் சமயம் இது நடக்கிறது. துரியோதனன், ரிஷிகளைக் கொண்டு ஆபிசார யாகம் செய்வித்து க்ருத்யா என்ற பூதத்தை உருவாக்கிப் பாண்டவர்களைக் கொல்ல அனுப்புகிறான். கிருஷ்ணனும் தருமதேவதையும் பாண்டவர்களைக் காக்க முன் வருகிறார்கள்.

துவைத வனத்தில் பிரம்மச்சாரி அந்தணன் ஒருவன் திடுமென ஓலமிடுகிறான். "பாண்டவர்களே, சத்திரியர்களே... என் யாகத்துக் கான அரணிக் கட்டையையும் கடைகோலையும் மானொன்று தம் கொம்பில் கோர்த்து எடுத்துக்கொண்டு ஓடுகிறது. மானைப் பிடித்து, என் பொருட்களை மீட்டுக் கொடுங்கள். அந்தப் பொருட்கள் இன்றி, நான் அக்னிச்சடங்கு செய்வது எப்படி? அபயம்..." என்கிறான் அந்த வேதியன்.

பாண்டவர்கள், அவன் உதவிக்கு வருகிறார்கள். ஐவரும் ஆயுதம் தரித்துக்கொண்டு மானைப் பின்பற்றி ஓடுகிறார்கள். மான் சாதாரண மான் அல்லவே. தருமதேவதை அல்லவா மானாக வந்திருக்கிறாள்.

மான் மறைந்துவிட்டது. வெகுநேரம் ஓடி வெகுதூரம் ஓடிக் களைத்துப் போன பாண்டவர்கள் ஓர் ஆலமர நிழலில் அமர்கிறார்கள். 'மானிடமிருந்து அரணிக்கட்டையைக்கூட மீட்டுத்தர முடியாதவர்களாகிப் போனோமே.. நம் பிராமண ரட்சணம் இப்படி இழிந்துவிட்டதே... சூதாட்டத்தின்போதே சகுனியை நான் கொன்றிருக்க வேண்டும்' என்று நொந்து கொள்கிறான் சகாதேவன். மற்ற மூன்று பேரும் தங்கள் துன்பத்துக்கு மூலகாரணமே தருமன் என்பது போலவே பேசுகிறார்கள். எதையும் கேட்கும் மனநிலையில் அவன் இல்லை. தாகமும் சோர்வும் அவனை வாட்டுகிறது.

"நகுலா, அருகில் ஏதேனும் நீர் நிலைகள் இருக்கிறதா பார்... தாகத்தால் நான் உயிர்விடப்போகிறேன்."

நகுலன் ஆலமரத்தில் ஏறிப் பார்க்கிறான். அண்ணனிடம் சொன்னான்:

"நீர் நிலைகளை அடுத்து வளர்கின்ற ஏராளமான மரங்களைப் பார்க்கிறேன். சாரச பட்சிகளின் சப்தங்களையும் கேட்கிறேன். சாரச பட்சிகள் ஏரி, குளம், குட்டைகளைச் சுற்றியே வாழும்."

தருமனின் ஆணைப்படி, நீர் பருகவும், கொண்டு வரவும் நகுலன் புறப்பட்டான். யட்சனால், மாயையால் உருவாக்கப்பட்ட அந்தப் பொய்கையைக் கண்டதும் நீர் அருந்த முயன்றான். அப் போது, ஆகாயவாணியாகிய ஒரு குரல், "மாத்ரி மைந்தனே... நில். இது என் குளம். நீ விரும்பினால் என் கேள்விகளுக்குப் பதில் சொல்லிவிட்டு அப்புறம் அருந்து. எடுத்தும் செல்" என்று ஒலித்தது. தாகத்தாலும், எதிரில் யாரும் இல்லாததாலும் நகுலன், எச்சரிக்கையை அலட்சியம் செய்துவிட்டு நீர் அருந்தினான். சரிந்து மயங்கி விழுந்தான். அடுத்து சகாதேவன் சகோதரனையும் நீரையும் தேடி வந்தான்.

அர்ஜுனன் வந்தான். அவனும் எச்சரிக்கையை மதிக்காது, சகோதரர்கள் சரிந்த கோபத்தில் தம் அம்புகளை எட்டுத் திக்கிலும் வீண் செய்தான். பின், அவன் நீர் அருந்தி மயங்கி வீழ்ந்தான். பீமன் குளக்கரைக்கு வந்து சேர்ந்தான். இறந்த தம்பியரைக் கண்டு அவனும் நீர் அருந்திக் குளிர்ந்தான். கடைசியாக தருமன், தம்பியரின் காலடித் தடங்கள் வழி குளக்கரைக்கு வந்து சேர்ந்தான். தம்பியரின் நிலை கண்டு வருந்தி, அவனும் குளத்தில் இறங்கினான். அப்போது அவனை ஒரு குரல் அழைத்துச் சொன்னது:

"தருமபுத்திரா... நான் இம்மரத்தை அடைந்த கொக்காவேன். மீன்களும் பாசியும் என் ஆகாரம். உன் தம்பியரைக் கொன்றது நான்தான். என் கேள்விகளுக்கு நீ விடையளி. அளித்துவிட்டு நீர்

அருந்து. அலட்சியப்படுத்தினால் நீயும் உன் சகோதரர்கள் போலவே மரணம் அடைவாய்" என்றது ஒரு கொக்கு.

தருமன், "நீ சாதாரண கொக்காக இருக்க முடியாது. எவர் எதிர்த்தாலும் வெல்லும் ஆற்றல் என் தம்பியர்க்கு உண்டு. உண் மையைச் சொல். நீ யார்?" என்றதும் யட்சன் தோன்றுகிறான்.

எரியும் தீச்சட்டி போன்ற இரு கண்கள். ஆலமரத்தடி போன்ற இருபெரும் தோள்கள். ஒரு பனை மரம் உயர யட்சன்.

"குந்திமைந்தா, நான் யட்சன். இக்குளம் எனக்குச் சொந்தமானது. நான் கேட்கும் வினாக்களுக்குப் பதில் சொல். உன் பதில்கள், உன்னையும் உன் சகோதரர்களையும் பிழைக்கச் செய்யும் சக்தியும் உண்மையும் தெளிவும் இருப்பதாய் அமையட்டும்."

"சரி... கேள். என் அறிவிலிருந்து கிடைக்கும் வார்த்தைகளி லிருந்து உன் பதில் கிடைக்கட்டும்."

யட்சன், கேள்விகளைத் தொடங்குகிறான். சுமார் 125 கேள்வி கள். தனித்தனியாக முழுமையான கேள்விகள். வியாசர், மானுட வர்க்கத்துக்குத் தந்த மிகப் பெரிய ஞானக்கருவூலம் அது. அனைத் தையும் இங்கு தர முடியாது. சில கேள்விகளும் சில பதில்களும்.

யட்சன்: சூரியன் யாரால் உதிக்கிறான்?

தருமன்: பிருஹ்மம், சூரியனை உதிக்கச் செய்கிறது. சூரியன், ஜீவனைக் குறிப்பதாகிறது. உதித்தல் என்பது பிரக்ஞையை அடைதல்.

யட்சன்: சூரியன் அஸ்தமனம் அடைவது யாரால்?

தருமன்: தர்மமே சூரியனை அஸ்தமனம் அடையச் செய்கிறது.

அஸ்தம் என்பதன் பொருள்: முக்தி, வீடு, இருப்பிடம் ஆகும். ஸ்ரீ கண்ணன் சுவாமி (வில்லிப் புத்தூர் வித்வான்) முக்திக்கு அழகான விளக்கம் அளிக்கிறார். பாபமின்மை, மூப்பில்லாமை, துயரமின்மை, மரணமின்மை, பசியின்மை, தாகமின்மை, விரும்பியது நிறைவு, நினைத்தது முடித்தல் ஆகிய எட்டும் உள்ள இடம்.

யட்சன்: எதில் அந்தச் சூரியன் நிலைபெற்றுள்ளான்?

தருமன்: சத்தியத்தில் நிலைபெற்றிருக்கிறான்.

யட்சன்: ஜீவன் எதனால் மகத்தை அடைகிறான்?

தருமன்: தவத்தினால்.

தவம் என்பது, தாம் அறிந்தது, குரு மூலம் அறிந்தது இரண் டையும் மனத்தில் திரும்பத் திரும்ப எழுதிக்கொண்டிருத்தல்.

யட்சன்: மனிதனின் துணை என்பது எது?

தருமன்: தைரியம். தைரியமே மனிதனின் துணை.

யட்சன்: எதனால் ஒருவன் புத்திமான் ஆகிறான்?

தருமன்: அறிவு, ஞானத்தால் முதிர்ந்த சான்றோர்களை அடுத்திருக்கும் ஒருவன் புத்திமானாகிறான்.

யட்சன்: சத்திரியர்களின் தேவத்தன்மை என்பது எது?

தருமன்: அம்பும் வில்லும். அரசர்களுக்கு ஆயுதங்களே தெய்வங்கள் ஆகும்.

யட்சன்: சத்திரியர்களின் மானிடத் தன்மை எது?

தருமன்: பயம்.

யட்சன்: பயிரிடும் விவசாயிகளுக்குச் சிறந்தது எது?

தருமன்: மழையே அவர்களின் சிறந்தது.

யட்சன்: விதைப்பவர்களுக்கு எது சிறந்தது?

தருமன்: விதையே சிறந்தது.

யட்சன்: உலகத்தில் நிலைபெற்ற இன்ப வாழ்வுக்கு, இன்பத்தை விரும்புபவர்களுக்கு எது சிறந்தது?

தருமன்: பசுக்கள் (மாடுகள்) சிறந்தவை...

பயிர்த் தொழில், உயிர்களை வாழவைக்கும் தொழில். ஆகவே மழையும், சிறந்த விதைகளும், கால்நடைகளும் அவற்றின் முக்கியத் துவமும் சொல்லப்பட்டது.

யட்சன்: சுவை, ஒளி முதலானவற்றை நாக்கு, கண் முதலான ஐந்து இந்திரியங்களால் அனுபவிக்கிறவன்; புத்திசாலி மற்றும் செல்வந்தன் என்றெல்லாம் கருதப்படுகிறவன், உயிரில்லாதவன் (பிணம்) என்று ஏன், எந்தச் சூழ்நிலையில் விமர்சிக்கப்படுகிறான்?

தருமன்: தேவதைகள், விருந்தினர்கள், வேலைக்காரர்கள் இவர்களுக்கு உணவு, மற்றுமுள்ள தேவைகளை வழங்காமல் இருப்பவன்; உயிர் வாழ்ந்தாலும் வாழாதவன் என்றே கருதப்படுகிறான்.

யட்சன்: பூமியைக் காட்டிலும் பெரியது எது?

தருமன்: தாய்.

யட்சன்: ஆகாயத்தைக் காட்டிலும் உயர்ந்தது எது?

தருமன்: தந்தை.

யட்சன்: காற்றினும் விரைவானது எது?

தருமன்: மனம்.

யட்சன்: புல்லைக்காட்டிலும் அதிகம் வளர்வது எது?

தருமன்: மனக்கவலைகள்.

யட்சன்: எது தூங்கும்போதும் கண்களை மூடாமல் இருக்கிறது?

தருமன்: மீன்.

விழிப்பு, உறக்கம் என்பன இரண்டு கரைகள். இம்மை, மறுமை இரண்டு கரைகள். இந்த இரண்டு கரைகளிலும் முட்டி மோதி அலைகிற ஜீவன்களே மீன்கள்.

யட்சன்: எது பிறக்கும்போது அசைவற்றிருக்கிறது?

தருமன்: முட்டை.

யட்சன்: எது வேகத்தினால் விருத்தியடைகிறது?

தருமன்: நதி.

யட்சன்: தேசாந்திரம் போகிறவனுக்கு யார் துணை?

தருமன்: கற்ற கல்வி.

யட்சன்: வீட்டிலிருப்பவனுக்குத் துணை யார்?

தருமன்: அவன் மனைவி.

யட்சன்: சாகப் போகிறவனுக்கு யார் துணை?

தருமன்: தானம்.

யட்சன்: எது எல்லாவற்றையும் அடக்கும் பெரிய பாத்திரம்?

தருமன்: பூமி. இது எல்லாவற்றையும் அடக்கும் பாத்திரம். பூமி என்பது சரீரம். வித்தை, அவித்தை இரண்டும் அடங்குவது உடம்பில்.

யட்சன்: தர்மம் எதில் நிலைபெறுகிறது?

தருமன்: செயலாற்றலில்.

யட்சன்: புகழ், சொர்க்கம், சுகம் – எதில் நிலை பெறுகின்றன?

தருமன்: புகழ் தானத்தில், சொர்க்கம் சத்தியத்தில், சுகம் நல்லொழுக்கத்தில் நிலைபெறுகின்றன.

யட்சன்: மனிதனுக்குத் தெய்வம் தந்த துணை எது?

தருமன்: மனைவி.

யட்சன்: செல்வத்தைக் கொடுப்பது, பொருள்களுள் உத்தம மானது, லாபங்களுள் உத்தமமானது, சுகங்களில் உத்தமமானது எவை?

தருமன்: செல்வத்தைக் கொடுப்பது முயற்சி. பொருள்களில் உத்தமமானது சான்றோர் அறிவுரை. லாபங்களில் சிறந்தது நோயில் லாத வாழ்க்கை. சுகங்களில் உத்தமம் போதும் என்ற மனநிறைவு.

யட்சன்: உலகின் சிறந்த தர்மம் எது?

தருமன்: அகிம்சை.

யட்சன்: உலகம் எதனால் மூடப்பட்டுள்ளது?

தருமன்: அஞ்ஞானத்தால்.

யட்சன்: ஏன் மனிதன் சுவர்க்கம் அடைவதில்லை?

தருமன்: பற்றுதலால். விட்டதே பேரின்ப வீடு.

யட்சன்: எது விஷம்?

தருமன்: பிறரிடத்தில் யாசித்தல்.

யட்சன்: மனிதனால் வெல்லமுடியாத பகை?

தருமன்: கோபம்.

யட்சன்: எவன் மகிழ்ச்சியாக வாழ்கிறான்?

தருமன்: கடனில்லாதவன், பிழைப்புக்காக அயல்நாடு செல் லாதவன். பகலில் தம் வீட்டில் சமைத்த கீரையையும் சோற்றையும் உண்கிற அவனே மகிழ்ச்சியாக வாழ்கிறவன்.

யட்சன்: எது உண்மையான ஆச்சரியம்?

தருமன்: நாள்தோறும் பலப்பல உயிர்கள் எமனுலகு போவதைப் பார்த்துக்கொண்டே, நான் மட்டும் நிரந்தரமானவன் என்று மனிதன் நினைப்பதே ஆச்சரியம்.

யட்சன் மகிழ்ந்தும் வியந்தும்போனான்.

"தருமா... உன் தம்பியரில் ஒருவனை மட்டும் பிழைக்க வைக்கிறேன். யார் வேண்டும்?"

தருமன் யோசிக்கவில்லை. "நகுலனைக் கொடு" என்றார்.

"அர்ச்சுனன், பீமன் இவர்களைவிடவா நகுலன்..."

"எனக்கு இரண்டு தாய்கள், குந்திக்கு நான் இருக்கிறேன். மாத்ரிக்கு நகுலன் இருக்கட்டும்."

யட்ச உருவில் இருந்த தருமதேவன் தோன்றுகிறான்.

"மகனே... துரியோதனன் அனுப்பிய பூதத்திடம் இருந்து உன்னைக் காக்கவே, உன் தம்பியரை மரணமடையச் செய்தேன். உன் தர்ம குணம் என்னை வியக்க வைக்கிறது. உன்னைக் காணவே மானுரு எடுத்தேன்."

தரும தேவன், தருமனுக்கு மூன்று வரங்கள் அளித்தார்.

"அஞ்ஞாதவாசத்தில் யாராலும் கண்டுகொள்ளப்பட மாட்டீர்கள். லோபமாகிய அற்பத்தனம், மோகம், கோபம் என்னை அணுகாமல் இருக்க வேண்டும் என்றாய். அணுகாது. தானம், தவம் சத்தியம் இவற்றில் உன் மனம் நிலைபெற்றிருக்கும்."

சகுனியின் மாயச் சூதில், தம் சொந்த சகோதரர்களை விட்டு, நகுல சகாதேவர்களை முதலில் வைத்து இழந்தவன் தருமன். தரும தேவன் வைத்த தேர்வில், நகுலனைக் கேட்டு, தம் தர்ம, நியாயத்தை மீட்டுக்கொண்டான் தருமன். இந்த ஆன்ம வளர்ச்சியே யட்ச வருகையின் நோக்கம்.

✯

தருமனைத் தியாகம் செய்த தாய் குந்தி

குந்தி, கிருஷ்ணனின் தந்தை வசுதேவரின் தங்கை. வசுதேவரும் குந்தியும் யாதவ மன்னர் சூரசேனரின் மக்கள். சூரசேனரின் சகோதரியின் மகன் குந்திபோஜனுக்குக் குழந்தை இல்லை. குந்திபோஜன் வருத்தம் போக்க, தனக்குப் பிறக்கும் முதல் பெண் குழந்தையை அவனுக்கு வளர்ப்பு மகளாகத் தருவதாகச் சொல்லியிருந்தார். சூரசேனர் தமக்குப் பிறந்த முதல் பெண் குழந்தையைக் குந்திபோஜனுக்குத் தந்தார்.

அக்காலம், ஆண் பிள்ளையை அரசுசார்ந்த பணிக்கென ஒதுக்கியிருந்தது. சத்திரிய ஆண் மகன், போரிடுதல், போர்ப் பயிற்சி செய்தல், உரிய வயதில் போர்க் கலையான தனுர் வேதம் கற்றல் போன்ற வற்றுக்கு என வகுக்கப்பட்டான். ஒரு சத்திரியனுக்கு மிகப் பெரிய இழிவு அவன் ஆண் வாரிசற்று இருப்பது. பெண் பிள்ளையை, இரண்டு காரியங்களுக்குப் பயன்படுத்தினர். ஒன்று, ரிஷிகள், துறவிகள் மற்றும் அரண்மனைக்கு அதிதிகளாக வருகிற பிராமணர்களுக்குத் தொண்டு செய்தல், சேவை செய்தல் போன்றவற்றுக்கு. இரண்டு, பெண்ணை அரசர்க்கு மணம் செய்வித்து அரசியல் உறவுகளை வளர்த்துக்கொண்டு, பகை அரசர்களிடம் இருந்து தப்பித்துக் கொள்வது. பிருதை என இயற்பெயர் கொண்டவள், குந்திபோஜனுக்கு மகளாகப் போனதால் குந்தி எனப்பட்டாள்.

குந்தி தம் அவலம், பத்து வயதில் தொடங்கியது என்கிறாள். தூது பேச வந்த கிருஷ்ணனிடம் அவள் சொல்கிறாள்:

"கிருஷ்ணா, வள்ளல்கள் என்று பெயர் பெற்றவர்கள், பெயர், புகழ் பெறுகிற ஆசையில் செல்வத்தை வழங்குவது போல, என் தந்தை குந்தி போஜனுக்குப் பொருளாக என்னைக் கொடுத்தார். அந்த என் தந்தையை இப்போது நான் நிந்திக்கிறேன். என்னை நான் நிந்திக்க மாட்டேன். ஏன், துரியோதனனைக்கூட நான் நிந்திக்க மாட்டேன். பத்து வயதுக் குழந்தையாகக் கையில் பந்து வைத்துக் கொண்டு விளையாடிக்கொண்டிருந்த நான் என் கை பற்றி யார் கையிலோ கொடுக்கப்பட்டேன். என் தந்தையும், மாமனார்களும் என்னை அவமதித்தார்கள். துன்பத்துக்கு ஆளாக்கினார்கள்..."

பிரபஞ்சன் ★ 283

குந்தி தம் மனக்காயத்தை முதல் முறையாகக் கிருஷ்ணனிடம் கூறுகிறாள். 'எனக்கு அளிக்கப்பட்ட வாழ்க்கை கருணையற்றது' என்ற முடிவுக்கு வந்து சேர்ந்திருந்தாள். அவள், ஒரு மன்னனின் மகள். ஆனால், அவள் அதிதிகளுக்குச் சேவை செய்யவே நிர்ப்பந்தப் படுத்தப்பட்டவள். அவள் இளவரசியாக இனம் காணப்படவில்லை. அப்படியே வளர்ந்தாள். விளையாட்டுப் பருவம் நீங்காத தம்மிடம் அதர்வ வேதத்தின் சக்தி மிகுந்த மந்திரங்களைக் கொடுத்துவிட்டுச் சென்றார் ஒரு கோபக்கார ரிஷி. விளையாட்டுத்தனமாகவே அதைப் பரீட்சை செய்யப்போய், சிறுமியைத் தாயாக்கிச் சென்றான் சூரியன். "பகலைச் செய்பவன், எனக்கு மட்டும் இருட்டைத் தந்தான்."

குந்தியின் துயரங்களில் ஆகப்பெரிய துயரம் அது. விசித்திர மாகக் கவச குண்டலங்களுடன் பிறந்த அக் குழந்தையைப் பெட்டி யில் இட்டபோது ஏற்பட்ட வலி, வாழ்நாள் முழுக்க நீடித்தது. ஆனால், இரவுகள் விடியத்தான் செய்யும். குந்தியின் மரத்தில், யோசிக்கும் வேளையில், நாலைந்து பசிய இலைகளுக்கு மேல் இல்லை.

அவளுக்குச் சுயம்வரம் ஏற்பாடு நடந்தது. முதல் முறையாக, ஒரு சத்திரியப் பெண் பெறும் முதல் சுதந்திரம் அது. அதில் பெற்ற தந்தையோ, வளர்த்த தந்தையோ தலையிட முடியாது. அவள் பார்த்த அரசர்களிலேயே அஸ்தினாபுரத்து இளவரசன், அவள் அரசனாக அவளுக்குத் தெரிந்தான். எதிர்காலப் பேரரசன் என்றார்கள். பரத தேசத்திலேயே எல்லாவற்றிலும் பெரிய தேசத்து மகாராணியாகப் போகிறவள் அவள் என்றார்கள் யாதவர்கள். ஆனால், அஸ்தினா புரத்தில் கால் வைத்த முதல்நாளே, அவள் ஒரு முதல் மனுஷியைப் பார்த்தாள். கண் இல்லாத அரசனின், கண்ணை மறைத்துக்கொண்டி ருக்கும் அரசி அவள். திருதராஷ்டிரன், பாண்டுவை இளவரசன் என்று மட்டுமே அங்கீகரித்தான். தாம் சுயம்வரத்தில் தேர்ந்தெடுத்தது ஊசியை அல்ல, ஊசிக்குப் பின்னே போகும் நூல் என்று புரிந்து கொண்டாள். 'இரண்டாம் ராணி' என்ற அந்தஸ்தும் பாண்டு காட் டுக்குப் போகும்போது முற்றாகச் சிதைந்தது. தம் குழந்தைகளைக்கூட பிறர் உதவியோடுதான் அவளால் பெற்றுக்கொள்ள வேண்டியிருந்தது.

"கிருஷ்ணா, என்ன நோக்கத்தோடு வந்திருக்கிறாய்?"

"என் நோக்கம் இருக்கட்டும் அத்தை. உன் மூத்த பிள்ளை யுத்தம் வேண்டாம் என்கிறார். பீமன்கூட பெரியவர் மாதிரி பேசுவது ஆச்சரியமாக இருக்கிறது."

"அவர்கள் பேசுவது இருக்கட்டும். கௌரவப் பெரியவர்கள் என்ன யோசனையில் இருக்கிறார்கள்."

"நாளை பேசப் போகிறேன். யுத்தமா, சமாதானமா என்பது நாளை தெரியும். நம் பெரியோர்களுக்கும், பீஷ்மர், துரியோதனர்,

கிருபர் எல்லோருக்கும் தர்மம் தெரிகிறது. தர்மத்தைப் பேசவும் தெரி கிறது. அதை அமல்படுத்தும் இடத்தில் அவர்கள் தங்களை இருத்திக் கொள்ளும் சக்தி அற்றவர்களாக இருக்கிறார்கள். தர்மவானாக வாழ ஆசைப்படுவது வேறு. வாழ்வது வேறு. எல்லாம் தெரிந்த பீஷ்ம பிதாமகர், ஒரு பெண் தம் கண்முன்னே துகில் உரியப்படும்போதும் தர்மம் பேசுபவராக மட்டும் இருக்கிறார். மகாத்மா விதுரர் மட்டும் தான், துரியோதனன் பிறந்த காலம் தொடங்கி, அவனை, அத்தீய வனை எதிர்த்துக்கொண்டிருக்கிறார். ஆனால், ஏழை சொல் அம்பலம் ஏறுவதில்லையே!"

"அவர்கள், உறையில் இருக்கும் வாளாக மட்டுமே இருக்கிறார் கள். உடுத்திக் களைந்த வஸ்திரங்களால், மானம் காப்பாற்றப்பட முடியாது. நான் அவர்களை நம்பவில்லை. நீ என்ன நினைக்கிறாய். அதைச் சொல்."

"துரியோதனன் எதை இச்சிக்கிறானோ, நானும் அதையே விரும்புகிறேன். அவன் இச்சை அவனுக்கானது. என் விருப்பம் தர்மத்துக்கானது."

"துரியோதனன் யுத்தத்தையே விரும்புவான். கிருஷ்ணா, எனக்கும் அதுவே விருப்பம். தருமனிடம் சொல். தர்மத்தை (யுத்த தர்மத்தை) வீணாக்காதே. பிறரை அண்டிப் பிழைக்க எண்ணாதே. பீமனுக்கும் அர்ச்சுனனுக்கும் சொல். ஒரு பெண் எதற்காகப் பிள்ளை பெறு கிறாளோ, அதற்கான காலம் கனிந்துவிட்டது. அக்காலத்தைத் (யுத்த சந்தர்ப்பத்தை) தவறவிடாதீர்கள். தவறவிட்டால், நான் உங்களைத் தியாகம் (புறக்கணிப்பேன்) செய்துவிடுவேன். அர்ச்சுனனிடம் இதைக் கண்டிப்பாகச் சொல். 'திரௌபதியின் வழியில் நட' என்பதை அழுத்தமாகச் சொல்."

குந்தியின் ரௌத்ரம் வெளிப்பட்ட இடங்கள் மூன்று. அதில் இதுவும் ஒன்று. கோபத்தின் உச்சியில் இருந்துகொண்டு அவள் பேசு கிறாள். சத்திரியர்களுக்கு என்று விதிக்கப்பட்ட தர்மத்தை முழுதும் அறிந்தவர்கள் மட்டுமல்லாமல், அதை நடைமுறைப்படுத்தவும் விரும்புபவர்கள் மூன்று பேர்கள். அவர்கள் குந்தி, திரௌபதி மற்றும் பீமன்.

அவள் பேசுகிறாள்:

"மாதவா, என் பிள்ளைகள் அரசை இழந்தது பற்றி நான் கவலைப்படவில்லை. அவர்கள் சூதாடிகள் என்பதுக்காகவும் நான் வருந்தவில்லை. அவர்கள் வனவாசத் துன்பம் பற்றியும் எனக்கு அக்கறை இல்லை. பெருந்தன்மை உள்ளவளும் பேரரசியுமான பாஞ் சாலி, சபையின் நடுவே அவமானப்படுத்தப்பட்டாளே, அதை நினைக் கும்போது என் நெஞ்சு வெடித்துவிடுகிறது. நான் எப்போதும் அதை

நினைத்து அழுது, கதறிக்கொண்டிருக்கிறேன், கிருஷ்ணா, அவமான மாக உணர்கிறேன்!"

கிருஷ்ணன் அத்தையைத் தேற்றுகிறான். அவள் வெடித்துக் கொண்டிருக்கிறாள். "மகாராஜா பாண்டுவின் மனைவி நான். யாதவ மன்னர்களின் மகள் நான். நான் எத்தனை காலம் உறவினர் வீட்டில், பிச்சைச்சோறும், தானச் சோறும் சாப்பிட்டுக்கொண்டு, இந்த இழிந்த உடம்பைக் காப்பாற்றிக் கொண்டிருக்க வேண்டும் என்று என் பிள்ளைகளைக் கேள். தாயை யாசகம் செய்ய வைத்துவிட்டு தருமன், எந்த தர்மத்தைக் காப்பாற்றிக்கொண்டிருக்கிறான் என்று குந்தி கேட்டதாகச் சொல்."

அந்த ராஜமாதா, தன்னளவில் சிறுமைப்படுத்தப் பட்டுவிட் டாள். அதுவே, அவளது துயரம். அவளது உன்னதம் வெளிப்பட்ட, தம்மை ஒரு அரசியாக எண்ணி, நிறைவாக வெளிப்பட்ட பல சமயங்களில் ஒன்று, பகாசுரவதக் காலம்.

பகன் என்ற அசுரன், ஏகசக்ர நகரத்தை வளைத்துக்கொண்டு, மக்களை விழுங்கத் தொடங்கினான். மக்கள் அவனுடன் ஓர் ஒப் பந்தம் செய்துகொண்டார்கள். தினமும் ஒரு வண்டி அன்னமும், ஒரு காளை மாடும், ஒரு மனிதனையும் அவனுக்கு முறை வைத்துக் கொண்டு அனுப்பி வைப்பதாக அசுரனுடன் ஒப்பந்தம் பேசிக் கொண்டார்கள். அதன்படி பாண்டவர்கள் தங்கி இருந்த வீட்டின் உரிமை கொண்ட பிராமணனின் முறை வந்தது. பிராமணன், பகனுக்கு உணவாகிச் சாவ முடிவு செய்தான். அவன் மனைவியோ கணவனுக்குப் பதிலாகத் தன்னை உணவாக்க முன்வருகிறாள். சிறுமியான மகள், தாய், தந்தைக்குப் பதிலாகத் தாம் பகனுக்கு உணவாக முடிவு செய்கிறாள். அந்தப் பெண்ணின் தம்பி, ஒரு குழந்தை, தான் இறக்க முன் வருகிறான். பிராமணன் பெருங் குரலெடுத்து அழுகிறான். குந்தி அந்தக் கட்டத்தில் பிரவேசம் செய்கிறாள். பிராமணக் குடும்பத்தின் துயரம் தீர்க்க முன்வருகிறாள். பிராமணனுக்குப் பதிலாகத் தம் பிள்ளைகளில் ஒருவனை அனுப்புவதாகச் சொல்கிறாள். அக்குடும்பம் திகைத்துப்போகிறது. தருமன், அவள் முடிவைக் கடுமையாக மறுக்கிறான். "பிள்ளையைப் பலி கொடுக்கிறவள், நீ என்ன தாய்?" என்கிறான்.

குந்தி சொன்ன பதிலில், குந்தி இருக்கிறாள்.

"நான் தாய்தான் தருமா. தாய் மட்டுமல்ல. நான் சத்திரி. என் கண்முன்னால் நடக்கும் எந்த அநீதிக்கும் நான் பொறுப்பேற்றுக் கொண்டு எதிர்வினை ஆற்றக் கடமைப்பட்டவள். என் பீமன் பகனைக் கொல்வான். எனக்கு அதில் ஐயம் இல்லை. தோற்றால், சொர்க்கம் அடைவான். அது, அவன் வெல்வதைக் காட்டிலும் எனக்கு மகிழ்ச்சி தரும். இத்தனை காலம் நமக்கு அடைக்கலம் தந்தவர்களுக்கு உதவும், நன்றி செலுத்தும் வாய்ப்புக் கிடைக்கும்போது,

அதைத் தவறவிட்டால் நான் என்ன மனுஷி? அரசனாகப் போகிற வனே! உன் வாழ்க்கை உன் சுகத்துக்கு என்று நினைப்பாயானால், உன் சுதர்மத்தை நீ இழக்கிறாய். பாண்டு புத்திரா, தர்மத்தை உணர்ந்துகொள். சத்திரியனாக வாழ முயற்சி செய்."

தருமன் தலை குனிகிறான்.

குந்தி பிரகாசிக்கும் இன்னொரு இடம் உண்டு.

அரக்கு மாளிகையிலிருந்து அம்மாவையும் சகோதரர்களையும் காப்பாற்றி வெளியே கொண்டு வருகிறான் பீமன். மயங்கிக் கிடக் கும் அம்மாவைச் சுமந்துகொண்டு அவன் நடக்கும்போது இப்படிச் சிந்திக்கிறானாம்.

'அடடா... எப்படிப்பட்ட மனுஷி இவள். பாண்டுவின் மகா ராணியாகத் திகழ்ந்து தினமும் ஆயிரக்கணக்கானவர்களுக்குப் பால் சோறு தானம் செய்த தானவீரி. தன் வயிற்றுப்பிள்ளைகளாகிய எங்களைக் காட்டிலும், மாத்ரி பிள்ளைகளைக் கூடுதலாக அன்பு காட்டி வளர்த்த தருமி அல்லவா இவள். இந்தப் பெண்ணின் மகனாகப் பிறந்ததால் அல்லவா, அண்ணன் தர்மவானாக இருக் கிறான்.

தருமன், உண்மையில் தர்மத்தைத் தருமதேவதையிடமிருந்து சுவீகரித்தான் என்பதைவிடவும் குந்தியிடம் இருந்தே அவன் அதைக் கற்றான் என்பதே பொருந்தும். மகத்தான தம்பிகளையும், மகத்தான மனைவியையும் சூதாடித் தோற்று, தம்முன் வந்து நின்ற சூதாடியைப் பார்த்து, குந்தி சொன்னது இது: "குழந்தை சகாதேவனைக் கூடுதலாக அன்பு செலுத்திக் கவனித்துக்கொள்."

கிருஷ்ணன் தூது, ஒருவகையில் தோல்வியில் முடிந்தது. ஒரு வகையில், காலம் விரும்பியது. குந்தியும், அந்தரங்கமாகக் கிருஷ்ணன் விரும்பியதும், வெளிப்படையாக திரெளபதி ஆசைப்பட்டதும் ஆன யுத்தம் நிச்சயிக்கப்பட்டுவிட்டது. இப்போது கிருஷ்ணன் குந்தியிடம் கேட்கிறான்:

"உன் பிள்ளைகளுக்கு என்ன சொல்கிறாய் அத்தை."

குந்தி, இன்னுமொரு திரெளபதி போல நெருப்பில் பிறந்தவளாக மாறுகிறாள். அவள் சொன்னாள். ஒரு கதையை உருவகம் செய்து சொல்கிறாள்: "சிந்து தேச மன்னன் மனைவி விதுலை. அந்த நாட்டைப் பகைவர்கள் கவர்ந்துகொண்டார்கள். அவள் மகன், நாட்டை மீட்கும் அக்கறை இல்லாமல் சோம்பிக் கிடந்தான். அவனைக் கண்டு தாய் சொல்கிறாள்.

கிருஷ்ணா, அந்தத் தாய் சொல்கிறாள். நான் சொல்லவில்லை. விதுலை சொன்னாள்:

'இழிவு கொண்டவனே. என் மகனே! நீ எனக்கும் உன் தந்தைக்கும் பிறந்தவன் என்பது சந்தேகம். எங்கே இருந்து வந்தாய் நீ! வெட்கமற்றவனே! கோபம் இல்லாத நீ புருஷனா? அவமானத் துக்கு இடம் கொடாதே. உடம்பைக் காப்பாற்றுவது அல்பத்தனம். துடை நடுங்கியே! நீ உனக்கும் சுற்றத்துக்கும் சுமை. மானம் இழந்த வனா நீ! அறிவிலியே! பாம்பின் வாயில் கையை வைத்துச் சீக்கிரம் மரணம் அடை. அல்லது பராக்கிரமம் கொள். ஆகாயத்தையும் உடைத்துச் செல்லும் பருந்து போல வெற்றிக்குப் பற. பிணம் மாதிரி இருக்காதே! கெட்டவனே! எழுந்திரு, எரி. நெருப்பு போல் எரி. புகையாதே! தர்மம் அறி. சத்திரியன் என்றால் போரிடு. நீ அலியாகப் பிறக்கவில்லையே! சோம்பேறியே. செல்வத்தைத் தேடு. வீரன் மரணம் அடைந்தாலும் மக்கள் மகிழ்ச்சி அடைவார்கள். அந்த வீர மரணம் கொண்டாடப்படும். சத்திரியன் தம் வல்லமையைக் காண்பிக்காமல் போனால், அவன் திருடன். சாகப் போகிறவனுக்கு மருந்து பிடிக்காது, (உனக்குப் போர் பிடிக்கவில்லை?) இப்படி எல்லாம் அந்த வீரப் பெண் விதுலை சொன்னாள். நான் உனக்குச் சொல்லுகிறேன். ஒரு பெரிய குலத்தில் பிறந்தவள் நான். ஒரு குளத்து நீர், மற்றொரு குளத்தை அடைவது போல, இந்தக் குலத்துக்கு நான் வந்தேன். பாண்டுவை மணந்து மகிழ்ச்சியாக வாழ்ந்தேன். தாயும், உன் மனைவி யும் துயரப்படும்படி நீ வைப்பாயானால், நீ உயிர் வாழ்ந்து என்ன பயன்? நான் சத்திரிய தர்மத்தைக் கடைப்பிடிப்பவள் என்பதை அறி!"

கிருஷ்ணன் இந்த உஷ்ணத்தைத் தாங்காமல் அதிர்ச்சி அடைந் தார். உண்மையில் ஒரு தாயின் சொற்களில் இத்தனை தீக்கங்குகள் இருக்கும் என்பதை உலக இலக்கியம் அப்போதுதான் பார்த்தது.

கிருஷ்ணன், குந்தி சொன்னதை அப்படியே அதே கொதிப்போடு தர்மசகோதரர்களிடம் சொன்னார்.

"அம்மாவா, இப்படிப் பேசினார்?"

"ஆமாம்" என்றார் கிருஷ்ணன். தருமன், வில்லை உறுதியாகப் பிடித்தான். யுத்தம் நிகழ்ந்தது. பாண்டவர் வென்றனர். தருமன், சாம்ராட் ஆனான். எல்லையற்ற செல்வமும் புகழும் அவன் பெற் றான். திருதராஷ்டிரன் காந்தாரியுடன் சந்நியாசம் பெற்று வனம் போகப் புறப்பட்டான். குந்தியும் அவர்களுடன் வனம் புறப்பட்டாள்.

"அவர்கள் போகட்டும். நீ ஏன் வனம் போகிறாய் அம்மா. நான் இப்போது சக்ரவர்த்தி. உலகம் என் அதிகாரம். நீ என் தாய். ராஜமாதா. மகாராணி. வந்து நீ விரும்பியது போல செல்வத்தை அனுபவி. தானம் செய்!"

குந்தி மறுத்தாள்.

"இல்லை, வீரனே... என் இடம் வனம்தான்!"

“பின் ஏன் எங்களை அத்தனை கடுமையான வார்த்தைகளைச் சொல்லிப் போருக்குத் தூண்டினாய்? உலக மன்னர்களை அழிக்கச் செய்தாய்? பீஷ்மரையும் ஆசான்களையும், சகோதரர்களையும் அழிக்கச் செய்தாய்?”

குந்தி சொன்னாள்:

“ஆமாம். நான் உன்னைப் போருக்குத் தூண்டினேன். ஏன்? நீ தோல்வியில் தளர்ந்து போனாய். அதனால் உன்னை உற்சாகப் படுத்தினேன். உன் ராஜ்யம் இழக்கப்பட்டது. அதனால் நீ இழிவுக் குள்ளானாய். பாண்டுவின் செல்வம், பாண்டுவுக்குச் சொந்தமான நாடு, எந்த வகையிலும் அழியக்கூடாது. அதனால், உன்னைத் தூண்டி னேன். நீ மறுபடியும் மற்றவர் முகத்தைப் பார்த்து வாழக் கூடாது என்பதற்காகத் தூண்டினேன். உன் தம்பிகள், பீமன், அர்ச்சுனன், இரட்டையர்கள் தளர்ச்சியடையக் கூடாது என்பதால் தூண்டினேன். நகுலனும் சகாதேவனும் இனிப் பசித்திருக்கவே கூடாது என்பதால் தூண்டினேன். என் மருமகள் ஒப்பற்ற என் கண்மணி திரௌபதி இன்னொரு முறை சபையில் அவமானத்தை அடையக்கூடாது. ஒரு முட்டாள், என் மருமகளைப் பற்றி இழுத்தபோது நம் குலம் அழிந்து விட்டது என்பதை நான் புரிந்துகொண்டேன். என் மனம் சாம்பல் ஆகிவிட்டது. என் பாண்டுபுத்திரர்கள் இழிவை மீண்டும் அனுபவித்து, பாண்டுவுக்கு மீண்டும் அவமானம் செய்யக்கூடாது என்பதால் உன்னைத் தூண்டினேன். நான் பாண்டுவின் ராஜ்யத்தை ஆண்டு, சுகம் பெற்றுவிட்டேன். தானம் செய்தேன். போதும். என் புதல்வன் வென்ற ராஜ்யத்தின் பலனை நான் அனுபவிக்க விரும்பவில்லை. தவம் செய்யப் போகிறேன். என் கணவனை அடையப் போகிறேன். உன் தவறுகளால் உன் தந்தை அவமானம் அடைந்தார். அந்த அவமானத்தைத் துடைக்க என்னால் ஆனதைச் செய்தேன். என் வாழ்க்கையும் என் நோக்கமும் நிறைந்தது. போ! தர்மத்திலேயே உன் மனம் நிலைக்கட்டும்!” குந்தி புறப்பட்டுப் போய்விட்டாள்.

வாழ்நாள் முழுதும் குந்தி விரும்பிய அந்த மகாராணி இருக்கை, அவளைத் தேடி வந்தபோது ஏன் அதைத் தியாகம் செய்தாள்? குந்தி அப்படித்தான். கிருஷ்ணனிடம் அவள் ஒருமுறை, “கிருஷ்ணா, எனக்கு எப்போதும் துன்பத்தையே கொடு. அப்போதுதானே உன்னை நான் நினைப்பேன்” என்றாள். அவள் அடைந்த துன்பம், அவமரியாதை, மாற்றார் வீட்டில் உணவுண்டு பாதி வாழ்நாள் வாழ நேர்ந்தது; எல்லாம் அவள் மனதைக் கைத்துப் போகச் செய்துவிட்டது. கர்ணன், திரௌபதி இருவருக்கும் நேர்ந்தது அவள் மனத்தைவிட்டு அகலவே இல்லை. குற்ற உணர்வில் அவள் கூசிப் போனாள். எல்லாமும் கசந்தது. மகனும் கசந்தான். யார் முகத்தையும் காண அவசியம் இல்லாத காடு இனித்தது.

✶

கிருஷ்ணனின் கடைசி நாள்

கிருஷ்ணனின் கடைசி நாட்கள், மகா அவலம் பொருந்திய நாடகமாக இருக்கிறது. அந்த நாடகத்தின் எல்லாக் காட்சிகளையும் அவர் முன்னரே படித்தறிந்தவராக இருந்தார். அந்தக் கடைசிக் கணங்களுக்கு அவர் தம்மைத் தயார்ப்படுத்திக் கொண்டுவிட்டார் என்றே தெரிகிறது. பதற்றமே இல்லாமல், நிகழ்வுகளை அவர் எதிர் கொண்டார். தெளிவாக, விதிக்கப்பட்டவைக்குத் தம்மை ஒப்புக் கொடுத்தார்.

கிருஷ்ணனின் அந்தக் கடைசிப் பொழுதுக்கான சூழலை உருவாக்குகிற கருவியாக அவர் மகன் சாம்பனே இருந்தான். கிருஷ்ணனுக்கும் ஜாம்பவதிக்கும் பிறந்தவன் அவன். செல்வாக்குள்ள பெரிய மனிதர்கள் வீட்டுப் பிள்ளைகள், நெறிகெடுவதைப் பார்க்கிறோம் தானே, அதுபோலக் கெட்டுப் போனவன் இவன். துரியோதனன் மகள் லட்சணை சுயம்வரத்தின்போது அவளைக் கடத்திக்கொண்டு வர முயல்கையில் துரியோதனனால் சிறைபிடிக்கப்பட்டவன் அவன். பலராமர் சென்று மணமக்களை அழைத்துவர வேண்டி இருந்தது.

ஒரு சமயம் துவாரகைக்கு அருகே உள்ள 'பிண்டாரக'த் தீர்த்தத் தில், மகரிஷிகள் சதஸ் ஒன்று நிகழ்ந்தது. நாரதர், விசுவாமித்ரர், துர்வாசர், காசியபர் முதலான பலரும் அதில் கலந்துகொண்டு தத்துவ விசாரம் செய்துகொண்டிருந்தபோது, கேளிக்கையிலும் விளை யாட்டிலும் பொழுதைப் போக்கும் சாம்பன் மற்றும் அவன் நண் பர்கள் முனிவர்களோடு விளையாடத் தீர்மானித்தார்கள். சாம்பன் பெண் வேஷம் இட்டுக்கொண்டும் கர்ப்பிணி போல உடுத்திக் கொண்டும் முனிவர்கள் முன் போய் நின்றான். "ரிஷிகளே... எனக்கு என்ன குழந்தை பிறக்கும்? ஞானதிருஷ்டியில் பார்த்துச் சொல் லுங்கள்" என்று கேட்டான். கிருஷ்ணகுமாரர்களை யாருக்குத் தெரியாது? துர்வாச ரிஷி சினம் பொங்க, "இரும்புலக்கை பிறக்கும். அது யாதவ குலத்தையே அழிக்கும்" என்று சாபமிட்டார். மறுநாளே, சாம்பன், இரும்பாலான உலக்கையைப் பெற்றான். பயந்துபோனான். கிருஷ்ணரிடமோ, பலராமனிடமோ இதைச் சொல்லாமல், மன்னர்

உக்ரசேனரிடம் போய்ச் சொன்னான். அவர் அதைத் தூளாக்கிக் கடலில் கரைத்துவிடச் சொன்னார். கடலின் அடிப்பகுதிக்குத் தூள் போய்ச் சேரும் என்று நம்பி அமைதியானார்கள் கிருஷ்ண குமாரர்கள்.

சாபம் பற்றிய செய்தி கிருஷ்ணனுக்குச் சொல்லப்பட்டது. அவர் சாபவிமோசனத்துக்கு முயலவில்லை. "அது அவ்வாறே நிகழட்டும்" என்று ஏற்றுக்கொண்டார். விதி செய்பவரையும் விதி கட்டுப் படுத்தத்தானே செய்யும். கிருஷ்ணன் கட்டுப்பட்டார்.

அடுத்த சில நாட்களில், துவாரகையில் இயற்கையை மீறிய நிகழ்ச்சிகள் நிகழலாயின. எரி நட்சத்திரங்கள் விழுந்தன. வானில் இருந்து ரத்த மழை பெய்தது. சூரிய-சந்திரர் மீது தூசி செம்மண்டலம் போர்த்தியது. பருவமின்றிப் பூக்கள் பூத்தன. இரவு முழுக்க நாய்கள் அழுதன. நரிகள் நகரத்துக்குள் பிரவேசித்தன. மாளிகைக்குள் ஆந்தை களும் வெளவால்களும் புகுந்தன. பசுக்கள் ரத்தமாகப் பால் தந்தன. கோயில் சிலைகள் கண்ணீர் வடித்தன.

கிருஷ்ணன், இந்த நாட்களில் அமைதியில் மூழ்கினார். யாரிட மும் எதுவும் பேசினார் இல்லை. ஒரு நாள் தம் சபையைக் கூட்டினார். துவாரகை மக்கள் கூடியிருந்தார்கள். கிருஷ்ணன் சொன்னார்:

"துவாரகை கடலுக்குள் மூழ்க இருக்கிறது. கடலின் பேரிரைச்சல் எனக்குக் கேட்கிறது. எந்தக் கணமும் எதுவும் நிகழலாம். எந்த யாத வனும் இங்கே இருக்க வேண்டாம். பெண்களையும் சிறுவர்களையும் வயோதிகர்களையும் உடன் கங்கோத்தார சேத்திரத்துக்குக் கொண்டு சேர்த்துவிடுங்கள். நாம் அனைவரும் பிரபாச தீர்த்தத்துக்குச் செல் வோம். புண்ய நதி சரஸ்வதியில் நீராடுவோம். நம்மை நாம் தூய்மை யாக்கிக் கொள்வோம். உபவாசம் இருப்போம். ஒன்றுபட்ட மனதோடு தேவபூஜை செய்வோம். நல்ல வாசகங்களைப் பேசக் கேட்போம். அந்தணர்களுக்கு மனநிறைவோடு தானம் செய்வோம். கடலை ஓடத்தால் கடப்பது போல, நாம் தீமையை நன்மையால் எதிர்கொள் வோம். புறப்படுங்கள்."

இதுவே, துவாரகை மக்கள் அனைவருக்கும் முன் கிருஷ்ணன் பேசிய கடைசிப் பேச்சாக அமைந்தது.

உக்ரசேன மன்னர், சூரசேனர், கிருஷ்ணனின் தந்தை வசுதேவர் மற்றும் பெண்கள், குழந்தைகள், முதியோர் அனைவரும் கங்கோத் தாரத்துக்குப் புறப்பட்டுச் சென்றார்கள். கிருஷ்ணன், பலராமன் மற்றுமுள்ள யாதவர்கள் படகின் மூலம் கடலைக் கடந்து தேர்களின் மூலம் பிரபாசத்தைச் சேர்ந்தார்கள். காலை நேரத்துக்கும் மதியத் துக்கும் இடைப்பட்ட நேரமாக அது இருந்தது.

கிருஷ்ணன், பலராமன் உள்ளிட்ட யாதவர்கள் சரஸ்வதியில் நீராடினார்கள். உபவாசம் இருந்தார்கள். பூஜை புனஸ்காரங்களில் ஈடுபட்டார்கள். அந்தணர்களுக்கு உணவளித்து, அவர்களுக்குத் தானம் செய்தார்கள். பிறகு தாங்களும் உணவு உண்டார்கள். இது வரை எல்லாம் கிருஷ்ணன் கட்டுப்பாட்டில் இருந்தன. அதன்பின், நிலைமைகள் மாறத் தொடங்கின.

கிருஷ்ணன் வானத்தை நோக்கினார். ராகு, சதுர்த்தியை அமாவாசையாக மாற்றியதைக் கண்டார். சரியாக முப்பத்தாறு ஆண்டுகளுக்கு முன், குருசேத்திர யுத்தம் தொடங்கிய அந்த நாளில் வானக் கோளம் எப்படி இருந்ததோ அப்படியே இப்போது இருப் பதைக் கண்டார்.

கிருஷ்ணன் சகோதரரும் முதல் அமைச்சருமான உத்தவர், யாதவ வீரர்களின் சௌகரியங்களை விசாரித்தபடி சுற்றிவந்தார். எல்லோருக்கும் போதுமான உணவும் குடிநீரும் இருந்தன. வீரர்கள் கடற்கரையில் அமைத்திருந்த கூடாரங்களின் அமைப்பையும் பார்த்துக்கொண்டு வந்தார். ஏற்பாடுகள் திருப்தியாக இருந்தமை கண்டு அவர் விடைபெற்றுச் சென்றார்.

மாலையாகிக்கொண்டிருந்த வானத்தைப் பார்த்தபடி கிருஷ்ணன் அமர்ந்திருந்தார். இன்னும் சற்று நேரத்தில் மாலை மயங்கும். இருள் பரவும்.

யாதவர்கள் நல்ல மனதுடைய, நேசமும் அன்பும் கொண்ட மக்கள். பழக எளியவர்கள். நட்புக்கு உயிர் கொடுப்பவர்கள். மாபெரும் வீரர்கள். எல்லாம் இருந்தும் அவர்களிடம் உட்பகை இருந்தது. குருசேத்திர யுத்தத்தின்போது அவர்களின் பகை வெளிப் பட்டது. சிலர் பாண்டவர் பக்கமும், சிலர் கௌரவர் பக்கமும் நின்று போரிட்டதே அவர்களின் மனநிலையை வெளிக்காட்டியது. சாத்யகி கிருஷ்ணனின் நிழல் என்றால், கிருதவர்மன் துரியோதனனின் நண்பன். தாசார்கர், போஜர், விருஷ்ணி, அந்தகர், சாத்வதர், சூரசேனர், குக்குரர் என்று பல குலங்களாக அவர்கள் பிரிந்திருந் தார்கள். ஒரு வம்சம் இன்னொரு வம்சத்தை துவேஷித்தது. சின்ன சந்தர்ப்பம் கிடைத்தபோதும் மோதிக்கொண்டது. இவர்களைத்தான் ஒன்றிணைத்தார் கிருஷ்ணன். ஜராசந்தனுக்கு அஞ்சிய அந்த மக்களை அழைத்துக்கொண்டு வந்து துவாரகை என்றொரு புதிய பிரதேசத்தை அறிமுகம் செய்தார். யாதவர்கள் பகையாக வந்த ஜரா சந்தனை அழித்தார். கம்சனையும் சிசுபாலனையும் கொன்று பகை இல்லாமல் செய்தார். அஸ்தினாபுரம், விராட தேசம் முதலான பலமான நட்பு நாடுகளை உருவாக்கி அக்கால அரசியலில் யாதவர் களுக்கு மரியாதை ஏற்படுத்தினார். சக்ரவர்த்தி தருமனின்

ராஜசபையில் யாதவ வீரர்கள் மரியாதைக்குரிய பங்கு பெற்றார்கள். குருசேத்திர யுத்தம், அவர்களின் புகழ் மகுடத்தில் ஒரு பொன்னால் ஆன இறகு. யாதவ வம்சம் ஸ்திரப்பட்டபோது, அனைத்தையும் குலைக்கும் விதமாகச் சாம்பன் செயல்பட்டு இரும்புத் துண்டைப் பிள்ளையாகப் பெற்றான்.

அந்தத் துண்டைப் பொடியாக்கிக் கடலில் கரைத்துவிட்டதாக நிம்மதி அடைந்தார்கள் யாதவ இளைஞர்கள். அந்த இரும்புப் பொடி யைக் கடல், பிரபாச தீர்த்தத்துக்குக் கொண்டுவந்து சேர்த்தது. கரையில் கோரைகள் ஈட்டி போலவும், அம்பு போலவும் முளைத்துக் காலத்தை நோக்கிக் காத்திருந்தன. இரும்புத் துண்டைப் பொடி செய்யும்போது, ஒரு துண்டு உடையாமல் கடலில் சேர்க்கப்பட்டது. அதை உணவென்று நினைத்த ஒரு மீன் இரும்புத் துண்டை விழுங் கியது. அந்த மீனை ஜரை என்ற பெயர் கொண்ட வேடன் கொல் லும்போது அதன் வயிற்றில் அந்த இரும்புத் துண்டைக் கண்டான். அதைக் கூர்தீட்டி, தம் அம்பின் முனையில் பொருத்திக்கொண்டான். எல்லாம் 'போட்ட கோட்டை அழிக்காமல்' நடந்தேறின.

வானம் இருட்டிக்கொண்டு வந்தது. முன்னிரவு தொடங்கியது.

துவாரகையில் உற்பாதம் கண்டபோது கிருஷ்ணன் பலராமன் இருவரும் கையெழுத்திட்டு அறிக்கை ஒன்றை வெளியிட்டிருந் தார்கள். "துவாரகை மக்கள் எவரும் இக்கணம் முதல் மது அருந்தக் கூடாது. மதுவைக் காய்ச்சவும் கூடாது. யாரேனும் மது அருந்தியது கண்டுபிடிக்கப்பட்டால், அவர்கள் அவர்களின் குடும்பத்தோடு உயிரோடு சூலத்தில் ஏற்றப்படுவார்கள்" என்பது அந்த ஆணை. சுமார் ஏழு நாட்கள் மதுவை மறந்திருந்த துவாரகை மக்கள். பிரபாச தீர்த்தத்துக்கு வந்து, வழிபாடு முடிந்த அந்த மாலை வேளையில் எப்படியோ நினைவு கொண்டு விட்டார்கள். எப்படியோ போதை தரும் மது அவர்களுக்குக் கிடைத்துவிட்டது.

உபவாசம் இருக்கிறோம், கிருஷ்ண பலராமர்கள் எதிரில் இருக்கிறார்கள் என்பதையும் மறந்து அவர்கள் போதையில் பிரலா பிக்கலானார்கள். குழு குழுவாக அமர்ந்து குடித்துக் கொண்டிருந்த அவர்களில் இருந்து கிருஷ்ணனின் சினேகிதனும், அர்ச்சுனன் சிஷ்யனுமான சாத்யகி, உன்மத்தம் கொண்டவனாக எழுந்தான். கிருதவர்மனை நோக்கிப் பரிகாசமும் அவமானமும் செய்தான். "கிருதவர்மா... உன்னைப் போல உறங்கும் பாண்டவர்களை, ஆயுதம் ஏந்தாதவர்களைக் கொல்லும் கோழை யாதவ வம்சத்தில் எவன் இருக்கிறான்? அவமானத்தை அலங்காரமாக அணிந்தவன் நீ!" என்றான். யாதவர்களில் ஒரு குழு அதை ஆமோதித்துக் கரகோஷம்

பிரபஞ்சன் ★ 293

செய்தது. சாத்யகியும் கிருதவர்மனும் கிருஷ்ணன் அருகிலேயே அமர்ந்து குடித்துக் கொண்டிருந்தார்கள் என்பதே விசேஷம்.

சீண்டப்பட்ட கிருதவர்மன் துடித்து எழுந்தான். முக்கியமான விஷயம், கிருஷ்ணன் மகன் பிரத்யும்னன் சாத்யகியை ஆதரித்து அந்தச் சண்டையை ஊக்குவித்தான். "நீ மட்டும் சுத்த வீரனா? கை வெட்டப்பட்டு, யோகத்தில் அமர்ந்திருந்த பூரிசிரவசைக் கொல்ல வில்லையா, குலத்துரோகி" என்றான் கிருதவர்மன்.

சாத்யகி எழுந்தான். கிருதவர்மாவின் தலையைத் தன் கை வாளால் வெட்டி வீழ்த்தினான். கிருஷ்ணன் சாத்யகியைத் தடுக்க ஓடினார். காரியம் மிஞ்சிவிட்டது. போஜ, அந்தக வம்சத்து வீரர்கள் சாத்யகியைச் சூழ்ந்துகொண்டார்கள். பிரத்யும்னன் சாத்யகியைச் சூழ்ந்து காப்பாற்ற முயற்சி செய்தான். வெறியில் இருந்தவர்கள், சாத்யகியையும் பிரத்யும்னனையும் கிருஷ்ணன் கண் முன் கொன்றார்கள். கிருஷ்ணன், இரும்புத் துண்டால் விளைந்த கோரையைப் பிடுங்கி, எதிரில் வந்த அத்தனை பேரையும் கொன்றார். யாதவர்கள் அனைவரும் அந்தக் கோரையால் தாக்கியும், தாக்கப்பட்டும் இறந்து போனார்கள். கிருஷ்ணனின் மகன்கள் சாம்பன் முதல் பேரன் அநிருத்தன் வரை எல்லோரும் கொல்லப்பட்டார்கள்.

அந்த யாதவர்களின் மயான பூமியில் கிருஷ்ணன் மட்டும் உயிரோடு தன்னந்தனியாக நின்றார். இறந்த பிள்ளைகள், உறவுகள், தம் யாதவ மக்கள் மத்தியில் கிருஷ்ணன் மட்டுமே உயிரோடு இருந்தார். அவரின் அன்புக்குகந்த தாருகன் என்கிற தேரோட்டி வந்து அவரை அழைத்துக்கொண்டு கொலைக்களத்தை விட்டு வெளி யேறினான். அண்ணனைக் காணவேண்டும்!

இரவு இரண்டாம் ஜாமம் முடிந்திருந்தது.

கிருஷ்ணன் பலராமரைத் தேடிப் போனார்.

பலராமன், ஒரு மரத்தின் கீழ் அமர்ந்து தியானம் செய்து கொண்டிருந்தார்.

கிருஷ்ணன் அவர் அருகில் செல்லும்போதே, பலராமன் தம் உயிரை விட இருப்பதை அறிந்துகொண்டார்.

சகோதரன் மறைவார் என்றதும், கிருஷ்ணனுக்கு அர்ச்சுனன் நினைவு எழுந்தது. தாருகனிடம் சொன்னார்:

"உடனே அஸ்தினாபுரம் போ. யாதவ வம்சம் முற்றாக அழிந்தது என்ற தகவலைச் சொல். அர்ச்சுனன் உடனே துவாரகை வரட்டும்."

செய்தியை எடுத்துக்கொண்டு தாருகன் புறப்பட்டான். கிருஷ்ணன், துவாரகை சென்று, தந்தை வசுதேவரைக் கண்டார். "தந்தையே... அர்ச்சுனன் வருவான். நம் குலப் பெண்களை அவன் பாதுகாப்பில் ஒப்படையுங்கள். அவன் அவர்களைக் காப்பாற்றட்டும். பலராமரை வழியனுப்ப நான் போகிறேன். அன்று குருவம்ச அழிவைக் கண்டேன். இன்று யதுவம்ச அழிவையும் பார்த்து விட்டேன். மக்கள் இல்லாத துவாரகையை என்னால் காணச் சகிக்க வில்லை. நான் போகிறேன்."

கிருஷ்ணன் அரண்மனை வாயிலை நெருங்கும்போது அவரது மனைவிமார்கள், மருமகள்கள், பேரப் பிள்ளைகளின் பேரழுகைச் சப்தம் கேட்டு மீண்டும் அரண்மனைக்குத் திரும்பினார்.

"மனிதர்களில் சிறந்த அர்ச்சுனன் வரப்போகிறான். அவன் உங்களைக் காப்பாற்றுவான்" என்று சொல்லிவிட்டுப் புறப்பட்டார்.

நினைவு வந்தவர் போல தந்தையின் பாதங்களில் தலை வைத்து வணங்கினார் கிருஷ்ணன். வசுதேவர் திக்பிரமை பிடித்தவர் போல இருந்தார்.

"தந்தையே, நான் போகிறேன்."

பிரபாச தீர்த்தத்துக்குக் கிருஷ்ணன் வந்து சேர்ந்தபோது, அவர் பலராமனைக் கண்ட அக்கணமே அவர் உடம்பைப் போட்டுச் சென்றார். சட்டென்று வரம்பற்ற சூனியம் அவர் மனதைக் கவ்வியது. கண்ணுக்கெட்டிய தூரம் வரைக்கும் யாதவரின் இறந்த உடம்புகள் தெரிந்தன. அந்த உடம்புக்கூடாக அந்தக் களத்தின் எல்லை வரைக்கும் நடந்து சென்றார். மனிதர்கள், உயிரற்ற மனிதர்கள், அவர்களுக்கு இருக்கும் உறவுகள், சொந்தங்கள், மனைவி, மக்கள் மரணத்தை எப்படி ஏற்பார்கள்? சுமார் 36 ஆண்டுகளுக்கு முன் குருசேத்திர பூமியில் அவர் பார்த்த லட்சக்கணக்கான வீரர்களின் உடம்புகள் நினைவில் எழுந்தன. துக்கம் அவரைக் கவ்வியது. அந்தப் போரை நிறுத்த அவர் எவ்வளவோ முயன்றார். முடியாது தோற்றார். இந்தக் கலகம், அவர்மேல் திணிக்கப்பட்டது. இறந்தவர்கள் மத்தியில் அவர் குழந்தைகளும் இருந்தார்கள். ஏனோ, காந்தாரி அவர் நினைவுக்கு வந்தாள். அவள் நூறு பிள்ளைகளையும் இழந்து, வயிறு இட்ட சாபம் நினைவுக்கு வந்தது.

நியாயம்தான். வினை வித்தை விதைத்து விதிநீர் ஊற்றியபின் கர்மபலன் விளையாமல் போகுமா என்ன? கடலை நோக்கி ஓடும் நதியில், துடுப்புகள் இல்லாத படகுக்குள் அல்லவா மனிதர்கள் அமர்த்தப்பட்டிருக்கிறார்கள்.

கிருஷ்ணன் முகத்தில் புன்னகை அரும்பியது.

வானம் சிவந்து விடியலை அழைத்துக்கொண்டு வந்தது. 'போதும்' என்று நினைத்தார் அவர். பறவைகள் காலையை வர வேற்றுக் கூவிக்கொண்டிருந்தன. தூரத்தில் தென்பட்ட ஆலமரத்தைக் கண்டார். அதன் அருகில் சென்று அதன் நிழலில், ஒரு வேரில் தலைசாய்த்து அமர்ந்தார். நேற்று காலை அவர் துவாரகையை நீங்கியது முதல் இன்றைய காலை வரையான நிகழ்ச்சிகள் அவர் மனத்தில் ஓடிக்கொண்டிருந்தன.

தூரத்தில் பல்லியின் குரல் போல, யாரோ ஒருவன் அம்பின் முனையைக் கூர் தீட்டும் சப்தம் கேட்டது. சாம்பன் பிரசவித்த இரும்பின் துகள், மீனால் விழுங்கப்பட்டு அந்த வேடனுக்குக் கிடைத்த அம்புக் கூர்முனையைத்தான், அவன் கூர் தீட்டிக் கொண்டிருந்தான். அவனே ஜரை.

கிருஷ்ணனின் பாதம் மானின் காதுபோல் தோன்றியது வேடனுக்கு. எய்தான். அம்பு, பாதத்தை ஊடுருவியது, சாம்பன் ஈன்ற இரும்பின் கடைசித் துணுக்கு அது.

அர்ச்சுனன், கிருஷ்ணனுக்கு எரியூட்டினான். வியாசரிடம் வந்தான்.

"சுவாமி... கிருஷ்ணன் எப்படி இறக்க முடியும்?"

"பிறந்தான். ஆகவே இறந்தான். இது நியதி. ஆனால், கிருஷ்ணன் இறப்பதில்லை. அவன் இல்லாமல் ஆனான். இல்லாமல் போவது இறப்பதாகாது. அதோ நீலவானம். நீலத்தில் அவன் இருப்பான். கடல் நீலத்தில் அவன் இருப்பான். உன்னிடம் அவன் இல்லையா?"

"நானே அவர்தானே. அவர்தானே நான்."

"பின் எப்படி அவன் இறந்தான் என்கிறாய்?"

"உண்மை, சுவாமி!"

★

தன்னைத் தொலைத்துக் கொண்ட திருதராஷ்டிரன்

மகாராணி சத்யவதி நியாயத்தின்படியும், அக்காலச் சமூகத்துச் சட்டப்படியுமே செயல்பட்டாள். காலம் சென்ற தம் இரண்டாவது மகன் விசித்திரவீரியனின் மனைவிமார்கள் அம்பிகை, அம்பாலிகை மூலமாகச் சந்திரகுலத்துக்கு வம்சம் தழைக்கும்படி உதவத் தம் மகன் வியாசரிடம் வேண்டினாள். நெஞ்சில் காமம் அற்ற வியாசர் தம் தம்பி மனைவியர்களிடமும் அடிமைப்பெண் ஒருத்தியுடனும் கூடி மூன்று பிள்ளைகள் உருவாகக் காரணம் ஆனார். மூத்தவன் திருதராஷ்டிரன். இரண்டாமவன் பாண்டு. மூன்றாமவன் விதுரன்.

திருதராஷ்டிரன் கண் அற்றவனாகப் பிறந்தது அவன் குற்றம் இல்லை. ஒரு காட்டுவாசியுடன் உறவு கொள்ள நேர்ந்த அரசி அம்பிகை அருவருப்பால் கண்களை மூடிக்கொண்டதிலும் தவறு சொல்ல முடியாது. எப்படி ஒரு பெண், கணவனின் சகோதரன் என்று சொல்லிக்கொண்டு வருபவனை மனம் கனிந்து வரவேற்க முடியும்! திருதராஷ்டிரனின் விழி இல்லாமைக்கான பழியை அந்தப் பெண்ணின் மேலேயே சுமத்திக்கொண்டு இருப்பதில் எந்த நியாயமும் இல்லை.

திருதராஷ்டிரன் அகவிழி அற்றவன். அதன் வெளிப்பாடாகத் தான் அவன் புற விழிகள் இல்லாமல் வாழ்ந்தான். அவன் விழியோடு பிறந்திருப்பானாகிலும் பெரிய வித்தியாசம் எதுவும் அவனிடத்திலோ கதையிலோ ஏற்பட்டிருக்கப் போவதில்லை. இத்தனைக்கும் மகத்தான வியாசரின் மகன், அவன். இருந்தும் என்ன பெற்றான், அவரிடம் இருந்து அவன்?

தொடக்கத்தில் அவனிடம் எந்த மாறுதலும் இல்லை. ஏனெனில், அவன் மற்ற இரு தம்பியரோடு பீஷ்மரால் வளர்க்கப் பட்டான். சாஸ்திரங்கள் கற்றான். நூறு யானை பலம்கொண்ட வனாக இருந்தான். அதுவே அவன் பெருமையாக இருந்தது. சாஸ் திரப் பயிற்சிகள் அவனை எந்தவகையிலும் தொட்டனவா என்பதுக்கு எந்தச் சாட்சியமும் அவன் வாழ்க்கை நெடுகவும் இல்லை. தந்தையின் இடத்தில் இருந்துகொண்டு தம்மையும் தம் தம்பியரையும் ஒரு பெரும்

சம்சாரியைப் போல, குடும்பமே வேண்டாம் என்று சபதம் செய்த பீஷ்மன் பெரும் சிரத்தையுடன் வளர்த்த தியாகத்தையும்கூடப் பின்னாளில் மறந்து போனான், திருதராஷ்டிரன்.

திருதராஷ்டிரன், மனம் எரியத்தொடங்கியது, பாண்டுவுக்கு அரசுப் பட்டாபிஷேகம் என்கிற செய்தியைக் கேட்டுத்தான். தானே, அஸ்தினாபுரத்தின் அரசன் என்று கனவு கண்டு இருந்தவன் அவன். அவன் இல்லை என்று சொன்னார் பீஷ்மர். அவரைத் தவிர வேறு யார் இந்தச் செய்கையைச் செய்யத் துணிந்திருந்தாலும் அவன் கிளர்ச்சி செய்திருக்கக்கூடும். பீஷ்மர், தர்மத்தின்வழி நடப்பவர் என்பதை அவன் அறிந்திருந்தான். மட்டுமல்லாமல், அரசவையின் முக்கியஸ்தர்கள் பீஷ்மர் வழி நடப்பார்கள். அவன் தன்னை அடக்கிக்கொண்டான். ஏன், தனக்கு அரசுப் பதவி இல்லை? பீஷ்மர், அரசவையில் பகிரங்கமாகவே அறிவித்தார். அங்க ஈனமான ஒருவன், அரசனாக முடியாது. திருதராஷ்டிரன் பிறவிக் குருடன். சகல லட்சணங்களும் வீரமும் கொண்ட பாண்டுவே அரசன் என்று அறிவித்தார். பீஷ்மர் அவரை அறியாமல், அஸ்தினாபுரத்தின் அழிவுச் சக்தி ஒன்றை உசுப்பி விட்டு விட்டார். திருதராஷ்டிரன் பக்கமாக நின்று பேச யாரும் இல்லை. ஏன் எனில் தர்மம் அவன் பக்கம் இல்லை.

பாண்டுவை அந்த நிமிஷம் முதல் அவன் வெறுக்கத் தொடங்கினான். பாண்டு மன்னனாக வீற்றிருக்கும் சபையில், ஓர் அமைச்சன் போல அவன் இருக்க விரும்பவில்லை. அவன் மன நெருப்பு அவனை எரிக்கத் தொடங்கியபோது, பீஷ்மர் அவனுக்குப் பெண் பார்த்துக் கொண்டிருப்பதாக அறிந்தான். காந்தார தேசத்து அரசன் சுபலன் மகள் காந்தாரி அவன் மனைவியானாள். கண் இல்லாதவன் தம் கணவன் என்று அறிந்த அந்தக் கணமே, ஒரு துணியை எடுத்து அதை மடித்துத் தம் கண்களை மறைத்துக்கொண்டாள், காந்தாரி. தம் மனைவியின் அந்தச் செய்கையின், மேன்மையை அறியச் சக்தி அற்றவனாகவே அவன் இருந்தான். தம் கணவனுக்குக் கிட்டாத கண் விழி மகிழ்ச்சிகள் தமக்கும் வேண்டாம் என்பது காந்தாரியின் மனம். அவனோ, கண் இல்லாத ஒருவனுக்குத் தன்னைக் கட்டி வைத்தார்களே என்கிற கோபத்தில், தம் மேல் தம் மனைவி வைக்கிற எதிர்மறை விமர்சனம் என்றே கருதினான். இரண்டாவது மனைவி பற்றிய துன்பத்தையும் தூக்கிச் சுமந்தான் அவன்.

ராஜ்ய அதிகாரம் என்பது எத்தனை உயர்ந்தது? பாண்டுவுக்கு நிமிஷம்தோறும் அவன் விகசிப்பை அவன் உணர்கிறான். குருதேசம் அவன் ஒவ்வொரு அசைவையும் நோக்கியதே! அவனது ஒவ்வொரு சொல்லும் சட்டமாக அல்லவா மாறிக்கொண்டிருக்கிறது. ஓயாத வெற்றி முழக்கம். ஜெயகோஷம். வேளைதோறும் விருந்துண்டு பரிசில் பெற்றுச் செல்லும் ஆயிரமாயிரம் அந்தணர்களின் ஆசி மழையில்

அல்லவா பாண்டு மூழ்கி எழுகிறான். அவன் மனம் அணையாத யாக குண்டம் ஆகிக்கொண்டே இருந்தது. முன்னர், தன்னந்தனியே மனம் வெதும்பிப் போனவனுக்கு, பகிர்ந்துகொள்ள இப்போது நல்ல மனைவி வாய்த்தாள். காந்தாரி, எழுதப்பட்ட ஓவியம் போல இருந்தாள். ஓவியங்கள் எதிர்வாதம் செய்வதில்லை. இவர்கள் இருவருக்குமே பேச எதிராக மூன்று பேர் இருந்தார்கள். ஒருவன் பாண்டு. அவனது இரண்டு மனைவிகள் குந்தி மற்றும் மாத்ரி.

ஒரு விஷயம், திருதராஷ்டிரன் மனதையும் சஞ்சலப்படுத்தியது. மூத்த சகோதரன் என்று பாண்டு செலுத்தும் அபரிமிதமான பக்தி. அது உண்மையாக இருக்க முடியுமா? முடியாது. அப்படி, அவன் நம்ப விரும்பினான். அப்படி நம்புவதுதான், பாண்டுவைப் பகைக்க முகாந்திரங்களை ஏற்படுத்தும்.

பாண்டு புரிந்துகொள்கிறான். அரண்மனை முழுக்க திருதராஷ்டிரன் விளைத்தவை முட்களாகக் குவிந்து கிடந்தன. தாங்க முடியாத மெல்லிய குணம் படைத்த அவன், திக்விஜயம் புறப்பட்டுச் சென்று விட்டான்.

திருதராஷ்டிரன், மகிழ்ந்தான். திக்விஜயத்தில் எதுவும் நடக்கக் கூடும். பாண்டுவை விடவும் பெரிய வீரர்கள் உலகில் இல்லாமலா போனார்கள்? பாண்டு அமர்ந்த அந்த சிம்மாசனம், அவனை வேண்டாம் என்றா சொல்லும்? விதி வேறாக இருந்தது. பாண்டு வெற்றி வீரனாகத் திரும்பினான். பீஷ்மர், அவனை சாம்ராட் என்று வேறு சொன்னார். திருதராஷ்டிரன், தம் அரண்மனைக்கு எழுந்து வந்து விட்டான். புரிந்துகொண்ட பாண்டு, காட்டுக்குத் தம் மனைவிமார்களுடன் புறப்பட்டான். திருதராஷ்டிரன், பீஷ்மரால் தற்காலிக அரசன் ஆனான். பாண்டு, சுமார் இருபது ஆண்டு களுக்குப் பிறகு, சாம்பல் கிண்ணமாகத் திரும்பினான். அவனது மகன்கள் ஐந்து பேர்கள் தாயுடன் நிராதரவாக அரண்மனைக்குள் நுழைந்தார்கள். திருதராஷ்டிரன், அலறித் துடித்து புரண்டு புரண்டு அழுதான். வியாசர் அவன் அழுகையைப் பற்றி இப்படிச் சொல் கிறார். "குளத்துநீர் மேலே சுடும். அடி ஆழத்து நீர் குளிர்ச்சியாக இருக்கும். அதுமாதிரி, ஊருக்காக அவன் அழுதான். மனதுக்குள் சந்தோஷப்பட்டான்."

மறந்துவிடக் கூடாது. தந்தை வியாசர், மகன் பற்றிக் கூறியது இது.

காந்தாரிகூட அவனை ஏமாற்றியதுபோல உணர்ந்தான். அஸ்தினாபுர அரண்மனையில் முதலில் கர்ப்பம் தரித்தவள் காந்தாரி. அரியணையின் மூத்த வாரிசு உருவாகிவிட்டான் என்று மகிழ்ந்தான் திருதராஷ்டிரன். அவன் துரதிருஷ்டம், உலகத்தின் அதிர்ஷ்டம் தருமன் முன்னால் பிறந்து அவனுக்கு ஏமாற்றத்தைத் தந்தான்.

தந்தை பாண்டுவை இழந்து, பாண்டவர்கள் அஸ்தினாபுர அரண்மனைக்குத் திரும்புகையில் தருமன் வயது 16. பீமன் 15. அர்ச்சுனன் 14. நகுல சகோதரர்கள் 13. தருமனின் பணிவும், தர்ம மார்க்கமும், பீமனின் அசாத்திய பலமும், அர்ச்சுனனின் கற்றலின் ஆர்வமும், திருதராஷ்டிரனுக்குத் தொந்தரவு செய்தன. தம் பிள்ளை துரியோதனன் போல மூர்க்கர்களாக அவர்கள் இல்லை. அந்தப் பிள்ளைகள் ஆதரவு கேட்டு வரவில்லை. ஆட்சி உரிமையைக் கேட்டு வந்தவர்கள் என்பது அவனுக்குப் புரிந்தது.

துரியோதனன், வாரணாவத அரக்கு மாளிகைத் திட்டத்தோடு, தந்தையை அணுகியபோது, அவன் மகிழ்ந்தான். பாண்டவர்களைக் கொன்று விடுவது, குருதேச ஆட்சி தமக்கும் தம் பிள்ளைகளுக்கும் சாஸ்வதமாகும் திட்டம் என்று கணக்குப் போட்டான். உண்மையில், துரியோதனனின் அதர்ம காரியங்களுக்கு அரை மனதோடு அனுமதி கொடுத்தான் திருதராஷ்டிரன் என்பது எப்போதும் சரி இல்லை. தந்தையின் மனோரதத்தைப் பிள்ளை நிறைவேற்றுகிறான். துரியோதனனின் ஒவ்வொரு அடி வைப்பும், பாண்டவர்களுக்கு எதிரானது மட்டுமல்ல. தமக்கும் சாதகமானது என்பதை அக் கண்ணில்லாதவன் பார்த்தான். வாரணாவதக் கொலைத்திட்டத்துக்கு அவன் சம்மதம் சொல்கிறான். ஆனால் விதிக்கப்பட்டது வேறாக இருந்தது. பாண்டவர்கள் தப்பித்தது மட்டுமல்ல, பலம் பொருந்திய பாஞ்சால மன்னனின் மாப்பிள்ளைகளாகவும் ஆனது, அவனை அஞ்சச் செய்துவிட்டது. தவிரவும், கொலைத் திட்டம் மக்களிடம் கசியவே, நாட்டுப் பிரிவினைக்குச் சம்மதித்தான். இதிலும் திருதராஷ் டிரனே வெளிப்பட்டான். குருதேசத்தின் வளமான பகுதியைத் தமக்கும், காடுகளைப் பாண்டவர்க்கும் தந்தான்.

திருதராஷ்டிரன் என்கிற சொல்லுக்குப் பதவியை விடாப் பிடியாகப் பற்றிக்கொண்டிருப்பவன் என்பது போன்ற அகல அர்த்தம் இருப்பதாக அறிஞர்கள் சொல்கிறார்கள். பாண்டு என்கிற மெல்லிய இதயம் கொண்ட சகோதரனின் ஈகையில்தான் குரு ராஜபீடம் தமக்குக் கிடைத்தது என்பதை அவன் மட்டுமே அறிவான். பாண்டு உயிரோடு இருந்தவரைக்கும், ஆட்சி மீண்டும் பாண்டுவுக்குப் போய்ச் சேரும் நேரம் எந்தச் சமயத்திலும் கதவைத் தட்டும் என்பதை அவன் அறிந்தே இருந்தான். அவனுக்கு எதிரான, தர்மம் என்று ஒன்று இருக்கிறதாகப் பீஷ்மர் சொல்லிக்கொண்டிருக்கிற அந்த வினோத வஸ்துவைப் பற்றிப் பேச இப்போது பீஷ்மரோடு, துரோணர், கிருபர் என்று கூட்டம் பெருத்துத்தான் போய்விட்டது.

நல்ல வேளையாக, பாண்டு கானகத்தில் இறந்தது நல்லதாகப் போயிற்று. எதைக் கொடுத்தும் பற்றிய பதவியைப் பறிகொடுத்துவிடக் கூடாது என்று தெளிவாக இருந்தான், அவன். தம் மகனைச் 'சரியாக வழிநடத்தும்' மைத்துனன் சகுனியின் தந்திரத்தில் அவனுக்கு நிறைய

நம்பிக்கை ஏற்பட்டிருந்தது. அதனால்தான், மாயச் சூதுக்கு அவன் உடன்பட்டான். போர் என்கிற சத்திரிய தருமம், இதில் உதவாது என்பது அவன் அறிந்ததே. தளபதிகள் பீஷ்மர், துரோணர், கிருபர், அஸ்வத்தாமன் என்று யாரும் பங்காளிப் போருக்குத் தயாராகும் நிலை இன்னும் வாய்க்கவில்லை. எந்தக் கணக்கும், சூதாட்டத்தை நோக்கியே அவனைக் கொண்டு சேர்த்தது.

சூதாடிகளுக்கே உரிய வெறியின் உச்சத்தில் இருந்தான் தருமன். எதையும் வைத்து ஆடும் மனநிலைக்கு அவனைச் சகுனி கொண்டு வந்திருந்தான். ஒவ்வொரு வெற்றியின் போதும், சகுனியை விடவும், துரியோதனனை விடவும், அதிகம் மகிழ்ந்தவன் திருதராஷ்டிரனாக இருந்தான். அவன் தவிப்பு வெளிப்பட்ட இடம், திரௌபதியை வைத்து தருமன் சூதாடிய இடமே ஆகும். மனிதக் குரூரமும் இழிவும் ஒன்று சேர, திருதராஷ்டிரன் உருவெடுத்து இருந்தான். 'பாஞ்சாலி தோற்கப்பட்டாளா' என்று பெரிய ஆவலுடன் அவன் கேட்டுக் கொண்டிருந்தான். உண்மையில் பாண்டவர்களின் தோல்வியே, அவர்கள் திரௌபதியை வைத்து ஆடித் தோற்றதுதானே?

அவள் மருமகள் என்பதும் மகன்களின் மனைவி என்பதையும் அவன் சற்றும் நினைத்துப் பார்க்கவில்லை.

உலக இலக்கியத்தில், இதிகாசங்களில், தர்மத்தின் வாழ்வைச் சூது கவ்விய இடம், இது போன்ற உக்ரமான இடம், பிறிதில்லை. தருமன், பாவம், வெறியின் உச்சத்தில் தன்னை மறந்திருந்தான். தர்மத் தின் உயிரை வதைத்தவர்கள், அச் சபையில், கங்கை புத்திரனாகவும், துரோணனாகவும், கிருபனாகவும், வேடிக்கை பார்த்த மன்னர் களாகவும் இருந்ததாக இருப்பதே பெரும் சிந்தனைக்கும், வேதனைக் கும் உரியதாக இருக்கிறது. அந்தப் பெரியவர்கள் பக்கம் எந்த நியாயமும் இல்லை. அந்த அநியாயத்தில் சகுனியை விடவும் துரி யோதனன், திருதராஷ்டிரன் ஆகியோரை விடவும் குற்றம் செய்த வர்கள் அந்தப் பெரியோர்களே ஆவார்கள். அப்போதோ, அதன் பின்போ, அக் குற்றத்தின் எந்தச் சுவடும் அவர்களிடம் இல்லை என்பது, எல்லாவற்றையும்விடவும் பெரிய குரூரம்.

கடைசி வரைக்கும், திருதராஷ்டிரன் பீமனை மன்னிக்கத் தயாராக இல்லை. துரியோதனன், துச்சாதனன் என்கிற தம் புதல்வர் களைக் கொன்றவன் பீமன் என்பதை அவன் மறக்கவே இல்லை. எந்தச் சந்தர்ப்பத்திலும், பீமனைக் கொல்ல அவன் தயாராக இருந் தான். இதுபோன்ற பழிக்குப் பழி உணர்வும் காந்தாரிக்கும் இருந்தது. மிகக் கொடுமையான சம்பவங்கள் தொடர்ந்தன. இச்சமயத்தில் பாண்டவர்களைக் காத்தது கிருஷ்ணன்.

போருக்குப் பிறகு தம்மைச் சந்திக்க வந்த பாண்டவர்கள் மற்றும் கிருஷ்ணனிடம், 'பீமன் எங்கே' என்றுதான் அவன்

கேட்டான். இதை அறிந்தவராக கிருஷ்ணரே இருந்தார். பீமன் போன்ற இரும்பினால் செய்த பிரதிமையை அவன் முன் நிறுத்தினார். நூறு யானை பலம் கொண்ட திருதராஷ்டிரன், அந்த இரும்புப் பொம்மையை இறுக்கிக் கொன்றான். அவன் சினம், ரௌத்ரம், கோபம் எல்லாம் சேர்ந்து எழுந்த ஆக்ரோஷத்தில் அவன் பீமனைக் கொல்வதாக நினைத்துத் தவறினான். பீமன் காப்பாற்றப்பட்டான். காந்தாரி, பாண்டவக் குலத்தையே அழிக்க எண்ணிக் கொண்டிருந்தாள். அவள் கோபத்தைக் கிருஷ்ணன், தம் மேல் ஏற்றுக்கொண்டு, தருமனைக் காப்பாற்றினார். யாதவர்குலம் அழிந்தது. பாண்டவர்குலம், பரிட்சித்தாகத் தொடர்ந்தது.

திருதராஷ்டிரன், அவன் செய்த பாவங்களுக்கு வெட்கியும், கூசியும், அவமானப்பட்ட நாட்கள், யுத்தத்துக்குப் பிறகு, தருமன் அன்பாகக் கொடுத்த உணவை உட்கொண்ட நாட்கள்தான். 'என் அண்ணன் சோற்றைப் பிச்சையாக ஏற்று உண்கிறாயா' என்று பீமன் திருதராஷ்டிரனிடம் கேட்டான். அது நியாயம் இல்லைதான். துகில் உரியப்பட்ட பாஞ்சாலியின் கணவன் அவன். பீமன் வேறு எப்படிப் பேச முடியும்?

திருதராஷ்டிரன், தமக்குள் நெருப்பாக இருந்தான். அந்த விறகுக்கு நெய் ஊற்றி, விறகிட்டு வளர்த்தான். கடைசியாகத் தானே நெருப்பில் சிக்கி உயிரைத் துறந்தான்.

வியாசர் மனிதகுலத்தின் வகை மாதிரிகளை நமக்குச் சொல் கிறார். அந்த மாதிரிகளில், திருதராஷ்டிரன் ஒருவன். சகுனி ஒருவன். அஸ்வத்தாமன் ஒருவன். எந்த மாதிரி மனிதர்களுக்கு மத்தியில் நாம் வாழ நேர்ந்திருக்கிறது என்பதை நாம் விளங்கிக் கொள்ள வேண்டும் என்று விரும்புகிறார், அந்த மகாகவி. நாம் யாரைத் தேடுகிறோம் என்பது நம் சுதந்திரம். விதுரன் என்கிற மகத்தான மனிதனும் அந்த முட்காட்டில்தான் வாழ்கிறான். தருமனும், ஏன் கிருஷ்ணனும்கூட. ஏன் ஏகலைவனும் கூட.

ஓர் அழகான வாழ்க்கை ஒரு குவளையில் வைத்து நமக்கு அருளப்பட்டிருக்கிறது. நீங்கள் ஆடிக்கொண்டும், பாடிக் கொண்டும் அந்த அமுதத்தைப் பருகலாம். ஆனால், சிந்திவிடக்கூடாது. ஏன் எனில் மறுமுறை அது வழங்கப்படாது.

★

நன்மைகளின் பக்கம் நின்ற சந்திரன்

சந்திரதேவன் பிறப்பு பற்றிப் பல கதைகள் உள்ளன. விஷ்ணுவின் மார்பினில் தோன்றியவன் என்று ஒன்று. அத்திரி முனிவருக்கும் அநசூயைக்கும் பிறந்தவன் என்று ஒன்று. பாரதம் சொல்வது இது: “தேவர்களும் அசுரர்களும் பாற்கடலைக் கடைந்து அமுதம் காண்பதுக்கு முன்னால், சிறப்பு பொருந்திய பல பொருள்கள் வெளிப்படுகின்றன. லட்சுமி தேவி, சுரா தேவி எனப்படும் மதுவும், வெள்ளைக் குதிரையும், கௌஸ்துப மணியும், பாரிஜாதமும் காமதேனுவும் ஐராவதமும் முதலானவை வெளிப்பட்டபோது குளிர்ந்த நூறாயிரம் கிரணங்களுடன் பிரகாசித்துக்கொண்டு நிர்மலரூபமாகச் சந்திரன் உண்டானான்” என்கிறார் வியாசர்.

சத்திரியர்கள், தங்கள் குல முதல்வனாகத் தெய்வங்கள், மாபெரும் மனிதர்கள், தேவாம்சம் பெற்றவர்கள் போன்றவர்களை உருவாக்கிக்கொண்டு தங்களின் குலத்தின் மேன்மையைச் சொல்லிக் கொள்ளும் போக்கு வியாசருக்கு முன்னாலேயே உருவாகிவிட்டது. உலகெங்கும் இந்த வழக்கம் இருந்துள்ளது. வியாசருக்கும் முன்னால் சில ஆயிரம் ஆண்டுகளுக்கு முன்பிருந்தே புகழ்பெற்ற குலங்களாகச் சூரிய வம்சமும் சந்திரவம்சமும் விளங்கி இருந்தன. சூரிய வம்சம், சூரியனின் மரபில் வந்த இஷ்வாகுவை முதல் சத்திரியனாகக் கொண்டது. அயோத்தி ராமர் இஷ்வாகு வம்சத்தினரே ஆவார்.

சந்திரவம்சத்து முதல் சத்திரியன் புரூரவஸ் என்று கொள்ளப் பட்டது. புரூரவஸ், புதன் மகன். புதன் சந்திரனின் மகன். சந்திரன் பிருகஸ்பதியின் மாணாக்கனாக, பிரம்மச்சாரியாக இருந்தபோது பிருகஸ்பதியின் மனைவி தாராவோடு பரிச்சயம் கொண்டான். அக்காலத்துப் பெண்களில் ஒப்புமை இல்லாத பேரழகியாக மூன்று பேரைப் புராணிகர்கள் சொல்கிறார்கள். பல சந்தேகங்கள் கொண்ட இந்தப் பட்டியலில் ஒன்றில் அகலிகை, மண்டோதரி மற்றும் தாரை மூவரும் இடம் கொண்டார்கள். சந்திரனைப் பேரழகன் என்று சொல்லாத இலக்கியங்களே இல்லை.

சந்திரன், தாரையாலும், தாரை சந்திரனாலும் ஈர்க்கப்பட்டு விட்டார்கள். காதல் கசியாதிருப்பது இல்லையே! அதைக் கசிய

விடுவதில் காதலர்களின் பங்கு அதிகமாகவும் இருக்கிறதுதானே? பிருகஸ்பதி அறிய நேரிட்டதும், சந்திரனுடன் தாரை உடன்போக்கு மேற்கொண்டாள். குரு, தம் மாணவர்களை அனுப்பி, தாரையை அழைத்தார். தாரை மறுத்துவிட்டாள். குருவே, நேரில் சென்று தாரையை அனுப்பச் சொல்லிச் சந்திரனிடம் கேட்டார். “தாரை வந்தால் அழைத்துப் போம்” என்றான் சந்திரன். தாரை இப்போதும் மறுத்தாள்.

சிறிது காலத்துக்குப் பிறகு பிருகஸ்பதி மீண்டும் சந்திரனைக் கண்டு, பழைய கோரிக்கையை எழுப்பினார். சந்திரன் மறுத்தான். மூன்றாம் முறை, பிருகஸ்பதியைச் சந்திரன் மாளிகையின் வாயில் காவலர்கள் அனுமதிக்க மறுத்தார்கள். உக்ரம் கொண்ட குரு, சந்திரன் மேல் யுத்தம் அறிவித்தார். இந்திரன் குரு பக்கம் இருந்தான். சுக்ராச் சாரியார், சந்திரனை ஆதரித்து, அணி சேர்த்தார். தேவர்களிலேயே பிளவு ஏற்பட்டு சந்திரன் ஆதரவு என்ற நிலை உருவாகி விட்டது. அசுரர்கள் தெளிவாகச் சந்திரன் பக்கம் நின்றார்கள். பாற்கடல் நிகழ்ச்சிக்குப் பிறகு, திட்டமிட்ட தேவாசுர யுத்தம் இதுவே ஆகும். முறையான திருமண உறவை ஆதரித்தவர்கள் தேவர்கள். சந்திரன் காதலை ஆதரித்தவர்கள் அசுரர்கள். யுத்தம் உலகை நடுங்கச் செய் தது. பிரம்மா தலையிட்டு, தாரையைக் குருவிடம் சேர்த்தார். மீண்டும் பிரச்சனை. தாரை, ஒரு குழந்தையைப் பெற்றெடுத்தாள். அக்குழந் தைக்குச் சந்திரனும், பிருகஸ்பதியும் சொந்தம் கொண்டாடினார்கள்.

கடைசியில் தாரையே அக்குழந்தை சந்திரனுடையது என்று அறிவித்தாள். அவளே குழந்தைக்குப் பெயரையும் வைத்தாள். ‘புதன்’ என்பது குழந்தையின் பெயர். புத்தி உள்ளவன் புதன். அவன் கிரக பதம் பெற்றான். புதன், இளை என்பவளைச் சேர்ந்து புரூரவசைப் பெற்றான். அவன் மூவுலகிலும் பெரும் புகழ்பெற்றான். தேவமாது ஊர்வசியுடன் சேர்ந்து வாழ்ந்து, இந்திரனுக்கு நிகராகத் தம் புகழ் பரப்பி, சந்திரகுலத்து முதல் சத்திரியனாக உருவானான். நியாயமாக, புதனே, சந்திரனின் நேர் வாரிசு என்றாலும், வீர தீரச் செயல்பாடுகள் முதலான பல காரணங்களால் புரூரவஸ் குல முதல்வன் ஆனான்.

தட்சப் பிரஜாபதி, தம் பெண்கள் இருபத்தேழு பேரைச் சந்திர னுக்கு மனைவியாகக் கொடுத்தார். மணவினையின்போதே, மனைவி களைச் சரிசமமாக நடத்தவும், சரிசமமான அன்பு செலுத்தவும் தட்சன், சந்திரனைக் கேட்டுக்கொண்டார். சந்திரன் ஒப்புக்கொண் டான். ஆனால், மனைவிகளில் ரோகிணி மேல் மட்டும் அதிக பிரேமை கொண்டான். இது மற்ற மனைவியரை அதிருப்தியுறச் செய்தது. வருத்தத்துக்கு ஆளான மற்ற பெண்கள் இருபத்தாறு பேர் களும் தந்தை தட்சனைக் கண்டு முறையிட்டுக்கொண்டார்கள். தட்சன், சந்திரனை அழைத்து, ‘அது முறை அன்று’ என்று அறிவுரை

கூறினார். சந்திரன் திருந்துவான் என்று தட்சன் எதிர்பார்த்தார். இல்லை. ரோகிணியை இன்னும் மேலாகக் காதலிக்கத் தொடங்கினான் சந்திரன். மறுமுறையும், இப்பிரச்சனை தட்சனிடம் சென்றது. மீண்டும் தட்சன் சந்திரனை எச்சரித்தார். சாபம் கொடுக்கப் போவதாகவும் சொன்னார். சந்திரன், அவரை அவமானப்படுத்தினான். தொடர்ந்து, சந்திரன் முன் போல் இருக்கவே, பிரஜாபதி, அவனுக்கு க்ஷய நோய் (உடல் தேய்வு) பீடிக்கச் சாபம் இட்டார்.

நாளுக்கு நாள் சந்திரன் தேய ஆரம்பித்தான். சந்திரனின் குளிர்ந்த கிரணங்களால் போஷிக்கப்பட்டு வளர்ந்த பயிர்கள், செடிகள், மரங்கள் முதலான இயற்கைச் சக்திகள் வாடத்தொடங்கின. அவனும் தம் உடம்பு இளைப்புக்கு நாணி எவர் கண்ணிலும் படாமல் தம்மை மறைத்துக்கொண்டான். காரணம் அறிந்து வந்த தேவர்கள், சந்திரன் சார்பாக, தட்சனிடம் மன்னிப்பும், சாபவிமோசனமும் கோரினார்கள். சரஸ்வதி நதி, கடலோடு கலக்கும் பிரபாச தீர்த்தத்தில் மூழ்கி வந்தால் நோய் குணமாகும் என அறிவிக்கப்பட்டது. தீர்த்தமாடியும், சிவனைக் குறித்தும் தவம் செய்தும் சந்திரன் நாளுக்கு நாள் சுகம் அடைந்தான். சிவன் மகிழ்ந்து, அவனை எடுத்துத் தம் சிரசில் ஓர் அணியாக அணிந்ததும், சந்திரன் நோய் முற்றாகத் தீர்ந்தது.

சந்திரன் மனைவிமார்கள் என்று சொல்லப்பட்ட இருபத்தேழு பேரும் நட்சத்திரங்கள். அஸ்வினி, பரணி, கிருத்திகா, ரோகிணி, புனர்வசு முதலாக ரேவதி வரையிலான இருபத்தேழு பேரும், காலம் உணர்த்தும், நேரத்தைத் தெரிவிக்கிற பெண்கள். வியாசர் காலத்தில், நட்சத்திரங்களைப் பார்த்தே காலம் கணிக்கப்பட்டது. நட்சத்திரங்களைப் பார்த்து, இரவையும், வைகறையையும், விடியப் போகிற நாளின் தன்மையையும், பருவ மாற்றத்தையும் கூட அக்கால மக்கள் கணித்துக்கொண்டார்கள். நட்சத்திரம் என்ற சொல்லுக்கு அழிவில்லாதது என்று அர்த்தம். காலம்சார்ந்த, ஒரு வகையான காரியத்துக்குச் சந்திரன் பொறுப்பாளனாக இருந்துள்ளான் என்று உணர முடிகிறது.

உலக பாரத்தைக் குறைக்கும் திட்டம் உருவானது. உலகத்துக்குப் பாரம் என்பது தீமைகளும் கொடுமைகளும். அவைகளைக் கொண்ட மனிதப் பகையை அழிப்பது என்பதே அவைகளின் பொருள். மகாவிஷ்ணு, தம் இறுதி அவதாரமாகக் கிருஷ்ணனாக யது குலத்தில் தோன்ற இருந்தார். அவர் சகோதரராகப் பாம்பணைப் பலராமர் வர இருந்தார். தேவர்கள், ஏதோ ஒரு உருவத்தில் பூமிக்கு வர இருந்தார்கள். சந்திரன் முறையும் வந்தது. தேவர்களுடன் நடந்த கலந்தாலோசனையில், சந்திரன் சொன்னான்:

"இந்தப் பெரும் கடமையிலிருந்து நான் விலகி இருக்க முடியாது. ஏதோ ஒரு வகையில் நான் பங்கேற்பது அவசியம்."

"உன் மகன், வர்கசனை அனுப்பி வைக்கலாம்" என்று தேவர்கள் சார்பில் சொல்லப்பட்டது. வர்கசன் என்கிற தம் மகனை மிகவும் அதிகமாகச் சந்திரன் நேசித்தான். என்றாலும் விஷ்ணு தொடர்பான காரியத்தைப் புறக்கணிக்க முடியாது. அவன் சொன்னான்:

"வர்கசனைப் பதினாறு ஆண்டுகள் மட்டும் நான் பிரிந்து இருப்பேன். அதன்பின், அவன் என்னிடம் திரும்பி வந்துவிட வேண்டும். அர்ச்சுனனின் மகன் அபிமன்யுவாக அவன் பிறப்பான். விராட மன்னன் மகள் உத்தரையை அவன் மணப்பான். போர்க்களத்தில் வீரமரணம் அடைந்து என்னிடம் அவன் திரும்புவான்."

இதை தேவர்கள் ஒப்புக்கொண்டார்கள். வர்கசன், அபிமன்யுவாகப் பிறந்தான். அவனது அஸ்திர குருவாக முதலில் அவன் தந்தை அர்ச்சுனனே அமைந்தான். பின்னர், கிருஷ்ணனின் மகன் பிரத்யும்னன் ஆசிரியனாக அமைந்தான். குருசேத்திர யுத்தத்தில் மகத்தான வீரம் காட்டி, தம் கடமையைச் செய்து, துரோண வியூகத்தில், துச்சாதனனால் பின்புறமாகத் தாக்கப்பட்டு, ஜயத்ரதனால் கொல்லப்பட்ட அபிமன்யு, தன் சுய உருவை அடைந்து, வர்கசனாகச் சந்திரனுடன் வந்து சேர்ந்தான்.

சந்திரன், உலகின் இனிய பொருள்கள் அனைத்துக்கும் தெய்வமாக அமைக்கப்பட்டவன். மருந்து, மருத்துவம் சார்ந்த கலைகள், இசை சார்ந்த திறமைகள் சந்திரன்வசம் ஒப்புக் கொடுக்கப்பட்டன. பிருது மன்னர் பூமியைப் பசுவாக மாற்றி, அப் பசுவிடம் பால் பயன்களைப் பெற்றார் என்று ஒரு கதை ஹரிவம்சத்தில் வருகிறது.

இக்கதை, சந்திரனின் உலக உருவாக்கத்தைச் சொல்கிறது என்கிறார்கள் ஆராய்ச்சியாளர்கள்.

உலகம், தம் மேலும், தம் கீழும் கொண்டவை ஏராளமான வளங்கள். அந்த வளத்தைப் பயன்படுத்திக்கொள்ளும் திறன், பூமியில் வாழ்கிற மக்களைச் சார்ந்தது. பிருது மன்னர், அதைத்தான் செய்யத் தொடங்கினார். மண்ணைக் கீறி, உழுது, நெற்பயிர் போன்ற பயன்களை அடையலாம் என்ற கண்டுபிடிப்பு பிருது மன்னர் காலத்தில் உருவாகி இருக்கலாம். ஏர் என்ற சொல்லே, அழகு என்ற அர்த்தம் கொண்டது. சந்திரனுக்கும் அழகன் என்ற பெயர் சொல்லப்படுகிறது. உலகம், பசுவாக மாற்றம் பெற்றபோது, அதன் பாலை ஒரு கன்றாக இருந்து அருந்தியவன் சந்திரன் என்று அவனைப் பற்றிய கதை, உலகப் பயன்களை, அதன் அழகுகளை, மக்களுக்கு மீட்டுக் கொடுக்கிற பணியை அவன் செய்கிறான் என்பதே ஆழ்பொருளாக உணர்த்து கிறது என்கிறார்கள் அறிஞர்கள்.

ஒரு முக்கியமான விஷயம். சூரிய சந்திரர் இருவரில், சூரியனின் பங்கு பாரதத்திலும் அதன் முன்னாலும் பின்னாலும் நிறைய பேசப்படுகிறது. சந்திரனுக்கு அவ்விதக் கதைகள் இல்லை. அதிகம் இல்லை. வேதக் கடவுள்களில் இந்திரன், சூரியன், வருணன் முதலான பலரின் பங்குகள் தொடர்ந்து வருகின்றன. இந்திரனுக்கும் சூரியனுக்கும் இடையே நிலவும் பகை பல இடங்களிலும் சொல்லப்படுகின்றது. சூரியன் மகன் கர்ணன், இந்திரன் மகன் அர்ச்சுனன் ஆகியோரிடையே நிலவும் பகை தந்தையரின் பகைமையின் வளர்ச்சியாகவே இருக்கிறது.

கலை, பசுமை, மருந்துகள், மரம், செடி முதலான இயற்கைகள் சார்ந்த அழகுகளுக்கே அதிபதியாகச் சந்திரன் இருக்கிறான் என்பதே அவனது வேறு பங்களிப்புக்கு அவசியம் இல்லாமல் போயிருக்கக் கூடும். கலைதொடர்பானவனுக்கு அற்ப விஷயங்களில் நாட்டம் இருக்கக்கூடாது என்பதும் சூட்சுமமான கருத்தாகவும் இருக்கலாம்.

சந்திரனுக்கு, நற்குணங்களும், வெண்ணிறமும், அடையாளமாகச் சொல்லப்பட்டிருக்கின்றன. அவன் இடம் தென்கிழக்கு என்கின்றன புராணங்கள். யயாதி, சாந்தனு, பீஷ்மர் முதல் பாண்டவர் வரை அனைத்து மன்னர்களும் சந்திர வம்சத்தவர் ஆகிறார்கள்.

வியாசர், கௌரவ, பாண்டவர் கதையைச் சொல்லும்போதே, அதோடு கருத்து ரீதியாகத் தொடர்புடைய பல கதைகளையும் சொல்லிக்கொண்டு போகிறார். துஷ்யந்தன், நளன், சத்தியவான், யயாதி, நகுஷன் போன்றவர்கள் கதை பாரதத்தின் நேர்கோட்டில் வரவில்லை. ஆனால், கருத்துரீதியாக மிகவும் தொடர்புடையவை. தர்மம், அதர்மம், நித்ய தர்மம், சாஸ்வத தர்மம் ஆகியவற்றுக்கு உருக்கொடுக்கும் முயற்சியே மகாபாரதம் என்பதை உணர்ந்து கொண்டால், இது நமக்குப் பொருள்படும். சூதாட்டம், ஆணவம், பெண்ணைக் கௌரவிக்கும் அவசியம், சத்திரியர்கள் கடமை, செயல்படும் நேரமும், செயல்படக்கூடாத காலமும் முதலான பல சத்தியங்களையும், சத்தியப் பிறழ்வுகளையும், அவைகளின் பலன்களையும் சொல்லவே வியாசர், பாரதத்தைப் பயன்படுத்தினார்.

சந்திரன் தாரை உறவை தர்மம் ஏற்கவில்லை. தம் மனைவியரில் ஒருத்தியை மட்டும் போஷிப்பதையும் தர்மம் சம்மதம் செய்யவில்லை. நன்மைக்கும் தீமைக்குமான குருசேத்திர யுத்தத்தில் சந்திரன், தம் பங்காக, தம் மகனையே தந்தான் என்பதே அவன் பெருமையாக நீடிக்கிறது.

✸

வியாசர் என்கிற கதைக் களஞ்சியம்!

'ஓய்! பிராமணர்களே, என்னமோ, யாரும் செய்யாத யாகத்தைச் செய்து முடித்தது போல என்ன அகங்காரம் கொள்கிறீர். உம் யாகம் வீண், வெறும் டம்பம். உம் யாகம், குருசேத்திரத்தில் வசிப்பவரும், உஞ்சவிருத்தி செய்பவரும், கொடையாளியுமான ஒரு பிராமணர் தானம் செய்த ஒரு படி மாவுக்குச் சமமாகாதே' என்றது ஒருகுரல். அசாதாரணக் குரலாக இருந்தது. கோடை இடிபோலப் பேரொலித்தது. அது ஒரு கீரியின் குரல். அந்தக் கீரியின் உடம்பின் ஒரு பாதி பொன்போலிருந்தது.

சபை, திடுக்கிட்டு விட்டது. குரல் வந்த வழியாக, ஒரு கீரி அவர்கள் முன்வந்து நின்றது. மனிதர் போலப் பேசியது. நாலு வேதம், ஆறு சாஸ்திரம், பதினெட்டு புராணம், அறுபத்து நான்கு கலைஞானங்களும் கொண்டதாக இருந்தது அந்தக் கீரி.

அப்போதுதான் யுதிஷ்டிரர், பிராமண சிரேஷ்டர்களையும், சம்பந்திகளையும், பங்காளிகளையும், பந்துக்களையும், தீனர்களையும், குருடர்களையும், திக்கற்றவர்களையும் திருப்தி அடையச் செய்து அசுவமேத யாகம்முடித்து சாம்ராட் என்கிற உலக மன்னர்களை வெற்றி கொண்ட விருது பெற்று, தேவர்களின் பூமாரியைத் தம் தலையில் ஏற்று பெருமிதம் அடைந்திருந்தார். அப்போதுதான் அந்தக் கீரி, 'உம் யாகம் ஒரு வீண்' என்று அறிவித்தது.

'அந்த உஞ்சவிருத்தி பிராமணன் கதையைச் சொல்" என்றார்கள் பிராமணர்கள். கீரி அக் கதையைச் சொல்லியது.

'தர்மசேத்திரமான குரு சேத்திரத்தில் ஒரு பிராமணர், தன் மனைவி, மகன், மருமகள் ஆகியோருடன் வசித்து வந்தார். அவர் சுத்த நடை உடையவர். (நடை – ஒழுக்கம்) தர்மபுத்தி உடையவர். தானியங்களைப் பொறுக்கி, அதைக் கொண்டு வாழ்பவர். அதையும் நாளைக்கு ஆக்கும் என்று சேர்த்து வைக்காத சுத்த பிராமணர். வறட்சி காலம் வந்து, பூமி வாய் திறக்காத கொடுமை நேர்ந்தது. பிராமணரின் குடும்பமே பல நாட்கள் பட்டினி கிடந்தது. ஏதோ ஒரு நல் ஊழால், அவர்களுக்குக் கொஞ்சம் தானியம் கிடைத்தது. அதை இடித்து ஒரு படி மாவாக்கினார்கள். ஆளுக்குக் கால்படி

உணவை உண்ணப் பலநாள் உண்ணாத அவர்கள் அமர்ந்தார்கள். அப்போது ஒரு அதிதி பசி மேலிட்டு உணவு கேட்டு வந்தார். பிராமணர், தம் பங்கு மாவை அதிதிக்குத் தந்தார். உண்ட பிராமணன் பசி தீராது இருந்ததைக் கண்டு, மனைவி தம் பங்கை மகிழ்ச்சியுடன் தந்தாள். அதிதியின் பசி நீங்காதது கண்டு, மகன், பின்னர் மருமகள் இருவரும் தம் உணவை இட்டனர். அதிதி, தம் சுய உருவை எடுத்து நின்றார். அவர் தர்ம தேவதை. பிராமணர்க் குடும்பத்தினர் மேல் புஷ்ப மாரி பொழிந்தது.

'பிராமண சிரேஷ்டரே, ஆச்சரியமான தானம் செய்தீர். தேவர்களும், தேவரிஷிகளும், கந்தர்வர்களும், வானத்திலிருந்து கொண்டு உம்மை வணங்குவதைப் பாரும். உம்மை ஸ்தோத்திரம் செய்வதைப் பாரும். உம்மை, உன் குடும்பத்தோடு சொர்க்கத்துக்கு அழைக்கிறார்கள். உம் பசியை நீர் ஜெயித்தீர். எனக்குத் தானம் செய்தீர். ஆகவே, சொர்க்கத்தை ஜெயித்தீர். நந்தி தேவன் என்கிற அரசன், எல்லாம் இழந்தான். ஆனால், சுத்தமான சித்தமுடன் யாசகர்க்கு நீரைக் கொடுத்துத் தாகம் தீர்த்தான். சொர்க்கம் அடைந்தான். தர்மம், பெரிய மதிப்புள்ள தானத்தால் மகிழ்வதில்லை. நிருகன் என்பவன் பிராமணர்களுக்கு ஆயிரம் பசுக்களைக் கொடுத்தான். அதில் ஒன்று, மற்றவனுக்குச் சொந்தமானது. அதனால் நரகம் சென்றான். நியாயமாக அடையப்பட்டவைகளைச் சிரத்தையால் கொடுக்கப்படுவது, எத்தனை சிறியதாக இருந்தாலும் அதுவே தர்மத்தை மகிழ்ச்சிப்படுத்துகிறது. கீரி தொடர்ந்தது:'

'பிராமணர்களே! பிராமணர்க் குடும்பம், சொர்க்கம் சேர்ந்தது. அங்கே தரையில் சிந்திக் கிடந்த மாவில் நான் புரண்டு எழுந்தேன். என் பாதி உடம்பு பொன் மயமாகியது. மீதிப் பகுதியையும் பொன்னாக்கிக் கொள்ள, தருமராசன் யாகத்துக்கு வந்தேன். என் ஒற்றை முடியே பொன்னாகியது... தருமனே! அந்த ஏழை பிராமணனுக்கு நிகரா உன் யாகம்?'

கீரி சிரித்தபடி மறைந்தது.

வியாசர், ஒரு 'எதிர்க்கதை' எழுதி இருக்கிறார். மாபெரும் அசுவ மேதம் செய்து, மன்னர் மன்னனாகி அமர்ந்திருப்பவனைக் கண்டு கீரியாகச் சிரிக்கிறார் வியாசர். தருமன் வாரித் தந்த பொன், ரத்னம், முத்துக்கள் 'மன்னன்' தந்தது. மனிதனாக அவன் என்ன தந்தான்? பீமன் கதையும், அர்ச்சுனன் வில்லும், இரட்டையர்களின் காரியமும் தந்த பொருள்கள் அல்லவா அவை? தருமனின் வியர்வை தரவில்லையே?

சக்ரவர்த்தியான தருமன், அரச தர்மம் பற்றி எனக்குப் போதியுங்கள் என்று பீஷ்மரிடம் கேட்டுக்கொள்கிறான். பீஷ்மர்,

கதைகளாகவே, மிக அருமையான உபதேசங்களைத் தருமனுக்குச் சொல்கிறார். அதில் ஒரு கதை.

"விரோதி என்று தெரிகிறது. அந்த விரோதியிடம், ஒரு காரியம் பற்றி நட்பு பாராட்ட வேண்டியும் இருக்கிறது. இல்லையென்றால் காரியம் நடக்காது. அப்படிப்பட்ட நேரத்தில் அரசன் எப்படி நடந்து கொள்ள வேண்டும்?" இது தருமன் கேள்வி. "எலி மாதிரி" என்கிறார் பீஷ்மர்.

"அது என்ன எலி?"

காட்டின் ஒரு பெரிய ஆலமரத்தின் அடியில் வளை அமைத்துக் கொண்டு பலிதன் என்ற எலி – அது பெரிய அறிவாளி, வாழ்ந்தது. மரக்கிளையில் ஒரு பூனையும் வாழ்ந்தது. பூனையின் பெயர் லோமசன். ஒருசமயம் வேடன் பறவை பிடிக்கப் பொறி அமைத்தான். பொறியில் லோமசனாகிய பூனை மாட்டிக்கொண்டது. அதன் இரண்டு கால்களும் சுருக்கில் மாட்டிக்கொண்டன. இதை எலி பார்த்து மகிழ்ந்தது. எதிரிக்குத் துன்பம் என்றால் மகிழ்ச்சிதானே? எலி, தைரியமாகப் பூனைக்கு எதிரே ஓடி விளையாடியது. பொறியில் மாட்டி இருந்த இறைச்சித்துண்டையும், பூனையை அலட்சியப்படுத்தி விட்டு ரசித்துத் தின்றது. அதேசமயம், ஒரு கீரியும், கோட்டானும் அதன் கண்ணில் பட்டன. இரண்டுமே, தன்னைத் தின்னவே திட்ட மிட்டுக் கொண்டிருப்பதை எலி உணர்ந்தது. ஆபத்தைக் கண்டு, அது சிந்திப்பதை நிறுத்தவில்லை. ஆபத்தைக் கண்டுதான், விவேகி கூர்மை அடைகிறான். அது உடனே பூனையுடன் கூட்டு சேர்ந்தது.

"அருமை நண்பரே, பூனையாரே, நாம் இருவருமே, ஒரு இடத்து விளை பொருள்கள். நான் மரத்தடியில். நீர் கிளையில். ஆகவே, நான் உம்மைக் காப்பாற்ற விரும்புகிறேன்."

"செத்தோம்" என்று இருந்த பூனை உயிர் பெற்றது.

"ரொம்ப நன்றி, எலியே. நாம் நம் காலம் முழுவதும் நண்பராக இருப்போம்."

"இருப்போமே" என்றபடி கோட்டானையும், கீரியையும் பார்த்தது. அவைகள் பாயக் காத்திருந்தன. எலி ஒரு தந்திரம் செய்தது.

"பூனையாரே, நம் நட்புக்கு அடையாளமாக, நான் உன்மேல் புரண்டு, பதுங்கி விளையாட விரும்புகிறேன். ஆனால், நீர் என்னைக் கொன்று தின்ன ஆசைப்படக்கூடாது. என்னைக் கொன்றால், உன்னைக் காப்பாற்ற யாரும் வரப் போவதில்லை."

"நீ எப்படி என்னைக் காப்பாற்றுவாய்?"

"வலை நரம்பைக் கடித்துத்தான்."

பூனை வேறு திட்டமிட்டது. ஆகட்டும், முதலில் நான் விடுதலை அடைவேன். அப்புறம் எலிக்கு விடுதலை தருவேன் என்று நினைத்துக் கொண்டது.

எலி, பூனைமேல் படுத்தும், அதன் வயிற்றில் பதுங்கியும் விளையாடியது. பூனையால் காப்பாற்றப்படும் எலியைத் தாங்கள் எதுவும் செய்ய முடியாது என்று நினைத்த கீரியும், கோட்டானும் தங்கள் இடம் சேர்ந்தன. ஆபத்து விலகியதும், எலி விளையாடத் தொடங்கியது.

"எலியே, உடனே என்னைக் காப்பாற்று" என்றது பூனை.

"பூனையே அது முடியாது. நட்புக்கும் துரோகத்துக்கும் ஒரு மயிரிழையே வித்தியாசம். நண்பன் எந்தச் சமயத்திலும் விரோதியாக மாற மாட்டான் என்பதுக்கு என்ன ஆதாரம்? வேடன் வரும்போது, உன்னை நான் காப்பாற்றுவேன்."

"எலியே, எனக்குத் துரோகம் செய்கிறாய்."

"இல்லை. நீ எனக்குத் துரோகம் செய்யக்கூடாது என்று காலத்தைத் தள்ளிப் போடுகிறேன். வேடன் வரும்போது, ஒரு கண் இமைக்கும் நேரத்தில், பொறி நரம்புகளைக் கடித்து உன்னை நான் காப்பாற்றிவிடுவேன். அப்போது தப்பிக்கும் சமயம், என்னை நீ கொன்று தின்ன ஆசைப்பட மாட்டாய். நானும் தப்பித்துக் கொள்வேன்."

விடிந்தது. வேடன் வந்து கொண்டிருந்தான். பூனை நடுங்கியது. எலி, நரம்பைக் கடித்துப் பூனையை விடுவித்தது. பூனை, குதித்து கிளை மேல் ஏறிக்கொண்டது. எலியும் தப்பித்துக்கொண்டது.

விலங்குகளைப் பாத்திரமாகக் கொண்டு, நீதி சொல்லும் கதைகள் பல. 'பஞ்சதந்திரம்', 'ஈசாப்' கதைகள், என உலகம் முழுக்கவும் பல நூறு கதைகள் எழுதப்பட்டுள்ளன. அனைத்துக்கும் வியாசரே ஆதாரம். வியாசருக்கும், மற்றவைகளுக்கும் உள்ள வித்தியாசம், மற்றவை வெறும் கதைகள். வியாசருடையவை, மன நுட்பத்தை, மனத்தின் தத்துவத்தை, வாழ்க்கையின் தர்மத்தைச் சொல்லும் ஆழமான படைப்புகள். இந்தக் கதையிலும்கூட, தப்பித்த பூனை, பிறகு எலியைத் தன் வீட்டுக்கு அழைத்தது. நன்றி கூறி, விருந்து வைக்கப் போகிறேன் என்றும் கூறியது. எலி சொல்கிறது:

'நண்பர்களையும், பகைவர்களையும் நன்கு புரிந்துகொள்ள வேண்டும் என்பார்கள் ஞானிகள். இது சூட்சுமமான தர்மம். பகைவர்கள், நண்பர்கள் போலவும், உண்மை நண்பர்கள் பகைவர்கள் போலவும் தென்படுகிறார்கள். ஆவின் பாலையும் விஷப் பாலையும் புரிந்துகொள்கிற சூட்சுமதர்மம் புரியாதவன் வாழ முடியாது.

சுதந்திரமான ஒரு சமயத்தில், உமக்கு என்னைக் கொன்று தின்னும் எண்ணம் வராமல் போகாது. நாம் நண்பர்களாக இருக்க முடியாது.'

இந்தப் படைப்புப் பயணம், வியாசருக்கு மட்டுமே வாய்த்தது.

'தருமனே! உன்னைச் சரணடைந்து, உதவி கோரி வரும் எவருக்கும் உன் உயிரைக் கொடுத்தேனும் உதவி செய்ய வேண்டும்' என்று சொன்ன பீஷ்மர், அதற்காக ஒரு கதை சொன்னார்.

"ஒரு வேடன் இருந்தான். ஒருநாள் அவன் காட்டுக்குள் வேட்டையாடச் சென்றான். அந்த நேரம் பார்த்துப் பெரும் சூறாவளிக் காற்று வீசி, மரங்கள் சாயத்தொடங்கின. அங்கும் இங்கும் நடந்து களைத்துப் போன அவ்வேடன் குளிரில் நடுங்கித் தரையில் விழுந்து தவித்துக்கொண்டிருக்கும் ஒரு பெண் புறாவைக் கண்டான். அதன் துன்பம் போக்க முயலாத, அந்த வேடன், அதைத் தம் கூண்டுக்குள் போட்டுக்கொண்டான். பிறகு, களைப்பு போக்கிக்கொள்ள ஒரு மரத் தடியில் படுத்தான். அந்த மரத்தின் கிளையில் ஆண் புறா தனக்குள் பேசியது. 'ஐயோ, என் துணைவி பெண் புறா, புயலில் என்ன பாடு படுகிறாளோ, எங்கே இருக்கிறாளோ, அவள்? அவளுக்கு எதேனும் துக்கம் நேர்ந்திருந்தால், நானும் அழிவேன்' என்று சொன்னதைக் கேட்ட பெண் புறா, 'ஐயோ... நான் கூண்டுக்குள் இருக்கிறேன். நான் உங்களுக்குத் துணை செய்ய முடியாதவளாக இருக்கிறேன். என்னைப் பற்றிக் கவலைப்படாதீர்கள். நம் மரத்தின் கீழே நம் அதிதி வேடன் படுத்துக் கிடக்கிறார். நம்மைச் சரணடைந்திருக்கிறார் அவர். அந்த வேடனுக்கு எதேனும் உதவுங்கள்' என்றது கூண்டுக்கிளி.

"வேடனே... அதிதியே... உனக்கு நான் என்ன செய்யக்கூடும், தயவு செய்" என்றது ஆண் புறா.

"எனக்குக் குளிர்கிறது..." என்றான் வேடன்.

புறா பறந்து சென்றது. நெருப்பு கொணர்ந்தது. அதைக் கொண்டு தம் குளிரைப் போக்கிக்கொண்டான்.

"எனக்குப் பசிக்கிறது" என்றான் வேடன்.

ஆண் புறா அங்கு இங்கும் திரிந்து, காய்ந்த இலைகளைக் கொளுத்தி தீயை உண்டாக்கியது. பிறகு, அந்த வேடனைப் பார்த்து, "என்னை உண்டு பசி தீர்த்துக்கொள்ளும்" என்றபடி தீயில் பாய்ந்தது புறா.

அதிர்ந்துபோனான் அவன். இப்படியும் புறா செய்யக்கூடும் என்று அவன் எதிர்பார்க்கவில்லை. தன் மேலேயே வெறுப்புற்றான். கூண்டைத் திறந்து பெண்புறாவை விடுவித்துவிட்டு, கூண்டு முதலான தம் உபகரணங்களை அங்கேயே போட்டுவிட்டு காட்டுக்குள்

நுழைந்தான். பெண்புறா, தம் பிரிவுத் துயர் தாங்காமல், ஆண் புறா இறந்த தீயிலேயே விழுந்து இறந்தது.

புறாக்கள் இரண்டும் சுவர்க்கம் போவதைப் பார்த்தான் வேடன். காட்டுக்குள் கடுந்தவம் செய்து, புலனடக்கம் பெற்றான். ஒரு சமயத்தில் காட்டுக்குள் நேர்ந்த தீயில் தாமே தம்மை ஒப்புக்கொடுத்துக் கொண்டு உடலை விட்டான்.

மகாத்மா விதுரர், திருதராஷ்டிரனுக்குச் சொன்னது இது. அதாவது, பாறையில் இந்த விதைகளை விதைத்தார், விதுரர்.

"அந்தணன் ஒருவன் கானகத்தில் சிக்கிக்கொண்டான். பயந்து விட்டான். அது வலை என்பதுபோல உணர்ந்தான். ஒரு ராட்சசியை அவன் கண்டான். ஐந்து தலை நாகங்கள் பல ஊர்ந்தன. ஒரு பெரிய குழியில் அவன் விழுந்தான். ஒரு மர வேரில் அவன் சிக்கித் தலை கீழாகத் தொங்கினான். குழியின் கீழே ஒரு பெரிய பாம்பைக் கண்டான். ஆறு தலையும் பன்னிரெண்டு கால்களும் கொண்ட யானை ஒன்று அவனை நோக்கி வந்தது. அவன் தொங்கிய மரவேரை எலிகள் கடித்துக்கொண்டிருந்தன. அந்த எலிகள் வெள்ளையும் கறுப்புமாக இருந்தன. மரத்தில் இருந்த தேனடையைச் சுற்றி ஈக்கள். தேன் சொட்டியது. அவன் தேனை நாக்கால் சுவைத்துக்கொண்டி ருந்தான். இன்னும் இன்னும் என்று தேனை அவன் விரும்பினான்.

மன்னரே! கானகம் என்பது உலகம். வாழ்க்கையே காடு. நோய்நொடிகள், மிருகங்கள், முதுமையே அரக்கி. காலம் என்ற அந்தகனே குழியில் இருந்த பாம்பு. ஆசையே மரம். ஆறு பருவங்கள் கொண்ட ஒரு ஆண்டே யானை. பன்னிரெண்டு கால்கள், பன்னி ரெண்டு மாதங்கள். இரவும் பகலும்தான் கறுப்பு வெள்ளை எலிகள். தேன், மனிதனின் புலன் இன்பம். இதுதான் வாழ்க்கை. விவேகம், வைராக்கியம், ஞானம், தர்மம் இவைகளைக் கொண்டு இடர்கள் களைந்து வாழ்வதே பேரின்பம் அடையும் வழி. பேராசையை விடும்."

மகாபாரதப் பாத்திரங்கள் பலரிடம் கதைகள் இருந்தன. அவைகளை அவர்கள் சொன்னார்கள். கதைகள் என்பன ஞானம் தந்த வெளிச்சங்கள். கதைகள், கற்பனை போல இருக்கும். ஆனால், கற்பனை என்ற ஒன்று இல்லை. ஒரு தலையே, பத்து தலை ஆகிறது, கதைகளில். பத்துத் தலை என்பது 'பற்றுதலை' என்று சரியாகப் புரிந்துகொள்ளப்படுகிறது அறிவாளர்களால். ஆழ்ந்திருக்கும் உண்மைகளை நோக்கி அழைத்துக்கொண்டே இருக்கிறார் வியாசர்.

✸

பாம்புகள் பாண்டவர்கள் உறவு!

ஜனமேஜயன் சர்ப்ப யாகம் செய்து, பாம்பினத்தைக் கொன்றான் என்று தட்டையாகச் சொல்லப்படுவதில் பாதியே உண்மை. பாம்பினத்தைக் கொல்லும்படி அவன் தூண்டப்பட்டான். அவன் கருவியாக மட்டுமே இருந்தான். பாம்பினத்தைக் கொல்வதில் பலருக்கும் பல்வேறு காரணங்கள் இருந்தன. இந்தக் காரணங்கள் எல்லாம் சேர்ந்து, ஜனமேஜயனைச் சர்ப்ப யாகத்தில் ஈடுபடுத்தின. பாம்பினத்துக்கும் பாண்டவர்களுக்கும் நேர்ந்த பகை பாதியில் வந்தது. ஆதிப்பகை எது? அதிலிருந்து தொடங்குவோம்.

அர்ச்சுனனின் மகன் அபிமன்யு. அவன் மகன் பரிட்சித்து. அவன் மகன் ஜனமேஜயன். அஸ்தினாபுரத்தின் அரசனாக இருந்தான். மனைவி வபுட்டா தேவி. தம்பியர் சுருதசேனன், உக்கிரசேனன், பீமசேனன் ஆகியோர். ஜனமேஜயன், ஒரு காலத்தில் நீண்டகால யாகம் ஒன்றை நடத்திக்கொண்டிருந்தான்.

அப்போது சரமை என்ற தேவலோகத்து நாயின் மகன் சார மேயன் என்ற நாய்க்குட்டி, யாகசாலைக்குள் நுழைந்தது. யாக சாலைக்குள் நாயா? ஜனமேஜயன் தம்பிகள் அதை அறிந்து விரட்டி னார்கள். அடிபட்ட நாய், தாயிடம் வந்து அழுதது. தாய் நாய் சரமை, ஜனமேஜயனிடம், 'என் மகன் என்ன குற்றம் செய்தான்? ஓமப் பொருள்களைப் பார்க்கவும் இல்லை; உண்ணவும் இல்லை. இருந்தும் அவன் அடிக்கப்பட்டது அரச நீதியா? குற்றம் புரிந்த உனக்கு ஒரு பெரிய முயற்சியின்போது இடையூறு வரும்' என்று முறையிட்டுச் சாபம் இட்டது. ஜனமேஜயனின் சர்ப்ப யாகம் பாதியில் நின்றமைக்கு, நாயின் சாபம் ஒரு பங்கு வகிக்கிறது. இது மெல்லிய காரணம்தான். வன்மையான காரணம் தாயின் சாபம்.

காசியப முனிவர், பிரம்மனின் பேரன் என்று வியாசர் சொல்கிறார். வால்மீகியோ பிரம்ம மகன் என்கிறார். பிரம்மனின் மானச புத்திரர்கள் ஆறு பேர்களில் மூத்தவர் மரீசி. மரீசியின் மகன் காசியபர். காசியபருக்கு 21 மனைவிமார்கள். நம் கதையில் இரண்டு பேருக்கு மட்டுமே இடம். வினதை, கத்துரு. இதில் கத்துரு ஆயிரம் பாம்புகளைப் பெற்றாள். ஆதிசேடன், வாசுகி, தட்சகன் என்று

போகிற நாகர்கள் காசிபப் பிரஜாபதியின் மக்கள் என்பதை மனத்தில் நிறுத்துவது முக்கியம். தெய்வ சக்தியுள்ளவர்கள் அவர்கள். மனைவி கள் இருவர், ஒருவரை ஒருவர் பகைப்பது நடக்கும் விஷயம்தான். ஒருமுறை, பாற்கடலிலிருந்து வந்த உச்சைசிரவம் என்ற அழகிய வெள்ளைக் குதிரையை அந்த இரு மனைவியரும் பார்க்க நேர்ந்தது. வினதை, "எத்தனை அழகிய வெள்ளைக் குதிரை?" என்றாள். உண்மையில் அது வெள்ளைக் குதிரைதான். உண்மையைச் சக்களத்தி சொல்ல, நான் கேட்பதாவது? "இல்லை. அதன் வால்பக்கம் கறுப்பு" என்றாள் கத்துரு.

"இல்லை. அது தூய வெள்ளைதான்."

"இல்லை. கறுப்பும் உண்டு, உடம்பில்."

"சரி. விடியட்டும். காலை வந்து பார்ப்போம். நான் சொன்னது போல், அது முழுதும் வெள்ளை என்றால், நீ எனக்கு அடிமை. கறுப்பும் இருந்தால், நான் உனக்கு அடிமை. சரியா?"

"சரி."

பொய் சொன்ன கத்துரு பயந்து விட்டாள். தன் பிள்ளையாகிய ஆதிசேடன் மற்றும் பிற பாம்புகளிடமும், "நான் சொன்ன பொய்யை நீங்கள் உண்மையாக்க வேண்டும். நீங்கள் சென்று அந்த வெள்ளைக் குதிரையின் வால்புறத்தில் கரு முடியாக மாறி இருங்கள். அதைப் பார்த்து, வினதை சொன்னது போல எனக்கு அடிமை ஆவாள்" என்று கேட்டுக்கொண்டாள். ஆதிசேடன் மறுத்தான். "பாற்கடலில் பிறந்துவந்த, அமுதத்துடன் சேர்ந்துவந்த வெண் குதிரையைக் கறுப் பாக்குவதா? அது பாவம். தர்மமும் அன்று. நான் பொய் சொல்ல மாட்டேன்."

கோபம் கொண்டாள். தான் தாய் என்பதையும் மறந்தாள். சத்தியமும் அவளைவிட்டு நீங்கியது. சீற்றத்தின் உச்சியில், "ஜனமே ஜயன் நடத்தப்போகும் யாகத்தில் நீங்கள் அழிந்து போவீர்களாக..." என்று சாபம் இட்டாள்.

தாயின் சாபமும் வரமும் தெய்வங்களாலும் தடுக்கப்பட முடியாது. இதை, பிரம்மன் சொன்னார். தம்மிடம் மரண பயத்தோடு வந்து சரணடைந்த ஆதிசேடன், வாசுகி, தட்சகன் முதலியோர்களைப் பார்த்து, பிரம்மன் சொன்னார்: "என்றாலும் வாசுகியின் தங்கையின் வயிற்றில் பிறக்கப் போகும் ஒரு ரிஷி, ஜனமேஜயன் யாகத்தைப் பாதியில் நிறுத்தி, நாககுலத்தை முற்றிலும் அழியாமல் காப்பாற்று வான்" என்று அபயம் தந்தார்.

இது தாயின் சாபம். என்றாலும் இந்த அழிவை உந்தித் தள்ளியவர் ஒரு ரிஷி.

பைதன் என்ற பெயருள்ள ரிஷியின் மாணவர்கள் மூவர். உதங்கர், ஜனமேஜயன், பௌஷ்யன் ஆகியோர். இதில் உதங்கர் பிராமணச் சிறுவன். மற்ற இருவரும் ராஜகுமாரர்கள். கல்வி முடிந்து ஆசிரியர் விடைகொடுத்தார். உதங்கர், குருவிடம், "நான் என்ன குருதட்சணை தர வேண்டும்?" என்று கேட்டார். குருவோ, "எனக்கொன்றும் வேண்டாம். உன் குரு பத்தினியிடம் அவளுக்கு என்ன தேவை என்பதைக் கேட்டுத் தெரிந்து கொள்" என்று சொன்னதும், உதங்கர் குருபத்தினியை அணுகினார். அந்தப் பெண்மணியோ, "பௌஷ்ய மன்னனின் மனைவி அணிந்திருக்கும் காதுத் தோட்டை விரும்புகிறேன். அது, மிகவும் சிறப்புள்ள தோடு. இன்றைக்கு நான்காம் நாள், முனிவர்களுக்கு விருந்து ஏற்பாடு செய்திருக்கிறேன். அந்தத் தோட்டை அப்போது நான் அணிந்து கொள்ள வேண்டும். அதற்குள் தோட்டுடன் வா. இல்லையெனில் உன் கல்வி பயன்படாது" என்றாள்.

உதங்கர் பௌஷ்யன் அரண்மனைக்குச் சென்றார். பௌஷ்யனும் உதங்கரும் ஒரு சாலை மாணாக்கர்கள் அல்லவா? பௌஷ்யன், "நீயே அந்தப்புரத்துக்குள் சென்று என் மனைவியிடம் அந்தத் தோட்டை வாங்கிக் கொள்" என்று விட்டான். இப்போது ஒரு முக்கிய விஷயம். தோட்டைக் கழற்றிக் கொடுத்த அந்த அரசியார், "உதங்கரே, ஜாக்கிரதை. இந்தத் தோட்டைக் கவர்ந்து கொள்ள வேண்டும் என்று நாகராஜனான தட்சகன் அலைந்துகொண்டிருக்கிறான். தோடுகளைத் தரையில் வைக்காதீர். உம் குருபத்தினிக்கும் இதைச் சொல்லி வை" என்று எச்சரிக்கை செய்து அனுப்பினாள். தட்சகன் இப்படியான அபிப்பிராயத்தை அக்காலத்தில் ஏற்படுத்தி இருந்தான். தெய்வசக்தி எதுவும் இல்லாத வெறும் திருடன். இத்தனைக்கும் தட்சகன், பிரம்மனின் பெயரன்.

உதங்கர் திரும்பும் வழியில், மாலை ஆனதால், சந்தி செய்ய அமர்ந்தார். அந்த நேரத்தைப் பயன்படுத்திக்கொண்டு தட்சகன், தோடுகளை எடுத்துக்கொண்டு அங்குள்ள வளைக்குள் புகுந்து மறைந்து போனான். உதங்கர், வளையைத் தோண்டத் தொடங்கினார். முடியாது வருந்தினார். இப்போது உதங்கருக்குத் துணை செய்ய இந்திரன் வருகிறான். இந்திரன் இப்போது உதங்கர் பக்கம். ஜனமேஜயன் சர்ப்பயாகம் செய்தபோது, தட்சகனுக்குப் பாதுகாப்புத் தந்தவன் இந்திரனே ஆவான். இடையில் என்ன நடந்தது. தெரியவில்லை.

இந்திரன், தன் வஜ்ராயுதத்தால் வளையை உடைத்தான். அதன் வழியாக, நாகலோகம் சென்றார் உதங்கர். தட்சகனை அவரால் காண முடியவில்லை. மறுபடியும் அவர் உதவிக்கு வருகிறான் இந்திரன். அவன் அருளால், நாகலோகத்தில் தீ மூண்டது. சர்ப்பங்கள்

தீயில் சிக்கிக்கொண்டன. தட்சகன் ஓடி வந்து, தோடுகளைத் தந்து மன்னிப்பு கேட்டுக்கொண்டான். உதங்கரும், குருபத்தினியிடம் தோடுகளைத் தந்து விடைபெற்றார்.

உதங்கர், தம் தவ வாழ்க்கையைத் தொடங்கினார். என்றாலும், தட்சகனால் தான் மோசம் போனது அவர் நினைவில் வந்து சென்றது. ரிஷி, கடந்த காலத்தைக் கடக்க முடியாமலும், கோபத்தாலும் தவம் குலைந்தார். பாம்பினத்தையே கொல்வது என்று முடிவெடுத்தார். இதைச் செய்யத்தக்கவன், அப்போது மன்னனாக இருப்பவனும், தன் சக மாணவனாக இருந்தவனும் ஆன ஜனமேஜயன்தான் என்ற முடிவுக்கு வந்து, அவனைக் கண்டு, "பாம்பினத்தைக் கொல்ல சர்ப்ப, சத்ரு யாகம் செய்" என்றார்.

"ஒருவன் செய்த குற்றத்துக்காக, அவன் சார்ந்த இனத்தையே அழிப்பது என்ன நியாயம்?" என்று கேட்டான் ஜனமேஜயன்.

மன்னன் சரியாகவே சிந்திக்கிறான். ஆனால், ரிஷி, பழிவாங்கும் மனநிலையிலேயே இருக்கிறார்.

"ஜனமேஜயா, இந்த நாகங்கள் எவ்வளவு கொடுமையானவை என்பதை நீ அறியமாட்டாய். சொல்கிறேன், கேள்."

ஒரு பழைய கதையை இப்போது சொல்கிறார் உதங்கர்.

"சிவனை முனிவரின் மகன் பிரசித்தி பெற்ற பிரமதி. நீ அறிவாய். அவர் மகன் ருரு. ருரு பிரமத்வரை என்கிற அழகியைக் காதலித்தார். பிரமத்வரை யார் என்று தெரியுமா? விசுவாவசு என்கிற கந்தர்வ ராஜனுக்கும் மேனகைக்கும் ஒரு பெண் பிறந்தாள். தூலகேச முனிவர், அப்பெண்ணை வளர்த்தார். பிரமதா என்றால் பெண்கள். வரா என்றால் சிறந்தவள். பெண்களில் சிறந்தவளான பிரமத்வரைக் கும் ருருவுக்கும் மணநாள் நிச்சயமானது. மணத்துக்குச் சிறிது நாள் முன்பாக, ஒரு கடும் விஷப்பாம்பு அப்பெண்ணைக் கடித்துக் கொன்றது. ருரு மரணத்துக்குத் தயார் ஆனார். தேவர்கள் ஏற்பாட் டின்படி, ருரு தன் வாழ்நாளில் பாதியைத் தந்து பிரமத்வரையை மீட்டார். இப்படி மனித வாழ்க்கைக்குப் பெரும் துன்பம் தருபவை யாகப் பாம்புகள் இருக்கின்றன."

ஜனமேஜயன், நியாயத்தின் பக்கமும் தர்மத்தின் பக்கமும் நின்று பேசினான்.

"அதற்காக இறைவன் படைப்பின் ஓர் அங்கத்தை நாம் அழிக்கப் புறப்படுவது நியாயமா?"

உதங்கர், எது மன்னனைத் தொடுமோ, அதையே எடுத்துச் சொன்னார்:

“உன் தந்தை, கிருஷ்ணரால் உயிரளிக்கப்பட்டவர். அந்தப் பரிட்சித்து மன்னரைச் சூழ்ச்சியால் கொன்றவன், இந்தப் பாவி தட்சகன்...”

“அந்தக் கதையை முழுமையாகச் சொல்லும்.”

“பரிட்சித்து, வேட்டைக்குச் சென்ற இடத்தில் ஒரு மான், இவன் அம்பில் பட்டு ஓடி மறைந்தது. அதைத் தேடிச் சென்ற இடத்தில் ஒரு முனிவரை அவன் காண்கிறான். அவர் சமீகர். மௌன விரதம் இருந்த அவரிடம், ‘மானைக் கண்டீரா?’ என்கிறான். அவர் பதில் பேசாது இருந்ததை அகந்தையாகக் கருதி, முனிவரை அவமானம் செய்யக் கருதி, அங்கு செத்துக் கிடந்த ஒரு பாம்பைத் தன் வில்லின் முனையால் எடுத்த முனிவரின் கழுத்தில் மாலையாகப் போட்டுச் சென்றான். முனிவரின் மகன் சிருங்கி, திரும்பியவன், தந்தையின் கோலத்தைக் கண்டு, ‘பரிட்சித்து இன்றைக்கு ஏழாம் நாள், தட்சகனால் கடிக்கப்பட்டுச் சாவான்’ என்று சபித்தான். உம் தந்தையை, அந்தப் புண்ணியாத்மாவை, தட்சகன் ஏன் கொல்ல வேண்டும்? ஓர் உயிருக்கும் தீங்கு செய்யாத பரிட்சித்துக்கு இந்த நிலை வரலாமா?’ என்று முனிக்கண்ணீர் வடித்தார்.

உதங்கரின் திட்டம் வென்றது. ஜனமேஜயன் துடித்து எழுந்தான். அந்நாளைய பெரிய ரிஷிகள் என்று அறியப்பட்ட கண்ட பார்க்கவா, ஜைமினி, பிங்கவர், வியாசர், உத்தாலகர், ஆண்– பெண் உறவு தொடர்பான சட்டம் இயற்றிய சுவேத கேது, நாரதர் முதலான பலர் யாக காரியம் செய்தார்கள்.

யாகத்தின்போது, யாக குண்டலத்தில், பாம்புகள் ஒவ்வொன்றாக வந்து விழுந்து இறந்தன. தட்சகன் முறை வந்தது. அவன் இந்திரனைச் சரண் அடைந்தான். இப்போது இந்திரன், தட்சகனின் நண்பன். இந்திரன், தன் இந்திரலோகத்தில் தட்சகனுக்கு அடைக்கலம் தந்தான். மந்திரங்கள், இந்திரனைக் குறிவைத்து அவனையும் சேர்த்து அக்னிக்கு இழுத்தன. தான் தப்பித்தால் போதும் என்று ஓடிப் போனான் இந்திரன். தட்சகனை, வாசுகியின் தங்கை ஜரத்காருவின் மகன் ஆஸ்திகன் காப்பாற்றினான்...

உயிர்களின் ஒரு பகுதியை யார்தான் சுத்தமாக அழிக்க முடியும்?

பாண்டவர்களுக்கும், நாகர்களுக்கும் வம்சத் தொடர்பு இருந்தது.

ஆர்யகன் என்ற நாகனின் மகள் வயிற்றுப் பேரன் சூரசேனன். சூரசேனனின் மகள் குந்தி. குந்தியின் மகன், பீமன். அந்த பீமன், நாகலோகம் சென்று, நாகரசம் அருந்தி, எண்ணாயிரம் யானை பலம் பெற்று மீண்டான் என்கிறது கதை.

ஆனால், அர்ச்சுனனுக்கோ, கிருஷ்ணனுக்கோ, நாகர்களின் மேல், பெரும் விரோதம் இருந்துள்ளது. திருதராஷ்டிரன், நாடு என்ற

பெயரில் காண்டவக் காட்டைப் பாகப் பிரிவினையாகத் தந்தான். தருமன், அதை ஏற்றுக்கொண்டார். கிருஷ்ணனும், அர்ச்சுனனும் அக்னியின் உதவியால், காண்டவ வனத்தை எரிக்கத்தொடங்கினார்கள். தீப்பற்றி, பாம்புகள் உயிர்களை இழக்கத் தொடங்கின. தப்பித்து ஓடும் மிருகங்களை அர்ச்சுனன் கொன்றான். யானை, சிங்கம், புலி முதலாகப் பறவைகள், பாம்புகள் என்று அனைத்தும் உயிருக்குப் பயந்து இங்குமங்கும் ஓடின. அனைத்தும் கொல்லப்பட்டன. 'தப்பிக்கும் மிருகங்களை ஏன் கொல்ல வேண்டும்?' என்று அர்ச்சுனன் தயங்கினான். கிருஷ்ணனோ, "எதையும் தப்பிக்க விடாதே. கொன்று விடு" என்றார். அந்தப் போரின்போது, தட்சகன், வனத்துக்குள் இல்லை. அவன் மனைவி கொல்லப்பட்டாள். மகன், வால் எரிந்து போக, எப்படியோ தப்பித்து வெளியேறினான். அவன்தான், அர்ச்சுனனைக் கொல்லக் கருதிக் கர்ணனின் நாகாஸ்திரத்தில் வாழ்ந்து கொண்டிருந்தான். கர்ணன், அந்த அஸ்திரத்தைப் பிரயோகித்தபோது, கிருஷ்ணன், தேரைத் தாழ்த்தி அர்ச்சுனனைக் காப்பாற்றினார். மறு முறை அஸ்திரத்தைப் பிரயோகம் செய்யக் கர்ணன் நாகாஸ்திரத்தை எய்ய விரும்பவில்லை. தட்சகன், பழி தீர்க்க காண்டவ வனத்துக்கு வந்தபோது, அவன் கிருஷ்ணனைப் பார்த்தான். கிருஷ்ணன் ஆதரவில் இருக்கிற, அர்ச்சுனனைத் தான் என்ன செய்ய முடியும் என்று திரும்பினான். ஆனால், அவன் பழிமனம் ஆறவில்லை. காத்திருந்தான். சிருங்கி முனிவர் சாபத்தைப் பயன்படுத்திக்கொண்டு, அர்ச்சுனன் பேரன் பரிட்சித்தைக் கொன்றான்.

இதே அர்ச்சுனன், உலூபி என்கிற நாகக் கன்னியையும் மணந்து கொண்டான். இது உலூபியின் முன்முயற்சியில் நிகழ்ந்த காதல். தன் நாகலோகத்துக்கு அர்ச்சுனனைக் கொண்டு சென்ற உலூபி, "நான் ஐராவத நாக குலத்தைச் சேர்ந்த கௌரவ்யன் மகள். என்னை மணந்துகொள்ளுங்கள்" என்றாள். "நான் ஓராண்டு பிரம்மச்சர்ய விரதம் மேற்கொண்டிருக்கிறேனே" என்கிறான் அர்ச்சுனன். "அப்படியென்றால் நான் இப்போதே செத்துப் போவேன். உமக்குக் கொலைப் பாவம் சம்பவிக்கும். பாபமா, விரதமா?" என்றாள் அழகியான உலூபி.

காதலே வென்றது. காதல் மட்டும்தானே வெல்லும்! இராவான் என்கிற மாபெரும் வீரன் அவர்களுக்குப் பிறந்த கதை இது. அந்த இராவானை குருசேத்திரத்தில் பலிகொடுத்துக் கொன்றார் கிருஷ்ணன்.

இந்த நாகர் குலத்துக்கு எதிரான யுத்தம், குடியேறியவர்களுக்கும் மண்ணின் மைந்தர்களுக்கும் இடையேயான யுத்தம் என்கிறார்கள் வரலாற்று ஆசிரியர்கள்.

★

மகாவிஷ்ணுவுக்கு வரம் கொடுத்த கருடன்!

பறவைகளின் அரசன் என்று அறியப்படுகிறான் கருடன். பிரம்மனின் மானச புத்திரர்கள் ஆறு பேர்கள். அவர்களில் ஒருவர் மரீசி. மரீசியின் புத்திரர் காசியபர். அவருக்குப் பதின்மூன்று மனைவி கள். அவர்கள் அனைவரும் தட்சப்பிரஜாபதியின் பெண்கள். காசியபரின் இந்த மனைவிகள், அனைத்து உயிர்களை உண்டாக்கி, உலகை நிரப்பினார்கள். காசியபரின் மனைவியரில் மூத்த அதிதிக்குப் பிறந்தவர்கள் பன்னிரண்டு ஆதித்யர்கள் என்கிற ஈஸ்வரர்கள். திதியின் புத்திரனாக இரண்யகசிபு என்கிற அசுரன் பிறந்தான். தனுவுக்கு நாற்பது புத்திரர்கள். அவர்கள் சத்திரியர்கள். குரூர குணம் கொண்ட மனைவி குரோதை. விருத்தாசுரன் முதலான அசுரக் கூட்டம், அவள் மக்கள். இப்படியாக, காசியபரின் மனைவிகள், மனிதர்கள், அசுரர்கள், தேவர்கள், கந்தர்வர்கள், பறவைகள், பாம்புகள், சிங்கம், புலி முதலான மிருகங்கள், தாவரங்கள், மரங்கள் முதலாக, இன்று பூமியின் மேல் காணப்படுபவை அனைத்தும் காசியபரின் வாரிசுகளே ஆவார்கள். அவருடைய மனைவிகள், மகன்கள், பேரர்கள், பேர்த்திகள் என்று காசியபரின் வழியாகவே இந்த உலகம் உயிர்பெற்றது.

அதனால்தான், இந்த உலகுக்குக் காசினி என்ற பெயர் உண்டா யிற்று. தத்துவார்த்தம் நிரம்பிய விஷயம் இது. மனிதராகட்டும், தேவர்களாகட்டும், அசுரர், விலங்குகள், பாம்புகள், பறவைகள், தாவரங்கள் என்பனவாகிய உலக உள் பொருள்கள், ஒரு மூலப் பொருளிலிருந்தே, ஒரு பேருயிரிலிருந்தே (பிற உயிர்கள்) உருவாயின என்பதும், ஜீவன் என்ற அர்த்தத்தில் அனைத்தும் ஒன்றே என்பதும், அனைத்தும் சமம் என்பதும், ஒன்றுக்கொன்று உயர்வு தாழ்ச்சி இல்லை என்பதும் ஆன ஒரு உண்மையைச் சொல்லவே காசியபர் கதையை பாரதம் எடுத்துச் சொல்கிறது. ஒரு தாய் தந்தையின் மக்கள் நாம்.

காசியபர் மனைவியரில், இரண்டு பேரைப் பேரழகிகள் என்கிறார் கவி. அவர்கள் விநதை மற்றும் கத்ரு ஆகியோர். அவர் களின் சேவையால் மகிழ்ந்த கணவர் காசியபர், அவர்களுக்கு வரம் அளிக்க முன்வந்தார்.

கத்ரு, தனக்கு ஆயிரம் நாகக் குழந்தைகள் வேண்டும் என்று வரம் பெற்றாள். விநதை, மிகுந்த ஆற்றல் கொண்ட இரண்டு பிள்ளை கள் வேண்டும் என்று வரம் பெற்றாள். ஆதிசேஷன், வாசுகி, தட்சகன், கார்கோடன் முதலான பாம்புகள் கத்ருவின் குழந்தைகள். அருணன், கருடன் என்பவை விநதையின் பிள்ளைகள். அருணன், சூரியனின் தேர்ச்சாரதி ஆனான்.

விநதையும், கத்ருவும் சகோதரிகள் என்றாலும் இளையவள் கத்ருவின் மனத்தில் பகை இருந்தது. இருவரும் ஒருநாள் இந்திரனின் குதிரையான உச்சைசிரவத்தைப் பார்த்தார்கள். வெள்ளை மனம் கொண்ட விநதை, "குதிரை, வெண்மை நிறம் கொண்டது அபூர்வம்" என்று சிலாகித்தாள்." இல்லை, அக் குதிரையின் வால் கறுப்பு" என்றாள் கத்ரு. இது, கத்ரு தெரிந்தே சொன்ன பொய். மறுநாள், அது பந்தயமாயிற்று. வாலில் கறுப்பிருந்தால் விநதை, கத்ருவுக்கு அடிமையாக வேண்டும். இதனால் கத்ரு, தன் பாம்புக் குழந்தை களை ஏவி, குதிரை வாலைக் கறுப்பாக்கிவிட்டாள். தந்திரம், அப் போதைக்கு வென்றது. விநதை, அடிமையானாள்.

தாய் அடிமையானது கருடனுக்குச் சகிக்கவில்லை. தாயின் அடிமைத்தனத்தைப் போக்கி அவளை விடுதலை செய்தது கருடனின் முதல் பராக்ரம செயல். அது தொடங்கி, இறுதியில் மகா விஷ்ணுவின் வாகனம் ஆன கருடனின் அறம்சார்ந்த செயல்கள் அவனை அசாதாரணமான உயிரியாக மாற்றுகிறது. தன் சிற்றன்னையான கத்ருவிடம், "என் தாய்க்கு எதைச் செய்தால் விடுதலை அளிப்பீர்கள்" என்று கேட்கிறான் கருடன். தேவலோகத்தில் இருக்கும், தேவேந்திரன் பாதுகாப்பில் இருக்கும் அமுதம் கொண்டு வந்தால், "உனக்கு விடுதலை" என்றாள் கத்ரு. தாயின் விடுதலையே தன் முதல் பணி என்று ஏற்றுக்கொண்ட கருடன் தந்தையின் ஆசியை நோக்கிச் செல்கிறான்.

"நான் மிகுந்த பசி உள்ளவன். இந்தப் பசித் துன்பத்தை எப்படி வென்று தேவலோகம் போவது" என்று தந்தையைக் கேட்டான், கருடன். கசியபர் சொன்னார்:

"இந்த ஏரியில் விபாவசு என்று ஒரு ரிஷி இருந்தார். அவருக்கு ஒரு தம்பி. பெயர் சுப்ரதீபர். இருவருக்கும் அவர்களின் தந்தையின் ஆஸ்தி அதிகம் இருந்தது. பணம், மனப்ரீதியைத்தானே முதலில் சிதைக்கும்? தம்பி, 'பாகப்பிரிவினை செய்து விடு' என்று கேட்டார். மறுத்தார் மூத்தவர். தொடர்ந்து பேச்சு எழுந்துகொண்டே இருந் தது. பணம் தர மனம் வராத மூத்தவரை, "உன் பலத்தைக் கொண்டு என் சொத்தைத் தடுத்துக்கொண்டே இருப்பதால், நீ யானையாகு" என்று சபித்தார். "அப்படியானால் நீ ஆமையாகு" என்றார். இரு வரும் அவரவர் விருப்பப்படி மிருகங்கள் ஆனார்கள்."

காசியபர் கருடனிடம், "தாகம் தீர்க்க ஏரிக்கு வரும் மக்களை அச்சமூட்டும் அந்தப் பாவிகளைத் தின்று பசியாறிக்கொள்" என்றார். கருடன், அந்த யானையையும் ஆமையையும் பற்றித் தூக்கிக்கொண்டு பறந்தது. இவற்றை எங்கு அமர்ந்து உண்பது என்று இடம் தேடிச் செல்கையில் மகாப்பெரிய ஆலமரம் ஒன்றைக் கண்டு அதன் கிளையில் அமர்ந்தது. கருடனின் கனம் தாங்காமல், கிளை முறிந்து விழுந்தது. அக் கிளையில் கட்டை விரல் அளவே உள்ள வாலகி யர்கள் என்ற ரிஷிகள் தலை கீழாகத் தொங்கிக்கொண்டு தவம் செய்தார்கள். அவர்கள் துன்பப்படக்கூடாது என்பதற்காக, இமயத்தின் உச்சியில் அக் கிளையை நட்டான், கருடன். அங்கேயே அமர்ந்து யானை, ஆமையை உண்டான். பிறகு தேவலோகம் சென்றான். மிகுந்த கட்டுக்காவல் உள்ள இடத்தில் வைக்கப்பட்டிருந்த அமுத கலசத்தை எடுத்துக்கொண்டு திரும்பினான். இந்திரன் தன் வஜ்ரா யுதத்தைக் கருடன் மேல் வீசினான். கருடனின் ஒற்றைச் சிறகொன்று மட்டுமே விழுந்தது. வியந்துபோன இந்திரன், 'நாம் நண்பர்களாக இருப்போம்' என்று கேட்டுக்கொண்டு நண்பர்களானார்கள் அவர்கள்.

விநதை சுதந்திரம் அடைந்தாள்.

இந்த நிகழ்ச்சியிலும் கருடனின் சாமர்த்தியம் மேம்பட்டது. அமுதத்தைப் பெற்றுக்கொண்ட பாம்புகள் மகிழ்ந்து போயின.

"உங்கள் நிபந்தனையின்படி, இதோ அமுதம். என் அன்னை விடுதலை ஆனாள் என்று சொல்லுங்கள்" என்றான் கருடன். "ஆமாம்.. சூரிய சந்திரர் சாட்சியாக அப்படியே ஆகட்டும்" என்றார் கள் நாகர்கள்.

"ஒரு முக்கிய விஷயம்... குளித்து, சுத்தியோடு, பக்தி பாவனை யுடன் அமுதத்தை உண்ணுங்கள்" என்றான் கருடன். பாம்புகள் குளிக்கக் கிளம்பினார்கள். சரியாக அதே நேரம் இந்திரன் கருடன் ஏற்பாட்டின் படி அமுதக்கலசத்தை எடுத்துக்கொண்டு மறைந்தான்.

"இது என்ன நியாயம்?" என்றார்கள் நாகர்கள்.

"வெள்ளைக் குதிரையின் வாலில் இருந்து கொண்டு வெள்ளையைக் கருப்பாக்கின நியாயம் எப்படியோ அதே நியாயம் இதுவும்" என்றான் கருடன்.

உபரிசரவசு பெரும் தவம் செய்து இந்திரனின் நண்பனானான். இந்திரன் அவன் தவத்தில் மகிழ்ந்து அவனுக்கு ஆகாயத்தில் உலவுகிற தேரை அன்பளிப்பு செய்தான். உபரிசரவசு அன்று முதல் ஆகாயத்தில் சஞ்சரிப்பவன் ஆனான். வானத்தின் மேலே சஞ்சாரம் செய்பவன் என்பதே உபரிசரவசு என்பதன் பொருள்.

யமனின் சபையில் அவன் இருப்பவனாக உயர்ந்தான். ஒருமுறை, தேவேந்திரனுக்கும், ரிஷிகளுக்கும் ஒரு சம்வாதம் நிகழ்ந் தது. யாகத்தில் உயிர்பலி கொடுக்கலாமா கூடாதா என்பது வாதம். ரிஷிகள், "தானியங்களை யாகத்தில் போடலாம்" என்றார்கள்.

"ஆடு, மாடுகளைப் பலி இடலாம்" என்றான் வசு. கோபம் கொண்ட ரிஷிகள் அவனைச் சபித்தார்கள். இந்திரன் அவனைக் காப்பாற்றிச் சாபம் தொடாதவாறு செய்தான். பிரதியாக, இந்திர விழாவை எடுத்து, இந்திரனைப் பூஜிக்கும் வழக்கத்தைப் பூமியில் கொண்டு வந்தவன் வசு. இந்த வழக்கத்தைக் கிருஷ்ணன்தான் பின்னால் மாற்றி அமைக்கிறார். மலை முதலான இயற்கையை வழி படுதல் என்ற வணக்க முறையை உருவாக்குகிறார் கிருஷ்ணன். இவருக்குப் பிள்ளைகளாக மீனின் வயிற்றில் தோன்றியவர்களே அரசியான சத்யவதி என்கிற மச்சக்கந்தியும், சத்யவதியின் மூலமே, வியாச உற்பத்தியும், பின்னால் நிகழ்கிறது. வானம் என்கிற வெளி, பறவை அரசன் கருடனின் பாதுகாப்பில் இருப்பதால் கருடனின் அனுமதியின் காரணமாகவே வசு வானத்தில் சஞ்சரிக்க முடிகிறது.

கருடன் பிறந்தபோதே தன் இறக்கைகளை விரிக்கும்போதே, உலகம் ஒருமுறை புரண்டது. வானத்தை அடைத்துக்கொண்டு அவன் பறந்தபோது தேவர்கள் மிரண்டனர். யார் இந்தப் புது சக்திமான் என்று இந்திரனிடம் கேட்டார்கள். அவன், கருடன். காசியபரின் தவத்தைத் தன் உருவமாகக்கொண்டு பிறந்தவன் என்ற உண்மையைச் சொன்னான். தேவர்கள், தங்கள் ஆசிகளைக் கருடனுக்குச் சொன்னார்கள். தாயை விடுதலைசெய்த தனயன், பாம்புகளின் விரோதி ஆகி, பாம்பு குலத்தை அழித்துக்கொண்டு திரிந்தான். பரம்பரைப் பகை. பாம்பு வம்சமே நசித்துக்கொண்டு வருவதை அறிந்த நாகர்கள், கருடனுடன் ஓர் ஒப்பந்தம் செய்து கொண்டார்கள். (பகாசுரனுடன் செய்து கொண்ட ஒப்பந்தமும் பீமனின் பேருள்ளமும் நினைவு கூரத்தக்கது.) தினம் ஒரு பாம்பு, கருடனுக்கு உணவாக வந்து நிற்க வேண்டும் என்பதே அந்த ஒப்பந்தம். இப்படியாகக் கருடன் இமயத்தில் இருந்துகொண்டு தன் பிறப்பின் நோக்கத்தை எதிர்கொண்டு காத்திருந்தான்.

அக்காலத்தில், ஜிமுதவாகனன் என்கிற ஓர் அரசன் இருந்தான். தன் சதையை அறுத்துப் புறாவுக்குத் தந்த பேருபகாரி போன்றவன். அவனது தேசத்தில் எது கேட்டாலும் தருகிற கற்பக விருட்சம் இருந்தது. அதன் பயனாக ஜிமுதவாகனன் தந்தை, பாட்டன்மார் தேசத்தின் தேவையை நிறைவேற்றிக் கொண்டிருந்தார்கள். ஜிமுத வாகனன், ஒருமுறை அந்த மரத்தின் முன்வந்து நின்றான்.

"கற்பகத்தருவே! தெய்விக ஆற்றல் பெற்ற நீ, அரண்மனைக்குள் முடங்கிக் கொண்டிருப்பது நியாயம் என்று எனக்குப் படவில்லை" என்றான்.

"நான் இருப்பதால்தானே உன் நாடும் நகரமும் சுபிட்சமாக இருக்கிறது?"

"உண்மைதான். ஒரு ராஜன், தன் பராக்ரமத்தாலும், தர்மவழி யிலும் நடந்தே, தன் நாட்டுக்கு உயர்வு தேட வேண்டும். எது கேட் டாலும் கிடைக்கிற கற்பக விருட்சம் இருக்கிறது என்பது, சத்திரியர் களின் முயற்சிகளை முடக்கிவிடக்கூடும் அல்லவா?"

"என்ன செய்யச் சொல்கிறாய்?"

"உலகம் முழுக்கத் தேவைகளும் குறைகளும் பசியும் நலிவும் இருந்துகொண்டு இருக்கின்றன மூன்று உலகத்திலும். ஆகவே, நீ உன் தெய்வ சக்தியைப் பயன்படுத்தி மக்களின் தேவைகளை நிறை வேற்றி வைக்கப் பார்."

"நான் போனால் திரும்பமாட்டேன். நீ என்ன செய்வாய்?"

"என் தர்மத்தை அபிவிருத்தி செய்து, அதன் மூலமாக மழையைக் கொணர்வேன். என் தோள் வலியைப் பயன்படுத்தி, நாடுகளை வென்று, என் நாட்டுக்குச் செல்வம் சேர்ப்பேன். ஒரு தேசத்தின் சுபிட்சம் அதன் ராஜனின் நேர்மையைப் பொறுத்தது. குடிமக்களின் யோக்யதையைப் பொறுத்தது. இவை இரண்டும் இருந்தால் தெய்வங்கள் எனக்கு அருள்வார்கள்!"

கற்பகவிருட்சம் அந்த அரசனை வாழ்த்திவிட்டு அகன்றது.

தன் தேசம் போலப் பிற தேசமும் சுபிட்சமாக இருக்க வேண்டும் என்று நினைக்கிற அவனது மேலான குணம் கண்டு விருட்சம், "உன் தேசத்தில் எப்பொழுதும் இல்லாமை இருக்காது" என்று விட்டுச் சென்றது. தேசங்கள் அனைத்திலும் பொன் மழையைப் பொழிந்து, வளமுள்ளதாக்கிவிட்டுக் கற்பக விருட்சம் தெய்வலோகம் சென்று சேர்ந்தது.

ஒருநாள் ஜிமுதவாகனன் நகர்வலம் முடித்துக் காட்டுக்குள் சஞ்சாரம் செய்துகொண்டிருந்தான். அப்போது ஒருதாய் தன் மகனாகிய நாகத்தைக் கருடனின் உணவுக்காக அழைத்துப் போய்க் கொண்டிருந்தாள். தாய் அழுது அரற்றுகிற சப்தம் கேட்டது அங்கிருந்த ஜிமுதவாகனனுக்கு.

"என்ன?" என்று தாயிடம் கேட்டான்.

"இன்று எங்கள் முறை. கருடனுக்குத் தினம் தோறும் ஒரு நாகத்தைப் பலி கொடுத்துக்கொண்டு வருகிறோம். இவன் என் குழந்தை. இன்று இவன் இறக்கப் போகிறான்" என்று பெரும் குரல் எடுத்து அழத்தொடங்கினாள் அந்தத் தாய்.

"ஒரு பிரஜை அழுவது எதன் காரணத்தாலும் என்றாலும், அது எனக்குப் பாவமே தரும். அம்மா, உன் மகனுக்குப் பதிலாக இன்று நான் போகிறேன். நீங்கள் புறப்படுங்கள்" என்ற ஜிமுத வாகனன் கருடனிடம் சென்று சேர்ந்தான்.

கருடன் தன் உணவைப் புசிக்கத் தொடங்கினான்.

கருடனின் வாயில் தன் உடம்பின் சதை கொத்தப் படுவதைச் சகித்துக்கொண்டிருந்தான் மன்னன். கருடன், தன் உணவின் சுவை மாறாக இருப்பதை உணர்ந்து, "நீ யார்?" என்று கேட்டான். இந்திரன் தோன்றி, ஜிமுதவாகனன் வரலாற்றைச் சொன்னான்.

கருடன், மகிழ்ந்து ஜிமுதவாகனனுக்கு வரம் தந்து சென்றான்.

கருடன் விஷ்ணுவுக்கே வரம் கொடுத்த ஒரு சுவாரசியமான கதையைப் பாரதம் சொல்கிறது.

கருடன் தன் பேராற்றலால் இந்திரலோகத்தில் பிரவேசித்து காவலை முற்றும் அழித்து அமுதம் எடுத்துக்கொண்டு திரும்பும் வழியில் மகாவிஷ்ணு கருடனைச் சந்தித்தார். கருடனின் வீரம் அவரை மகிழ்ச்சியடையச் செய்தது. அதைவிடவும் தன் தாய்க்காக மகன் செயலாற்றும் அந்தத் தொண்டுணர்வு அவரை மேலும் கிளர்த்தியது.

"கருடனே! உனக்கு வரம் கொடுக்க வேண்டும் என்று எனக்குத் தோன்றுகிறது. என்ன வேண்டுமோ கேள்!"

கருடன் வணக்கத்துடன் கேட்டான்:

"ஒன்றல்ல. மகாவிஷ்ணுவிடம் ஒரு வரம் மட்டும் கேட்பது முறை அன்று. எனக்கு இரண்டு வரங்கள் அருளுங்கள்."

மகாவிஷ்ணு ஒப்புக்கொண்டார்.

"ஒன்று, உமக்கு மேலே நான் இருக்க வேண்டும்" என்றான்.

சிரித்துக்கொண்டு, "சரி" என்றார் விஷ்ணு.

"இரண்டு, நான் அமிர்தம் உண்ணாமலே முதுமையும் நோயும் மரணமும் எனக்கு இல்லாமல் ஆக வேண்டும்."

"அப்படியே ஆகட்டும்."

கருடன் அத்துடன் நிறுத்தவில்லை.

"சுவாமி, நீர் எனக்கு அருள் செய்தீர்கள். உம் அருளால் நானும் உமக்கு ஏதேனும் கொடுக்க ஆசைப்படுகிறேன். கேளும்."

"ஒரு வரம் மட்டும் போதும்."

"சரி, கேளும்."

"மகத்தான பலசாலியும் மாதாவின் மேல் பக்தியும் கொண்டவனுமான நீ எனக்கு வாகனமாக வேண்டும்."

"அப்படியே. நான் உமது தாசன்."

"எனக்கு மேலாக இருக்க வேண்டும் என்று கேட்டாய். அதுவும் அப்படி ஆகட்டும். எனக்கு மேலே, என் கொடியில் நீயே பறப்பாய்; என்றும் எனக்கு மேலாக இருப்பாய்."

அமிர்தத்தைத் தன் கையில் வைத்திருந்தாலும் அதைப் பருக விருப்பம் கொள்ளாத கருடனின் பேருள்ளம் பகவானைக் கவர்ந்தது என்று நமக்குச் சொல்கிறார் மகாகவி.

சூரியனின் தகிக்கும் உஷ்ணத்துக்கு என்ன காரணம் என்றும் ரிஷி நமக்குச் சொல்கிறார். "அமுதத்தை ராகு களவாடியபோது நானும் சந்திரனும் அக் களவை வெளிப்படுத்தி உலகத்தைக் காத்தோம். அந்தப் பகை காரணமாக, ராகு தன் உஷ்ணத்தால் என்னைத் தகிக்கிறான். மட்டுமின்றி என்னை விழுங்குகிறான். தேவர்கள் என்னைப் பயன்படுத்திக்கொண்டார்கள். எனக்குத் துன்பம் நேர்ந்த போது எனக்குத் தேவர்கள் உதவவில்லை. ஆகவே நான் நாளைக் காலை தேவ உலகத்தைத் தகித்து அழிக்கப் போகிறேன்" என்றான். இதை அறிந்த தேவர்கள் கருடனின் சகோதரன் அருணனை வேண்டினார்கள். அருணன், சூரியன் தேரில் அமர்ந்து அவனுடன் பயணம் செய்து அவன் உஷ்ணத்தைத் தன் உடம்பில் தாங்கிக்கொண்டான்.

'பிறருக்குப் பயன்படும்படியாக வாழ்க்கையை அமைத்துக் கொள்வதே பெரிய தர்மம்' என்கிறது பாரதம்.

★

மகனைத் தியாகம் செய்த பிருகஸ்பதி

பிருகஸ்பதி, தேவர்களின் குரு. பிரம்மனின் மானஸபுத்திரர், ஆங்கீரச ரிஷிக்குச் சிரத்தாதேவியிடம் தோன்றியவர் அவர். பூராட நட்சத்திரத்தில் பிறந்தவர். தேவர்களுக்கும் அசுரர்களுக்கும் எப்போதுமே கலகங்களும் யுத்தங்களும் நடைபெற்றதை இதிகாசங்களும் புராணங்களும் தொடர்ந்து சொல்லிக்கொண்டிருக்கின்றன. பதிவு பெற்ற முதல் யுத்தம் அமுதம் கடைந்தெடுக்கும்போது நிகழ்ந்தது. மந்தர மலையை மத்தாக வைத்துப் பாற்கடலைக் கடைந்து அமுதம் பெறச் சரிபாதியாக உழைத்தவர்கள் அசுரர்கள். ஆனாலும் அவர்களுக்கு அமுதம் தரப்படவில்லை. அந்தக் கோபம், பகை தொடர்ந்து கொண்டே இருந்தது.

ஆகவே, தங்களைக் காப்பாற்றிக்கொள்ளத் தேவர்கள் பிருகஸ்பதியையும், அசுரர்கள் சுக்ரரையும் குருக்களாகக் கொண்டார்கள். மூன்று உலகத்து அதிகாரத்தையும் செல்வத்தையும் யார் ஆள்வது என்கிற போட்டியே இந்தத் தொடர்ந்த பகைக்குக் காரணம் என்று பாரதம் விளக்குகிறது.

சந்திரன் காரணமாக நடந்த தேவாசுர யுத்தம் முக்கியம் பெறுகிறது. இது, பிருகஸ்பதியின் மனைவி தாரை தொடர்புடையது. பிருகஸ்பதியின் ஆஸ்ரமத்தில் அவர் மாணவனாகப் பயின்றவன் சந்திரன். தாரை, பிரம்மனால், படைக்கப்பட்ட பேரழகிகளில் ஒருத்தி. அவள், தன் கணவனின் மாணவன் சந்திரனின் பேரழகிலும் விநயத்திலும் கவரப்பட்டாள். ஒரு சந்தர்ப்பத்தில் தாரையும் சந்திரனும் பிருகஸ்பதியின் ஆஸ்ரமத்தை விட்டு வெளியேறினார்கள்.

தனியான குரு, சந்திரனின் கிருகத்துக்குச் சென்று, தன் மனைவியை அனுப்பி வைக்கும்படிக் கேட்டுக்கொண்டார். தாரை வருவதாக இருந்தால், தமக்கு ஆட்சேபணை இல்லை என்றான் சந்திரன். தாரை மறுத்து விட்டாள். இரண்டு, மூன்று முறைகளுக்கு மேல் குரு, மாணவனின் வீட்டுக்கு முன் நின்று தம் மனைவியை அழைத்தார். தாரை வருவதாக இல்லை.

இதன் காரணமாகத் தேவாசுர யுத்தம் நிகழ்ந்தது. இது இரண்டாவது பெரிய யுத்தம். தேவர்கள் யார், அசுரர்கள் யார் என்பதை வகுக்கும் யுத்தமாகவும் இது இருந்தது. வேத மந்திரங்கள் ஓதி விவாகம் செய்த கணவர் பக்கம் நின்றவர்கள் தேவர்கள்.

திருமண பந்தத்தை உடைத்துக் கலகம் செய்த சந்திரனை ஆதரித்தவர்கள் அசுரர்கள். இந்தப் பிரிப்பின் அடிப்படையைப் புரிந்து கொள்ள இது நமக்கு உதவுகிறது. தேவாசுரர்கள் இருவருமே தாரையின் பக்கத்து நியாயங்களைக் கேட்க மனம் அற்றுப் போய்விட்டார்கள்.

யுத்தம், உலகங்களை அழிப்பது கருதி, பிரம்மன் நிகழ்ச்சியில் தலையிட்டார். சந்திரனுடனும் தாரையுடனும் அவர் பேசினார். விளைவாக, தாரை, பிருகஸ்பதியின் ஆஸ்ரமத்துக்கு வந்து சேர்ந்தாள். பிரச்சனை அத்துடன் முடிந்து விடவில்லை. தாரை வந்து சேர்ந்ததும், அவள் கருவுற்றிருப்பது தெரிய வருகிறது. குழந்தை யாருக்குச் சொந்தம் என்பது பற்றி பிருகஸ்பதிக்கும் சந்திரனுக்கும் விவாதம் மூண்டது.

இதற்கும் பிரம்மனே வர வேண்டியிருந்தது. அவர் பேச வேண்டிய இடத்தில் பேசினார். தாரை, தம் வயிற்றுக் குழந்தை சந்திரனுடையது என்று உண்மை சொன்னாள். பிருகஸ்பதி அதை ஏற்றுக்கொண்டார். தாரை, சந்திரனுடன் இருந்து குழந்தையைப் பெற்று அவனிடம் கொடுத்துவிட்டுத் தன்னிடம் வந்துவிடச் சொன்னார். அது அப்படித்தான் நடந்தது. அந்தக் குழந்தையே கிரக பதவி பெற்ற புதன். புதன் என்றால் புத்திக்கு உரியவன் என்று பொருள்.

இந்திரன் தேவர்களின் தலைவன். அவர்களின் குரு பிருகஸ்பதி. ஒரு குரு என்ற முறையில் பிருகஸ்பதி ஆற்றிய பணிகள் சில பற்றிய குறிப்புகள் கிடைத்துள்ளன.

இந்திரன், யாரிடமும் கடுமையாகவும், அலட்சியமாகவும் நடந்துகொள்ளும் இயல்பு உள்ளவனாக இருந்தான். இது, தலைமைப் பண்புக்கு உகந்தது அல்ல என்பதால், பிருகஸ்பதி அவனிடம் இனிமையாக உரையாடுவது பற்றிய அறிவை உருவாக்கினார்.

இந்திரன், ஒருமுறை அதிக பக்தியிலும் இறை வழிபாட்டிலும் மூழ்கி, தம் தலைமைக்குரிய செயல்பாடுகளை ஒழித்து இருந்ததைப் பிருகஸ்பதி பார்க்க நேர்கிறது. இந்திரன் மழைக்குக் கடவுள். அது உரிய பருவத்தில் மண்ணுக்கு வந்து சேர வேண்டும். தவிரவும் ஏனைய தேவர்கள் தங்கள் கடமையைச் சரிவரச் செய்கிறார்களா என்று கவனிக்கும் பொறுப்பும் இந்திரனுக்கு இருந்தது. ஆனால், தேவேந்திரனுடைய பணிகள் அவனது பூஜை புனஸ்காரங்களால்

தடைபட்டிருந்தது. பிருகஸ்பதி அவனுக்கு உலகாயதத்தை உபதேசம் செய்தார் என்கிறது ஒரு குறிப்பு.

இந்த உலகாயதம், கடவுளை, சிருஷ்டியை நிராகரிக்கிற தத்துவ மாக இருக்க முடியாது என்கிறார்கள் ஆய்வாளர்கள். உலக இன்பங் களைக் காணுதல், கற்றல், அனுபவித்தல் ஆகிய மூன்று பக்கம் கொண்ட தத்துவம் அது. அதையே இந்திரனுக்கு உபதேசித்தார் பிருகஸ்பதி. மட்டுமல்லாமல், அந்த உலக இன்பங்கள் இறைவ னாலேயே உருவாக்கப்பட்டன. அது பாவம் இல்லை என்பதும், அந்தச் சிறிய இன்பங்கள், பெறப்போகும் பேரின்பத்துக்குப் படிகளாக இருக்க வேண்டும் என்பதையும் தம் உள்ளடக்கமாகக் கொண்டது. இந்திரன் மனம் திருந்தினான்.

பிருகஸ்பதி மகாத்மாவாகச் செயல்பட்ட கதைகள் உண்டு. தேவாசுர யுத்தங்களின்போது தேவர்களால் கொல்லப்பட்ட அசுரர் கள் மீண்டும் மீண்டும் திரும்பி வந்து போரிடுவது தேவர்களுக்கு ஆச்சர்யமாக இருந்தது. அவர்கள் ஆராய்ந்து காரணம் கண்டுபிடித் தார்கள். அசுரர்களின் குரு சுக்ரருக்கு மிர்தசஞ்சீவினி என்கிற வித்தை தெரிந்திருந்தது என்பதும், அதைக் கொண்டு சுக்ரர் இறந்தவர்களைப் பிழைக்கவிக்கிறார் என்பதும் தெரிகிறது. பிருகஸ்பதிக்கு அந்த மிர்தசஞ்சீவினி வித்தை தெரியாது. இந்தப் பிரச்சனையைத் தீர்க்க மிக அழகான முடிவைப் பிருகஸ்பதி செய்தார். தம் மகன் கசன், மிக அழகன், மிக தர்ம நெறியில் நடப்பவன், அவனைச் சுக்ரரிடம் வித்தை கற்க அனுப்பி வைத்தார்.

மனிதர்களின் மேன்மை, சங்கடங்களைச் சந்திக்கும்போது மட்டும்தான் வெளிப்படுகிறது. தன் முன் வந்து நின்ற கசனைக் கவனித்தார் சுக்ரர். "என்ன?" என்றார்.

"சுவாமி, நான் பிருகஸ்பதியின் மகன். தங்களுக்குச் சேவை செய்து, வித்தைகள் கற்க வந்திருக்கிறேன். அனுக்கிரகம் செய்யுங் கள்" என்று பணிந்த அந்த இளைஞன், சுக்ரர் மனதுக்கு மகிழ்ச்சி தந்தான். தம் எதிரி – அப்படி அசுரர்களால் நினைக்கப்படுபவர் – பிருகஸ்பதியின் மகன், மிர்தசஞ்சீவினி வித்தையைக் கற்கத்தான் வந்திருக்கிறான் என்பதை உணர்ந்தவர். 'அதனால் என்ன? பிச்சை என்று கையேந்தும் எவராக இருந்தால் என்ன, ஈவது மேலோர் கடமை' என்று சுக்ரர், தன் 'எதிரி'யின் மகனை ஏற்றுக்கொண்டார். இது அவருடைய மேன்மை.

இதுபோன்ற மேன்மையைத் துரோணரிடமும் நாம் காண முடிகிறது. தம்மைக் கொல்லவே பிறந்தவன் என்று தெரிந்திருந்தும் திருஷ்டத்துய்மனுக்குப் போர்க்கலை கற்றுக் கொடுத்தவர் துரோணர்.

இந்த மரபு, ஒரு காலத்து மரபு அல்ல. மேன்மையான குணம் கொண்ட சான்றோர்களிடம் காணப்பட்ட குணமாகும். கசன், சுக்ரரின் மாணாக்கன் ஆனான். அதோடு, சுக்ரரின் மகள் தேவயானியின் ஆத்மார்த்தமான சினேகிதனும் ஆனான்.

கசன், சுக்ரரின் மாணாக்கன் ஆனதை அசுரர்கள் விரும்பவில்லை. தங்கள் ரகசியமும் பலமும் வித்தையும் அபகரிக்கப்படும் என்பதை அவர்கள் அறிவார்கள். ஆகவே பிருகஸ்பதியின் மகனைக் கொன்றுவிடுவது என்று முடிவெடுத்தார்கள். பசு மந்தையை ஓட்டிக் காட்டுக்கு மேய்க்கச் சென்ற கசனைக் கொன்ற அசுரர்கள், ஓநாய்களுக்கு இரையாகப் போட்டு விட்டார்கள். தேவயானி இதை அறிந்தாள். கண்ணீரும், கம்பலையுமாகத் தந்தையிடம் சென்று கசனை உயிர்ப்பிக்கக் கேட்டுக்கொண்டாள். அவரும் அவனை உயிர்ப்பித்தார். மற்ற முறை, கசனைக் கொன்று கடலில் கரைத்தார்கள். அப்போதும் தம் மிர்தசஞ்சீவினி வித்தை மூலம் கசனை உயிர்ப்பித்தார்.

அசுரர்கள் அமைதி அடையவில்லை. சுக்ரர் அருந்தும் மதுவில் கசனின் உடம்பைக் கரைத்துக் குடிக்கக் கொடுத்தார்கள். அறியாத சுக்ரர், அந்தப் பானத்தை அருந்திவிட்டார். மாலை ஆனதும், சுக்ரர் தன் அன்புச் சிஷ்யனை அழைத்தார். கசன், அவரது வயிற்றுக்குள்ளிருந்து, "அடியேன் தங்களுக்குள் இருக்கிறேன்" என்றான். கசன் காப்பாற்றப்படவேண்டும். தான் இறந்தாலும் மோசம் இல்லை என்று அந்த மகான் மந்திரத்தை அவனுக்குச் சொல்லி, "என் வயிற்றைக் கிழித்துக்கொண்டு வெளியே வா. நான் இறந்து விடுவேன். நான் உனக்குக் கற்றுக் கொடுத்த மந்திரத்தைக்கொண்டு என்னை உயிர்ப்பித்துவிடு" என்று சொல்லி, அவனுக்கு மிர்த சஞ்சீவினி மந்திரத்தை உபதேசித்தார். கசன், சுக்ரரின் வயிற்றைக் கிழித்துக்கொண்டு வெளி வந்தான். தன் குருவையும் உயிர்ப்பிக்கச் செய்தான்.

ஆயிரம் ஆண்டுகள் குருகுலப் பயிற்சிக்குப் பிறகு கசன், சுக்ரர் விடை கொடுக்கத் தன் உலகம் நோக்கிப் புறப்பட்டான். இப்போது தேவயானியின் முறை. அவள் அவனிடம், "என் மனம் உன் மேல் மையல் கொண்டது. என்னை மணந்துகொள்" என்று கேட்டுக் கொண்டாள்.

கசன் மறுத்தான். "சுக்ரரின் வயிற்றுக்குள்ளிருந்து வெளி வந்தவன் என்பதால் தான் அவரின் மகன் ஆகிறேன். நீ என் சகோதரி ஆகிறாய். மணப்பது தகாது" என்று அந்த இளைஞன் தர்மம் சொன்னான். காதல் மையலில் இருந்த தேவயானி அவனைச் சபித்தாள்:

“என் தந்தையிடம் இருந்து நீ கற்ற மந்திரம் உனக்குப் பயன் படாது போக.’

கசனும் அவளைச் சபித்தான்:

“உன்னை எந்த ரிஷி மகனும் மணக்காமல் புறக்கணிப்பானாக.”

இரண்டு சாபங்களும் வேறு மாதிரிச் செயல்பட்டன. கசன், தான் கற்ற மந்திரத்தைத் தேவகுமாரர்களுக்குச் சொல்லிக் கொடுத்து, இறந்த தேவர்களை உயிர்ப்பித்தான். அதன் மூலம் தந்தையின் மனதுக்கு இன்பம் செய்தான். தேவயானிக்கு ரிஷிகுமாரன் மண மகனாக இல்லை. யயாதி என்கிற சத்திரியனையே அவள் மணந்து கொண்டு வாழ்ந்தாள்.

கசன், தேவலோகமே கொண்டாடும்படியாக வாழ்ந்தான். தமக் கென்று, சில அறநெறிகளைக் கொண்டிருந்தான். பீஷ்மர், அம்புப் படுக்கையில் தமக்காக அந்தக் கடைசிக் கணத்தை எதிர்பார்த்துக் கொண்டு இருந்தபோது, கசன் அவரை வந்து கண்டு வணங்கி நின்றான். இது அவனது நடைமுறை. பெரியோர்கள் என்று அவன் உணர்கிற மனிதர்களைச் சென்று காண்பதும், வணங்குவதும் அவன் வாழ்க்கையாக இருந்தது.

தேவகுரு, தன் வசம் இழக்கும் சந்தர்ப்பங்களை நூல்கள் பதிவு செய்திருக்கின்றன. அவர் பெருமைக்கு உகக்காத காரியங்களை அவர் செய்தார்.

பிருகஸ்பதியின் வழுக்கல்களைக் கற்பவருக்குச் சொல்ல, வரலாறு எழுதிய ரிஷிகள், கவிகள் மறுக்கவில்லை. தேவர்கள் கூட கயவர்களாக, அவர்கள் தவறு செய்தபோது உருமாற்றம் அடை கிறார்கள் என்பதைச் சொல்லவே பிருகஸ்பதியின் இந்தக் கதை சொல்லப்பட்டிருக்கிறது.

பிருகஸ்பதியின் மூத்த சகோதரர் உதத்யர். அவர் மனைவி மமதா. உதத்யர் ஊரில் இல்லாத ஒரு சமயத்தில் பிருகஸ்பதி தன் சகோதரர் மனைவியுடன் வல்லுறவு கொண்டார். மமதா ஏற்கெனவே தன் கர்ப்பத்தில் ஒரு குழந்தையைச் சுமந்து கொண்டிருந்தாள். மமதாவின் மறுப்பும், போராட்டமும் ஒரு பொருட்டாகத் தேவ குருவுக்குத் தோன்றவில்லை.

பிருகஸ்பதியின் குழந்தைக்கு இடம் கொடுக்க மறுத்தது அவள் வயிற்றுக்குள் இருந்த குழந்தை. பிருகஸ்பதி அந்தச் சகோதரரின் குழந்தையைச் சபித்தார். அந்தக் குழந்தை கண் இல்லாது பெரும் துன்பமுடன் வாழ்ந்தது. மமதா, பிருகஸ்பதியின் குழந்தையைக் காட்டில் விட்டாள். ஆனால், தெய்வவாக்கான அசரீரி, அவளை

'மூதி... அந்தப் பிருகஸ்பதியின் குழந்தையை அவரிடமே கொடு' என்று எச்சரிக்கை செய்தது.

அந்த பிருகஸ்பதியின் குழந்தையே பரத்வாஜராகப் புகழ் பெற்றவர். இந்த பரத்வாஜரே துரோணரின் தந்தை ஆவார்.

குற்றத்துக்கு உள்ளானவள், மமதாவை அசரீரி 'மூதி' என்றது. ஆனால், பிருகஸ்பதிக்கு அந்த அசரீரி எந்த எச்சரிக்கையும் செய்ய வில்லை. இது அக்காலத்து தர்மம் என்பதையும், அந்தத் தர்மம் கொண்டாடப்படவில்லை என்பதையும், பெண்கள் இந்தத் தர்மத்தை வெறுத்தார்கள் என்பதுமே இக்கதை சொல்லும் சேதியாகும்.

பிருகஸ்பதி இன்னுமொரு காரியத்தையும் தேவர்கள் நலன் கருதிச் செய்தார். சுக்ரர், ஒருமுறை சிவனைக் குறித்து ஆயிரம் ஆண்டு தவம் செய்யச் சென்றார். அவர் தவத்தைத் திசை திருப்ப இந்திரன் தன் மகள் ஜெயந்தியை அனுப்பி வைத்தான். ஜெயந்தியும் சுக்ரருக்கு ஆயிரம் ஆண்டுகளும் பணிவிடை செய்தாள். சுக்ரர், சிவ வரம் பெற்றார். தேவர்களை அழிப்பதே அந்தத் தவத்தின் நோக்கம். சிவன்– கடவுள் – எப்படித் தேவ அழிவுக்கு இப்படி வரம் நல்கலாம் என்பது ஒரு கேள்வி. சுக்ரரின் எண்ணம் நிறைவேறாது என்பதைச் சிவன் அறிவார். அப்படித்தான் நிகழ்ந்தது.

வரம் பெற்ற சுக்ரரின் முன்பு வந்து நின்ற ஜெயந்தி, "எனக்கு என்ன தரப் போகிறீர்?" என்றாள். ஆயிரம் ஆண்டுகள் பணிவிடை செய்த பெண் கேட்கிறாள்.

"என்ன வேணும்?"

"உம்முடன் மனைவியாக வாழ வேண்டும்."

பத்தாண்டுகள் மட்டும் இணைந்து வாழ்வது என்று ஒப்பந்தத் துடன் அவர்கள் வாழ்ந்தார்கள். இந்தக் காலத்தைச் சரியாகப் பயன் படுத்திக்கொண்டார் பிருகஸ்பதி. சுக்ரர் மாதிரி வேஷம் எடுத்துக் கொண்டு அசுர லோகம் சென்றார். அசுரர்கள் தங்கள் குரு திரும்பி விட்டார் என்று மகிழ்ந்து வணங்கி நின்றார்கள். சுக்ரரின் ஆசனத்தில் அமர்ந்த பிருகஸ்பதி, அசுரர்களின் தேவ வெறுப்பை அவர்களின் மனத்திலிருந்து எடுத்தார். மற்றவர்களை வெறுப்பதும், சினம் கொள் வதும், அழிப்பதும் ஆன அசுரத்தனத்தை அசுரர்களின் இதயத்தி லிருந்து எடுத்ததும், பிறர்பால் சமநோக்கு கொள்ளச் செய்ததுமான பெரிய பணியைப் பிருகஸ்பதி செய்தார். இது தற்காலிகம் என்றாலும், சில காலம் தேவ அசுரர் யுத்தம் நிகழாமல் தள்ளிப் போடப்பட்டது.

பிருகஸ்பதி, கோயில்களில் நிர்மாணிக்கப்பட்டு வணங்கப் படும்போது, அவர் தானியங்களால் ஆன கழுத்து மாலையும், கையில்

நீர் கொண்ட பானையும் கொண்டவராக இருக்க வேண்டும் என்பது சாஸ்திரம். இது பற்றி மேல் விவரம் கிடைக்கவில்லை. என்றாலும் ஆய்வாளர்கள் விவசாயம், சமூக வாழ்வுக்கு வந்தபோது, அதை அறிமுகப்படுத்திய ஆதி புருஷராகப் பிருகஸ்பதி இருக்கக்கூடும் என்கிறார்கள்.

மக்கள் வாழ்வுக்கு உதவுவது எதுவோ, அதுவே அறிவு எனப் படுவது. அறிவின் முதிர்ச்சி ஞானம். சமூக வாழ்வுக்கு உதவுகிற அறிவாளராகப் பிருகஸ்பதி இருந்துள்ளார். ஆகவேதான், இன்றளவும், 'நீ என்ன பிருகஸ்பதியா' என்று புதுசாக எதையும் சொல்பவரைக் கேட்கும் வழக்கம் இருப்பதன் காரணம்.

தேவர்களின் குரு என்ற முறையில், தேவர்களுக்கு உதவும் பொருட்டுத் தன் மகனையே அசுரர்களிடம் அனுப்பிவைத்த பேருள்ளம் பிருகஸ்பதிக்கு இருந்தது என்பது முக்கியம். கசன், உயிருடன் திரும்பும் வாய்ப்பு குறைவுதான் என்பதை அறிந்தே அவர் அதைச் செய்தார்.

பிருகஸ்பதி உயர்ந்ததின் தளம் இதுதான்.

★

உதவும் மனம் கொண்ட அக்கினி

ரிக் வேதத்தின் முதல் பாடல், அக்கினியைப் புகழ்கிறது. 'வேள்வியின் புரோகிதனும், தெய்வீகமானவனும், வேள்வியின் எஜமானனும் தேவர்களுக்கு உடையவனுமான அக்கினி தேவனை வழிபடுகிறேன். பழைய மற்றும் புதிய மகான்களால் வழிபடப்படு கின்றவன். அக்கினியை வழிபடுபவன் புகழைத் தருவதும், மனிதக் குலத்தை வளர்ப்பதும், நாளுக்கு நாள் வளர்வதுமான செல்வத்தைப் பெறுகிறான். அக்கினி உண்மை வடிவினன். மகனுக்குத் தந்தை போல் எங்களுக்கு எளிதில் அணுகத் தக்கவனாக நீ இருப்பாய். எங்கள் நன்மைக்காக எப்போதும் எங்களுடன் இருப்பாய்...' *(வேத மந்திரங் கள் – சுவாமி ஆசுதோஷானந்தர் – ஸ்ரீராம கிருஷ்ண மடம்)*

அக்கினி வழிபாடு என்பது இயற்கை வழிபாடு ஆகும். நிலம், நீர், நெருப்பு, காற்று, வெளி என்பவை பஞ்சபூதங்கள். இறைவனின் ஆற்றல், அவைகளில் வெளிப்படுகிறது. அக்கினி தெய்வ ஒளி என்பது அவர்கள் (ரிஷிகளின்) கருத்து. இந்தச் சக்திகளுக்கு தேவ உருவம் தந்தார்கள். அக்கினி இப்படித்தான் அக்கினி தேவன் ஆனான்.

அக்கினியின் பிறப்பு பலவாறு சொல்லப்படுகிறது. மலையாள மகாபாரதம் இப்படிச் சொல்கிறது: பிரம்மனின் மானச புத்திரர் அங்கிரஸ் மற்றும் சிரத்தாவின் மகன் பிருகஸ்பதி. இவரின் மூத்த மகன் சம்யுவின் மகனாக அக்கினி பிறந்தான். கிரக வரம் பெற்ற அவன், அஷ்டதிக்குப் பாலகனாகி, இந்திரனுக்கு அடுத்த நிலையை எய்தி, பிரபஞ்சத்தின் தென்கிழக்குப் பகுதிக்கு அதிபதியானான். அவனது பட்டணம் தேஜோவதி என்று கூறப்பட்டுள்ளது.

ராஜசூய யாகம் நடத்தி, உலக சாம்ராட் ஆக ஆசைப்பட்ட தருமனுக்கு, அந்த யாகம் நிறைவேறப் பெரிய உதவியைச் செய்தவ னாகப் பாரதம் நமக்கு அக்கினியை அறிமுகப்படுத்துகிறது. திக்குகள் ஒவ்வொன்றுக்கும் பீமன், அர்ச்சுனன், நகுல சகாதேவர்கள் திக்விஜயம் புறப்படுகிறார்கள். இதில் சகாதேவன், தெற்குப் பக்கம் தம் பயணத் தைத் தொடங்கினான். தந்தவக்ரன், பீஷ்மகன் முதலான மன்னர் களை வென்று, மகிஷ்மதிபுரம் என்ற ஊருக்கு வந்து சேர்ந்தான். சகாதேவன் அங்கு தங்கி இருக்கையில் அவன் கூடாரத்தில் தீ பற்றியது. அக்கினியைத் துதித்து, தம் உதவிக்கு அவனை அழைத்தான் சகாதேவன். அப்போதுதான் ஒரு உண்மை தெரிந்தது.

மகிஷ்மதிபுரத்துக்கு மன்னன் நீலன், அக்கினியின் மாமனார் என்பதும், நீலனின் மகள் சுதர்சனாவை அக்கினி திருமணம் செய் திருந்தான் என்பதையும் அவன் அறிய வந்தான். நீலனே, சகா தேவனின் கூடாரத்துக்குத் தீ வைத்தான் என்பதும் தெரியவந்தது.

அக்கினி, இப்போது ஒரு சமநிலையோடு நடந்துகொண்டான். தருமனின், தர்மம் சார்ந்த வாழ்க்கையை முன்நிறுத்தி, அவன் தம்பிக்கு உதவ வேண்டிய அவசியத்தைத் தன் மாமனாருக்கு எடுத் துரைத்தான். நீலன் முடிவில் சகாதேவனை ஏற்றுக்கொண்டு, கப்பம் கட்டி திக்விஜயத்தை வெற்றிபெறச் செய்தான். தருமனின் ராஜசூயம் வெற்றிபெற அக்கினி இப்படியான உதவியைச் செய்தான்.

நெருப்பு கண்டுபிடிப்பு, மனித சமூகத்தின் முன்னேற்றத்துக்குப் பெரும் உதவியைத் தந்தது என்பதை அறிவோம். மகாபாரதப் பாத்திரங்களுக்குப் பேருதவி செய்தவன் அக்கினி. பாகப்பிரிவினை என்று சொல்லி திருதராஷ்டிரன், காட்டை நாடு என்று சொல்லிப் பாண்டவர்களுக்குப் பாகம் செய்தான். கிருஷ்ணனும் அர்ச்சுனனும் காட்டை அழித்து, நாடு உருவாக்க நினைத்தபோது, அவர்களின் உதவிக்கு வந்தவன் அக்கினியே ஆவான். காண்டவ வனம் அழிந்து, இந்திரப்பிரஸ்தம் உருவாக உதவி செய்தவன், அக்கினி. தொடர்ந்து பன்னிரண்டு ஆண்டுகள், அதிக அளவில் நெய்யையே குடித்த காரணத்தால் அவனுக்கு வயிற்றுப் பிரச்னை ஏற்பட்டது. அதற்கான பச்சிலை மருந்துகள் நிறைந்த காட்டை அக்கினி தின்ன வேண்டி இருந்தது. அர்ச்சுனனும் அக்கினியும் பரஸ்பரம் உதவிக்கொண் டார்கள். மட்டும் அல்ல. இதற்குப் பின் தேவர்களின் தேவையும் இருந்தது. தேவர்களுக்கு எதிரானவர்கள், அக் காட்டில் வசித்தார்கள். அவர்கள் அழிக்கப்பட வேண்டும் என்பது பிரம்மனின் விருப்பமாக இருந்தது. ஆனால், இந்திரனின் நண்பன், பாம்புகளின் அரசனான தட்சகனைக் காப்பாற்ற இந்திரன் மழை உருவமாக வந்து, அக்கினியை அணைத்துக்கொண்டு நின்றான். இந்திரனோடு போரிட்டு அர்ச்சுனன் வென்று, அக்கினியின் நோயும் தீர்ந்ததில், அவன் மகிழ்ந்தான். அர்ச்சுனனுக்குக் காண்டீபன் என்ற பெயர் வரக் காரணமான, காண்டீபம் எனும் வில்லை அக்கினி அவனுக்குத் தந்தான். எப்போதும் அம்புகள் அற்றுப் போகாத அம்பு அறாத்தூணி, வலிமை வாய்ந்த தேர், தேரின் உச்சியில் அனுமக் கொடி, தேரை இழுக்க நான்கு வெள்ளைக் குதிரைகள் முதலாகப் பல பரிசுகளை அர்ச்சுன னுக்குத் தந்து தன் நன்றியை வெளிப்படுத்தினான் அக்கினி. அதோடு, கிருஷ்ணனுக்கு சக்ரதாரி என்ற பெயர் வரக் காரணமான ஆயிரம் முனையுள்ள சக்கர ஆயுதத்தையும் தந்தான்.

அக்கினியின் பெயர், மருத்துவத்தோடு இணைந்து வரும் நிகழ்ச்சிகள் சில உள்ளன. தத்தாத்ரேயரின் மகன் நிமி. மகன் மரணத் துக்காக வருந்திய ரிஷி, நிமியின் நினைவாகச் சிரார்த்தம் செய்தார்.

அந்தச் சிரார்த்தத்துக்குத் தேவர்கள் அனைவரும் வந்து சிரார்த்த உணவை அதிகமாகவே புசித்து அஜீரணத்துக்கு ஆளானார்கள். பிரம்மன், அக்கினியிடம் இதுபற்றி உரைக்க, அவன் ஒரு தீர்வு செய்திருக்கிறான். 'தேவர்கள் எப்போது உணவு உண்டாலும், அதில் ஒரு சிறு பகுதியை எனக்கு – அக்கினி குண்டத்தில் அளியுங்கள். உங்கள் உணவை உண்பவனாக என்னையும் இணைத்துக்கொள்ளுங்கள்' என்று அக்கினி சொல்லி, ஒரு நோய்க்கான மருந்தைச் சொல்லி இருக்கிறான். இதன் பொருள் வேறு. உணவின் ஒரு பகுதியைக் குறைத்துக்கொள்வது என்பது ஒன்று. உணவுகள், வயிற்றில் உருவாகும் உஷ்ணத்தாலேயே செரிமானிக்கப்படுகிறது என்கிற மருத்துவ உண்மையும் ஒன்று.

சாந்தி பருவத்தில் வரும் ஒரு கதை, அக்கினியைப் பற்றியது, கிருஷ்ணனால் பாண்டவர்களுக்குச் சொல்லப்படுகிறது. குருசேத்திர யுத்தத்துக்குப் பல காலத்துக்குப் பிறகு பாண்டவர்களும் கிருஷ்ணனும் குருசேத்திர பூமிக்கு வருகிறார்கள். வரும் வழியில் பல முக்கிய இடங்களைக் கிருஷ்ணன் பாண்டவர்கள் அறியச் சொல்லிக்கொண்டு வருகிறார். பரசுராமரின் ஆஸ்ரமத்தைச் சுட்டிக்காட்டி, அக்கினி தொடர்பாக ஒரு கதையை நினைவுகூர்கிறார். ஆயிரம் கைகளைப் பெற்ற மாபெரும் மன்னன் கார்த்தவீரியார்ச்சுனன் ஆட்சி செய்து கொண்டிருந்த காலம். அவன் நல்லவனாக இருந்து நல்லாட்சி செய்து கொண்டும் இருந்தான். என்றாலும், அவன் மக்கள் தர்மம், சாராத பல தீச்செயல்களைச் செய்வதில் சமர்த்தராக இருந்தார்கள். பிள்ளைகள் செய்யும் தீமைகள், தந்தையைச் சாரும் என்பது விதிக்கப்படவில்லை. என்றாலும், மன்னனின் மக்கள் செய்பவை மன்னனைச் சாரும் என்பது விதி. ஆகவே, கார்த்தவீரியார்ச்சுனனின் மக்கள் கொல்லப்பட வேண்டியவர்கள் ஆனார்கள்.

எனினும், அதற்கென்று ஒரு தூண்டுதல் தொடக்கம் தேவையாக இருந்தது. அத்தொடக்கம் அக்கினியால் நிகழ்ந்தது. அக்கினி பசிக்கிறது என்று சொல்லிக் கார்த்தவீரியார்ச்சுனன் முன்போய் நின்றான். தன் ஆட்சிக்குட்பட்ட எந்தப் பிரதேசத்தையும் எரித்துக்கொள்ள அனுமதி வழங்கினான் கார்த்தவீரியார்ச்சுனன். அக்கினி தன் பசியைப் போக்கிக் கொண்டதோடு, விவகாரத் தூண்டுதலாக ஆபக முனிவரின் ஆசிரமத்தையும் சேர்த்து எரித்தான். கோப முனிவரான ஆபகர், இதற்குக் காரணமான கார்த்தவீரியார்ச்சுனன், பரசுராமரால் கொல்லப்படச் சாபம் இட்டார். சாபம், கார்த்தவீரியார்ச்சுனனின் பிள்ளைகளால் உருவம் பெற்றது. அந்தத் தீயவர்கள், ஜமதக்னி முனிவர் வளர்த்து வந்த காமதேனுப் பசுவைத் திருடிக்கொண்டு சென்றனர். முனிவரின் மகன் பரசுராமர் விஷயம் அறிந்து, பரசை ஏந்தி வந்து கார்த்தவீரியார்ச்சுனனின் ஆயிரம் கைகளை வெட்டி அவனைக் கொன்றார்.

சாபம் தொடர்ந்தது. தந்தை கொல்லப்பட்டது கண்டு கார்த்தவீரியார்ச்சுனனின் பிள்ளைகள் ஜமதக்னி முனிவரின் ஆசிரமத்துக்குச்

சென்று அவரைக் கொன்றார்கள். சமித்து சேகரிக்க வெளியே சென்றி ருந்த பரசுராமர் இறந்த தந்தையைப் பிணமாகக் கண்டார். பெரும் கோபம் கொண்ட பரசுராமர் கார்த்தவீரியார்ச்சுனனின் பிள்ளைகள் மட்டுமல்ல, துர்க்காரியமே செய்துகொண்டிருந்த சத்திரிய வம்சத் தையே இருபத்தோரு தலைமுறையாக அழிக்கத்தொடங்கினார்.

பரசுராமரின் ஆஸ்ரமத்தைக் காட்டிக் கிருஷ்ணன் சொன்னார்:

“சத்திரியர்கள் தங்களை அறத்தோடு நிறுத்திக்கொள்ள, அடிக்கடி பரசுராமர் ஆஸ்ரமத்துக்குப் புனிதப்பயணம் மேற்கொள்ள வேண்டும்.”

தேவி பாகவதம், அக்கினி பற்றிச் சொல்கிற கதை அழகியது. ராமர், சீதையோடு வனவாசம் செய்தபோது அக்கினி அவர் முன் தோன்றினான். ‘உன் ஜனனம் அசுரர்களை அழிப்பது. அதற்கான காலம் நெருங்கிவிட்டது. ராவணன் சீதையை அபகரிக்க வருகிறான். அதன் காரணமாக யுத்தம் நிகழ்ந்து, ராவணன் கூட்டத்தோடு அழிய வேண்டும். ராவணன் என்கிற அசுரனிடம், சீதை அகப்பட வேண் டாம். அது அப்பெண்ணுக்கு நியாயம் அல்ல. நான் மாயச்சீதையை உருவாக்கி இங்கே நிறுத்துகிறேன். அந்த மாயச்சீதையை ராவணன் தூக்கிச் செல்வான். நீ, அவனைக் கொன்றபிறகு, உன் சீதையை நான் திருப்பித் தருகிறேன். அதுவரை, சீதை என்ற பெருமாட்டி என் பாதுகாப்பில் இருக்கட்டும்” என்கிறான் அக்கினி. அது அப்படியே நடந்தது.

ராவணன் இறந்தபிறகு, ராமன் சீதைக்கு ஏற்பாடு செய்த அக்னிப் பிரவேசத்தில் குதித்தவள் மாயச் சீதை. நெருப்பில் இருந்து உண்மைச் சீதை வெளிப்பட்டாள். அந்த மாயச் சீதை தவத்தில் அமர்ந்தாள். அப்போது அவள் பெயர் சுவர்க்கலட்சுமி என்பது. லட்சுமியே பாஞ்சால மன்னனின் யாக குண்டத்திலிருந்து பாஞ்சாலி என்ற பெயரில் தோன்றியவள். குசத்வாஜரி மகள் வேதவதியாகப் பிறந்தவள் அவளே. திரேதா யுகத்தில் சீதையாக ஜனகரின் மகளாக உருவானாள்...

ஸ்கந்தர் என்றும் கார்த்திகேயர் என்றும் அழைக்கப்படும் சுப்ர மணியர் பிறந்த கதையை பாரதம் விரிக்கிறது. தாரகன் என்றொரு அசுரன், தேவருலகத்தைக் கலங்கச் செய்துகொண்டிருந்தான். அவனை யும் அவன் கூட்டத்தையும் அழிப்பது என்று தேவர்கள் முடிவெடுத் தார்கள். சிவன், பார்வதியை மணம் செய்திருந்த நேரம். சிவன் முன் வந்து பணிந்த தேவர்கள், அசுர குலத்தை அழிக்கும் திறன் பெற்ற ஒரு வீர மகனை யாசித்தார்கள். அவ்வகையில் பிறக்கும் குழந்தைக்கு, தீ போன்ற ரௌத்ரம் இருந்தால் மட்டுமே அசுரர்களை அழிக்கும் ஆற்றல் இருக்கும் என்றார்கள் தேவர்கள். தேவர்களின் உதவிக்கு அக்கினியே வந்தான். தன் அம்சமான தீயையும், சிவனின்

ஆற்றலுடன் கூடிய கருவையும் கங்கையிடம் தந்து வளர்க்கச் சொன்னான் அக்கினி. அப்படிக் கங்கையால் போஷிக்கப்பட்ட குழந்தை, சரவணக் காட்டில் பிறந்தது. சரவணப் பொய்கையில் மிதந்தது. கார்த்திகைப் பெண்கள் அக் குழந்தைக்கு உருவம் கொடுத்தார்கள். கார்த்திகேயன் பிறந்தார். சுப்ரமணியரின் தேவாசுர யுத்தத்தில் அக்கினி மிகப் பெரிய பங்கு வகித்தார் என்பது இதன் அர்த்தம்.

அக்கினி, சமையல் கலைஞனாகவும் இருந்தான். அக்காலத்தில் பீமன், நளன் முதலான பல ஆண்களே சமையல் கலைஞராக அறியப்படுகிறார்கள். நளன், தமயந்தியின் சுயம்வரத்துக்குச் சென்று கொண்டிருக்கும்போது, அவனை நான்கு தேவர்கள் எதிர்ப்படுகிறார்கள். அதில் அக்கினியும் இருந்தான். தமயந்தி, அவனுக்கிருந்த காதலால் நளனையே கணவனாக வரித்தாள். தமயந்தியின் அந்த நெறி, அக்கினிக்குப் பிடித்தது. அதனால் நளதமயந்தியை அவன் வாழ்த்தினான். மட்டுமல்லாமல், நளனுக்கு உதவும் என்று நினைத்து, எந்த இடத்தில் தேவைப்படுகிறதோ அங்கே அக்கினியைத் தோற்றுவித்துக் கொள்ளவும், சமைக்கவும் வரம் தருகிறான்.

இது பின்னாளில் நளனுக்கு மிகவும் உபயோகமாக இருந்தது. நளன் சமையல் கலைஞனாகத் தலை மறைவுக் காலத்தில் இருந்தான். சமையலில் அவன் பெயரால் ‘நளபாகம்’ என்ற தனி சமையல் மரியாதை ஏற்பட அக்கினி காரணமாக அமைகிறான்.

கடைசியாக பாரதத்தில், பாண்டவர்கள் தம் அரசாட்சியைத் துறந்து சொர்க்கத்துக்குச் செல்லும் வழியில் அர்ச்சுனனை எதிர்ப்பட்டான் அக்கினி.

“அர்ச்சுனா, இனியும் உனக்குக் காண்டீபம் தேவைதானா?” என்று கேட்டான். சொர்க்கத்துக்குச் செல்லும் அர்ச்சுனன் காண்டீபத்தைச் சுமந்து கொண்டு திரிந்தான்.

தன் உயிரையே தருவது போன்ற வலியுடன், அர்ச்சுனன் தன் காண்டீபத்தை அக்கினிக்குத் தருகிறான்.

“வித்தையில் முதிர்ந்தவனுக்கு ஆயுதம் தேவைப்படாது. உன் போன்ற ஒரு வீரன், தானே ஆயுதமாகவும், தானே பிரயோகம் செய்பவனாகவும் மாறுகிறான். அதோடு உன் ஜனனத்துக்கான காரணம் தீர்ந்து விட்டது. இறுதியாத்திரை போகிறவனுக்கு, புண்ணியம் மட்டுமே உடன்போக வேண்டும்” என்று சொல்லி, காண்டீபத்தை வாங்கி, அதை முன்னர் வைத்திருந்த வருணனிடமே ஒப்படைத்தான்.

அக்கினியின் வாழ்க்கை, பயனுள்ள வாழ்க்கையாகவே இருந்தது.

✶

கங்கை என்னும் பெருமிதம்

ஆறு ஓர் அற்புதம். இதை இந்தியர்களே மிகவும் தீவிரமாக உணர்ந்தார்கள். நீர் ஆதாரம், வாழ்வாதாரம். நீர், அமுதம் என்று சொல்லப்படுகிறது தமிழ் மரபில். நீர்கள்தான் ஊர்களை உருவாக்கின. நதிகளின் இருபுறங்களிலும் உருவானவைதான் ஆதிகால ஊர்கள். நீர் ஆதாரம் கொண்டே உணவுகள் உருவாக்கப்படுகின்றன. குடும்பம், வீடுகள், தெருக்கள், ஊர்கள் என்பவை நீர்நிலைகள் மனித குலத்துக்கு வழங்கிய கொடை. கங்கை போலப் புனிதமானது காவிரி என்கிறான் ஒரு தமிழ்க் கவி. இதிகாசங்கள் கங்கையை, யமுனையை, சரஸ்வதியைப் புண்ணிய நதிகள் என்றும் தெய்வத்தன்மை வாய்ந்தவை என்றும் உறுதியுடன் கூறுகின்றன. நீரின் பயணம் எங்கெல்லாம் நகர்ந்ததோ, அங்கெல்லாம் நகரங்கள் உருவாகி, அவை உருவாக்கியவையே நாகரிகம் என்றாயின.

விஷ்ணுவின் வாமனாவதார காலத்தில் கங்கை பிறந்தாள் என்கிறது பாகவதம். வாமனனாக வந்த குறளன், தன் பாதத்தை ஆகாயத்தில் பதிக்கையில் அவன் பாதம் பட்டு, வானம் கிழிகிறது, ஒழுகுகிறது என்கிறது ஒரு கதை. கங்கையை மண்ணில் தோன்றுகிற ஆறு என்று சொல்ல, நம் ரிஷிகளுக்குச் சம்மதம் இல்லை. கங்காவுக்கு அப்போது, அதாவது அவள் வானத்திலேயே சஞ்சாரம் செய்து கொண்டிருக்கையில் அவளுக்குப் பெயர் சுவர்க்கத்தில் மந்தாகினி. அங்கிருந்து ஆயிரம் ஆண்டுகளுக்குப் பிறகு பூமிக்கு வந்தபோது கங்கை. பாதாளத்தில் பாய்கையில் போகவதி.

கங்கை பூமிக்கு வந்ததுக்கு ஒரு கதை. சகரன் என்கிற மன்னனுக்கு அறுபதாயிரம் பிள்ளைகள். அறுபதாயிரமும் தீமைகளின் சொரூபங்கள். மண் மாதா அஞ்சி நடுங்கினாள். ஒருமுறை சகரன், அசுவமேத யாகம் செய்தான். யாகக் குதிரையைக் காத்துக்கொண்டு உலகை வலம்வந்தார்கள் சகரபுத்திரர்கள். அக் குதிரை, தெய்வ விருப்பத்தின்படி மகரிஷி கபிலர் தவத்தில் அமர்ந்திருந்த குகைக்குள் சென்று தன்னை மறைத்துக்கொண்டது. குதிரையைத் தேடிச் சென்ற புத்திரர்கள், கபிலருக்குப் பக்கத்தில் குதிரையைக் கண்டு, அது கபிலர் வேலை

என்று நினைத்துக்கொண்டு அவரைத் தாக்க முடிவு செய்தார்கள். அதே நேரம் கண் திறந்த ரிஷியின் பார்வைத் தீயால் அத்தனை பேரும் எரிந்து சாம்பலானார்கள். சகரனின் மரபில் தோன்றிய திலீபச் சக்கரவர்த்தியின் ஆற்றல் கொண்ட மகன் பகீரதன், எரிந்த தன் முன்னோர்களுக்கு மோட்சம் அருள கங்கையை மண்ணில் கொணரப் பெரும் தவம் செய்தான். முதலில் 'கங்கை, பூமிக்கு வந்தால் தாங்கும் சக்தி சிவனுக்கு அல்லால் வேறு யாருக்கும் இல்லை' என்று உணர்ந்த பகீரதன் சிவனை தவம் செய்தான். பேரோசை யுடன் பூமிக்குவந்த கங்கை, சிவனின் தலைமுடிக்குள் சிக்குண்டு, பிறகு பாதாளம் சென்று எரிந்த சகர புத்திரர்களைப் புண்ணியம் செய்தாள். கங்கையின் புண்ணியம் காரணமாகவே பாவிகளான சகர புத்திரர்கள் மோட்சம் பெற்றனர்.

பீஷ்மன் போன்ற ஒரு மகா புருஷனைக் கர்ப்பம் கொள்ளும் மாதா யாராக இருக்கலாம் என்று பிரம்மலோகம் யோசித்தபோது, பிரம்மன் சந்தேகமே இல்லாமல் கங்கையையே தீர்மானித்தார். பிரம்ம லோகத்தில் அந்த நாடகம் நிகழ்ந்தது. இஷ்வாகு குலத்தைச் சேர்ந்த, மகாபிஷக் என்ற தனமும் தானமும் செய்த மன்னன், மோட்சம் பெற்று, பிரம்மலோகமாகிய சத்தியலோகம் வந்தான். அதே நேரம், விதி கூட்டுவிக்க கங்கையும் பிரம்மனைத் தரிசிக்க அங்கு வந்தாள். அப்போது வீசிய காற்று, கங்கையின் ஆடையைச் சற்றே விலகச் செய்தது. மகாபிஷக்கின் தவத்தையும் விலகச் செய்தது அக்காற்று. மன்னன், கங்காதேவியைப் பிரேமையுடன் நோக்கினான். அவன் பார்வையைக் கௌரவம் செய்தாள் கங்கை. பிரம்மன் இருவரையும் நோக்கினார். 'காமத்தைக் காமத்தால் கடந்துவிடுங்கள்' என்று அந்த இருவரையும் கர்மபூமியாகிய மண் உலகுக்கு அனுப்பி வைத்தார். மகாபிஷக், சாந்த மனமுடைய சாந்தனுவாகப் பிறந்தான். அந்த அஸ்தினாபுர அரசன், வேட்டைக்குக் கங்கைக்கரைக் காடுகளில் அலைந்தபோது, மான் கிடைத்ததோ இல்லையோ, கங்கை கிடைத் தாள். திருமணத்துக்கு முன், மணக்கப்போகிறவனுக்கு விதிகள் வகுத்த முதல் பெண்ணாகக் கங்கை காணப்படுகிறாள். 'மீறினால் என்னை இழப்பாய்' என்ற தண்டனையையும் சொல்லிச் சாந்தனுவாகிய மகா பிஷக்குடன் இணைந்தாள் அவள். கிருஷ்ணனைப் போல எட்டாவது குழந்தையாக பீஷ்மனை உலகுக்கு அளித்தாள் கங்கை.

பீஷ்மன், மன்னனுக்குப் பிறந்தவன். ஆனால், மன்னனாகப் பதவி வகித்தவன் இல்லை. பரம்பரை பரம்பரையாக மன்னர்களுக்குப் பெண் (பெண்கள்) பார்த்துத் திருமணம் செய்துகொண்டு அலைந்த வன். ஆனால், தான் மணம் செய்து கொண்டவன் இல்லை. மாபெரும் வீரன். ஆனால், குருவோடும் தம் பேரப் பிள்ளைகளோடும் யுத்தம் செய்யச் சபிக்கப்பட்டவன். போரில் கொல்லப்பட்டு சொர்க்கம்

போகும் விதி இன்றி, சாவுக்காகக் காத்துக்கொண்டு, வலியுடனும், வேதனையுடனும் மண்ணில் புரளச் சாபம் பெற்றவன். என்ன காரணம்?

மனைவி விருப்பம் கேட்டுத் திருட்டுத் தொழிலில் ஈடுபட்டான் என்ற ஒற்றைக் காரணத்தால் அஷ்டவசுக்களில் ஒருவன், முக்கிய மானவன் தியயு. அவன் மனைவி, ஒருமுறை வசிஷ்டரின் வளர்ப்புப் பசு நந்தினியைப் பார்க்க நேர்ந்தது. அந்தப் பசுவைத் தம் சினேகிதியும், உச்நரன் என்ற மன்னனின் மகளுமான ஜிந்தவதிக்கு அன்பளிப்பு நல்க விரும்பினாள். கணவனிடம் கேட்டுக்கொண்டாள். தியயு, தம் தோழர்களுடன் சென்று நந்தினியையும், அதன் கன்றையும் திருடிக் கொண்டு வந்து மனைவிக்குத் தந்தான். சீதைக்கு மாரிச மான். தியயு மனைவிக்குப் பசு. வசிஷ்டர், நீண்ட காலம் மனிதனாக உயிர் வாழ்ந்து அவஸ்தைப்படச் சாபம் தந்தார் தியயுக்கு. அந்தத் தியயுவே பீஷ்மனாகப் பிறந்தான். அந்தப் பிறவியில் செய்த குற்றத்துக்கு இந்தப் பிறப்பில் தண்டனை என்கிற தர்ம நியதியை பீஷ்மன் அனுப வித்தான்.

சுப்ரமண்யனின் தோற்றம், அதர்ம ஒழிப்பு அல்லது அசுர ஒழிப்பு என்பதாக இருந்தது. சிவனின் ரௌத்ரம் ஓர் உருக்கொண்டு கங்கையிடமே தொடக்கத்தில் வந்து சேர்ந்தது. சிவனின் கொடையை அக்னி, கங்கையிடம் தந்து, ‘இவனை வளர்த்துத் தரும் பொறுப்பு அவளைச் சார்ந்தது’ என்றான். கங்கையும் சுப்ரமண்யனைத் தன்வசம் வைத்திருந்து, அக்குழந்தையின் உடல் வளர்ச்சி பூர்த்தியாகும் வரை காத்திருந்து, அப்புறம் சரவணக் காட்டில் விட்டாள். சுப்ரமண்யனின் பிறப்பு, சூரியன் உதயமாகும் உதயகிரியில் ஏற்பட்டது. அந்தப் பிரதேசத்துக்குக் குழந்தையைக் கொண்டுசெல்லும் பொறுப்பை தேவர்கள் கங்கையிடம் அளித்தார்கள். அதைக் குறைவறச் செய்தாள் கங்கை. தேவசேனாபதியின் பிறப்பு கங்கையிடம் ஏற்பட வேண்டும் என்பது தேவர்களின் விருப்பமாக இருந்தது. அதை நிறைவேற்றினாள் கங்கை.

நதிகளிலேயே புண்ணிய நதி என்கிற சிறப்பு கங்கைக்கு மட்டுமே ஏற்பட்டதற்கான காரணம் நிறையவே சொல்லப்பட்டிருக்கிறது. கங்கை, யார் தன்னிடம் வருகிறார்களோ, மூழ்கித் தம்மை ஒப்புக் கொடுக்கிறார்களோ அவர்களின் பாவங்களைத் தாம் பெற்றுக் கொண்டு புண்ணியம் அருள்கிறாள் என்பது மரபு.

நூறு யாகம் செய்து அடைகிற புண்ணியத்தை கங்கையில் மூழ்கு வதன் மூலம் பெறலாம் என்பது கடவுளர்கள் அவளுக்குத் தந்த வரங்களில் ஒன்று. கங்கைக் கரையில்தான், மிகப் பெரும் தவங்கள் நடைபெற்றிருக்கின்றன. குறிப்பாக, கங்கை இமய உச்சியில் விழுகிற

இடமான கங்கத்துவாரா அல்லது அரித்துவாராவை மிக முக்கியப் பிரதேசமாக பாரதம் பேசுகிறது. பிரதீபன் தவம் செய்த இடம் இது. பரத்வாஜ ரிஷி, இங்கேதான் தம் ஆசிரமத்தை அமைத்துக்கொண்டு தவம் செய்துகொண்டிருந்தார். அர்ச்சுனன், தம் பயணங்களின்போது, அரித்துவாரத்துக்கு ஒருமுறை வருவதைக் கட்டாயக் கடமையாகக் கொண்டான். மோட்சத்தின் வாசலே இந்த இடம்தான் என்கிறது வனபர்வம்.

அகத்தியர், தன் மனைவி லோபபாதாவோடு வாழ்ந்து தவம் இயற்றியது இப் பிரதேசத்தில்தான். பாண்டவர்களை அழிப்பதற்கு ஜெயத்ரதன் (துரியோதனன் தங்கை துச்சலையை மணந்து கொண்டவன்) தவம் செய்து சிவனை நேரில் கண்டது இங்குதான் என்கிறது பாரதம்.

பீஷ்மர், தன் தந்தை சாந்தனு மகாராஜாவின் மரணச் சடங்கு களைத் தம் அன்னை கங்கையைச் சாட்சி வைத்துக் கொண்டு செய்தார். எல்லாவற்றுக்கும் மேலாக, திருதராஷ்டிரன், காந்தாரி, குந்தி ஆகியோர் நெருப்பில் சிக்கி உயிரிழந்தது இந்தப் பிரதேசத்தில் தான். தருமன், அவர்களுக்கான சடங்குகளை இங்கே இருந்துதான் செய்தான். இவ்வளவும் இன்னும் பலவும், கங்கையின் மடியில் இருந்துதான் செய்யப்பட்டமைக்குக் காரணம், வடஇந்தியப் பாரதப் பிரதிகள் கூடுதலாக ஒரு அழகிய தகவலைச் சொல்கின்றன.

கருணையே உருவான கங்கை, தம் மடியில் அமர்ந்து தவம்புரி வோர்கள் தவப்பலன் அடையும்படி தாமும் தவம் செய்கிறாள் என்பதே அது. தம் கரையில் நடக்கும் ஈமக் கிரியைகளை அவற்றின் பலன்களை உரிய உலகங்களுக்குக் கொண்டு சேர்க்கிறாள் என்றும் சொல்லப்பட்டிருக்கிறது.

கங்கையைச் சாட்சி வைத்து பீஷ்மரின் கடைசி நிமிடங்கள், மிக அழகாகக் கவியால் பேசப்பட்டிருக்கிறது. பாரதத்தின் உச்சமான அழகிய பகுதி அது.

கங்கை கண்ணீரோடு தம் மகன் விழி திறக்கக் காத்திருக்கிறாள். கண் விழித்துப் பார்க்கிறார் பீஷ்மர். தாயை வணங்குகிறார். சுற்றி நிற்கும் கிருஷ்ணன், தருமன் முதலானவர்களைப் பார்க்கிறார். திருத ராஷ்டிரனை அருகில் அழைக்கிறார்.

"மகனே, நீ தர்மம் தெரிந்தவன். உன் பிள்ளைகள் தீயவர்கள். ஆகவே அவர்கள் அழிந்தார்கள். நீ தருமனை, பாண்டவர்களை உன் பிள்ளைகளாக ஏற்றுக்கொள். அவர்களை வழிநடத்து. கிருஷ்ணன் அவர்கள் பக்கம் நிற்கிறார். ஆகவே தர்மம் அவர்களிடம் நிலைபெற்றிருக்கிறது."

அடுத்தபடி தருமனை அழைத்தார்.

"தருமா, உன் மனத்தில் பகை இல்லாமல் ஒழியட்டும். எல்லாரையும் அன்பு செய். தர்மத்தை நிலை நிறுத்து."

அடுத்து கிருஷ்ணனைப் பார்த்துச் சொல்கிறார்:

"நான் வீழ்ந்து இன்றோடு ஐம்பத்தெட்டு நாட்கள் கடந்து விட்டன. ஆனால், கூர்மையான அம்புகள் என்னைத் தைத்து, என் வாதை நூறு வருடங்கள் போல எனக்குத் தோன்றுகிறது. இன்று மாசி மாதம். சுக்லபட்சத்து அஷ்டமி திதி. இன்றோடு என் வாழ்க்கை முடிகிறது. என் தவறுகள், பாவங்கள் இன்று ஒழியட்டும். பரிசுத்தனாக என்னை மாற்றி எனக்கு விடுதலையைக் கொடு, கிருஷ்ணா," என்று கைகுவித்தார்.

கிருஷ்ணன் சொல்கிறார்:

"ராஜரிஷியே, உமக்கு அனுமதி கொடுத்தேன். நீர் வசுக்களின் தலைமைப் பதவியைப் பெறுவீராக. உமக்குப் பாவம் பூண்டதும் இல்லை. உமது சத் செயல்கள் பாவங்களைத் தின்று விட்டன. நீர் பரிசுத்தன். நீர் இரண்டாவது மார்க்கண்டேயரைப் போல பிதா விடம் பக்தி செய்தீர். உம் தாய்க்கு நீர் பெருமை சேர்த்தீர். ஆகவே தான், யமன், உன் சேவகன் போல், உமது கட்டளைக்குக் காத்துக் கொண்டு கிடக்கின்றான். நீர் அமைதி அடைவீராக."

கங்கை, மனம் வெடித்து அழுதாள். கிருஷ்ணன் அவளிடம் சொன்னார்:

"கங்கா, உனக்குத் தெரியாததா? பிறந்தார் பீஷ்மர். நீ அதன் கருவி. பிறகு, உலகின் கருவி ஆனார். இப்போது தான் ஊர் திரும்புகிறார். அவரைச் சிகண்டியா வென்றான்? இல்லை. அல்லது அர்ச்சுனனா? இல்லை. அவர் விரும்பினார். ஆகவே மரணத்தை ஏற்றுக் கொள்கிறார். வசுபதம் பெற்றுச் செல்கிறார், அவரை வாழ்த்தி விடை கொடு."

பீஷ்மர், தம் நினைவுகளை உள்ளே கொண்டு சென்றார். மனதை யோகத்தில் நிலைநிறுத்தினார். அவர் மூச்சு உயர்ந்தது. மேல் நின்றது. ஒவ்வொரு அங்கமாக விட்டுக்கொண்டு வந்தார். அந்த அங்கங்களில் பதிந்த அம்புகள் மறைந்தன. எல்லா அம்புகளும் மறைந்தன. பீஷ்மரின் ஆத்ம ஜோதி சிரசைப் பிளந்துகொண்டு மேல் எழுந்தது. தேவதுந்துபி முழங்கியது. ஜோதி விண்ணை நோக்கிச் சென்றது. பூமாரி பொழிந்தது. ஒளிப்பிழம்பாக பீஷ்மர் வசுபதம் சேர்ந்தார்.

பாண்டவர்கள், விதுரர், யுயுத்சுவும் சந்தனக் கட்டைகளை அடுக்கி, பீஷ்மரின் உடலை மூடினார்கள். பட்டைக் கொண்டு போர்த்தினார்கள். யுயுத்சு தர்மக் குடை பிடித்தான். பீமனும் அர்ச்சுனனும் வெண்சாமரம் வீசினார்கள். நகுல சகோதரர்கள் கிரீடம் சூட்டினார்கள். திருதராஷ்டிரனும் தருமனும் பாதபூஜை செய்வோர் போல நின்றார்கள். ஓமம் செய்தார்கள். சாமகானம் இசைக்கப்பட்டது.

தாயின் கண்முன் மகன் சிதையில் தீ மூண்டது.

கங்கையில் மூழ்கி நீர்க்கடன் செய்தார்கள்.

அண்மையில் கங்கையைத் தரிசிக்கச் சென்றிருந்தேன். கங்கைக் கரையில் பல மணி, பல நாட்கள் சும்மா உட்கார்ந்து பார்த்துக் கொண்டே இருந்தேன். கங்கையை ஒரு பிறவி முழுக்கப் பார்த்தாலும் இன்னும் எஞ்சி நிற்கும் என்று தோன்றியது. பிரவாகமாக நீர் நடக்கிறது. தண்ணீர் அல்ல; காலம் நடக்கிறது, யுகம் நடக்கிறது, தர்மங்கள் நடக்கின்றன. இந்தியாவுக்கு நிரந்தரமான பெருமை, கங்கையாகத்தான் இருக்கும் என்று தோன்றியது. ஆனால், மனிதகுலமே அதை அழுக்காக்க முயன்றுகொண்டே இருக்கிறது. நீரில் கலக்கக் கூடாத அனைத்தும் கங்கையில் கலக்கிறது. கங்கையை 'அழுக்கு' என்று பிற நாட்டார் சொல்லும்படி நாமே செய்துகொண்டு இருக்கிறோம். எனக்கு வெட்கமாக இருந்தது.

ஆனாலும் என்ன? என் தாய் அழுக்குப் புடைவை கட்டிக் கொண்டிருக்கலாம். அழுக்குப் புடைவையில் இருக்கிறாள் என்பதனாலேயே அம்மா அம்மா இல்லாமல் ஆகிவிடுவாளா என்ன?

★